'प्रत्येकाने आवर्जून वाचावे असे - बर्मातील ही कहाणी तुमच्या काळजात घर करील'

– जो ब्रँड

'स्व-सहानुभूतीचा लवलेशही नसलेली, नर्मविनोदाची पखरण करत सांगितलेली कथा. २८ वर्षीय झोया फनने आपले बहुतेक आयुष्य, जीव वाचवून पळ काढण्यातच घालवले. अतिशय विलक्षण प्रवास!'

– मेल ऑन संडे

'झोया ही एक विलक्षण स्त्री आहे. तिने आपले आयुष्य या पुस्तकाच्या पानांतून इतक्या लखखपणे मांडले आहे की आपल्याला ते तिच्यासोबतीने जगता यावं. अनेक प्रत्ययकारी सत्यांचा परिचय करून देणारी ही जीवनकथा वाचकाला खिळवून ठेवते. पुस्तक संपवून खाली ठेवताच तुमच्या लक्षात येईल की तुम्ही मनाने अजूनही बर्मातच आहात.'

– जो ब्रँड

'थरकाप उडवणाऱ्या परिस्थितीतही तग धरून झोयाने लिहिलेली ही कहाणी इथेच संपत नाही. संघर्ष अजूनही सुरूच आहे.'

– इन्डिपेन्डन्ट

'कोठेही आवाज न चढवता, कोणत्याही अभिनिवेषाशिवाय लिहिलेली ही विलक्षण कहाणी यादवीमध्ये खितपत पडलेल्या बर्मामधील आयुष्यांची कहाणी सांगते.'

– 'वॉटरस्टोनच्या बुक क्वार्टरली' मधून

‘मरण काखोटीला मारून जगणाऱ्या लोकांची कथा. सोमेथ मे यांनी कंबोडियामधील निर्वासितांवर लिहिलेल्या वास्तवदर्शी कंबोडियन विटनेससारखी लिटल डॉटरही तुम्हाला प्रचंड उद्विग्न करते. यात वर्णन केलेल्या महाभयंकर प्रसंगांवर, कृत्यांवर विश्वास ठेवण्यास मन धजावत नाही.’

– फायनान्शियल टाइम्स

‘नशीब ही वापरून गुळगुळीत झालेली संकल्पना आहे. या पुस्तकात झोया एकदाही नशिबाला बोल लावताना, त्याला कोसताना दिसत नाही. पण, बर्माच्या घनदाट जंगलातून बर्मी सैन्याला गुंगारा देत झोया कशी वाचली आणि पुढे जाऊन वयाच्या केवळ २८व्या वर्षी बर्मामधील मानवाधिकारांकरिता आवाज उठवणारी कार्यकर्ती कशी बनली याचे उत्तर शोधताना तिच्या चाहत्यांना आणि पाठीराख्यांना एकच उत्तर सयुक्तिक वाटते ते म्हणजे – तिचे नशीब बलवत्तर होते. तिच्या वडिलांची हत्या घडवून आणण्यात आली; पण, त्याने खचून न जाता उलट अजून जोमाने कामास लागलेली ही राजकीय कार्यकर्ती ब्रिटनमधून बर्माकरिता आवाज उठवते आहे.’

– डेली टेलिग्राफ

‘मूर्तिमंत विनाशाचे यथार्थ चित्रण... काही अतिभयंकर गोष्टी अशा की अंगावर काटा यावा’

– फायनान्शियल टाइम्स

'Little Daughter' या इंग्रजी पुस्तकाचा अनुवाद

ब्रह्मकन्या

बर्मातील संघर्षमय जगण्याची विलक्षण कहाणी

लेखक
झोया फन
डेमियन लुईस

अनुवाद
श्रद्धा भोवड

मेहता पब्लिशिंग हाऊस

✆ +91 020-24476924 / 24460313 / Mob. No. 9545000513
Email : production@mehtapublishinghouse.com
Website : www.mehtapublishinghouse.com

◆ *या पुस्तकातील लेखकाची मते, घटना, वर्णने ही त्या लेखकाची असून त्याच्याशी प्रकाशक सहमत असतीलच असे नाही.*

ब्रह्मकन्या / अनुवादित सत्यकथा

अनुवाद : श्रद्धा भोवड

Email : author@mehtapublishinghouse.com

मराठी अनुवादाचे व प्रकाशनाचे हक्क : मेहता पब्लिशिंग हाऊस, पुणे ३०.

प्रकाशक : सुनील अनिल मेहता, मेहता पब्लिशिंग हाऊस,
१९४१, सदाशिव पेठ, माडीवाले कॉलनी, पुणे - ४११०३०.

मुद्रक : पार्कसन्स ग्राफिक्स

मुखपृष्ठ : सतीश भावसार

प्रथमावृत्ती : मार्च, २०१८

किंमत : ₹ ३५०

P Book ISBN 9789387789029
E Book ISBN 9789387789746
E Books available on : amazonkindle Apple Books Google Play Books

---

हे पुस्तक
माझी स्वर्गवासी आई नान्त क्यिन श्वे
आणि
स्वर्गवासी बाबा पादोह मन शा ला फन
यांना समर्पित आहे.

झोया फन

ईव्हाकरिता

डेमियन लुईस

झोयाचे बाबा आणि आई
(डावीकडून उजवीकडे) से से, स्लोन, झोया आणि ब्वा ब्वा.

अनुक्रमणिका

मरणासन्न / १
पोक असलेला म्हातारा / १३
वराहस्पर्श / २३
बांबूवाले लोक / ३७
मुले - देवाघरची फुले / ४९
काळोखी नदी / ६६
विजयस्थळ / ७५
नदीतील आत्मे / ८२
नामकरण / ९४
माझा स्वर्गच हरवला / १०२
निद्रित श्वान पर्वत / ११०
जळत्या अश्रूंची नदी / १२१
त्या तिथे वृक्षातळी... / १३२
अनिकेत / १४४
काळोखे दिवस / १५३
पुनश्च घराकडे / १६२
नवे गाव / १७०
मिशनरी गाणे / १८२
गोळ्या चुकवून पळताना / १९०
पुन्हा एकदा निर्वासितपण / २०१
मे ला छावणी / २११
नेत्रोद्दीपक बँकॉक / २२०
शहरी पोरी / २२९
क्रूरकर्मांची भूमी / २३९
जाग / २४८
काळोखाची पिल्ले / २५५
ब्वा ब्वाबरोबर लंडनमध्ये / २६३
बाबांच्या पावलांवर पाऊल टाकत... / २७४
आक्रमण! / २८८
पुनश्च घराकडे / २९६
अंतिम पर्व / ३०४
आपल्या वडिलांच्या अंत्यसंस्कारांच्या वेळी झोया फन, तिची बहीण आणि भाऊ यांनी केलेले निवेदन / ३०९
उपसंहार / ३११
बर्माबद्दल / ३१५
बर्मातील महत्त्वपूर्ण घडामोडी / ३१७

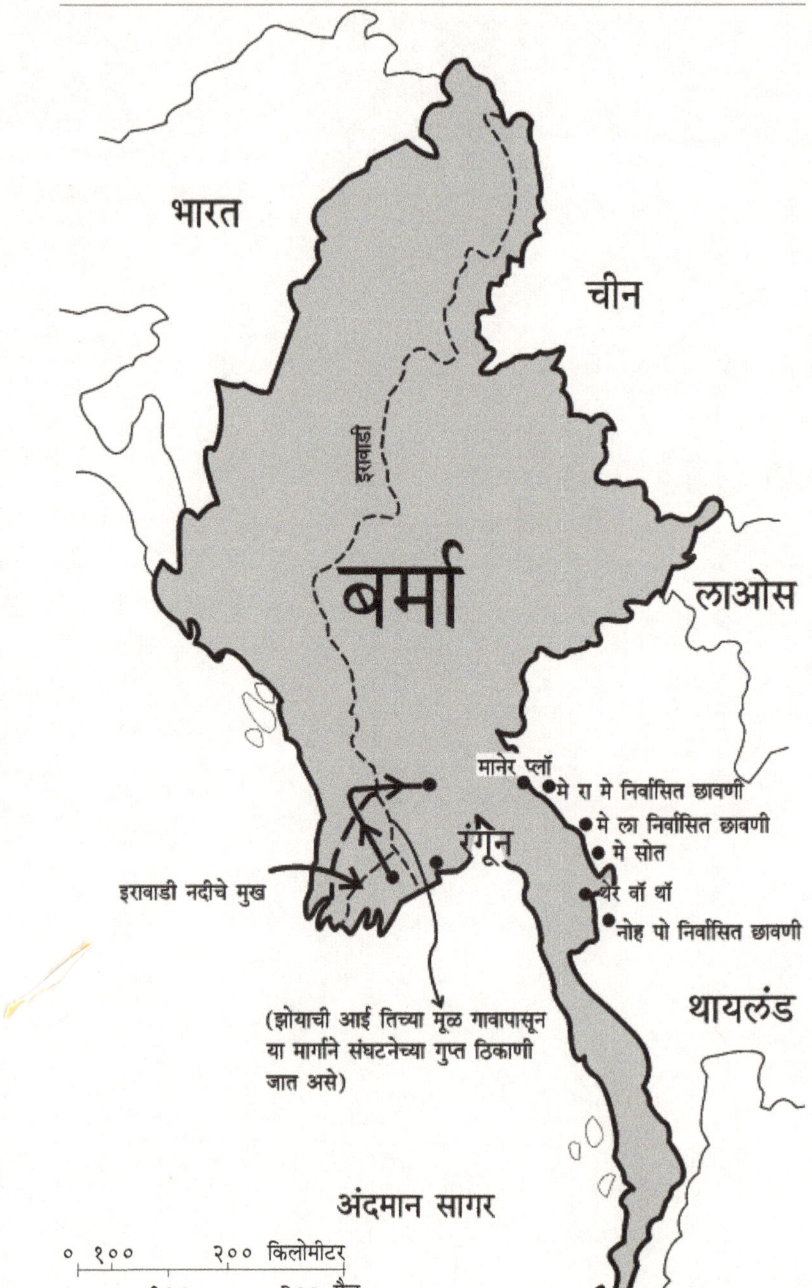
भारत
चीन
इरावाडी
बर्मा
लाओस
मानेर प्लॉ
मे रा मे निर्वासित छावणी
मे ला निर्वासित छावणी
मे सोत
रंगून
इरावाडी नदीचे मुख
थेर वॉ थॉ
नोह पो निर्वासित छावणी
थायलंड
(झोयाची आई तिच्या मूळ गावापासून या मार्गाने संघटनेच्या गुप्त ठिकाणी जात असे)
अंदमान सागर
० १०० २०० किलोमीटर
० १०० २०० मैल

मरणासन्न

मला आठवतं, मी दोन वर्षांची होते तेव्हा मरणाच्या दारातून सुखरूप परतले होते. मृत्यूचं इतक्या जवळून दर्शन होण्याची ती पहिली वेळ पण शेवटची नक्कीच नव्हे. आणि दुःखानं म्हणावंसं वाटतं की, अशा वेळा नंतर कित्येकदा आल्या. एके सकाळी माझ्या आईनं मला आमच्या झोपडीत शुद्ध हरपलेल्या अवस्थेत पडलेलं पाहिलं तेव्हा मी तापानं फणफणले होते. माझ्या तब्येतीच्या कुरबुरी अधूनमधून चालूच असायच्या; त्यामुळे रात्रभरात ताप उतरेल असं आईला वाटलं. पण रात्रभरातही ताप हटायची लक्षणं दिसेनात तेव्हा मात्र मी काही यातून वाचत नाही अशी भीती तिला वाटू लागली.

तिनं मला एका ओलसर कापडात गुंडाळलं आणि हाताचा पाळणा करत गावातल्या दवाखान्याकडे धाव घेतली. नशिबानं तो आमच्या घराजवळच होता. तिथली नर्स निदान आतातरी कुठं बाहेर गेलेली नसावी, मोकळीच असावी अशी करुणा आई मनातल्या मनात भाकत होती. तिच्या आणि माझ्या सुदैवानं नर्स आतच होती. नर्सनं एकवार आईच्या हातातल्या गाठोड्याकडे नजर टाकली आणि मी मरण पावल्याचं जाहीर केलं. माझ्यासाठी तिला काही करता आलं नाही याबद्दलचं दुःखही प्रकट केलं.

माझी आई अशानं बधणारी नव्हती. तिनं काही आशा सोडली नाही. कितीतरी वर्षं माझी आई जंगलांमध्ये सैनिकाचं काम करत होती; त्यामुळे ती अंमळ जास्तच कणखर होती. मी मरण पावले यावर सहजासहजी तिचा विश्वास बसणं शक्यच नव्हतं.

तिरमिरीतच तिनं माझं गाठोडं उचललं आणि शेजारच्या गावातली नर्स माझ्यासाठी काही करू शकते का ते पाहायला त्या गावाकडे धाव घेतली. त्या गावाकडे जायला जंगलामधून फक्त एक अस्पष्टशी पायवाट होती; आपण वाट शोधू शकू याबद्दल आईला विश्वास होता. पण त्यावेळी माझा भाऊ तिच्या पोटात असल्यानं हा सर्व

प्रकार होता त्यापेक्षा अंमळ जास्तच कठीण होऊन बसला होता.

माझी मोठी बहीण ब्वा ब्वाला माझा मोठा भाऊ से सेच्या देखरेखीत ठेवून ती निघाली. पावसाचे दिवस नसल्यानं मु यु क्लो नदीला फारसं पाणी नव्हतं; त्यामुळे नदी पार करायला तिला फारसे कष्ट पडले नाहीत. तब्बल चाळीस मिनिटं जंगलातून पायपीट केल्यानंतर ती त्या गावात पोहोचली; तेव्हा माझ्या काळजीनं ती रडकुंडीला आली होती.

तिथल्या नर्सनं मात्र काळजीपूर्वक माझी तपासणी केली आणि मी सततच्या तापामुळे कोमात गेल्याचं सांगितलं. मला सलाईनवर ठेवलं गेलं. तापाचा जोर कमी करणाऱ्या औषधांचा मारा करण्यात आला. माझा श्वास चालू होता; त्यामुळे मी यातून सहीसलामत बचावण्याची शक्यता जास्त होती. त्यामुळे तिनं माझ्या आईला धीर न सोडण्यास सांगितलं.

सलाईनवर ठेवल्याच्या तिसऱ्या दिवशी माझा ताप उतरला. त्याच दिवशी माझी शुद्धही परतली. डोळे उघडले तेव्हा आई माझ्या शेजारीच बसलेली दिसली. मी मृत्यूच्या तावडीतून सहीसलामत बचावले यावर तिचा विश्वासच बसेना पहिल्यांदा. ती ख्रिसमसच्या आदली संध्याकाळ होती. गावात उत्सवाचं वातावरण होतं आणि सगळ्या नर्सेस पार्टीसाठी गेल्यानं दवाखान्यात कोणी चिटपाखरूही नव्हतं.

आई माझ्याकडे नवलानं पाहत बसली होती; तेवढ्यात तिला माझ्या डोळ्यांत काहीतरी विचित्र जाणवलं. माझा एक डोळा आकाशाकडे बघत होता, तर दुसरा थेट जमिनीकडे नजर लावून बसला होता. तापानं माझ्या मेंदूत कायमस्वरूपी गडबड केली या गोष्टीचा तिला इतका धक्का बसला की, तिला तत्काळ प्रसूतिवेदना सुरू झाल्या. नर्सेनना मग पार्टी सोडून माझ्या आईला मदत करण्यासाठी धाव घ्यायला लागली. अशा रीतीनं माझ्या धाकट्या भावाचं या जगात आगमन झालं.

आईनं त्याचं नाव 'स्लोन फन' ठेवायचं ठरवलं. ज्याचा अर्थ होता - चमचमणारा खडा. खरंच, मी मृत्युपंथाला लागले होते, त्या झाकोळात त्याच्या रूपानं प्रकाशच आला होता एक प्रकारे.

स्लोन आणि मी काही दिवस दवाखान्यातच होतो. आईला एकाच वेळी आम्हा दोघांची काळजी घ्यायला लागत होती. या कामी तिला नर्सेसची खूप मदत होत होती आणि आई त्याबद्दल कृतज्ञ होती. विशेषत: ज्या नर्सनं मला वाचवलं तिच्याबद्दल तर खूपच. आमच्या गावातल्या नर्सचा मात्र तिला संताप आला होता. ती नर्स खूपच लहान आणि अननुभवी आहे आणि तिचं काम कसं करावं याची तिला माहिती नाही असं आईचं म्हणणं पडलं.

लहान मुलं आजारातून तुलनेनं लवकर सावरतात, तशी मीसुद्धा सावरले पण माझे डोळे तसेच इकडेतिकडे राहिले. काही आठवड्यांनंतर माझे बाबा घरी आले

आणि त्यांनी मला पाहिलं तेव्हा ते उद्गारले, "माझी लहानगी अजूनही तितकीच सुंदर आहे- 'ता क्ले मे' असली म्हणून काय झालं?"

बाबा अर्थातच माझी मस्करी करत होते. आमच्या करेन संस्कृतीत कोणाला ता क्ले मे - चकणं म्हणणं शिष्टसंमत मानलं जात नाही. चकणेपणा हे मुळातच आमच्याकडे असुंदरतेचे लक्षण मानलं जातं आणि असुंदरतेची खिल्ली उडवणं सभ्यतेला धरून नाही. तेव्हापासूनच माझ्या ता क्ले मेपणाबद्दल माझे भाऊ-बहीण माझी नेहमीच चेष्टा करत.

माझ्या मित्रमंडळींची काही मला 'ता क्ले मे' म्हणण्यापर्यंत मजल गेली नाही. माझे डोळे थकल्यासारखे झाले की, आपोआपच चकणे व्हायचे तेव्हा मात्र ते पोट धरधरून हसायचे. अशा वेळी माझी खूप चिडचिड व्हायची. माझे डोळे मग तरळल्यासारखे होत, गोष्टी अंधूक आणि उलट्यासुलट्या दिसू लागत. कधी-कधी तर मी बघते एखाद्या वाडग्याकडे पण डोळे मात्र लागलेत भलतीकडेच असा तिरपागडा प्रकार होऊन बसे. अशी चिडवाचिडवी व्हायची तेव्हा आईच माझी समजूत काढायची आणि म्हणायची, "अगं बाळा, थोडे गमतीशीर डोळे असले म्हणून काय झालं, तू अजूनही पहिल्यासारखीच सुंदर आहेस."

काळ उलटला तशी मी या प्रकाराला सरावले. जमिनीकडे बघत डोळे पूर्वपदाला आणायचं तंत्र मी आत्मसात केलं. असं करत डोळे हळूहळू वर आणले की, ते पूर्वीसारखेच व्यवस्थित दिसू लागत. सुदैवानं वाढत्या वयाबरोबर माझा चकणेपणा कमी झाला आणि मी वयात आले तोवर माझ्या डोळ्यांत कुठलाही दोष उरला नाही.

आमच्या करेन संस्कृतीत लोकांना आडनावं नसतात. आई-बापानं दिलेलं एकच काय ते नाव मुलांना असायचं. पिढ्यान्‌पिढ्या एखादं नाव चालत आलं आहे असं व्हायचं नाही. कोणत्याही करेन व्यक्तीचं नाव एकापेक्षा जास्त करेन शब्दांनी बनलेलं असायचं ज्याला नेहमीच काहीतरी सुंदर अर्थ असायचा. उदा.– माझ्या एका शाळकरी मैत्रिणीचं नाव होतं 'ती सेर पॉ' ज्याचा करेन भाषेत अर्थ होतो 'कमळ'.

माझ्या वडिलांनी मात्र करेन चळवळीत सामील होण्याकरिता आपलं गाव सोडलं तेव्हाच ही प्रथा मोडली. आई-वडिलांनी दिलेलं नाव टाकून त्यांनी एक चळवळीला साजेसं नाव धारण केलं. चळवळीतले कार्यकर्ते, सैनिक आपल्यापायी आपल्या कामाची झळ आपल्या कुटुंबीयांना पोहोचू नये म्हणून ही दक्षता घेत असत. माझ्या वडिलांनी स्वत:करिता 'मन शा ल फन' नाव निवडलं; ज्याचा अर्थ होतो प्रकाशमान चंद्र-तारे. बाबांना विश्वास होता की, आजच्या आकाशात उद्याचा प्रकाश लपला आहे. त्यांच्या नावात चंद्र-ताऱ्यांचं प्रयोजन याकरिता होतं आणि फन याकरिता की, करेन आणि बर्मावासीयांचा भविष्यकाळ उज्ज्वल असेल, असा त्यांना विश्वास वाटत होता.

माझ्या बाबांच्या लहानपणी 'मन फन श्वांग' नावाचा एक करेन प्रमुख होता ज्याच्या नावाचा अर्थ होता 'सुंदर एकता'. हा मुत्सद्दी लष्करी अधिकारी कडवा लढवय्या होता आणि माझ्या बाबांचं आदर्श स्थान. करेन लोकांचं स्वातंत्र्य, मानवीय अधिकार आणि सर्वांसाठी लोकशाही या तत्त्वांचा तो खंदा पुरस्कर्ता होता. या तत्त्वांवरचा त्याचा अढळ विश्वास तेवत राहावा म्हणून बाबांनी त्याचं 'फन' हे नाव आडनाव म्हणून धारण केलं आणि आमच्या नावांपुढं ते जोडून त्याच्या आठवणी पिढ्यान्‌पिढ्या कायम राहातील अशी व्यवस्थाही केली.

मी माझ्या वडिलांना 'पा' म्हणत असे आणि आईला 'मो'. माझ्या मोठ्या भावाचं नाव होतं 'से से' ज्याचा अर्थ होतो 'चांदी'. मी त्याला 'जो जो' म्हणजे 'दादा' म्हणून हाक मारत असे. माझ्या बहिणीचं नाव 'ब्वा ब्वा' म्हणजे करेनमध्ये 'शुभ्र'. ती जन्माला आली तेव्हाच इतकी नितळ गोरी होती की, आई-वडिलांनी त्याला साजेसंच नाव ठेवलं. मी तिला 'नोर' म्हणजे ताई आणि ती मला 'डे मू' म्हणजे छोटी अशी हाक मारत असे.

माझा छोटा भाऊ 'स्लोन फन'ला मी 'डे क्वा' म्हणजे छोट्या अशी हाक मारत असे आणि तो आम्हाला ताई. कधी-कधी तो ताई हाक मारी तेव्हा तो नेमकी कुणाला हाक मारतो आहे हे न कळल्यानं मी आणि ब्वा ब्वा दोघीही धावत येत असू.

माझ्या बाबांचा स्वभाव खूप प्रेमळ आणि स्निग्ध होता आणि मी त्यांची सर्वांत लाडकी होते. सगळ्या भावंडांपैकी फक्त माझ्या जन्माच्या वेळी ते हजर होते आणि माझ्या जन्मानंतर तब्बल सहा महिने त्यांनी कुटुंबाबरोबर राहाण्यासाठी वेळ काढला, यातूनच अप्रत्यक्षपणे त्यांचा माझ्यावरचा खास जिव्हाळा स्पष्ट होतो. ते साधारण उंचीचेच, काटकुळे पण काटक होते. काळेभोर केस असलेल्या पापण्या, तपकिरी डोळे आणि त्या डोळ्यांभोवती हास्याच्या चिरम्या होत्या. जेव्हा जेव्हा शक्य होई तेव्हा ते घोटून दाढी करत. त्यांचा पोशाख जेव्हा पाहावं तेव्हा एकसारखाच असायचा. बाह्या वरपर्यंत दुमडलेला चेक्सचा शर्ट आणि कमरेला 'ते कू' म्हणजे करेन लुंगी गुंडाळलेली.

ती लुंगी म्हणजे कमरेभोवती गुंडाळण्याचं चादरीसारखं वस्त्र होतं. त्याचा उपयोग अक्षरश: बहुविध होता. पावसाळ्याच्या दिवसांत पुराच्या पाण्यातून वाट काढायची असेल तर त्याचा काचा खोचून ते पँटसारखं वापरता येई, दुमड काढून टॉवेलसारखं वापरता येई. एवढंच काय, तर ते कामचलाऊ ब्लँकेटसारखंही वापरता येई.

चळवळीतील इतर लोकांप्रमाणे माझ्या बाबांकडेही फारच थोडा पैसाअडका होता; त्यामुळे माझ्या बाबांच्या पायात नेहमी प्लॅस्टिकच्या चपला असत. करेन चळवळीतल्या लोकांची ओळखच होती म्हणा ना ती. वर्षानुवर्ष वापरून त्यातली

एक चवड्यावर फाटली तर बांबूतून तयार केलेल्या वादीनं शिवून त्यांनी पुन्हा वापरायला सुरुवात केली.

लहान असतानाची एक गोष्ट मला आठवते. एके दिवशी बाबांनी दुथडी भरून वाहणाऱ्या थुम्बे नदीत मला पोहायला शिकवायचं मनावर घेतलं. फारच थोड्या लोकांना पोहता येतं. पोहणं ही देणगी निसर्गदत्तरीत्या आमच्याकडे नाही, ती शिकून आत्मसात करता येते फारतर. मी पाण्याच्या भीतीनं गळाठून रडत होते तर दादा-ताई माझ्याकडे बघून खिदळत होते, हसत होते. बाबा मला 'घाबरू नकोस! मी आहेच इथे तुला धरायला' असा धीर देत समजावयाचा प्रयत्न करत होते पण माझं किंचाळणं काही थांबेचना. भीती जायला आणि भीतीनं बाबांना चिकटणं सुटायला थोडा वेळ जावा लागला. बाबांनी मग त्यांच्यामागून मला पाण्यात तरंगायला सांगितलं तेव्हा मी आपणहून स्वच्छ, वेगवान प्रवाहात हात-पाय मारायला लागले होते. लवकरच माझ्या सगळ्या चिंतांचा मला विसर पडला. मी व्यवस्थित पोहायला शिकले; तसा नदीच्या पाण्यात खेळ करणं आणि नदीकाठच्या वाळूत पडून राहणं हा माझा विरंगुळा बनला. कधी-कधी से से उथळ पाण्यातल्या चिखलात डुंबणाऱ्या म्हशींवर चढे आणि नाचायला सुरुवात करे. हे प्रचंड प्राणी आमच्याकडे गाड्या ओढण्यासाठी किंवा नांगरणीसाठी वापरत.

कधी-कधी एखाद्या तिन्हीसांजेच्या वेळी से से मासे पकडण्यासाठी मला सोबत घेऊन जात असे. आम्ही पाण्यात जाळी टाकून ती रात्रभर ठेवत असू. भल्या पहाटे उठून जाळ्यात काय सापडलं हे पाहायची मोठी उत्सुकता असे. बहुतेक वेळी आमचं जाळं तिलापिया माशांनी भरून गेलेलं असे. मग आम्ही ते पकडलेले मासे बाबांना दाखवायला नेत असू. आई त्यांचं कालवण करी किंवा पाणभाजीत मिसळून चविष्ट रस्सा तरी.

माझ्या बाबांबरोबरचे आनंदाचे क्षण फारच कमी असत आणि खूप वेळाने आलेले असत. चळवळीच्या कामानिमित्त ते सतत फिरतीवर असायचे. वर्षातून दहा महिने तरी ते घरी नसायचे; त्यामुळेच कदाचित त्यांना जाणून घेता आलं नाही, त्यांच्याशी मनसोक्त खेळता आलं नाही. कधी-कधी तर ते मला अनोळखी वाटत. ते परतायचे तोपर्यंत से से, ब्वा ब्वा आणि मी त्यांना विसरूनही गेलेलो असायचो पण त्यांच्यापाशी सर्वांत पहिली जाणारी अर्थात मीच असायचे. लवकरच मी शेपटासारखी त्यांच्या भोवतीभोवती करायला लागलेली असायचे.

त्यांच्या जाण्याचा दिवस उजाडे तशी आम्ही त्यांना जाऊ द्यावं याकरिता आईला काहीतरी शक्कल लढवायला लागायची. ती आम्हाला घराखालच्या प्राण्यांबरोबर खेळण्याच्या आमिषानं बाहेर नेत असे आणि तेव्हा बाबा सटकत. साधं 'येतो' ही न म्हणता ते निघून गेलेले असत. पण आईनं असं काही केलं नसतं तर आम्हीही

त्यांना जाऊ दिलं नसतं हा भाग अलाहिदा. त्यांच्या नावाचा धोशा लावून 'तुम्ही नका नं जाऊ' करत आकांतच केला असता आम्ही.

आमचे बाबा आमच्याबरोबर कायम का नसावेत यावर मी बरेचदा विचार करत बसलेली असायचे. त्यांची गैरहजेरी मला प्रकर्षानं जाणवे आणि कित्येकदा त्यांचा रागही येत असे.

स्लोनला मात्र माझ्या बाबांचं असं दूर-दूर असणं बिलकूल मानवायचं नाही. तो तीन वर्षांचा असताना एकदा बाबा बऱ्याच काळानंतर घरी परतले होते. पण स्लोननं त्यांना अजिबातच न ओळखल्यानं 'हा कोण आगंतुक घुसला घरात?' म्हणत त्यांना बांबूनं झोडपायला सुरुवात केली. शेवटी आईलाच मध्ये पडून 'ते तुझे बाबा आहेत' असं सांगावं लागलं. पण त्यावरही तो थांबेचना तेव्हा तिला त्याच्या हातातून तो बांबू काढून घ्यायला लागला. स्लोनला थांबवायचा तो एकमेव मार्ग त्या माउलीला सुचला असावा.

माझे बाबा तोवर हसून-हसून बेजार झाले होते पण मला तर वाटतं, ते आत कुठंतरी खूप उदास होऊन गेले होते. त्यांची मुलं त्यांना ओळखत नाहीत, आपण त्यांचा बाप असल्याचं त्यांना जाणवत नाही हे पाहून त्यांना दु:ख तर खचितच झालं असणार.

घरापासून दूर असले तरी त्यांचं आमच्यावर किती प्रेम आहे हे तऱ्हेतऱ्हेनं दाखवायची एकही संधी ते सोडत नसत. घरी येत तेव्हा स्वत:च्या हातानं बनवलेलं काही ना काही आणतच असत. एखादी बांबूची विणलेली हॅट, लाकडी चमचे-वाडगे, कधी-कधी एखाददुसरं खेळणं आणि आम्ही ते सगळं जिवापाड जपून ठेवत असू.

घरी असले की आमच्यावरचं त्यांचं प्रेम दर्शवायची एकही संधी ते सोडत नसत. घरी असताना तर त्यांचं कायम आम्हाला धर आणि पापे घे असंच चालू असायचं. दिवसातून पाच-सात वेळा तरी असं घडायचंच. त्यांच्या दाढीची खुंट खुपायची, त्याबद्दल मी तक्रारही करायचे खूप. पण ते बळंच असायचं कारण खरं सांगायचं झालं तर मला ते फार म्हणजे फारच आवडायचं.

माझे बाबा काही एवढे देखणे नव्हते पण अत्यंत बुद्धिमान आणि विनोदाची उत्तम जाण असलेले होते. त्यांनी आपलं पदवीपर्यंतचं शिक्षण बर्माची राजधानी रंगूनमध्ये पूर्ण केलं होतं. करेन चळवळीतले फारच कमी लोक पदवीधर होते. त्यांच्या या वेगळेपणामुळे आईच्या मनात त्यांचं खास असं स्थान होतं. ती लाल करेन लुंगी नेसायची. लाल रंग तिचा आवडता असावा कारण ती जवळजवळ रोजच लाल रंगाचे कपडे घालायची. तिच्या सरळ, काळ्याभोर केसांचा ती अंबाडा घालायची. मला तिच्या केसांचं कोण अप्रूप. ती ते पाठीवर मोकळे सोडी तेव्हा

चमचमत्या धबधब्यासारखे तिच्या पाठीवर कोसळत.

बाबांच्या तुलनेत आई सावळी होती. मी मात्र बाबांचा गहू रंग उचलला होता. ती थॉ मॉ ग्ले – हळदीच्या सालापासून तयार केलेलं – था ना का – एक प्रकारचं पारंपरिक करेन क्रीम चेहऱ्यावर चोळत असे. हळदीचं खोड हलके-हलके पाणी घालून सहाणेवर उगाळून होणारी पिवळसर पेस्ट म्हणजे था ना का क्रीम. आई ही पेस्ट दोन्ही गालावर फिकट पिवळे सूर्य दिसू लागेपर्यंत चोळत असे. ते क्रीम स्त्रीला उजळ, पर्यायानं सुंदर तर बनवतंच पण सूर्यापासून तिचं रक्षणही करतं. उन्हाळ्यात आई पार माझ्या हातापायांना हे क्रीम चोळत असे. पुढं वयानुसार तिचे हातपाय चालेनासे झाले तसं ते आम्ही तिच्याकरिता करायला लागलो.

माझ्या आईची गणना अत्यंत सुंदर स्त्रियांमध्ये व्हायची. ती पारंपरिक गृहिणीपेक्षा बऱ्याच गोष्टींमुळे वेगळी होती. खूप वर्षांमागे ती चळवळीतली नावाजलेली कार्यकर्ती होती. महिलांच्या एका अख्ख्या तुकडीचं नेतृत्व तिनं केलं होतं. त्यानंतरही बरीच वर्षं तिनं चळवळीकरिता काम सुरूच ठेवलं होतं.

मला जेवढं आठवतं त्यानुसार माझी आई चळवळीच्या माहिती विभागासाठी काम करायची. कॉम्प्युटर नसल्यानं तिला जुन्याच टाईपरायटरवर चालवून घ्यायला लागे. माझे बाबा कायम फिरतीवर असल्यानं आम्हा मुलांकडेसुद्धा तिला एकटीलाच बघावं लागे. आम्ही बहीण-भाऊ मिळून तिच्या त्या बांबूच्या ऑफिसमध्ये जात असू आणि तिच्या त्या जुनाट टाईपरायटरच्या खडखडाटात शांतपणे खेळत असू.

माझा भाऊ से से ला आई-बाबांनी दत्तक घेतलेलं होतं. दहा वर्षांचा असताना तो आमच्या कुटुंबात आला तेव्हा मी फक्त चार महिन्यांची होते. गावातल्या सर्वांत सहिष्णू आणि मदतीस तत्पर लोकांपैकी तो एक होता. कोणी त्याच्याकडे मदत मागितली आणि त्यानं 'हो' म्हटलं नाही असं कधीच होत नसे. त्याचा चेहरा हनुवटीकडे निमुळता होत गेलेला होता. माझा चेहरा मात्र आई-बाबांसारखा गोल गरगरीत होता.

माझे बाबा गंभीर स्वभावाचे तर से से गमत्या होता. आम्ही नाराज, दुःखी असू तेव्हा तो आम्हाला गमतीदार गोष्टी सांगून हसवत असे, पण कठीण परिस्थितीतून मार्ग काढताना तो गंभीर आणि खंबीर असे. माझ्या बाबांचा मनस्वीपणा त्यानं उचलला होता. त्यांच्यासारखाच तोही समजूतदार आणि कष्टाळू होता.

बाबा कायम फिरतीवर असत; त्यामुळे से से माझ्या आईला दैनंदिन कामात मदत करत असे. चळवळीच्या कामानिमित्त आई-बाबा दोघंही दूर असत तेव्हा घरचं सगळं तोच बघे. धुणी-भांडी, स्वयंपाक, साफसफाई सगळं तोच करे. त्यावेळी आम्हा तिघांसाठी तोच आई आणि तोच बाप असे. मला तर तो जिथं जाईल तिथं पाठीवरच्या झोळण्यातून घेऊन जात असे.

से से आमच्याकडे कसा राहायला आला याची गोष्ट बाबांनी खूप लहानपणी सांगितलेली आठवते. बाबा नुकतेच क्वेर ल्वी हू परगण्यातून परतले होते आणि तिथल्या कामाबद्दल आईशी बोलत बसले होते. ते ठिकाण आम्ही राहात होतो तिथपासून दूर होतं पण बर्मी सैन्य आमच्या गावांवर हल्ला करत होतं, त्या सीमारेषेपासून खूप जवळ होतं. से से तिथूनच आला आहे हे माहीत असल्यानं मी कान देऊन ऐकू लागले.

करेन लोकांचा लढा चिरडून टाकण्याकरिता बर्मी सैन्यानं 'फोर कट्स पॉलिसी' नावाचा खोडसाळ मार्ग अवलंबला होता. तो अतिशय साधा पण क्रूर होता. त्यामध्ये करेन लढ्याला होणारा पुरवठा, माहिती, भरती आणि रसद तोडणे यांचा समावेश होता. याचे परिणाम दिसायला फार वेळ नाही लागला. क्लेर ल्वी हू जिल्ह्यातील एकूण एक गावं दुष्काळग्रस्त होण्याच्या वाटेवर होती. बर्मी सैन्यानं त्यांची हाताशी आलेली पिकं नष्ट केली होती, धान्याची गोदामं जाळली होती. भुकेकंगाल कुटुंबांना निव्वळ केळीच्या पानांवर गुजराण करायची वेळ आली.

यावेळी जेव्हा बाबा घरी परतले तेव्हा ते खूप थकले होते, त्यांचा चेहरा ओढलेला दिसत होता. रात्रीचं शिळंपाकंही ते मटामट खात होते. आईनं त्यांच्याकरिता ताजं करण्याची तयारी दर्शवूनही त्यांनी नकार दिला. ते जिथून नुकतेच परतले होते तिथं लोकांना अन्न मिळत नव्हतं. लोकांना नाइलाजास्तव शिळा, आंबलेला भातसुद्धा खाणं भाग पडत होतं.

फोर कट्स पॉलिसीमुळे लोकांना अपरिमित झळ पोहोचत होती. मी लक्षपूर्वक ऐकत होते पण खूपच लहान असल्यानं त्यातल्या सगळ्याच गोष्टी कळत नव्हत्या. मला फक्त एवढं कळत होतं की, लोक भुकेनं मरत होते. आमच्याशी अशी वर्तणूक करणारा एक शत्रूपक्ष होता आणि तो आमच्यासारखाच एक हाडामांसाचा माणूस होता. मला या सगळ्याची खूप भीती वाटू लागली. यावर विचारच करू नये असं वाटायला लागलं.

मग मी स्वत:लाच समजावणीच्या सुरात म्हटलं, 'पण आपल्याकडे तर अन्न आहे आणि शत्रू आपल्यापासून कितीतरी दूर आहे.'

माझ्या बाबांना या सर्व गोष्टींचा त्रास होत होता हे लख्ख कळत होतं पण मी त्याचा विचार करणं टाळलं. आम्ही नेहमीच आईच्या बरोबर असायचो; त्यामुळे तिचा नुसता वावरही आश्वासक वाटायचा. बाबा जेव्हा आमच्याबरोबर असायचे तेव्हा त्यांचा लळा लागल्यासारखा व्हायचा, पण ते निघून गेले की दुखावल्यासारखं व्हायचं, एकाकी झाल्यासारखं वाटायचं.

फोर कट्स पॉलिसीनं कित्येक करेन कुटुंबांना कधी नव्हे ते निर्वाणीचे मार्ग स्वीकारायला भाग पाडलं. एके दिवशी चळवळीतला एक कार्यकर्ता माझ्या बाबांकडे

आला. इतकी वर्षं एकमेकांबरोबर काम केलेलं असल्यानं त्या दोघांमध्ये घट्ट स्नेह होता. आपल्या सात मुलांपैकी निदान एकाला तरी व्यवस्थित शिकता यावं अशी त्याची इच्छा होती पण फोर कट्स पॉलिसीच्या अंतर्गत त्याच्या प्रदेशातल्या सगळ्या शाळा जमीनदोस्त केल्या गेल्यानं ते काही शक्य दिसत नव्हतं. त्यानं त्याच्या मोठ्या मुलाला, से सेला पदरात घेऊन त्याला शिकवण्याची विनंती केली. त्यावेळी माझ्या आई-बाबांना एकच मूल होतं ते म्हणजे माझी मोठी बहीण ब्वा ब्वा. बाबांना त्याच्याविषयी मोठी सहानुभूती वाटली. त्यातूनच त्यांनी से सेला आपल्या कुटुंबात सामील करून घ्यायचा निर्णय घेतला आणि से सेचं दत्तक विधान झालं.

वर्षातून एकदाच कधीतरी से सेचे आई-वडील त्याला भेटायला येत, तेही इतका लांब प्रवास त्यांना झेपला तरच. पण जेव्हा केव्हा येत तेव्हा से सेची शिक्षणातील प्रगती पाहून त्यांचा ऊर अभिमानानं भरून येत असे. से से गावातल्या प्राथमिक शाळेत जायला लागला तेव्हा तो दहा वर्षांचा होता आणि त्याच्या वर्गातली मुलं त्याच्याहून वयानं निम्मी. पण से सेला त्याचं एवढं काही वाटायचं नाही. आपल्याला शिकायला मिळतं आहे या आनंदातच तो चूर होता. आतापर्यंतचा वाया गेलेला वेळ भरून काढण्याकरिता तो मन लावून अभ्यास करीत होता.

मी चार वर्षांची असताना से सेनं मला त्याच्याबरोबर त्याच्या शाळेत न्यायला सुरुवात केली; त्यामुळे त्याला माझ्याकडे लक्ष देता येई. ही शाळा म्हणजे दुसरं तिसरं काही नसून मोठाल्या खिडक्यांची आणि लाकडी बाकं असलेली बांबूची झोपडीच होती. गावात पाळणाघरं वगैरे काही नव्हतीच, त्यामुळे से से अभ्यासात मग्न असताना मी त्याच्या पायाशी शांतपणे खेळत बसलेली असायचे. से से त्यावेळी चौथीत होता आणि मी निव्वळ चार वर्षांची असून, चौथीच्या वर्गात बसणं हा सगळ्यांसाठी एक मोठा विनोदाचा विषय होऊन बसला होता.

वर्गातली माती उकरून तिचे गोळे थापत बसणं हा माझ्या कोण आवडीचा खेळ. मी पहिल्यांदा चिखलाचा गोळा हातात घेत असे, मग त्यात मध्यभागी एक भोक पाडत असे आणि त्यात थुंकलं की माझा अन्न शिजवायचा वाडगा तयार होई. मग त्यात माझ्या आवडीचं काहीतरी – बहुधा पोर्क करी – शिजतंय अशी कल्पना करून मी ते ढवळत बसे. घरी जाईपर्यंत मी चिखलानं लडबडलेली असायचे पण मला त्याचं काही वाटायचं नाही. से सेच्या वर्गातल्या चिखलात खेळणं मला मनापासून प्रिय होतं.

से से हा अतिशय दुर्गम जंगलातल्या गावातून आला होता; त्यामुळे त्याला निसर्ग परिचित होता. त्याचा लहरीपणा, त्याच्यातली आश्वासकता आणि त्यातले जीवघेणे धोकेसुद्धा. मी आणि माझी भावंडं से सेविना कधी जंगलात गेलोच तर हमखास हरवत असू. गावातल्या एका बाजूनं बाहेर पडलं तर दुसऱ्या बाजूनं परतत

असू आणि असं कसं काय झालं याबद्दल आम्हाला थोडीसुद्धा कल्पना नसे. पण से सेला जसं काही सहावं ज्ञानेंद्रिय होतं म्हणा ना, त्याला घरी यायचा रस्ता नेहमीच माहीत असे.

माझी बहीण ब्वा ब्वानं माझ्या आईचं रूप उचललं होतं. माझ्यापेक्षा उंचच होती ती पण स्वभावानं पार बाबांच्या वळणावर गेली होती. तिला सर्वांची काळजी असे. कोणी त्रासात असलेलं तिला पाहवत नसे. मग त्यांची वेदना ही तिची वेदना होऊन जात असे. मी माझ्या बाबांची सर्वांत लाडकी मुलगी होते असं लोक म्हणायचे. पण ब्वा ब्वा हे त्यांचं पहिलं अपत्य होतं. ती जन्मली तेव्हा ते आघाडीवर होते पण तिला पाहिल्याशिवायही तिच्या असण्याच्या नुसत्या कल्पनेनंच त्यांच्या ओठांवर हसू फुटत असे.

ब्वा ब्वाचे केस काळेभोर आणि सरळ होते, अगदी माझ्यासारखेच. पण माझ्या बाबांना ते खांद्यापर्यंत कापलेले आवडायचे. ब्वा ब्वाची याला हरकत नसायची पण माझी होती. तिचे ओठ माझ्यापेक्षा पातळ होते आणि चेहरा गोल गरगरीत. पण लोक म्हणायचे की, आम्ही दोघीही सारख्याच सुंदर आहोत. ती खूप हुशार होती आणि वर्गात नेहमी पहिली यायची. माझ्यासाठी ती माझा आदर्श होती.

माझी बहीण आणि मी दोघीही पायाळू होतो. आमच्या जन्माच्या वेळी आईला अतोनात त्रास झाला आणि त्याची परिणती पुढच्या वेळी गर्भपातात झाली. माझ्या वेळी तर पहिले सहा महिने तिच्या पोटात काही हालचालच नव्हती, त्यामुळे हे मूल दगावतं की काय किंवा जन्माला आलंच तर व्यंग असेल की काय अशी भीती तिला वाटली. तशीही मी खूपच नाजूक होते. मरता-मरता वाचल्यानं असेल; पण माझी शुद्ध हरपायला वेळ लागत नसे आणि माझं हृदय अतिशय कमकुवत होतं. एखादे वेळी ब्वा ब्वानं मस्ती केली तर आई तिला मार देत असे पण मला, छे! कधीच नाही. तसं केलं तर माझं हृदय बंद पडेल, अशी भीती तिला वाटत असावी कदाचित.

नाजूकपणात स्लोन माझीच गादी चालवत होता. दिसायला तो तंतोतंत बाबांसारखा होता. मात्र, खूपच इटुकला होता. त्याच्या मित्रांच्या तुलनेत तर खूपच. करेन लोकांची विनोदबुद्धी खूपच तीक्ष्ण पण तेवढीच खट्याळ असते. त्यांनी त्याला 'मसल मॅन' नाव ठेवलं. तिथून त्याला ते चिकटलं ते कायमचंच. आजही लोक त्याला 'मसल मॅन' म्हणूनच हाक मारतात.

स्लोन बारीक आणि लहान चणीचा होता पण भीती नावाचा शब्द माहीत नव्हता त्याला. चणीची उणीव त्यानं तडकूपणानं भरून काढली असावी कदाचित; कारण तो कायम रागात असायचा. कधी-कधी तर रागाच्या भरात जमिनीवर थाड-थाड डोकं आपटून घ्यायचा. एवढ्यावरही तो आईचं लक्ष वेधून घेऊ शकला नाही तर तो थांबतच नसे. त्याचा तो डोकं आपटण्याचा आवाज ऐकून आम्ही मात्र पार घाबरून जात असू.

पुढे मग तोच राग त्याच्या मित्रांच्या आदरास पात्र ठरला आणि त्यांनी त्याला आपला म्होरक्या बनवला. स्लोन शूर होता आणि त्यामुळे त्या टोळक्याचा प्रमुख होता. त्यांना झाडावर चढायचं असलं तर कुठल्या झाडावर चढायचं हे स्लोन त्यांना सांगे. पहिला तो चढे मग मागाहून इतर सगळे आणि जोडीला कोणत्या फांदीवर पाय ठेवावा आणि कोणती फळं तोडावी याबद्दल त्याच्या सूचनाही असत.

मी स्लोनची मोठी बहीण होते आणि मला छोटा भाऊ असणं हे मला फार आवडत होतं. माझी आई सांगायची त्याप्रमाणं स्लोन जन्माला आला तो दिवस न विसरता येण्यासारखा होता. आईच्या पोटातून तो बाहेर आला तेव्हा त्याच्या डोक्यावर एकही केस नसलेल्या पांढऱ्या कातडीचं टोपीसारखं आवरण होतं. गावातल्या कोणीही असलं काही कधी पाहिलंच नव्हतं; त्यामुळे छोट्या स्लोनला बघायला गर्दी उसळली होती.

माझ्या आईनं ती कातडी हळुवार उलून घेतली आणि त्यासरशी त्याखालचं मऊसूत, काळ्या कुरळ्या केसांचं जावळ उघडं पडलं. आईनं ती कातडी नीट जपून ठेवली. सर्व वस्तूंत आत्मा आहे असं मानणाऱ्या आम्हा करेन लोकांचा असा समज आहे की, कोणी अशा विशेष शरीरगुणानं जन्मला असेल तर त्याचा अर्थ असा होतो की त्याचं भविष्य उज्ज्वल आणि इतरांपेक्षा वेगळं असणार आहे.

माझे आई-बाबा दोघेही चेतनावादी होते. निसर्गातील सर्वच गोष्टींमध्ये– झाडं, नद्या, पर्वत, आकाश आणि चांदणं– आत्मा आणि समज-विचार असणं अध्याहृतच आहे, असं ही पारंपरिक विचारसरणी सांगते.

माझे आई-बाबाही चेतनावादी, बौद्ध आणि ख्रिश्चन अशी धार्मिक सरमिसळ असलेल्या गावातून आले होते. वेगवेगळ्या धार्मिक श्रद्धा असलेल्या करेन लोकांनी गुण्यागोविंदानं राहाणं ही गोष्ट करेन लोकांकरिता नित्याची होती.

आई-बाबांनी त्यांच्या चेतनावादी विचारसरणीचं मूळ कधी उलगडून नाही सांगितलं पण ती त्यांच्या प्रत्येक कृतीतून लख्ख जाणवे. त्यासाठी ते जप-जाप करत नसत किंवा त्यासाठी ठरलेली प्रार्थना, अनुसरण करावं असा पवित्र ग्रंथ नव्हता. विश्वात जे जे काही आहे त्याबरोबरचे वैयक्तिक पातळीवरचे संबंध प्रस्थापित करणं हा चेतनावादामागचा विचार होता. चेतनावादी करेन लोक पृथ्वीतलावरच्या सगळ्याच गोष्टींमध्ये आत्मा आहे असं मानतात. एखादा मुलगा नदीत बुडून मरण पावला तर आम्ही समजतो की, नदीचं प्रतिनिधित्व करणारी कोणती तरी शक्ती आमच्यावर कोपली आहे. मग तुम्हाला त्या शक्तीला साकडं घालून माफी मागावी लागते.

माझा जन्म हा बाबांनी माझ्यासाठी केलेल्या चेतनावादी लोकांच्या एका विशिष्ट विधीमुळे खास ठरला. आमच्या गावाचं नाव पेर हे लू म्हणजे 'टीक झाडांचा पर्वत'

असं होतं. त्या पर्वताच्या माथ्यावर टीक झाडांची गर्द राई होती. माझ्या बाबांनी माझी नाळ तिथल्याच सर्वांत मोठ्या झाडाच्या पायथ्याशी पुरायचं ठरवलं. झाड जेवढं मोठं, तेवढ्याच जास्त प्रमाणात शक्ती त्याच्या ठायी वास करून असतात अशी करेन चेतनावाद्यांची श्रद्धा आहे. बाबांनी माझी नाळ सर्वांत मोठ्या पुराणवृक्षाच्या मुळाशी पुरली आणि माझ्यासाठी प्रार्थना केली. डोंगरमाथ्यावरचं ते झाड सर्वांत उंचावर असल्यानं त्याच्याकडे दूरदृष्टी आणि भविष्यात डोकावण्याची शक्ती आहे म्हणून त्यांनी मी कणखर व्हावी आणि आपला देश आणि देशवासीयांना मदत करावी अशी करुणा भाकली. बाबा हे फक्त माझ्याकरिता करू शकले; ब्वा ब्वा आणि स्लोनच्या जन्माच्या वेळी ते गैरहजर होते.

आमच्याकडे पाहुणे आले की, बाबांनी ही गोष्ट सांगणं ठरूनच गेल्यासारखं होतं. 'आणि जसा लहानीचा जन्म झाला तशी मी तिची नाळ टीक पर्वतावर पुरायला निघालो...'

माझी पक्की खात्री आहे की, माझे भाऊबहीण तेच-तेच पुराण सारखं-सारखं ऐकून कंटाळत असणार.

बाबांच्या लेखी माझं काहीतरी खास स्थान आहे हे दुसऱ्या गोष्टीनं सिद्ध होत होतं ते म्हणजे माझं नाव 'झोया'. ते काही करेन नाव नव्हे. माझं नाव इतकं लोकविलक्षण कसं असं लोक मला नेहमीच विचारत. त्यावर बाबा म्हणायचे की, मूळ 'झोया' हे नाव एका रशियन स्त्रीचं होतं जी दुसऱ्या महायुद्धात नाझींच्या विरुद्ध लढली होती. नंतर ती पकडली गेली आणि तिची हत्या करण्यात आली. तीच ती झोया, जिच्या नावावरून माझं नाव ठेवण्यात आलं होतं.

लहान असताना मला या सगळ्यांचा अर्थ कळायचा नाही. मला त्या झोयात म्हणावा तितका रस वाटला नाही. माझा रस माझ्या स्वत:मध्ये होता. रशिया कुठं आहे, नाझी कोण होते आणि ते युद्ध नेमकं कशाकरिता लढलं गेलं याबद्दल मला काहीही कल्पना नव्हती. पण काही वर्षांनंतरच बाबांनी माझं नाव झोया ठेवण्यामागचा दूरचा विचार कळायला लागला.

कारण पुढे जाऊन मला जी आणि जिच्यासारखं बनायचं होतं, तिचंच नाव त्यांनी माझ्यासाठी कित्येक वर्षांपूर्वीच ठेवलं होतं.

पोक असलेला म्हातारा

एक दंतकथा अशी आहे की, पुराणकाळात करेन लोकांचा पहिला प्रमुख पु तॉ मे पा यानं आपल्या लोकांसह नवीन वसतिस्थानाच्या शोधात मंगोलियातून दक्षिणेकडे कूच केलं. वाटेवर करेन लोकांमध्ये दुफळी माजली. त्यातला एक गट जो 'मातृकी' किंवा प्वो करेन म्हणून ओळखला जातो, तो मध्य बर्मातून मजल दरमजल करत इरावाडीच्या त्रिभुज प्रदेशात स्थिरावला. पितृकी बाजू जी स्गॉ करेन नावानं ओळखली जाते, तिनं सालवीन नदीच्या कडेनं आपला प्रवास सुरू ठेवला आणि सरतेशेवटी बर्मा आणि थायलंडच्या सीमेवरील जंगलात आपलं बस्तान बसवलं. त्यानंतर बऱ्याच शतकांनी ब्रिटिशांनी तीच सीमारेषा म्हणून घोषित केली आणि जमातीला आणखी दोन भागांत विभाजित केलं. आम्ही आमच्या भागाला नवीन नाव दिलं- कॉ ला म्हणजे हिरवीगार जमीन.

एका करेन प्रमुखानं आम्हाला आजच्या रंगूनकडे आणलं, ज्याचं नाव पु ता कू म्हणजे पोक असलेला म्हातारा होतं. तिथं सुंदर गवताळ कुरण होतं. त्यानं मासे पकडायच्या गळावर शर्ट टाकून एक तात्पुरतं निशाण बनवलं आणि रंगून जन्माला आलं. त्यावेळी त्या वस्तीला तिच्या संस्थापकाच्या स्मरणार्थ पु ता कू- पोक आलेलं शहर म्हणायचो. त्यानंतर बऱ्याच वर्षांनी ब्रिटिश आले आणि त्यांनी त्याचं रंगून असं नामकरण केलं.

आम्ही आमच्याकरिता घेतलेलं नाव होतं प्वॉ कॉ ज्याचा अर्थ फार साधा सोपा होता तो म्हणजे 'लोक'. बर्मातील आताचा प्रबळ गट जेव्हा तिथं आला तेव्हा त्यांनी आम्हाला 'कायिन' असं नाव दिलं. ब्रिटिशांनी बहुधा कायिनचं 'करेन' केलं असणार.

शतकं उलटली तशी बर्मातील विविध वंशांच्या गटांमध्ये वाढ झाली आणि जास्तीतजास्त लोक देशात येऊन स्थिरावले. त्यासरशी त्यांच्यामधील संघर्षही वाढला. करेन लोकांचं बर्मामधील गटांकडून आणि मोन गटांकडून छळ आणि शोषण होऊ लागलं. ब्रिटिशांनी बर्माचं वसाहतीकरण केलं तेव्हा कुठं करेन लोकांना

समानतेची वागणूक मिळू लागली आणि बऱ्याच लोकांना ब्रिटिशांच्या राजवटीतील आयुष्य जास्त सुखकर वाटू लागलं.

बऱ्याच करेन लोकांनी ख्रिश्चन धर्म स्वीकारला. ब्रिटिशांनी 'फोडा आणि राज्य करा' या रणनीतीचा अवलंब करून बर्मामधील वांशिक आणि धार्मिक तफावतीचा आपल्या फायद्याकरिता उपयोग करून घेतला. बर्मी लोकांचा करेन लोकांवरील रोष वाढण्यास करेन लोकांचा ब्रिटिशांप्रती असलेला विश्वास कारणीभूत ठरला. दुसऱ्या महायुद्धात बर्मावर चालून आलेल्या जपानी लोकांशी लढताना करेन लोकांनी ब्रिटिशांना साथ दिली तेव्हा तर हा संघर्ष विकोपाला गेला. बर्माच्या स्वातंत्र्यलढ्याचे प्रमुख आंग सान यांनी ब्रिटिशांना हाकलून लावण्यासाठी जपानी लोकांशी हातमिळवणी केली. त्यांनी नंतर पक्ष बदलला आणि ते जपानी लोकांविरुद्ध लढले पण काही बर्मी लोकांना करेन लोकांनी त्यांच्या शोषकांची पाठराखण केल्यासारखं वाटलं.

दुसऱ्या जागतिक महायुद्धात ब्रिटिशांनी करेन लोकांना आश्वासनं दिली होती की, बर्माला स्वातंत्र्य मिळेल तसा करेन लोकांना त्यांचा स्वतंत्र देश दिला जाईल आणि त्यांची गुलामगिरीतून मुक्तता केली जाईल. पण ब्रिटिशांनी वचन पाळलं नाही आणि १९४८ मध्ये बर्माला स्वातंत्र्य मिळालं तसं ते करेन लोकांना तिथंच सोडून गेले. करेन लोकांवर त्यानंतर कितीतरी दशकं होत राहिलेल्या दडपशाही आणि जुलमाची ती सुरुवात होती.

१९६२ मध्ये जेव्हा पहिला हुकूमशहा सत्तेवर आला किंवा १९८८ मध्ये विद्यार्थ्यांची निदर्शनं मोडीत काढण्यासाठी भररस्त्यात सामूहिक कत्तल केली गेली आणि अधिक क्रूरकर्मा हुकूमशाहीनं सत्तेचा ताबा घेतला, तेव्हापासून करेन लोकांच्या समस्या सुरू झाल्या त्या झाल्याच. करेन लोकांपुरतंच बोलायचं झालं तर त्यांच्यावरील जुलूम शतकानुशतकं चालूच होता आणि बर्माला स्वातंत्र्य मिळाल्यापासून तो आणखी वाढला.

१९४८ मध्ये बर्माला स्वातंत्र्य मिळाल्यावर करेन लोकांना समान अधिकार तर मिळाले नाहीच; उलट करेन लोकांना ब्रिटिश वसाहतवाद्यांचे चमचे म्हणून हिणवण्यात आलं आणि जातीय संघर्षांना चिथावणी देण्यात आली. शांततापूर्ण निदर्शनांकडे कानाडोळा करण्यात आला. इतकंच नव्हे तर बर्मी पंतप्रधान ऊ नू यांनी करेन लोकांना अधिकार आणि स्वातंत्र्य हवं असेल तर त्यांना ते लढून मिळवावं लागेल असंही भाष्य केलं. करेन लोकांवरील हल्ले वाढत गेले, करेन गावं जाळण्यात आली, गावकऱ्यांना गोळ्या घालण्यात आल्या, स्त्रियांवर बलात्कार करण्यात आले, करेन संघटना बेकायदेशीर ठरवण्यात आल्या; करेन नेत्यांचं धरपकड सत्र सुरू झालं.

जानेवारी १९४९ मध्ये करेन लोकांनी हाती शस्त्र घेऊन स्वत:चा बचाव करावा असं आवाहन करेन नेत्यांनी केलं.

या स्वातंत्र्यलढ्यात करेन प्रतिकार चळवळीसाठी उभारलेली करेन नॅशनल युनियन (केएनयू) आघाडीवर होती. करेन प्रतिकार आघाडीनं त्यांच्या पारंपरिक जमिनींना क्वा थू ली म्हणजे 'दुष्ट प्रवृत्तीस अजिबात थारा नसलेली' असं नाव दिलं. दुष्टाव्याला अजिबात जागा नसलेली ही जमीन आणि जोर धरू लागलेला लढा यामुळे अनेक जण या चळवळीकडे ओढले गेले. माझे आई-बाबा देखील त्या लोकांपैकी एक होते. माझा जन्म प्रतिकार चळवळीचं मुख्य कार्यालय असलेल्या मानेरप्लॉमध्ये झाला आणि आमच्या भाषेत मानेरप्लॉचा अर्थ होतो विजयस्थळ!

मुक्तिलढ्यात सामील होईपर्यंतच्या प्रवासाच्या कथा सांगणं त्यांना कोण आवडे. माझ्या आई-बाबांचा क्वा थू लीपर्यंतचा प्रवास आणि तिथं ते एकमेकांना भेटणं या पूर्ण कथेतच प्रणय ठासून भरलेला होता.

माझे आई-बाबा बर्माच्या खूप अंतरंगात ईरावड्डीच्या त्रिभुज प्रदेशात वसलेल्या एकाच गावातले. माझे बाबा लहान असताना त्यांच्या गावावर बर्मी सैन्यानं हल्ला केला होता. त्यांना आणि त्यांच्या कुटुंबीयांना जंगलात पळून जावं लागलं होतं. तिथं त्यांना बराच काळ लपून बसावं लागलं. त्या दरम्यान त्यांची बहीण अतिसारानं दगावली. त्यानंतर काही दिवसांत त्यांच्या आईला देवी आल्या. मोठा भयानक आणि संसर्गजन्य रोग. तिची कातडी गठ्ठ्यागठ्ठ्यानं गळून पडायची; त्यामुळे रोग बळावून अखेरचा श्वास घेण्याआधी तिला तिच्या मुलांना जवळदेखील घेता आलं नाही, साधा निरोपही घेता आला नाही. आपल्या आईला अशा रीतीनं गमावण्याचा धक्का आणि त्यामागची अपरिमित वेदना माझे बाबा कधीही विसरू शकले नाहीत.

यानंतर माझ्या बाबांना त्यांच्या बाबांनी वाढवलं. गावाच्या सीमेवर त्यांच्या मालकीचा विड्याच्या पानांचा मळा होता. बर्मी सैन्यानं गावं उभीच्या उभी जाळली पण मळे कसेतरी बचावले होते. अख्ख्या बर्मामधील लोक विड्याची पानं चघळतात. त्यात थोडासा चुना आणि तंबाखू घातला की कॉफी प्यायल्यासारखी तरतरी येते. विड्याची पानं विकून आलेल्या पैशातून आजोबांनी माझ्या बाबांना शिकवलं.

शालेय शिक्षण पूर्ण केल्यावर बाबा रंगून विद्यापीठात शिकायला गेले तेव्हा १९ वर्षांचे होते. इतिहास शाखेतील पदवीचा अभ्यास करत असताना १९६२ मध्ये आर्मी जनरल ने विननं बर्माचा ताबा घ्यायचा प्रयत्न केला. सर्व विद्यार्थी संघटना आणि कामगार संघटनांवर बंदी घालण्यात आली. माझ्या बाबांच्या नेतृत्वाखाली संतप्त विद्यार्थ्यांनी रस्त्यावर उतरून आंदोलनं केली. सैन्यानं ती निर्दयपणे चिरडून टाकली आणि शेकडोंना अटक झाली.

सुदैवानं माझे बाबा सैन्याच्या तावडीतून बचावले आणि के एन यूत दाखल झाले. इतर संघटनांप्रमाणं हिच्यावरही बंदी असल्यानं संघटनेला गुप्तपणे काम करावं लागत होतं. पदवीचं शिक्षण पूर्ण होताच बाबांनी मानेरप्लॉमधील चळवळीला

वाहून घ्यायचं ठरवलं आणि इथंच त्यांनी लहानपणापासून जपलेल्या आईबद्दलच्या सुप्त प्रेमाला अंकुर फुटले.

लहान असताना माझी आई इतकी गरीब होती की, तिच्याकडे दोन कपडे कधीच नव्हते. गरिबीनं गांजलेल्या आणि पदरात सात मुलं असलेल्या कुटुंबातली ती वडील मुलगी होती. सातवी इयत्ता पूर्ण करेपर्यंत तिला विसावं लागलं होतं. तिचं शिक्षण चालू ठेवण्याकरिता लागणारा पैसा तिच्या पालकांकडे नव्हता, त्यामुळे आपल्या कुटुंबाला हातभार लावण्यासाठी तिनं नोकरी करायचं ठरवलं.

बर्मी सरकार पुरवत नसलं तरी के.एन.यू. तरुण मुलींना नर्स होण्याकरिता प्रशिक्षण पुरवते हे तिनं ऐकलं होतं. हे प्रशिक्षण दोन वर्षांच्या कालावधीकरिता असून पूर्णपणे फुकट दिलं जात होतं. प्रशिक्षण पूर्ण झाल्यावर आपल्या गावात परतून नर्सचं काम करायचं आणि आपल्या भावंडांना शालेय शिक्षण घेण्यासाठी मदत करायची असं तिनं ठरवलं. पालकांच्या पाठिंब्यावर तिनं परिचारिकेचं प्रशिक्षण सुरू केलं. बर्मी सैन्यानं केलेल्या हल्ल्यात जखमी झालेल्यांना, जखमी सैनिकांना, आजारी लोकांना मदत करता-करता ती आपोआपच या चळवळीकडे ओढली गेली. जेवढ्या ती आपल्या लोकांच्या हालअपेष्टा बघत गेली, तेवढीच ती या लढ्याप्रती समर्पित होत गेली. प्रशिक्षणानंतर आईला गावाकडे परतायचं होतं; पण नर्सच्या हुद्यावर का असेना, के.एन.यू.मध्ये काम करत असल्याने परतणं तिच्याकरिता आणि तिच्या कुटुंबीयांकरिता सुरक्षित नव्हतं. ती फक्त विशीत होती आणि यापुढं तिला आपला गाव कधीच नजरेस पडणार नव्हता.

मग आई के एन यूमध्ये सामील झाली. नैर्ऋत्येला कार्यरत असणाऱ्या एका सैन्याच्या तुकडीचा ती एक भाग होती. तिच्या हुशारीचं आणि समरस होऊन काम करण्याचं कौतुक होत होतं. लवकरच महिला सैनिकांच्या एका तुकडीचं नेतृत्व करण्याची जबाबदारी तिला देण्यात आली. अधिकाधिक बर्मी सैन्य त्या प्रदेशात येऊ लागलं, तसतसं दैनंदिन कामकाज अधिकाधिक कठीण होऊ लागलं. आणि त्यातच सर्वांनी मारलं जाऊ नये म्हणून त्यांनी पूर्वेकडच्या करेन सैन्यात सामील व्हावं, असा आदेश के एन यूच्या मुख्यालयाकडून काढण्यात आला. ते ठिकाण सोडताना आईला खूप वाईट वाटलं. ती तिच्या आई-वडिलांना पुन्हा कधीच पाहू शकणार नव्हती.

हजारो सैनिक खडतर, दुर्गम अराकान पर्वतरांगेतून उत्तरेकडे प्रवास करत होते. काही महिन्यांच्या प्रवासानंतर त्यांना एक कोळी आणि त्याचा मुलगा भेटला. तुकडीच्या प्रमुखानं त्यांना पुढचा रस्ता ठाऊक आहे का हे विचारल्यावर त्यांनी होकारार्थी उत्तर दिलं आणि त्यांनी करेन सैनिकांना अराकान पर्वतराजीच्या दऱ्याखोऱ्यांमधून, चकवणाऱ्या वाटांमधून रस्ता शोधण्यास मदत केली. त्या प्रवासात कोळी आणि

त्याच्या मुलानं करेन चळवळीत सहभागी होण्याचा आणि मानेरप्लॉपर्यंत यायचा निर्णय घेतला. करेन गावं मागं पडू लागली तसा सैनिकांना अन्नाचा तुटवडा भासू लागला. प्रवास करता-करता जंगली हत्तींचा कळप असलेल्या ठिकाणी ते आले. हत्तीला करेन संस्कृतीत खास असं स्थान आहे; त्यामुळे त्यांना मारून खाणं तर दूरच राहिलं, पण हत्तीला मारून खाणं किंवा उपाशी मरणं हे दोनच मार्ग दिसत असताना सैनिकांसमोर दुसरा तरणोपाय नव्हता.

दोन हत्तींना गोळ्या घालून ठार करण्यात आलं. जेव्हा जेव्हा आई मला ही गोष्ट सांगे तेव्हा तेव्हा हत्तीचं मांस किती विचित्र लागतं हे सांगण्यावर तिचा भर असे. त्याला जंगलासारखा वास येई आणि ते जुन्या चामड्यासारखं निबरट होतं. बरगड्या आणि लहान हाडकांमुळे त्याचं धड खाण्याचा हा विचित्र अनुभव होता. त्या पूर्ण तुकडीत २५० सैनिक होते. दोन हत्ती त्यांच्याकरिता तसेही पुरेसे नव्हतेच.

त्याच वेळी बर्मी सैनिकांना त्यांचा वास लागला आणि बर्मी सैन्य त्यांचा खातमा करण्याच्या उद्देशानं निघालं. माझ्या आईच्या तुकडीत ३० महिला सैनिक होत्या आणि त्यातल्या एकीचाही भुकेनं किंवा चकमकीत बळी जाऊ नये असा आईनं निर्धार केला होता. एके सकाळी ती भाजीपाला आणि फळांच्या शोधार्थ निघाली असता तिला खुरट्या झुडुपांमध्ये एक अतिप्रचंड अजगर दिसला. झोपलेला असल्यानं त्यानं मात्र आईला पाहिलं नाही.

ती तातडीनं छावणीत परतली आणि आपल्या डोक्यात काय बेत शिजतो आहे हे तिनं आपल्या सैनिकांना सांगितलं. चार जणींनी जायचं आणि अजगराला मारायचं. जास्त जणी गेल्या असत्या तर त्याला नक्कीच जाग आली असती. आईनं रांगत जाऊन त्याची मान धरायची आणि त्यानं कुणाला गिळंकृत करू नये म्हणून त्याला दाबून धरायचं. मग इतरांनी त्याला बांबूच्या काठ्यांनी झोडपून काढायचं. पण अजगराच्या मानेवर चढण्याअगोदरच तो किती भयप्रद अनुभव असणार आहे याची कल्पना आईला येऊन चुकली. अशा जनावराशी कुस्ती खेळणं तिनं कधीही पसंत केलं नसतं. पण तिनं स्वत:ला सावरलं आणि एक-दोन-तीन करत उडी घेतली. अजगराच्या जाड आणि सशक्त मानेवर उडी घेते न घेते तोच अजगराला जाग आली. तो पिसाळला आणि त्यानं आईभोवती पकड घट्ट करायचा प्रयत्न चालवला. पण आईनं त्याच्या या प्रयत्नांना दाद दिली नाही. आई अजगराला पकडण्यात गुंतलेली असताना इतर जणी त्याला काठीनं झोडपत होत्या. झोडपणं, स्त्रियांच्या किंचाळ्या, सापाची वळवळ हे सत्र कितीतरी वेळ सुरूच होतं. शेवटी एकदाची अजगरानं मान टाकली.

सापाबरोबरच्या युद्धाची गोष्ट माझ्या आईच्या आवडत्या गोष्टींपैकी एक होती. बाबा घरापासून दूर असायचे तेव्हा से से, ब्वा ब्वा, स्लोन आणि मला चुलीपाशी

बसवून ती आम्हाला ही गोष्ट सांगायची. अजगर कसा अंग झाडत, जिवाच्या आकांतानं वळवळत होता आणि ती कसं त्याला दाबून ठेवायचा प्रयत्न करत होती हे ती आम्हाला नाट्यमयरीत्या हातवारे करून साभिनय सांगे. आम्ही मुलंही जिवाचा कान करून ती गोष्ट ऐकत असू आणि आपली आई किती शूर आहे याचा विचार करून फुशारत असू. ती इतकी मायाळू, हळवी आई असताना इतकी लढाऊ बाण्याची कशी काय होऊ शकली यावर मी विचार करत असे.

बऱ्याचदा अजगराबरोबरच्या या तुंबळ लढाईची हकिकत सांगताना आईला इतकं हसू येत असे की, ते तिला आवरतच नसे. मग ती गोष्ट पुढे सरकायचीच नाही ती नाहीच.

तर, अजगराला मारल्यावर त्या चौघी जणींनी दम खाल्ला. मग त्या जड अजगराला खांद्यावर टाकून त्या कॅंपवर परतल्या तेव्हा इतर सैनिक त्या अजगराकडे बुभुक्षितासारखं बघत होते. बर्मी सैन्य जेव्हा त्यांना चहूबाजूनं घेरत होतं तेव्हा ते भुकेजलेल्या अवस्थेत जंगलात अडकून पडले होते.

आईनं जाळ तयार केला आणि अजगराला त्यावर भाजत ठेवलं. मग त्याला कापून उकळत्या पाण्यात टाकलं. चवीढवीकरिता मसाले वगैरे काही नव्हतंच, त्यामुळे ते उकडलेलं मांस त्यांनी तसंच खाल्लं. अजगराचं मांस काही फार वेळ पुरणार नव्हतंच. दर एक-दोन दिवसांनी आईला पुन्हा अन्नशोधाच्या मोहिमेवर जायला लागायचं. एव्हाना तुकडीचा प्रमुखही आजारी पडला होता. सैनिकांच्या मुख्य फळीसोबत तो छावणीतच राहिला.

बर्मी सैन्यानं हल्ला केला तेव्हा त्यांना करेन सैनिकांना नेस्तनाबूत करायला फार वेळ लागला नाही. अन्नाच्या शोधार्थ गेलेली आई आणि तिचे साथीदार छावणीवर परतले तेव्हा कमांडर मरण पावला होता. पोटात सुरा भोसकून त्याला ठार मारण्यात आलं होतं. आता तिथं थांबण्यात अर्थ नाही आणि तिथून काहीही करून सुटका करून घ्यायला हवी हे आई आणि तिच्या सैनिकांना कळून चुकलं. मग उत्तरेकडे असलेल्या उच्चतम शिखराकडे जायचं ठरवून ते जंगलात शिरले. बऱ्याच दिवसांच्या वणवणीनंतर त्यांना एक गुहा सापडली, जी पूर्णपणे रिकामी होती. शत्रूच काय, इतर कोणीही तिथं राहून गेल्याची एकही खूण तिथं दिसत नव्हती. त्यांनी थोडे दिवस तिथंच थांबून विश्रांती घ्यायचं ठरवलं. गुहेच्या प्रवेशद्वारापाशी त्यांनी शेकोटी पेटवली आणि अंधार पडू लागला तसं त्यांनी हल्ला झाल्यावर काय काय झालं याच्या हकिकती एकमेकांना सांगितल्या. अचानक एक कानठळी बसवणारी डरकाळी ऐकू आली आणि गुहेच्या अंधारातून एक अतिप्रचंड वाघ प्रवेश करता झाला. कुणाला काही कळायच्या आत त्यानं शेकोटीच्या जवळ बसलेल्या सैनिकाच्या मानेत दात रोवले आणि त्याला फरपटत न्यायला सुरुवात केली. तो सैनिक वेदनेनं हातपाय

झाडत होता, वाघाच्या दातांमधून सुटण्याची धडपड करत होता. ज्वाळा भडकत होत्या. वाघ सैनिकाला अधिकच दरादरा ओढत होता आणि आग आणखीनच भडकत गेली. पूर्ण गुहा धुरानं आणि तडतडणाऱ्या ठिणग्यांनी भरून गेली. सैनिकांच्या किंकाळ्या एकमेकांत मिसळून गुहेत प्रतिध्वनित होत होत्या ते तर अधिकच भयावह होतं. थोड्या वेळानं वाघ त्या सैनिकाला ओढत आत गुहेत गेला. त्या वेळी आई आणि इतर करेन सैनिकांना कळून चुकलं की, बर्मी सैन्य मुक्कामासाठी कोणत्याही गुहेचा वापर का करत नसत ते.

पुन्हा एकदा त्यांनी जंगलातून आपली वाटचाल सुरू केली आणि शेवटी अराकान आणि देगू पर्वतराजीतून बाहेर पडून ते बर्माच्या मध्य पठारावर आले. आता त्यांना फक्त सित त्वांग नदी पार करायची होती आणि मग ते पूर्वेच्या करेन अखत्यारीत असलेल्या प्रदेशात आले असते.

पावसाळ्याचे दिवस होते. सित त्वांग नदीच्या पाण्याची पातळी वाढली होती. प्रवाहाला खूपच ओढ होती. नदी पायी ओलांडणं केवळ अशक्य होतं; त्यामुळे सैनिकांनी तराफे बांधायला सुरुवात केली. बर्मी सैन्य पाठलागावर असण्याची शक्यता नाकारता येत नव्हती; त्यामुळे आईनं तिच्या सैनिकांना कामे भराभर आटपण्याची सूचना केली. बर्माच्या जंगलात बांबूच बांबू आहेत आणि असल्या दाहक, भाजून काढणाऱ्या उष्णतेमध्ये ते माणसाच्या मांडीइतक्या जाडीचे होईपर्यंत वाढतात. कमी वजनाचे हे बांबू अतिशय मजबूत असतात आणि या बांबूंमधून तराफेच काय तर काहीही बनवण्यासाठी करेन लोक प्रसिद्ध आहेत.

पाऊस कोसळायला सुरुवात झाली, पानांवर पावसाचे थेंब तडतडायला लागले. पाऊस जसा कोसळत होता तसं बांबू कापणं आणि ते बांधणं जिकिरीचं होऊन बसलं होतं. त्यांना बांबूंच्या तुसांपासून धागे तयार करायला लागत होते आणि बांबूंच्या तुटक्या खोडांपासून वल्ही.

माझ्या आईनं सैनिकांनी भरलेला आणि तराफ्याच्या चारी बाजूनं सैनिक लटकलेला तराफा नदीच्या वेगवान प्रवाहात सोडला पण जसा तो प्रवाहाच्या मध्यभागी आला तसा पाठच्या जंगलातून गोळीबार सुरू झाला. बर्मी सैन्यानं त्यांना शोधून काढलंच होतं शेवटी.

आईनं सैनिकांना सुटून जाता यावं याकरिता एक बचावफळी उभी केली. आईच्या जिवलग मित्रानं तराफ्यावर जागा नव्हती म्हणून मागे राहून नदी पोहून ओलांडायचा निर्णय घेतला. त्यानं पाठीवर बंदुका आणि दारूगोळा भरलेली बॅग घेतली. एका हातात धान्याची पिशवी आणि जे काही खाण्याचं उरलंसुरलं होतं ते घेतलं. तरंगता यावं म्हणून तराफ्याच्या एका बांबूभोवती हात आवळून घेतले. तो

प्रवाहात शिरला तसा आईनं त्याला स्वत:ची काळजी घेण्यास सांगितलं. तो मागं वळला आणि तिच्याकडे पाहून आश्वासक हसला.

"चिंता नको करूस" तो म्हणाला.

वळून त्यानं पाण्यात हात-पाय मारायला सुरुवात केली आणि डोळ्याचं पातं लवतं न लवतं तोच नदीच्या वेगवान प्रवाहात ओढला गेला आणि वाहून जायला लागला. पाठीवरचं बॅगेचं ओझं त्याला आणखी खोलात नेत होतं. उसळणाऱ्या लाटांमधून एखादा हात किंवा डोकं दृष्टीला पडेल म्हणून आईनं शोध-शोध शोधलं पण व्यर्थ. तिचा शूर साथीदार काळाच्या पडद्याआड निघून गेला होता.

लोकांनी खचाखच भरलेल्या तराफ्यावर आईसुद्धा चढली. किनाऱ्यापासून जसे ते दूर आले तशी शत्रूला थोपवून धरणाऱ्या सैनिकांना तिनं पोहून नदी पार करण्याच्या सूचना दिल्या. त्यातल्या बहुतेकांनी इतकी रुंद आणि इतकी उग्र नदी पाहिलीच नव्हती. त्यांना वाटलं, आपण सहज नदी पार करून जाऊ पण बऱ्याच जणांना ते करणं जमलं नाही. पलीकडे सुरक्षित टापूत पोहोचल्यावर आईनं गमावलेल्या सैनिकांचा अंदाज घेतला. नदीत बुडून पंधरा जण मरण पावले होते. त्यातले काही तिच्या तुकडीतले होते. त्यानंतर एकही जीव जाऊ न देण्याची आईनं जणू शपथच घेतली. तिच्या चुकीमुळेच हे सगळं झाल्याची भावना करून घेऊन ती विद्ध झाली. तिच्या तुकडीत एक आई आणि एक मुलगी होती. त्या दोघीही बुडाल्याचं पाहून तिला धक्काच बसला. ही कधीही न विसरता येणारी हानी होती, असं आई मला वारंवार सांगे. जिवंत असेपर्यंत ती हे विसरू शकणार नव्हती. हे आणि तिच्या मित्राला बुडताना पाहणं.

पण जे मरण पावले त्यांचं बलिदान व्यर्थ नाही गेलं, आई सांगे. नदी पार करण्याच्या त्या दुर्दैवी प्रसंगानंतर काही महिन्यांनीच ती आणि तिचे साथीदार करेन चळवळीचे केंद्र असलेल्या करेन मुलखात पोहोचले. शेवटी त्यांनी ते करून दाखवलंच. माझ्या आईला या गोष्टी सांगणं अतिशय प्रिय होतं. हा तिच्या आयुष्यातला साहसांनी भरलेला काळ होता आणि त्याबद्दल आम्हाला सगळं काही माहीत असावं अशी तिची इच्छा होती. माझ्यापुरतंच बोलायचं झालं तर मी तिच्याइतक्या शूर बाईला भेटले नव्हते.

पण तिनं त्या अजगराला गोळी घालून ठार का केलं नाही असा विचार मनात यायचा काही राहायचा नाही. त्याला मरेस्तोवर मारहाण करण्यापेक्षा हा नक्कीच सोपा आणि सुरक्षित मार्ग होता. मग एके दिवशी मी तिला ते विचारलंच. तेव्हा तिनं त्यांच्याकडे दारूगोळा किती मर्यादित होता, करेन सैनिकांना प्रत्येकी काहीच गोळ्या दिल्या जात ते सांगितलं. त्या गोळ्या फक्त शत्रूला मारण्याकरिता उपयोगात

याव्यात असे सक्त आदेश होते. अजगराला मारण्यासाठी गोळीचा वापर करणं म्हणजे कर्तव्यापासून ढळल्यासारखं झालं असतं.

माझे बाबा आणि आई मानेरप्लॉमध्ये पुन्हा एकदा भेटले तेव्हा आई बत्तीस वर्षांची होती. ते बालपणापासूनचे सवंगडी असल्यानं एकमेकांना लहानपणापासूनच ओळखत होते. कोणत्याही करेन माणसानं केल्या नसतील अशा रीतीनं माझ्या आई-बाबांच्या भेटीगाठी सुरू झाल्या. एकही करेन माणूस माझ्या बाबांसारखा रोमँटिक नव्हता. ताजी फुलं निवडून ते त्याचा गुच्छ आईच्या दारापाशी ठेवत. करेन लोकांमध्ये कोणीही असलं काहीसुद्धा केलं नव्हतं.

सर्वसाधारणपणे पुरुष त्याला आवडलेल्या स्त्रीला पत्र लिही. त्यात 'माझं तुझ्यावर प्रेम आहे, तुझंही माझ्यावर प्रेम आहे का?' असं काहीतरी लिहिलेलं असे. एखादा मध्यस्थ ती चिठ्ठी पोहोचती करायला जाई. मग अशा चिठ्ठ्यांच्या देवाणघेवाणीतून त्यांचं प्रेम फुलत राही. थोड्या काळानं ती दोघं एकमेकांना फारच आवडू लागली तर भेटतही.

पण माझ्या बाबांच्या सर्वच गोष्टींत वेगळेपणा होता. त्यांनी तिला फुलं दिली होती, तिच्यावर प्रेमकविता लिहिल्या होत्या आणि प्रेमसंदेश लिहिलेला एक उशीचा अभ्रा तिला भेटीदाखल दिला होता.

प्रेमीजनांमध्ये उशांच्या अभ्रांची देवाणघेवाण ही करेन परंपरा होती. कालांतरानं ती दोघं त्या उशीवरच डोकं टेकणार असतात अशा अर्थी. पण तो अभ्रा स्त्रीनं पुरुषाला द्यायचा असतो, पुरुषानं स्त्रीला नाही. माझे बाबा खऱ्या अर्थानं रोमँटिक होते आणि त्यांनी लवकरच माझ्या आईचं मन जिंकून घेतलं.

१९७६ मध्ये माझ्या आई-बाबांचं लग्न झालं. ज्या रीतीनं माझ्या बाबांनी माझ्या आईचं मन जिंकून घेतलं होतं त्याचा बाबांना अभिमान होता. त्यांनी त्यासाठी काय काय केलं याच्या गोष्टी ते मला नेहमी सांगायचे. त्यांच्या पूर्ण वैवाहिक आयुष्यात त्यांनी तिच्यासाठी फुलं आणणं कधीच थांबवलं नाही.

माझ्या आई-बाबांची पुनर्भेट होऊन ते प्रेमात पडले तेव्हा आईनं सैनिकाचं जीवन सोडून दिलं होतं आणि करेन नॅशनल युनियनमध्ये माहिती अधिकारी म्हणून काम करू लागली होती. जंगलात काही खडतर वर्षे घालवून सुद्धा माझी आई सौम्य आणि प्रेमळ हळुवार व्यक्तीच राहिली. माझे बाबा उदारमतवादी आणि सुशिक्षित व्यक्ती होते. दोघांनी मिळून मला चार-दोन चांगल्या गोष्टी शिकवायचा प्रयत्न केला आणि मला जे योग्य आणि न्याय्य वाटतं त्यावर ठाम राहाण्याची शिकवण सुद्धा दिली.

चळवळीचं काम करताना शिकलेल्या गोष्टी आई कधीच विसरली नाही. जेवणात सापाच्या मांसाचं कालवण ही आमच्याकरिता नवीन गोष्ट राहिली नव्हती. अजगर मात्र जेवणात कधीही आला नाही. माणसाच्या हाताच्या लांबीएवढे साप

आम्ही खात असू. गावाभोवतालच्या झाडीतून आम्ही ते पकडून आणत असू. आई चुलीच्या जाळावर ते मांस भाजत असे आणि नंतर आलं, मिरची, कांदा, मीठ घालून तेलावर चांगलं परतत असे. रश्शामधलं ते मांस, मासा आणि चिकन एकत्र केल्यावर कसं लागेल, तसं लागायचं आणि चविष्ट असायचं.

एके रात्री एक साप आमच्या घरात अंडी चोरायला आला. आमचं घर बांबूनं बांधललं असून, बांबूच्या जोत्यावर उभं केलेलं होतं. कोंबड्या-बदकांची खुराडी घराखालीच असायची. त्यावेळी पु बारू म्हणजे बारू आजोबा आमच्याकडे राहायला होते. म्हातारे असले तरी त्यांचे कान तीक्ष्ण होते. त्यांच्या कानांनी खुराड्यात साप शिरल्याचा आवाज टिपला आणि त्यांनी अंधारातच जाऊन त्या सापाला काठीनं बडवून काढलं.

आम्ही त्या सापाला घु सॉ दी - अंडीचोर साप म्हणायचो. तो बिनविषारी असल्यानं आम्ही तो खाऊ शकत होतो पण विषारी साप खाणं आम्ही शक्यतो टाळायचोच. आम्ही राहायचो तिथं तर बरेच विषारी साप असायचे. ते आम्हाला दंश करतील की काय अशी भीती आम्हाला वाटत राहायची.

पण प्रत्यक्षात विषारी सापांना भ्यायचं काहीच कारण नव्हतं. ज्यांना भ्यावं अशा बऱ्याच गोष्टी होत्या कारण युद्धाचे ढग जमा होऊ लागले होते.

वराहस्पर्श

बाकीच्या बर्मामध्ये काहीही चाललेलं का असेना, आमचे पेर हे लू गाव एखाद्या शांत नंदनवनासारखं होतं. अतिप्रचंड मोई नदीची उपनदी असलेल्या मे यु क्लो नदीच्या काठावर ते वसलं होतं. नदीला गगनचुंबी पर्वतरांगांनी वेढलेलं होतं. ती अतिशय खोल होती आणि तिचं पाणी गडद हिरवं निळं. आम्ही राहात होतो तो प्रदेश इतका डोंगराळ नव्हता आणि तिथली मे यू क्लो सुद्धा इतकी खोल नव्हती. तिचं पाणी हलक्या शेवाळी रंगाचं होतं.

टीक पर्वताच्या अगदी अलीकडेच आमच्या गावापासून फक्त एका तासाच्या अंतरावर मानेरप्लॉ होतं. आमच्या गावाच्या एका कडेनं नदी वाहत होती आणि दुसऱ्या कडेला जंगलांनी वेढलेली, तीव्र उतार असलेली टेकडी होती. बांबूच्या झोपड्या असलेली गावंच्या गावं नदीच्या काठानं वसलेली होती. त्यातील प्रत्येक घर जमिनीपासून सहा फुटाच्या उंचीवर जोत्यावर बांधलेलं होतं आणि घरात जायला बांबूच्या शिडीनं चढून जायला लागायचं. घराखालच्या जागेत लाकूडफाटा ठेवला जायचा तसंच प्राणीपक्ष्यांची खुराडी असायची.

कुणाच्याही घराला कुलपं नव्हती. ती लावायचं काही कारणच नव्हतं. आमच्या संस्कृतीत प्रामाणिकपणाला खूप महत्त्व आहे आणि चोरीची कल्पना कोणाच्या स्वप्नात देखील येऊ शकली नसती. आम्ही बऱ्याच दिवसांकरिता बाहेर गेलो तरी कशालाही कडीकुलूप लावायचे कष्टही उचलत नसू. दाराला मात्र कडी घालत असू तेही कोंबड्यांनी घरात येऊन घाण करून ठेवू नये आणि उरलंसुरलं अन्न चिवडत बसू नये म्हणून.

आमच्या गावात घड्याळही नव्हतं. कोंबडा जी काय वेळ सांगायचा तीच काय ती वेळ. दिवसातील काही विवक्षित वेळा होत्या ज्यावेळी तो आरवायचा. पहिली बांग अंदाजे पहाटे दोनला यायची आणि आम्ही त्याला सॉ ओह ओह ते ताब्लो- 'कोंबड्याची पहिली बांग' म्हणायचो. आता सगळ्यांनी उठावं आणि भात कांडायला

सुरुवात करावी यासाठीचा तो संकेत होता.

तीनला तो पुन्हा आरवे : सॉ ओह ओह की ब्लॉ ताब्लो- कोंबड्याची दुसरी बांग. आता न्याहारी बनवायला सुरुवात करायला हवी अशा अर्थानं. चारला तिसरी बांग- सॉ ओह ओह थेर ब्लॉ ताब्लो- आली की लोकं खाणं-पिणं आटोपून शेतावर जायचे. त्या कोंबड्याला आम्ही करेन लोकांचं घड्याळ म्हणत असू.

पावसाळ्यात बहुतेक वेळी मेयुक्लो नदीच्या पाण्यात वाढ व्हायची आणि गर्द तपकिरी पाणी गुरगुरत गावात घुसायचं. पण आम्ही जोत्यांवर बांधलेल्या आमच्या घरात सुरक्षित असायचो आणि शांतपणे झोपी गेलेलो असायचो. आई तिच्या कामाकरिता आम्हाला गावात ठेवून मानेरप्लॉला जात असे. जर पावसाळ्याचे दिवस असतील तर ती 'लांब नाकाच्या' बोटीनं सहज जाऊ शकत असे. या बोटी म्हणजे मचव्यांचा मोठा अवतार होता. त्यांच्या मागच्या बाजूला कार किंवा ट्रकचं इंजिन जोडलेलं असे आणि प्रोपेलर जोडलेला एक शाफ्ट पाण्यात सोडलेला असे. करेन लोकांमध्ये पायीच प्रवास करण्याची परंपरा आहे किंवा लाकडातून कोरून बनवलेल्या मचव्यातून पाय मारत. पण गेल्या काही वर्षांमध्ये या लांब नाकाच्या बोटी गावकऱ्यांसाठी आणि चळवळीतील लोकांसाठीदेखील सर्वसाधारण वाहतुकीचं साधन बनल्या आहेत.

पावसाळ्याच्या दिवसांत नदीला खूप पाणी असल्यानं आणि ते सहज कापता येणारं असल्यानं नदीमार्गे मानेरप्लॉला जायला जवळपास तीस मिनिटं लागत. पण कोरड्या दिवसांत नाविकाला नदीतून वाट काढायला लागत असल्यानं जरा वेळच लागे. कधी-कधी बोटीनं जाणं अगदीच अशक्यप्राय होऊन बसे तेव्हा आईला टीक पर्वतावरून जाणाऱ्या रस्त्यानं जाणं भाग पडे. त्या जंगलांमध्ये जंगली हत्तींचा वास होता आणि ते अतिशय धोकादायक होते.

आमचं घर माझ्या आईवडिलांनीच बांधलं. खरं सांगायचं तर माझे बाबा उत्तम कारागीर होते. ते त्यांच्या मित्रांकरिता, शेजाऱ्यांकरिता टेबल, खुर्च्या बनवीत असत. कोवळ्या, लवचीक बांबूपासून ते भल्यामोठ्या टोप्या विणत असत, ज्यामध्ये बांबूच्या पानांच्या विणकामाची कलाकुसर केलेली असे. ती घातली की अख्खं शरीर झाकलं जाई; त्यामुळे व्हायचं काय, तर उन्हाळ्यात उन्हापासून संरक्षण होई आणि पावसाळ्यात पावसापासून.

एके दिवशी बाबा बांबू कसा काढावा हे शिकवायला मला जंगलात घेऊन गेले. करेन लोकांच्या आयुष्यात बांबूचं स्थान मध्यवर्ती आहे; त्यामुळे हा धडा खूप महत्त्वाचा होता. आम्ही त्याचा वापर जमिनी, भिंती, छत शाकारण्याकरिता करतो. नदीवर पूल बांधण्याकरिता, जेवण तयार करण्याचं इंधन म्हणून, वॉटर पाईप्स बनवण्यासाठी आणि पाणी वाहून नेण्यासाठी, फर्निचर बनवण्यासाठी आम्ही त्याचा

वापर करतो. बांबूला टोक काढून त्याचा उपयोग शस्त्र म्हणून करता येतो आणि बांबूची पानं हे हत्तींचं आवडतं खाद्य आहे.

बांबू हे करेन लोकांच्या आयुष्याचं अविभाज्य अंग आहे आणि जंगलात सापडणाऱ्या विविध बांबूंना आम्ही वेगवेगळी नावं दिलेली आहेत. वा ग्लू नावाचा अजस्त्र बांबू, आतल्या आवरणांमध्ये खूप अंतर असलेला पोकळ व ब्लॉ आणि वा क्ले नावाचा दोहोंमधली गुणवैशिष्ट्यं असणारा बांबू अशी काही नावं घेता येतील.

आमच्याकडे ता सिक्ली- बांबू नाच नावाचं एक पारंपरिक नृत्य देखील असतं. दोन लांबलचक बांबू जमिनीवर एकमेकाला समांतर ठेवलेले असतात आणि दोन्ही बांबूंच्या दोन्ही टोकांना माणसं बसलेली असतात. त्या माणसांनी बांबू एकत्र उचलून ते एकमेकांवर आपटून पोकळ आवाज काढायचा असतो आणि नाचणाऱ्यांनी एका लयीत त्या हलणाऱ्या बांबूंमध्ये पाय टाकायचा असतो. पण ते करताना त्यांच्या घोट्यांवर बांबू आपटणार नाहीत याची काळजीही घ्यायची असते.

पण ज्यांना बांबूचा वापर कसा करावा हे कळतं, त्यांच्याकरिताच तो उपयोगी ठरतो. आमच्या गावाला वेढून टाकणाऱ्या जंगलात कितीतरी उंच बांबूंच्या अनेक जाळ्या होत्या. माझ्या बाबांनी बांबूचे मनाजोगते दांडे तयार करण्यासाठी, त्याच्या छोट्या डहाळ्या किंवा कोंब कापण्यासाठी गेह - बचव्याचा उपयोग कसा करावा हे मला शिकवलं. बऱ्याचदा बांबू कापणाऱ्याला तो बांबू प्रथम तासावा लागे आणि मग अर्ध्यावर कापावा लागे कारण तो तळावरच कापला तर तो कापणाऱ्यावर पडून त्याचा जीवही घेऊ शकतो किंवा त्याला जखमीही करू शकतो.

कोरड्या दिवसांमध्ये मी लाकूडफाटा गोळा करण्यात आणि तो घराखाली साठवून ठेवण्यात बाबांना मदत करीत असे. घराखालची जागा एकदा का भरून गेली, की बाबा घराच्या चारही बाजूने बाहेरून सरपण रचून आणखी एक भिंत उभी करत. पावसापासून संरक्षण व्हावं आणि आतला लाकूडफाटा कोरडा राहावा याकरिता ती नामी युक्ती होती.

आमच्या घराच्या भिंती सपाट बांबूंपासून बनवलेल्या होत्या. जेवढ्या उंचीचे हवे तेवढे बांबू कापून सपाट करून घ्यायचे. बांबू कापल्यावर ते जमिनीवर ठेवून त्यावर चाकूनं हव्या तेवढ्या लांबीवर खुणा करायच्या. मग तो बांबू कापून, उघडून त्यातला गर काढून टाकायचा आणि मग एक जाड लाटणं घेऊन तो हवा तेवढा सपाट होईपर्यंत त्यावरून फिरवायचं.

बांबूच्या त्या सपाट फळकुटांना आम्ही पु दा म्हणत असू. ते टिकाऊ व्हावेत याकरिता असे अनेक पु दा एकत्र करून त्यांना नदीच्या पाण्यात भिजत ठेवत असू. पाण्याबरोबर ते वाहून जाऊ नयेत म्हणून त्यांच्यावर दगडही ठेवत असू. जवळपास एका आठवडा तसं ठेवल्यानंतर पाण्यानं त्यांच्यातील चीक, रस धुऊन काढलेला

असे. यामुळे बांबूला ता घा- सर्वनाशक अशी वाळवी लागण्याची शक्यता कमी होई. वाळवीला बांबू अतिप्रिय असून, बांबूला एकदा का वाळवी लागली की पावडरीशिवाय हातात काही उरत नसे. आमच्या घराचा ढाचा - ज्यावर बांबूच्या जमिनी आणि भिंती उभारल्या होत्या - पक्क्या लाकडापासून बांधलेला होता. ते लाकूड जवळच्याच लाकूड कटाई गिरणीतून उचलून आणलेलं असे. या तुकड्यांना आम्ही थाय बा काय- उरलंसुरलं लाकूड म्हणत असू. असे कापलेले तुकडे गोळा करण्याकरिता माझे बाबा मला घेऊन जात पण त्या तुकड्यांनी जखमा होण्याची शक्यता असल्यानं बाबा मला काळजी घ्यायला सांगत.

ही लाकूड कटाई गिरणी नदीच्या काठावर होती. लाकडापासून बांधलेल्या त्या इमारतीचं छत पानांनी शाकारलेलं होतं. लाकडाचे ओंडके नदीच्या प्रवाहाबरोबर वाहत येत आणि गिरणीच्या किनाऱ्यापाशी येऊन थांबत. मग प्रशिक्षित हत्ती ते ओंडके काठावरून ओढून आणत. तिथं त्या लाकडी ओंडक्यांपासून फळ्या बनवण्याचं काम चालत असे. एका बाजूला या था बा कायची- लाकडांच्या तुकड्यांची रास पडलेली असे. गिरणीतले कामगार आणखी अर्धवट तुकडे कायम आणून टाकत असत. त्यात भर पडतच असे.

था बा काय गोळा करताना आणखी एक धोका होता तो म्हणजे लाकडाच्या त्या प्रचंड राशीत तुम्ही कोणाला दिसण्याची शक्यता कमीच होती. कोणीही येऊन एखादी फळी तुमच्यावर टाकून जाई आणि तिच्याखाली कपाळमोक्ष होऊ नये म्हणून तुम्हाला ती चुकवणं क्रमप्राप्त असतं आणि दुसरा 'धोका' म्हणजे ते हत्ती काम करत असताना पाहणं मला इतकं आवडायचं की तासन्‌तास मी त्यातच रमून गेलेली असायचे. ज्या कामासाठी आलेली असायचे - म्हणजे था बा काय गोळा करायला- ते राहिलं बाजूलाच.

हत्तींना करेन संस्कृतीत खास स्थान आहे. खरं तर जसं एके काळी ब्रिटिश लोक रोस्ट बीफ, यॉर्कशायर पुडिंग आणि क्रिकेटसाठी ओळखले जायचे, तसेच करेन लोक हत्ती आणि बांबू याकरिता ओळखले जातात. आमच्या निकडीची प्रत्येक गोष्ट आम्ही बांबूपासून बनवू शकतो आणि प्रवासाच्या सर्व गरजा हत्ती भागवू शकतो.

करेन संस्कृतीत ज्या माणसाची हत्ती बाळगण्याची पत आहे त्याला थेह ती- 'श्रीमंत माणूस' म्हणत असत. हत्ती दीर्घायुषी असतात, माणसांहूनही जास्त काळ जगू शकतात. थेह तीला तो हत्ती बहुतेक वेळा आपल्या वडिलांकडून मिळालेला असे. बऱ्याचदा जंगलातून तरुण हत्ती पकडून आणले जात. जाहीरच आहे की, हत्तीला पकडणं तितकंसं सोपं नसतं. त्याला पकडता यावं म्हणून जमिनीत मोठा खड्डा खणून त्यावर फांद्या, पानं पसरून ठेवली जात. जंगली हत्तींना त्या दिशेनं

येण्यास भाग पाडलं जात असे आणि मग त्यातलाच एक त्या जाळ्यात सापडत असे. हत्तींना माणसाळवायच्या प्रक्रियेची ती सुरुवात असे.

आमच्या गावाची स्वत:ची अशी एक हत्तीण होती. तिचं नाव होतं मो घाय बे- सुंदर कातडी असलेली हत्तीण. मो घाय बेचं मुख्य काम होतं जंगलातून लाकूडफाट्यासाठी लागणारं लाकूड वाहून आणणं. मो घाय बे गावाच्या सीमेवर असलेल्या बांबूनं बांधलेल्या आणि पानांनी शाकारलेल्या पडवीत राहात असे. तिला वाटे तेव्हा ती पडवीत आराम करत असे, नाही तर बांबूची कोवळी पानं खात भटकायला बाहेर पडत असे.

मो घाय बेचा एक माहूत होता. ज्याला सर्वजण का सॉ क्वाह- हत्तीचा पालक म्हणत. या का सॉ क्वाहनंच हत्तिणीचं नाव मो घाय बे- सुंदर कातडीची हत्तीण असं ठेवलं होतं. मो घाय बेची काळजी घेणं, तिला खायला प्यायला घालणं, तिला घासून पुसून स्वच्छ आणि निरोगी ठेवणं ही कामं तो करत असे. तो तिच्या मानेवर बसत असे आणि तिच्या पाठीवर लाकडी पाळणा ठेवलेला असे, जो जड वजन ठेवण्यासाठी वापरला जाई. त्याच्याकडे एक पिराणी होती जी डोक्याच्या एका बाजूला टोचून तो हत्तिणीला मार्गस्थ करत असे.

गावात हत्तीबरोबर मोठं होणं ही आमच्याकरिता सर्वसाधारण गोष्ट होती. आम्ही मुलंदेखील तिला 'हत्तीण' म्हणत नसू, सगळेच जण तिला मो घाय बे म्हणत असत. तिला आमच्या दिशेनं झुलत-झुलत येताना पाहिलं की आम्ही आरोळी ठोकत असू : 'हुर्रे! बघा कोण आलं ते- मो घाय बे!' आम्ही धावत जाऊन तिच्या पायापाशी पळापळी करायला लागत असू. त्यावेळी ती अतिशय शांतपणे उभी राहात असे. तिनं आम्हाला कधीच इजा पोहोचवली नाही, आम्ही तिच्या मार्गात आडवे आलो तरीही नाही. एका हत्तीचं नाव मो घाय बे असणं यांत काहीतरी विचित्र आहे हे माझ्या डोक्यातसुद्धा आलं नाही. एक हत्तीण सुंदर असू शकते ही कल्पनाच त्यावेळी खूप भावून गेली होती.

पेर हे लूमधील बहुतेक लोकांपेक्षा मो घाय बे मोठीच होती; त्यामुळे ती गावाची शहाणीसुरती आजी असल्यासारखीच होती. आमच्याकडे ना रस्ते होते ना वाहनं. जे काही वाहून न्यायला लागे ते एकतर हत्तीवर लादून किंवा नदीतून. कधी-कधी शेजारच्या गावातले हत्ती मो घाय बेला तिच्या कामात मदत करण्याकरिता येत असत.

एके दिवशी एक हत्ती मो घाय बेला तिच्या कामात मदत करण्यासाठी गावात आला. सगळ्या हत्तींना असतात तसेच त्यालाही मोठाले, दुधाळ रंगाचे हस्तिदंती दात होते. सुंदर कातडीच्या आमच्या मो घाय बेवर नजर पडल्या-पडल्या तो उत्तेजित झाला पण मो घाय बेनं त्याच्याकडे ढुंकूनही पाहिलं नाही.

आमचं घर पेर हे लू गावाच्या बरोबर मध्यभागी, गावातील चौकाच्या बाजूला होतं. बांबूच्या शिडीवरून चढून आलं की, डाव्या बाजूला आमचा दिवाणखाना होता आणि उजव्या बाजूला झोपण्याची खोली होती. आम्ही बांबूच्या जमिनीवर चटया पसरून झोपत असू. माझे बाबा घरी असले म्हणजे कोणतंही जनावर आलं तर त्याला घालवता यावं म्हणून रांगेत सर्वांत शेवटी, दारापाशी झोपत असत. मला नेहमी त्यांच्या बाजूला झोपायचं असायचं; त्यामुळे मी माझ्या भावंडांना आनंदानं माझ्या आईचा ताबा घेऊ देई, जेणेकरून बाबा फक्त माझ्यापुरते राहात. बाबांच्या डोक्यावर डोकं ठेवून छातीवर पडून राहाणं मला फार आवडत असे.

झोपायच्या खोलीच्या बाजूला एक मोकळी खोली होती, त्यात पाहुण्यांकरिता बांबूनं बनवलेले दोन पलंग होते. घराच्या मागच्या बाजूला स्वयंपाकघर होतं. तिथली जमीन मातीनं सारवलेली होती. त्यात तीन दगड मांडून बनवलेली चूल होती. त्यात लाकूडफाटा सारून दगडांवर पातेली चढवून स्वयंपाक करता येई. चुलीच्या वर मिरच्या, भाज्या, मांस आणि मशरुम्स असे पदार्थ वाळवण्यासाठी असलेली फडताळं होती. तुमच्याकडे फ्रीज आणि फ्रीजर नसेल तर पदार्थ टिकवून ठेवण्याकरिता ही पद्धत कधीही उत्तम. बाबा त्यांच्या बांबूच्या टोप्या सुद्धा तिथंच वाळवत ठेवत. माझी आई तिथं स्वयंपाक करत बसलेली असायची आणि बाबा आपले तिथं लुडबुड करत असायचे.

माझी आई मांस तळून कांदा, आलं, हळद, तेल-मिरची, तुळशीची पानं आणि गवती चहा घालून चिकनचा रस्सा करायची. तिची पाठ वळली रे वळली की बाबा त्याची चव घेऊन बघत आणि एक-दोन गोष्टींची भर घालत - बहुधा मीठ आणि लिंबाची. आईनं त्यांना पकडलंच तर ती त्यांची खरडपट्टी काढत असे. पण तो राग लटकाच असायचा. मला तरी वाटतं की, ते मुद्दामच तिला चिडवायला अशी लुडबुड करीत असत.

'बघावं तेव्हा नेहमी आपली लुडबुड!' आई म्हणे, 'स्वयंपाक कसा करायचा हे मी आता तुमच्याकडून शिकायचं का?'

यावर माझ्या बाबांना हसू आवरत नसे आणि ते म्हणत, 'नाही गं बाई, सपशेल उलटं आहे ते. मी तुझा गुरू नाही; तूच आहेस माझी गुरू.'

एकदा बाबांनी चुलीशेजारच्या बाटलीतून मीठ घेऊन सूपमध्ये टाकलं. आई परतली तेव्हा ते सूप बुडबुडे येऊन फसफसत होतं. तिला कळेना काय झालं आहे ते. मग तिनं 'मिठा'च्या बाटलीत काय आहे ते बघितलं आणि त्यात धुण्याचा सोडा बघून कपाळाला हात लावला. काय करणार, तिला ते पूर्ण सूप फेकून द्यायला लागलं.

'माझा विश्वासच बसत नाही,' ती करवादली, 'सूपमध्ये धुण्याचा सोडा! मिठाच्या जागी धुण्याचा सोडा टाकायचे प्रताप तुमच्याशिवाय दुसरा कोण करू शकेल?'

सगळं अन्न वाया गेल्यानं आम्ही तसेच भुकेलेले बसून होतो पण तो प्रसंगच इतका विनोदी होता की माझ्या आईला हसूच फुटलं. तिचं हसू हुबेहूब माझ्यासारखं होतं. पक्ष्याच्या आरोळीसारखं. ते ऐकून आमची तहानभूक सारं काही विसरून आम्हीही तिच्याबरोबर हसायला सुरुवात केली. तुम्हाला कुठल्याही गोष्टीची आनंदी बाजू पाहायची असते! त्यालाच तर जगणं म्हणतात ना?

आम्ही एका गोल लाकडी टेबलाच्या भोवती जमिनीवर बसून जेवत असू. आम्हाला कुठेही बसायची मुभा होती. जेवण अत्यंत अनौपचारिक पद्धतीनं चाले. करेन संस्कृतीत जेवणाच्या वेळी सहसा कोणी बोलत नाही. खरं तर, सुग्रास जेवण जेवत असताना कोणी बोललं तर तो असभ्यपणा मानला जातो. जे काही बोलायचं आहे ते सगळं जेवणानंतर. सर्वसाधारणपणे आमच्याकडे भाज्यांचं सूप, पाणभाज्या, काकडी, टोमॅटोचं सॅलड आणि चिकन / पोर्कचं कालवण असे. से से मासेमारी करून आला की त्यादिवशी जेवणात माशाचं कालवण असे.

मिरची पावडर आणि माशाची पेस्ट हा आमच्या जेवणाचा अविभाज्य भाग होता. न्याहारी असो, दुपारचं जेवण किंवा रात्रीचं जेवण असो, या दोन गोष्टी त्यात असायलाच हव्यात. आम्ही मिरच्या वाफ्यातच वाढवत असू आणि पाटा-वरवंट्यावर कुटत असू. माशाची पेस्ट हा माझा आवडता खाद्यपदार्थ आहे. मासे खारवून झाल्यावर ते लिबलिबीत होऊन त्यांचा उग्र वास येईतो ठेवले जातात. बरेच पाश्चिमात्य लोक याला नाकं मुरडतात पण हा खाद्यपदार्थ करेन लोकांमध्ये खूपच लोकप्रिय आहे.

आम्ही सर्व जण स्वतःच्या लाकडी वाडग्यात अन्न घेऊन खात असू. खास प्रसंगी आम्ही बाबांनी तयार केलेला वाडगा वापरत असू. पण त्याला काही नुकसान होऊ नये म्हणून जपतही असू; तो आमच्याकरिता खूपच मूल्यवान होता. आम्ही भात, कालवण, मिरची घेऊन ती हातानं कालवत असू आणि तो घास तोंडात टाकत असू.

आमचे आई-बाबा घरी नसतील तेव्हा खाण्यासाठी से से शाळेतून परतेपर्यंत वाट पाहावी लागत असे. चुलीच्या जाळाशी दोन हात करण्याइतपत आणि जेवण बनवण्याइतपत आमच्यामध्ये तोच मोठा होता. पण सर्वप्रथम आम्हाला त्याला कोंबड्या आणि बदकांना खायला घालायला मदत करावी लागे आणि डुकरांसाठी केळीचे कोंब कुटून खाणं बनवावं लागे. जेवण बनवण्यास से सेची कधीच हरकत नसे, त्याचबरोबर आमच्याकडे लक्ष द्यायचाही त्याचा प्रयत्न असे. माझ्या आईबाबांचं त्याच्यावर ज्या कारणांमुळे अतोनात प्रेम होतं, त्यातलं हे एक कारण होतं. बहुतेक रात्री से से फक्त भात, माशाची पेस्ट आणि पाणभाज्यांचं सॅलड एवढंच बनवू शके

पण आमच्याकरिता ते पुरे होई. काही मोजक्या वेळी, त्याला वेळ असे तेव्हा तो त्याची खासियत असलेला कोंबडीचा दाट रस्सा बनवीत असे. पण त्यासाठी त्याला मांसाची गरज लागे आणि मांस म्हणजे पर्वणीच. न्याहारी, दुपारचं जेवण, रात्रीचं जेवण यासाठी एकच मुख्य पदार्थ असायचा तो म्हणजे भात. आणि आम्ही शनिवार-रविवार कधी येतो आणि आई कधी येते याकडे डोळे लावून बसलेलो असायचो कारण ती आल्यावर पूर्ण आठवड्याचं उट्टं काढण्याकरिता काहीतरी खास बनवायचा प्रयत्न करी. पण असं असूनही आम्हाला महिन्यातून फक्त एकदा किंवा दोनदा मांस खायचा योग येई.

आठवड्याच्या दिवसात से से पहाटे-पहाटे म्हणजे कोंबड्याच्या तिसऱ्या बांगेला उठत असे. दिवसभरातलं पहिलं काम म्हणजे भात कांडणे. आमच्या घराखालच्या जागेत एक पुराणकालीन दिसणारं भात कांडायचं उखळ होतं. माझ्या बाबांनी ते लाकडातून बनवलं होतं. त्या उखळात भात घालून मुसळानं कांडला जात असे. हे मुसळ म्हणजे एक लांबलचक तुळई होती; जिचे एक टोक उखळापाशी आणि दुसरे उखळापासून दूरवर असे. से सेला त्या तुळईच्या दुसऱ्या टोकापाशी उभं राहावं लागे, आपल्या वजनाचा उपयोग करून ती उचलावी लागे आणि मग ती उखळात पाडावी लागे. त्या तुळईला काटकोनात बसवलेले लाकडाचे तुकडे भात कांडत असत आणि भाताची तुसं वेगळी करत असत.

त्या कांडपाचा थप थप थप असा मंद, तालबद्ध आवाज येत राही. सारं गाव त्यावेळी झोपेत असायचं; त्यामुळे सामसूम असायची. तो आवाज त्या शांततेत भरून राहायचा. झाडांमध्ये, मे यू क्लो नदीमधून येणाऱ्या धुक्या-दवामध्ये शोषला जायचा. पण त्या उखळात भात कांडण्यासाठी कांडप करणारी व्यक्ती जितकी वजनदार लागते तेवढा से से वजनदार नव्हता. त्या वजनात भर घालायचीच ठरवली असती तर स्लोनचं वजन त्यासाठी खूपच कमी ठरलं असतं आणि ब्वा ब्वाचं खूपच जास्त; पण माझं वजन त्यासाठी एकदम सुयोग्य होतं.

सकाळी सकाळी तो मला उठवत असे, त्याच्या पाठुंगळीला बांधत असे आणि भात कांडायला सुरुवात करत असे. काम करता-करता मी पुन्हा झोपी जावं याकरिता अंगाई म्हणत असे :

जो जो गं लहानी
तुला गातो अंगाई
तुला गातो अंगाई
जो जो गं लहानी

त्याचा एका दिवसापुरताचा भात कांडून होईपर्यंत मी गाढ झोपी गेलेली असायचे. से से मग भातापासून तुसं वेगळी करण्याकरिता सूप डोक्याच्या वर नेऊन

भात पाखडत असे. भात खाली टोपलीत पडत असताना तुसं वाऱ्यानं उडून जात. नंतर तो चुलीत जाळ फुंकून भात शिजवायच्या कामाला लागे.

सात वाजता से से शाळेत निघून जाई. ब्वा ब्वा, स्लोन आणि मी त्यावेळेस जागे होत असू आणि से सेनं बनवलेली न्याहारी खात असू. भात कांडण्यासाठी से से कसा काडीपैलवान आहे याबद्दल आम्ही त्याची खूप थट्टा करीत असू पण जसे आम्ही मोठे झालो तसं आम्हालाही ते काम अवघड वाटू लागलं आणि चिडवलं जाण्याची पाळी आमच्यावर आली.

चळवळीचे कार्यकर्ते असल्यानं माझ्या आई-वडिलांना गावी जाता येत नसे. ते खूपच धोकादायक ठरलं असतं. आमच्याकडे वारेमाप मालमत्ता नव्हती आणि पैसाही थोडाथोडकाच होता. आमचा भात, भाज्या आम्हीच पिकवीत असू आणि कोंबड्या, डुकरं आणि बदकं पाळत असू. कोंबड्यांची पिल्लं अंड्यातून बाहेर येत असताना बघणं मला फार आवडे. मी उरलेला भात घेऊन खुराड्याजवळ जात असे आणि मग पेंढ्यावर बसून, हातात दाणे घेऊन 'क्लक क्लक' आवाज करत त्यांना खायला घालत असे.

पण माझ्या आईच्या बदकांना आणि कोंबड्यांना इतर कशाहीपेक्षा बाबांची फुलंच जास्त आवडत असावीत. बाबांनी आमच्या घराभोवती छोटीशी बाग तयार केली होती, जी त्यांच्यासाठी अभिमानाची गोष्ट होती. त्यांनी त्या बागेत एक छोटंसं तळंसुद्धा खोदलं होतं आणि नदीच्या पात्रातून चपटे दगड गोळा करून त्याच्याभोवती लावून सजवलं होतं. ते तळं देखाव्याकरिता होतं पण त्यातले मासे खाण्याकरिता नक्कीच नव्हतं. माझे बाबा रोमँटिक आणि बुद्धीवादी असले तरी आई व्यवहारी आणि विचारी होती.

बदकंच ती! त्यांनी माझ्या बाबांच्या माशांना गट्टम करण्याचा चंगच बांधला होता जणू आणि बाबा बाहेर गेले की त्या तळ्याकडे लक्ष द्यायला कोणीसुद्धा नसायचं. मग काय! बदकांचं फावायचंच. तळ्याचं पाणी बदलायला कोणी नसायचं; त्यामुळे पाणी पुरेसं घाण झालं की बदकं त्याचा ताबा घेऊन त्याचा शौचालयासारखा वापर करायला लागली. एके दिवशी मी आणि ब्वा ब्वानं बघितलं तर पाणी घाणेरड्या शेवाळी रंगाचं झालं होतं आणि सर्व मासे गतप्राण झाले होते. माझी आई मानेरप्लॉत असल्यानं ते माशांना काढून टाकायचं काम आम्हालाच करावं लागलं. पण ते टाकून दिले असते तर फुकट गेले असते, मग से सेनं त्यांचं छानसं कालवण बनवलं.

आता ते तळं नुसतंच तळं उरलं नव्हतं. ब्वा आणि मी त्याचा स्विमिंग पूल करून टाकला. पाणी सूर्याच्या उष्णतेमुळे उबदार झालेलं असायचं आणि त्यात अंघोळ करणं ही आम्हाला एक छान कल्पना वाटली. आम्ही त्यात दररोज पोहू लागलो, तो आमचा स्विमिंग पूल असावा हे आमच्या डोक्यात पहिल्यापासूनच

असलं पाहिजे. शेवटी पाणी इतकं खराब झालं, त्याला इतका दुर्गंध यायला लागला की आम्ही त्यात पोहणं थांबवलं. बऱ्याच महिन्यांनंतर माझे बाबा घरी परतले तेव्हा त्यांना दिसला एक कोरडा, मासे नसलेला, धुळमटलेला खड्डा. मासे खाल्ल्याचं कोणीही कबूल नाही केलं अर्थात. आम्ही खोडकरपणाचा कहर केला होता आणि त्यामुळे बाबा खूप नाराज झाले होते.

आमच्या गावात कोणीच श्रीमंत नव्हतं. एकमेकांच्या अडचणी दूर करण्यास आम्हीच एकमेकांची मदत करत असू. वर्षातून एकदा एक जंगी कार्यक्रम व्हायचा तो म्हणजे दूत हॉ कि हो- 'छप्पर शाकारणीचा'. पावसाळा सुरू व्हायच्या आधी हे काम उरकून टाकावं लागे आणि हा कार्यक्रम म्हणजे एकीचं बळ किती मोठं असतं याचा सोदाहरण पुरावा होता. एखाद्याकडे दूत हॉ कि हो करायचं आहे म्हणजे एखाद्याचं छप्पर या या वेळी शाकारायचं आहे अशी बातमी गावात जात असे- यात कुठलीही औपचारिकता नसायची पण ठरलेल्या दिवशी मदतीचे हात पुढे व्हायचेच.

प्रत्येक वर्षी छत बदलणं गरजेचं होतं आणि ते काम एकाच दिवसात पूर्ण व्हावं अशा रीतीनं केलं जाई. भल्या सकाळी आम्ही जंगलात तूर लाहची - पानांचं झाड - पानं गोळा करायला जायचो. हे झाड आकारानं टीकच्या झाडासारखंच असतं आणि त्याची पानंही तेवढीच मोठी असतात. पट्टा बांधलेल्या बांबूच्या टोपल्यांमध्ये आम्ही ही पानं भरून घेत असू. मग माझे आई-बाबा ते पट्टे डोक्यावर बांधून तोल सावरत त्या टोपल्या घरापर्यंत नेत असत.

आल्यावर त्या टोपल्या जमिनीवर उलट्या केल्या जात. प्रत्येक पानाचा आकार एका ताटाएवढा असायचा. आम्ही पाण्याची पातेली त्यावरून उपडी करत असू आणि त्यावर दगड ठेवून ते पाणी त्यात मुरायची वाट बघत असू; त्यामुळे त्या पानांचा टिकाऊपणा वाढायचा पण सौंदर्य हरवायचं.

बाबा आणि से से चढून वाशावर जायचे आणि आम्ही खालून पानं तयार करून देत असू. एकामागून एक गावातील धडधाकट माणसं येऊन बाबा आणि से सेला सामील होत. पान खालून वर नेलं जाई आणि वाशाला अडकवलं जाई. वाशाला अधिक बळकटी देण्यासाठी त्यांना दोरानं बांधून ठेवत असू. अशा रीतीनं पानांवर पानं रचून छताची शाकारणी केली जाई.

माझी आई त्या दिवशी लु काय था दोत स ओ न्या चं म्हणजे भोपळा आणि चिकनच्या रश्शाचं खास जेवण बनवीत असे. करेन संस्कृतीत छताच्या शाकारणीला मदत करणाऱ्यांना हे खायला घातलं जातं. काम करताना कोणीही भुकेलं राहू नये याची पुरेपूर काळजी ती घेत असे. जेवढे जास्त लोक येत, छत बनायला तेवढाच कमी वेळ लागे आणि भोपळा आणि चिकनचा रस्सा तेवढाच जास्त.

लोक गप्पा मारत असायचे, हास्यविनोद करत असायचे. कधी-कधी छताच्या वरच्या बाजूला काम करणाऱ्यांचा वेग खालच्या बाजूला काम करणाऱ्यांपेक्षा जास्त किंवा कमी असायचा. मग छत कलंडलेलं दिसू लागायचं. मग लोकांना थांबून इतरांचं काम होण्याची वाट पाहावी लागे. पण रात्र होईपर्यंत छताची शाकारणी आटोपलेली असे.

असे उपक्रम म्हणजे आम्हा गावकऱ्यांना एकत्र बांधून ठेवणारा धागा होता. प्रत्येक वर्षी ऑगस्टमध्ये आम्ही करेन दिनदर्शिकेतील सर्वांत महत्त्वाची घटना साजरी करण्याकरिता जमत असू, ती म्हणजे लाह कु गी सू- गंडाबंधनाचा महिना. गंडाबंधनाचा हा सोहळा पॉ तॉत केर पा- वराहस्पर्श विधीच्या जोडीनं पार पडत असे.

आमच्या कुटुंबाकरिता तो कडू-गोड आठवणींचा काळ होता. एकीकडे या सोहळ्यांनी करेन संस्कृती आणि करेन ओळख वृद्धिंगत होत होती तर दुसरीकडे हे सोहळे आम्ही आमच्या मूळ गावापासून, तिथल्या आमच्या कुटुंबीयांपासून किती दुरावलो आहोत याची नव्यानं जाणीव करून देत होते.

या सर्व सोहळ्यांचं मूळ चैतन्यवादात होतं आणि करेन संस्कृतीची ओळख म्हणून ते सुरू झाले होते. गंडाबंधनाच्या वेळी सर्व गावकरी स्थानिक देवळात जमत असत. गावातील वडीलधारी मंडळी पुढच्या रांगेत बसत आणि तरुण मंडळी त्यांच्यासमोर बसत. त्यांच्यामध्ये तोंडाला पाणी सुटेल अशा मिठायांनी खचाखच भरलेल्या टोपल्या असायच्या. काय नसायचं त्यात- खोबरं, गोड भात, बांबूमध्ये शिजवलेला रुचकर भात. बांबूमध्ये भात शिजवण्याची आम्हा करेन लोकांची ही एक खासियत आहे.

वडीलधारी मंडळी आहे तिथंच बसून राहात आणि तरुण मंडळी त्यांच्या समोर उभी राहात. ते या तरुण मंडळींच्या मनगटावर खास करेन पद्धतीनं विणलेला धागा बांधत. नंतर त्यांना आशीर्वादपर बोलून त्यांच्यामधल्या चैतन्याला आवाहन करून त्या मुला / मुलीला येणारा काळ सुखकर जावो, असं आशीर्वचन देत.

ते विश्वातील शक्तीला आवाहन करत, 'विश्वातील चैतन्याला आम्ही आवाहन करतो की, त्यांनी शरीररूप धारण करावं, या मुलांमध्ये वास करावा आणि त्याला दीर्घायुष्य, आरोग्य आणि आनंद देण्यासाठी या मुलाचं शरीर धारण करावं. झाडांखाली वास करू नका, शरीररूप धारण करण्याची वेळ आलेली आहे.'

हे सर्व करत असताना वडीलधारी मंडळी त्या मुला / मुलीच्या हातास तो धागा गुंडाळत असत. वडीलधाऱ्यांची आशीर्वचनं संपली की, तरुण मंडळी तोच विधी वडीलधाऱ्यांकरिता करत असत. एकदा का हा विधी आटोपला की आमची पंगत

बसत असे. मोठी मंडळी तांदळापासून बनवलेली व्हिस्की आणि वाईन पीत असत. ही व्हिस्की भात उकडून, त्यावर प्रक्रिया करून बनवली जात असे आणि वाईन ही गुरगुट्या भातापासून बनवली जात असे. हे खाणंपिणं रात्रभर चालत असे.

हा गावचा सोहळा संपल्यानंतर ऑ गेह नावाचा खासगी सोहळा होत असे. हा बऱ्याच कुटुंबांकरिता भावनोत्कट सोहळा असे. कुटुंबातील सर्व सदस्यांनी ऑ गेह करिता आपल्या घरी परतणं गरजेचं असतं. कुटुंबातील एखादा सदस्य गैरहजर असेल तर कुटुंबात चैतन्याचा वास योग्य रीतीनं होत नाही. चैतन्यवादात ही गोष्ट अतिशय वाईट मानली जाते. ऑ गेहच्या वेळी कुटुंबातील सदस्य गैरहजर असणं, पूर्ण कुटुंब एकत्र नसणं यापेक्षा वाईट काहीच मानलं जात नाही.

अर्थातच, माझ्या आई-वडिलांना त्यांच्या गावी परतणं केवळ अशक्य होतं. चळवळीला वाहून घेतल्यावर त्यांना आपल्या कुटुंबाशी असलेले बंध तोडून टाकणं भाग पडलं होतं. बर्मी राज्यकर्त्यांचे गुप्तहेर सगळीकडे पसरले होते; त्यामुळे कुटुंबाशी कोणत्याही प्रकारचा संपर्क साधणं धोक्याचं ठरलं असतं. चळवळीशी संबंध असणाऱ्यांच्या कुटुंबांचा वास लागलाच तर त्यांची कुठल्याही प्रकारची गय केली जात नसे.

गेली कित्येक वर्षं माझे आई आणि बाबा त्यांच्या कुटुंबातून गैरहजर असल्यासारखे होते आणि त्यामुळे त्यांच्या कुटुंबीयांना देखील ऑ गेह सोहळा योग्य रीतीनं पार पाडणं शक्य होत नव्हतं. यामध्ये एकच मार्ग होता तो म्हणजे त्या त्या गैरहजर कुटुंब सदस्याला कुटुंबातून हद्दपार करणं. त्यानंतर ऑ गेह सोहळा त्यांच्याशिवाय साजरा करता येणं शक्य होई. आई-वडिलांना आपल्या मुलांना अशी वागणूक देणं खचितच आवडत नसे.

एकदा माझ्या आईची चुलत बहीण तिला भेटायला आली. माझ्या आईचा पत्ता धुंडाळत गावोगावी फिरायला लागल्यानं आईला शोधायला तिला कित्येक महिने लागले होते. आई चळवळीत सामील झाली आहे हे तिच्या कुटुंबीयांना माहीत असलं तरी आई जिवंत आहे की मरण पावली, जिवंत असलीच तर ती कुठं आहे याबद्दल त्यांना काडीमात्र कल्पना नव्हती. ऑ गेह सोहळा नीट पार पडावा याकरिता आई घरी येऊ इच्छिते का? हे विचारायला ती मजल दरमजल करत तिथं येऊन पोहोचली होती.

मी त्यावेळी खूप लहान होते पण मला अजून आठवतं की, माझ्या आईची परिस्थिती किती दीनवाणी झाली होती. ती सांत्वन करण्याच्याही पलीकडे गेली होती. पहिल्यांदा तिच्या बहिणीला बघून ती कितीतरी खूश झाली. कितीतरी वर्षांनी कोणत्यातरी नातेवाइकाचा चेहरा तिच्या नजरेस पडला होता. तिला तिच्या आई-वडिलांना बघायचं होतं, बहीण-भावंडांना बघायचं होतं पण तिची मन:स्थिती द्विधा झाली होती.

''मी घरी गेलेच तर माझ्या मुलांचं तोंडही मला कधी बघायला मिळणार नाही.'' ती म्हणाली.

तिला कधीही न पाहू शकण्याच्या कल्पनेनंच आम्ही इतके बावरलो की आम्ही तिनं जाऊच नये म्हणून धोशा लावला.

''नको जाऊस आई,'' मी रडतच म्हणाले, ''आम्हाला सोडून जाऊ नकोस.''

मी माझ्या आईला मला कधीतरी पडलेलं एक स्वप्न सांगितलं. ते स्वप्न म्हणजे भविष्याची नांदी होती, भविष्याचे संकेतच त्यात दडले होते बहुधा. माझ्या स्वप्नात आई नाहिशी झाली होती. माझे बाबा कामावर होते आणि ती से से, ब्वा ब्वा, स्लोन आणि मला एकटंच टाकून निघून गेली होती. संध्याकाळची वेळ होती. आम्ही एकटे होतो, भुकेलेले होतो; तरीही आई येत नव्हती. कायम आईच्या भोवती-भोवती करायची सवय झाल्यानं मी पार उदास झाले होते, चिंतेत पडले होते.

आम्ही चौघे दाराच्या उंबऱ्यात बसलो होतो. दिवेलागण झाली होती. आकाश काजळत चाललं होतं आणि रात्र तिच्या पोतडीतल्या सर्व कुशंका आणि भय घेऊन आमच्या पुढ्यात ठाकली होती. आम्ही झोपावं आणि दुसऱ्या दिवशी आई येते का ते बघावं की कसं हे आम्हाला कळत नव्हतं. पण झोपायला गेलो तर झोपही येणार नाही याची खात्री होती. मला एकदम निराधार झाल्यासारखं, कुणीतरी टाकून दिल्यासारखं वाटू लागलं.

आणि अचानक मळभ नाहीसं व्हावं तशी माझी आई गवताचा भारा सावरत येताना दिसली. मी धावतच जाऊन तिला बिलगले आणि ती आम्हाला सोडून गेल्यानं आम्ही किती दुःखी झालो होतो हेही तिला सांगितलं. माझं रडं काही केल्या आवरत नव्हतं.

''पोमु सित, बाळा, मी काही तुला सोडून गेले नव्हते. घरासाठी काही गोष्टी आणायला गेले होते. हे बघ, मी छपराकरिता नवं गवत आणलं आहे.''

तिनं मग चूल पेटवली, भात शिजवला आणि तेव्हाच मला स्वप्नातून जाग आली. माझं स्वप्न खरं आहे की काय हे न कळून मी आई कुठं आहे ते घाईघाईनं बघितलं तर ती माझ्या शेजारीच झोपली होती.

माझ्या ओरडण्यानं तिला जाग आली.

''काय झालं पोमु सित, वाईट स्वप्न पडलं का तुला?'' अर्धवट झोपेत असताना तिनं विचारणा केली.

मी विचार करत होते की, माझी आई जर मला सोडून गेली किंवा मरण पावली तर मी तर दुःखानं वेडीच होऊन जाईन किंवा मरेन तरी. पण मी माझ्या आईला हे सांगितलं नाही. मी रडत राहिले, रडत राहिले आणि रडण्याच्या भरातच केव्हातरी मला झोप लागली.

माझ्या आईनं ती आम्हाला कधीच सोडून जाणार नाही, अशी माझी समजूत घातली. आणि आता तिच्या कुटुंबीयांकडून बहिष्कार टाकला जाण्याची शक्यता असूनही ती हे वचन पाळणार होती- आम्हाला कधीच सोडून न जाण्याचं. ती तिच्या घरी कधीच परत जाऊ शकत नाही याची जाणीव तिला झाली होती. तिथं जाणं म्हणजे जाणूनबुजून धोका पत्करण्यासारखंच झालं असतं. कुटुंबातून बहिष्कृत होण्यापलीकडे तिला करता येण्यासारखं काही नव्हतं. अर्थात हे फक्त औपचारिकता म्हणून. ती केव्हातरी, कधीतरी परतली असती तेव्हा त्यांनी तिचं नक्कीच स्वागत केलं असतं. पण तरीही त्यानंतरचा बराच काळ ती उदासच राहायची.

आमच्या कुटुंबापासून ताटातूट झाल्यावर बाबांनी ऑ गेह सोहळा आमच्या घरी करायचं ठरवलं. त्याची पारंपरिक पद्धत अशी होती- एक जाडजूड डुक्कर मारलं जाई. त्याला शेकोटीवर भाजलं जाई. मोठ्यांपासून सुरुवात करून लहानांपर्यंत कुटुंबातील सर्वांनी त्या भाजलेल्या डुकराला हात लावायचा असतो. आम्हाला डुक्कर परवडण्याजोगं नव्हतं; त्यामुळे आम्ही आमचा ऑ गेह सोहळा टर्की भाजून साजरा केला.

कुटुंबातील वयानं ज्येष्ठ असल्यानं माझ्या बाबांनी या सोहळ्याचं अधिपत्य केलं. त्यांनी तो पारंपरिक पांढरा धागा माझ्या मनगटावर बांधला आणि प्रार्थना म्हणायला सुरुवात केली.

'विश्वातील चैतन्या, माझ्या लहान मुलीकडे ये. परत ये आणि तिला आरोग्यसंपन्न आणि आनंदी बनव आणि तिचा पुढील काळ सुखकर बनव. चैतन्यांनो, झाडाखाली वास करू नका, बांबूच्या जाळ्यांमध्ये भटकत राहू नका; पर्वताच्या माथ्यावर घोटाळत राहू नका. चैतन्यांनो, माझ्या लहान मुलीमध्ये वास करा... परता... माझ्या मुलीकडे परता...'

गंडाबंधन आणि आशीर्वचनांनंतर आम्ही गुरगुट्या भाताबरोबर भाजलेली टर्की खाल्ली. नारळाचं दाट, गोड दूध प्यायलो. पण टर्कीला 'हात लावला' नाही कारण तसं डुकराबरोबरच करणं अपेक्षित होतं.

आणि माझे बाबा देखील त्याबद्दल आग्रही होते. तो वराहस्पर्शच असायला हवा होता. त्याशिवाय दुसऱ्या कशालाही तेवढा अर्थ नव्हता.

बांबूवाले लोक

मी तीन वर्षांची असताना एके दिवशी आम्ही सर्व जण भातपेरणीसाठी जमीन स्वच्छ करायला जंगलात गेलो. ब्वा ब्वा, स्लोन आणि मी असल्या कामासाठी खूपच लहान होतो; त्यामुळे आम्हाला टेकडीच्या पायथ्याशी सोडून देण्यात आलं. आम्ही केळीच्या कोंबांपासून बंदुका तयार करण्याचं ठरवलं. आमच्याकडे खरीखुरी खेळणी तर नव्हतीच पण आम्हाला केळीच्या कोंबांतून कोरून बंदुका तयार करता येत. त्या मजबूत तर असतच आणि टिकतही खूप वेळ. आम्ही जेवण बांधून आणलं होतं. बंदुकीचा चाप आणि बॅरेल कोरण्यासाठी मी सुरी घेतली.

खांद्यावर बंदुका टाकून इथंतिथं हिंडत असलेले करेन सैनिक मी पाहिलेले असल्यानं या वयातदेखील बंदूक कशी दिसते हे मला माहीत होतं. पण बंदुकीच्या टोकाला आकार देत असताना माझ्या हातातून सुरी निसटली आणि अचानक माझ्या बोटातून घळाघळा रक्त वाहायला लागलं. मी वेदनेनं ओरडू लागले. ब्वा ब्वानं काय झालं ते पाहिलं आणि मदतीसाठी ओरडा केला.

''लवकर या, लवकर या,'' तिचा ओरडा ऐकून घाईघाईनं आमच्याकडे येणाऱ्या आईकडे बघून ती ओरडली, 'छोटीनं बोट कापून घेतलं!'

ते ऐकून आई वेगानं टेकडी उतरली. माझ्या बोटाचं टोक पूर्ण उडण्याच्या स्थितीत होतं, त्वचेच्या एका धाग्याला लोंबकळत होतं. ती भयानक घाबरली कारण तिनंच आमच्या जेवणाच्या डब्यात सुरी ठेवली होती.

''मी त्या सुऱ्या डब्यात ठेवायलाच नको हव्या होत्या.'' तिच्या आवाजात चिंता डोकावत होती. तिनं सित प्वो क्वी नावाच्या झुडपाची काही पानं काढली आणि त्याचा लगदा करून माझ्या बोटांवर लावून कापडाच्या चिंधीत गुंडाळला. रक्त थांबवण्याचा त्याक्षणी तितकाच उपाय तिला दिसला असावा. दोन आठवड्यांनंतर तिनं ती चिंधी सोडली तेव्हा माझी जखम भरली होती आणि बोट जणू काही कापलं गेलंच नव्हतं कधी अशा रीतीनं पुन्हा जोडलं गेलं होतं. बहुतेक करेन लोकांप्रमाणं

माझ्या आई-वडिलांनादेखील जंगलातल्या कोणत्या वनस्पतींमध्ये कोणते गुणधर्म आहेत, कोणत्या वनस्पतीनं कोणते आजार बरे करता येतात हे माहीत होतं.

पण जंगलाचं सर्वांगीण ज्ञान असलेली आमच्या कुटुंबातली एकमेव व्यक्ती म्हणजे से से. तो मला आपल्याबरोबर जंगलातल्या छोट्या-छोट्या सफरींना न्यायला लागला तेव्हा मी नुकतीच पावलं टाकायला लागले होते. तो पाठीवरच्या झोळीत बांधून मला इथंतिथं नेत असे. जंगलातला कुठला मेवा कुठं मिळतो हे त्याला अचूक माहीत असायचं. गावालगतच्या टेकडीवर मशरूम शोधत आम्ही हिंडत असू. मशरूम मिळण्याचा सर्वोत्तम काळ म्हणजे पावसाळा संपल्यानंतरचा काळ. तेव्हा जंगल उष्ण, दमट असायचं आणि मशरूमच्या वाढीसाठी असं वातावरण एकदम आदर्श मानलं जातं.

पण त्यातली बरीच मशरूम विषारी असायची. से सेनं आम्हाला त्यातली चांगली आणि वाईट कशी ओळखावीत हे शिकवलं होतं. त्या मशरूममधील सर्वांत खाण्यायोग्य मशरूम गुर वा कोह- 'बांबू मशरूम' म्हणून ओळखलं जायचं. बांबूच्या जाळीत, बांबूच्या पायथ्याच्या अंधारात ही मशरूम गड्ड्यानं वाढत. त्या अंधारात करड्या रंगाच्या रेषा असलेली ही पांढरीशुभ्र मशरूम हारीनं पसरलेली असत. त्यातील सर्वांत मोठं मशरूम लहान मुलाच्या हाताएवढं असायचं आणि सर्वांत लहान मशरूम अंगठ्याएवढं देखील असे. बांबू मशरूम नेमके कसे उपटावेत हे देखील से से आम्हाला दाखवीत असे. त्या मशरूमच्या तळाला करड्या परांचा पंखा असेल तर ते मशरूम खाण्यायोग्य आहे असं समजावं.

पण सर्वांत चविष्ट लागायचं ते म्हणजे गुर तोह प्वी- पक्षी मशरूम. जंगलातल्या ओलसर, अंधाऱ्या जागी शेवाळलेल्या जमिनीवर हे वाढत असे आणि पंख पसरलेल्या पक्ष्यासारखं दिसत असे. हवेत झेप घेण्याच्या तयारीत असलेल्या पांढऱ्या कबुतरांच्या थव्यासारखा दिसत असल्यानं पक्षी मशरूमचा जुडगा नजरेतून सुटायची शक्यता फारच कमी होती. ही मऊसूत आणि स्वादिष्ट मशरूम माझ्या अत्यंत आवडीची होती. या सर्वांमध्ये माझ्या नावडीचं मशरूम म्हणजे गुर थाय पु- लाकडी मशरूम. हे झाडांच्या कुजलेल्या खोडांवर वाढत असे. त्याला शिजायला जास्त वेळ लागत असे आणि ते खायलाही वातड लागत असे. पण सूपमध्ये टाकल्यास ते चविष्ट लागत असे.

स्लोन पुरेसा मोठा झाला तसे आम्ही चारही जण मिळून एकत्र मशरूम शोधमोहिमेकरिता जात असू. खाण्यायोग्य पानं, भाज्या यांचाही शोध चालूच असे. पावसाळ्याच्या सुरुवातीला आम्ही बांबूचे कोंब उपटायला जात असू. बांबूच्या जाळीतल्या मातीतून ते भाल्यांसारखे वर आलेले असत. सर्वांत मोठा खाण्यायोग्य कोंब जवळपास फूटभर उंचीचा असायचा. त्याहून मोठे कोंब खूपच कडक असत,

खाता येत नसत. ते कापण्याआधी आम्ही त्या कोंबाच्या तळाची माती उकरत असू कारण कोंबांचा सर्वांत चविष्ट भाग जमिनीखालीच असायचा.

ते कच्चेही खाता येत तसेच उकडून आणि तेलात परतून देखील किंवा कधी-कधी आई त्यांना कांदा, आलं आणि चिमूटभर मसाल्यांबरोबर परतत असे. याशिवाय त्यांना पापड-सांडग्यांसारखं वाळवून खाता येई किंवा मिठाच्या पाण्यात लोणचं घालता येई. सर्वांत चविष्ट मशरूम, बांबूचे कुरकुरीत कोंब, रसाळ फळं आणि सर्वांत सुंदर जंगली फुलं कुठं शोधावीत हे से सेला नेमकं माहीत असे. जंगल हे त्याचं दुसरं घर होतं. त्याला जे जे काही माहीत होतं ते सर्व से सेनं आम्हाला शिकवलं होतं.

संध्याकाळी आम्ही किडे, कीटकांच्या शोधार्थ निघत असू आणि किडे कीटकांनी भरलेली बॅग घेऊन रात्रीपर्यंत घरी परतलं म्हणजे दुसऱ्या दिवशी खमंग तळलेल्या, कुरकुरीत, स्वादिष्ट आणि चरबीयुक्त न्याहारीची हमी असे.

पावसाळा ऐन भरात असताना कधीतरी रात्री आम्ही बेडूक पकडायला जात असू. बेडकांचं डरॉव ऐकू येत असलेल्या अंधाऱ्या झुडपांमध्ये आम्ही हलकेच शिरत असू. त्या आवाजाच्या दिशेनं से से टॉर्चचा झोत फेकत असे आणि लगेच दोन डोळे त्या अंधारात प्रकाशमान होत- बेडकाचे डोळे!

तो बेडूक टॉर्चच्या झोतानं भारला गेलेला असे. से से तो झोत स्थिर ठेवत असे आणि मी हळूच जाऊन त्या बेडकाला धरत असे. त्याचा रंग गडद हिरवा, अंग बुळबुळीत असे. त्यातले काही बेडूक मोठ्या माणसाच्या मुठीइतके मोठे होते. आम्ही ते एका भांड्यात ठेवून त्यावर झाकण घालून ते सुटून जाऊ नये म्हणून त्यावर दगड ठेवत असू. सकाळी त्यांना उकळत्या पाण्यात टाकलं की तत्काळ मरत असत.

बेडकाला शिजवण्याचा उत्तम मार्ग म्हणजे रस्सा करणं. कांदा हळद आणि आलं घालून सोनेरी होईपर्यंत परतायचा. त्यात बेडूक घालायचा. मसाले आणि मीठ त्यात मुरेपर्यंत परतत राहायचं. मग त्यात पाणी घालायचं, चव घेऊन बघायचं आणि पंधरा मिनिटं उकळत ठेवायचं. शेवटच्या क्षणी त्यात गवती चहा आणि तुळशीची पानं टाकली की बेडकाचा उग्र वास निघून जात असे.

उन्हाळ्यात बेडूक नसायचे; त्यामुळे आम्ही पाण्यातल्या गोगलगायी पकडत असू. नदीच्या पाण्यातल्या शेवाळलेल्या दगडांवर किंवा घसरड्या दगडांवर त्या सर्रास आढळत. त्यातली सर्वांत मोठी गोगलगाय ही वाईनच्या बाटलीच्या जाडजूड कॉर्कसारखी असे. पुरेशा गोगलगायी जमल्या की आम्ही त्यांचे वरचे शंख कापून टाकत असू. असं करण्यामागे दोन कारणं होती. एक म्हणजे त्यात गोगलगायीची विष्ठा असते आणि दुसरं म्हणजे तसं केल्यानं तुम्हाला शंखातून गोगलगायीचं मांस काढणं सोपं जातं. आम्ही गोगलगायी पारंपरिक करेन पद्धतीनं शिजवत असू. ज्याला

ता का पौट- गोगलगायींचं कालवण म्हणतात. गोगलगायी चवीला स्क्विडसारख्या लागतात. करेन लोक पूर्ण बर्मामध्ये ता का पौट खाण्यासाठी प्रसिद्ध आहेत.

आमच्या घराच्या बाजूलाच डोंगरातून वाहत येणारा एक खळखळणारा झरा होता. त्यात आम्ही कोळंब्या आणि खेकड्यांचा शोध घेत असू. सर्वांत मोठी कोळंबी तुमच्या बोटाच्या आकाराइतकी असते आणि ती हातात सहजी सापडत नाही, सुळकन पाण्यात पळत असते; त्यामुळे आम्ही त्यांना जाळ्यात किंवा कापडात पकडत असू. पुरेशा कोळंब्या पकडण्यात यशस्वी ठरलो तर आई कोळंबीचं कालवण करत असे. खेकडे मात्र मोठे असायचे- साधारण मुलाच्या हाताएवढे. दगडाखाली लपून बसलेल्या खेकड्यांचा शोध घेण्यामध्ये मोठी मजा असायची. त्यांचं सूप मोठं चवदार बनायचं आणि त्यांचा टणक भाग सोलून मिरचीबरोबर कांडून खेकड्याची तिखट पेस्टही तयार करता येत असे.

कधी-कधी से से अन्नाच्या शोधार्थ जंगलात एकटाच जात असे. एके दिवशी तो एक अख्खं मुंग्यांचं वारूळ हातात अभिमानानं मिरवत घरी आला. ते लढाऊ मुंग्यांचं वारूळ होतं. त्यातली प्रत्येक मुंगी अर्धा इंच तरी लांब असून, धगधगत्या लाल रंगाची होती. ते वारूळ पानांनी विणलं गेलं होतं आणि त्याला अंडी लगडली होती. आईनं त्यांचं सूप बनवलं. तांदळाच्या दाण्यांसारखी दिसणारी ती अंडी सूपमध्ये तरंगताना दिसत होती. ते सूप चवीला फारच आंबट लागायचं. से सेला ते इतकं का आवडायचं हे काही केल्या मला कळायचं नाही पण त्याला आणि आईला ते सूप फारच प्रिय होतं.

बाबा घरी असले तर से से ऑर्किडच्या शोधात बाहेर पडे. ऑर्किड्स जंगलाच्या खूप आत असलेल्या झाडांच्या बेचक्यात वाढतात आणि कधी-कधी जमिनीपासून ४० ते ५० मीटर उंचीवर असतात. पण त्यानं बघेल तो से से कसला. तो अतिशय लवचीक होता. त्याच्या पायाची पकड भक्कम होती. झाडावरची झाडून सारी ऑर्किड्स गोळा करून आणताना मी त्याला पाहिलं आहे पण कधी तो पडला, झाडावरून घसरला असं कधीच झालं नाही.

जेव्हा से से ती ऑर्किड्स बाबांना आणून देई तेव्हा बाबांच्या चेहऱ्यावर मोठ्ठं हसू असे. त्या ऑर्किड्सची ते वाखाणणी करत. घरच्या पायऱ्यांवर बसून ते तासन्तास त्या फुलाचं निरीक्षण करण्यात घालवत. ऑर्किड-शिकारी से से त्यांच्या शेजारी या कानापासून ते त्या कानापर्यंत पसरलेलं हसू घेऊन समाधानानं बसलेला असे.

बाबा त्या ऑर्किड्सना नारळाच्या झावळ्यांबरोबर गुंफून सुंदर तोरणं तयार करत. आम्ही ती छतावर टांगत असू. आईला फुलांचं तेवढंसं आकर्षण नव्हतं; त्यामुळे ती या सजावटीकडे पूर्ण दुर्लक्ष करी. सजावटीपेक्षा खायला बऱ्या अशा गोष्टी पिकवण्याकडे तिचा कल होता.

रोज सकाळी पाच वाजण्याआधीच माझे आई-बाबा उठलेले असत. आई प्राण्यांना खाऊ घालण्यासाठी किंवा भाजीच्या मळ्यात पळत असे आणि बाबा त्यांच्या बागेची देखरेख करण्यासाठी बागेत जात असत. सकाळची ती वेळ बाबांसाठी अत्यंत आनंदाची असे. कधी-कधी ते आईला कापलेल्या फुलांचा गुच्छ आणून देत असत. ती अगदी ओशाळी झाल्याचा आव आणे खरा पण मनातून ती खूप खूश झालेली असे. माझ्या बाबांच्या अशाच छोट्या-छोट्या गोष्टींनी त्यांच्या संसारातील प्रणय अजूनही ताजातवाना आणि जिवंत राहिला होता. आम्ही आमच्या बाबांचं टोपणनाव पॉ का सार म्हणजे फुलवाला ठेवलं होतं.

आई-बाबा जेव्हा पहिल्यांदा गावात आले होते तेव्हा त्यांच्याकडे राहायला जागा नव्हती. त्यावेळी ते तिशीतल्या तेर पे पे नावाच्या करेन माणसाच्या घरी राहत असत. तेर पे पे आपल्या कुटुंबाबरोबर राहत असे. कालांतरानं त्याच्या कुटुंबीयांशी आमचे घनिष्ठ संबंध प्रस्थापित झाले आणि त्याचे आई-बाबा आमचे आजी-आजोबा बनले. त्यांचे आमचे रक्ताचे संबंध नव्हते पण आमचं एकमेकांवर कुटुंबासारखंच प्रेम होतं. आमच्याकरिता ते खऱ्याखुऱ्या आजी-आजोबांच्या जागीच होते.

आमचं घर शाळेच्या अलीकडे असेल तर त्यांचं घर पलीकडे होतं. अगदी पायी चालत जाण्याइतक्या अंतरावर. करेन संस्कृतीत प्रौढांना थोरल्या मुलाच्या किंवा मुलीच्या नावानं ओळखण्याची परंपरा आहे. म्हणजे माझ्या बाबांना ब्वा ब्वाचे बाबा आणि आईला ब्वा ब्वाची आई म्हणून ओळखलं जाई आणि आजी-आजोबांना त्यांचा थोरला मुलगा तेर पे पे मागे तेर पे पे मोह आणि तेर पे पे पा म्हटलं जाई. त्यांचं खरं नाव आम्हाला कधीच कळलं नाही.

आजोबा स्वभावानं एकदम शांत होते आणि आजीचा स्वभाव त्यांच्या बिलकूल उलट. तिची टकळी कधी थांबायचीच नाही. ती कायम आम्हाला तिच्या तरुणपणीच्या कथा सांगत बसलेली असे. ती आणि आजोबा, दोघांनीही वयाची ऐंशी पार केलेली होती आणि दोघांनीही ब्रिटिशांची सत्ता असलेला काळ अनुभवला होता. आजी विशीतली तरुणी असताना ब्रिटिशांच्या शाळेत शिक्षिका होती. त्या शाळेचं नाव होतं- पेर कू स्कूल.

तसं पाहिलं तर करेन आणि ब्रिटिश वसाहतवादी यांच्यामधील संबंध मित्रत्वाचे होते. करेन संस्कृतीचा आदर करण्यासाठी ब्रिटिशांनी शक्य ते सारं केलं आणि करेन लोकांनीही त्याला उत्तम प्रतिसाद दिला. बर्माच्या आधुनिक इतिहासात असं पहिल्यांदाच घडलं होतं की, सर्व जगात करेन नववर्ष साजरं केलं जाण्याचा अधिकार करेन लोकांना मिळाला. ब्रिटिशांच्या राज्यात त्या दिवशी सुट्टी घोषित केली जात असे. इथपर्यंत पोहोचण्यासाठी करेन लोकांना एक लांबच लांब चाललेला लढा द्यावा लागला होता आणि करेन लोकांना त्या लढ्याचं महत्त्व फार आहे.

जगात इतरत्र वापरल्या जाणाऱ्या ग्रेगोरियन दिनदर्शिकेपेक्षा करेन दिनदर्शिका खूपच वेगळी आहे. ती चंद्राच्या कलांवर आधारलेली आहे. चंद्राच्या कलांचं चक्र पूर्ण व्हायला लागणारा वेळ म्हणजे आमचा एक महिना; त्यामुळे तीस दिवसांचे बारा महिने व्हायचे आणि वर्षभरात ३६० दिवस; त्यामुळे इतर दिनदर्शिकांपेक्षा आमच्या दिनदर्शिकेत पाच दिवस कमी असायचे. प्रत्येक महिन्याला तो तो महिना निर्देशित करणारं खास नाव असायचं. उदाहरणार्थ- तिसरा महिना म्हणजे थ्वाय कॉ- रातकिडे गातात तो महिना. सर्वांत चमत्कारिक म्हणजे बाराव्या महिन्याला आम्ही लाह प्लू असं नाव दिलं होतं. ज्याचा अर्थ होता, मृत आत्मे पृथ्वीवर फेरफटका मारायला येतात तो महिना. अजबच!

करेन नववर्ष थे ले या वर्षातील पहिल्या महिन्यापासूनच चालू होतं. याच दिवसाला ब्रिटिशांनी करेन नववर्ष दिवस म्हणून अधिकृत मान्यता दिली आणि त्या दिवशी सार्वजनिक सुट्टी जाहीर केली.

आजीच्या लाडक्या कथांपैकी एक होती ती म्हणजे दुसऱ्या महायुद्धात जपान्यांनी हल्ला केला होता ती. एके दिवशी डोक्यावर एक विमान घरघरत आलं आणि त्यांनी शाळेवर बाँब टाकला आणि सर्वांना पळ काढावा लागला होता. त्यानंतर जपान्यांनी 'बर्मा इन्डिपेंडन्स आर्मी'शी (बीआयए) हातमिळवणी केली.

बीआयएनं जपान्यांशी हातमिळवणी केली होती ती ब्रिटिशांना बर्मामधून बाहेर काढण्याकरिता. त्यांना फक्त इतकंच कळलं नाही की ते एका वसाहतवाद्याला घालवून दुसऱ्याला आमंत्रण देत आहेत.

जपानी आणि बीआयएच्या फौजांनी करेन गावांवर अनन्वित अत्याचार केले. आजी आम्हाला काय एकेक भयावह कथा सांगायची. ते सैनिक करेन बाळांना त्यांच्या आयांकडून कसे हिसकावून घेत आणि त्यांना हवेत उडवून टोकेरी बेयोनेटवर झेलत. किंवा एखाद्या गर्भवती करेन बाईला कुशीवर झोपायला लावून तिचं पोट मुसळानं कांडत. तो सर्व भयानक प्रकार होता. लोक इतके निर्दयी कसे होऊ शकतात याचं मला खरोखरच आश्चर्य वाटे.

हल्ला करणाऱ्या सैनिकांना करेन लोकांबद्दल घृणा वाटत होती हे तर उघड होतं. त्यामागील कारण होतं आम्ही ब्रिटिश आणि मित्र सैन्याला देत असलेला आसरा. ब्रिटिश फौजांचा नेता मेजर सीग्रिम याला ताब्यात द्यावं म्हणून जपान्यांनी जंगजंग पछाडलं. मेजर सीग्रिम ब्रिटिश सैन्य आणि करेन फौजांचं नेतृत्व करत होता. या फौजा जंगलातून गनिमी कावा खेळत होत्या. ते अनपेक्षितरीत्या हल्ला करत आणि मग आले तसे गायब होऊन जात.

जेवढा दबाव वाढायला लागला तेवढ्याच निर्धारानं करेन लोकांनी मेजर सीग्रिमशी दगाबाजी करण्याचं नाकारलं. पण जेव्हा त्याला कळलं की जपानी त्याचा सूड निष्पाप

गावकऱ्यांवर उगवत आहेत तेव्हा तो आपणहून जपान्यांच्या स्वाधीन झाला. चळवळीचं नेतृत्व केल्याबद्दल देहदंडाशिवाय इतर शिक्षा होणार नाही हे माहीत असूनही त्यानं असं केलं होतं. तो इतर करेन लोकांपेक्षा अंमळ उंचच होता म्हणून आम्ही मेजर सीग्रिमला लाडानं 'लांब पायाचे आजोबा' म्हणत असू. लांब पायांच्या आजोबांनी स्वत:ला जपान्यांच्या स्वाधीन केलं ही गोष्ट करेन लोकांना बिलकूल पटली नव्हती पण ते अतिशय शूर आणि आपल्या तत्त्वांशी एकनिष्ठ असणारे लढवय्ये होते. नुसतंच हातावर हात ठेवून बसून त्यांनी निरपराधांना क्रौर्यात होरपळू दिलं नसतं.

जपान्यांनी मेजर सीग्रिमला आणि त्याच्या करेन सहकाऱ्यांना फाशी दिलं. तरीसुद्धा जपानी आणि बीआयएनं करेन लोकांवरील अत्याचार, जाळपोळ, बघताक्षणी हत्या करण्याचं सत्र सुरूच ठेवलं. या सर्वांतून सशस्त्र चळवळीनं जन्म घेतला. ब्रिटिश विमानांतून करेन सैनिक शस्त्रास्त्रांसह जंगलात उतरायचे. त्यावेळी चळवळीचं केंद्रस्थान असलेल्या थॉ थि को पर्वतावर पॅराशूट्स उतरण्याचं प्रमाण खूप वाढलं होतं. अशा जागी आजीचा जन्म झाला होता. याच ठिकाणाहून नंतर तिला पळही काढायला लागला होता.

एके दिवशी पौर्णिमेच्या रात्री आजीला आकाशातून काहीतरी पडताना दिसलं. विमानांमधून सैनिक, शस्त्रास्त्रांच्या पेट्या आणि दारूगोळा जमिनीवर उतरवला जात होता. आपल्या मायभूमीला गुलामगिरीतून मुक्त करण्यासाठी ते भारतातील ब्रिटिशांच्या सोबत प्रशिक्षण घेत होते, त्यांच्याबरोबर लढत होते. मूठभर ब्रिटिश अधिकाऱ्यांच्या नेतृत्वाखाली त्यांनी करेन चळवळ उभी केली होती.

जपान्यांना माहीत होतं की, सैन्य हवेतून उतरवलं जात होतं आणि तेच ओळखून त्यांनी हल्ला करायचं योजलं होतं. पण तो पर्वत खूपच उंच होता आणि फक्त स्थानिक लोकांनाच तो कसा चढायचा हे माहीत होतं. स्थानिक लोक करेन लोकांना आणि ब्रिटिशांना भुयारं आणि भूमिगत निवारे बांधून देण्यास मदत करत होते. जपानी पुढे पुढे येत गेले खरे, पण त्यांनी पर्वताकडे आणि तिथल्या प्रतिकूल हवामानाकडे दुर्लक्ष करण्याची चूक केली होती. ते जसजसे वर चढत गेले तसतसं हवामान अधिकच खराब होत गेलं.

हजारोंच्या संख्येनं जपानी सैनिक होते पण सर्वच्या सर्व थंडीनं गारठून गेलेले. अशा परिस्थितीतही त्यांनी हल्ला केला. ते युद्ध बरेच दिवस चाललं. लोक लढत राहिले, बरेचसे लोक मरण पावले. जेव्हा अमेरिकेने हिरोशिमावर अणुबॉंब टाकला आणि जपान्यांना युद्ध सोडून बराकींमध्ये परतण्याचे आदेश देण्यात आले तेव्हा ते युद्ध एकदाचं थांबलं.

यावेळी बराकींकडे परतताना जपानी कमांडरनं सर्वांत जवळचा रस्ता घ्यायचं ठरवलं. साल्वीन नदीच्या काठाकाठानं दक्षिणेकडे गेलं असता मोन राज्याची

राजधानी मोलमीन लागते. तेच जपान्यांचं मुख्यालय होतं. जपान्यांनी करेन गावकऱ्यांकडून बोटी घ्यायचं ठरवलं होतं. पाण्याला प्रचंड ओढ असलेल्या शक्तिमान साल्वीनमध्ये प्रवास करण्याकरिता या बोटी वापरल्या जात, पण जपानी कमांडरला त्या काही तेवढ्या बऱ्या वाटल्या नाहीत म्हणे. त्याला त्या लांबलचक प्रवासात सैनिकांना उन्हापासून संरक्षण देणाऱ्या, छप्पर असलेल्या बोटी हव्या होत्या. त्यांनी करेन गावकऱ्यांना लवकरात लवकर बोटी बांधण्याचे हुकूम सोडले. करेन गावकऱ्यांनी त्या फार काळ टिकणार नाहीत असा धोक्याचा इशारा दिला होता तरीही.

त्या बोटी एकदाच्या तयार झाल्या आणि जपानी त्यातून साल्वीन नदीतल्या प्रवासास निघाले. गोष्टी एकंदर सुरळीत चालल्या होत्या. पण हे टिकलं पापुनकडच्या उफाणत्या साल्वीनपाशी येईपर्यंत. इथं बोटी लंबकासारख्या हलायला लागल्या, बऱ्याचशा तर फुटल्यादेखील. सर्व जपानी सैनिक मेले, एकाचा अपवाद वगळता. तो नदीच्या किनाऱ्यावर फेकला गेल्यानं बालंबाल बचावला होता. तो गावकऱ्यांना मिळाला. गावकऱ्यांनी त्याला जपानी मुख्यालयाकडे पायी पाठवलं. त्या भयानक अनुभवानं त्या सैनिकाची वाचाच गेली होती.

आजी आम्हाला अशा गोष्टी सांगत असे. करेन लोक कसे लढले आणि त्यांनी काय काय भोगलं आहे हे कधीही विस्मरणात जाऊ नये असं तिला वाटत असावं, असं मला वाटतं. मला या गोष्टी ऐकायला खूप आवडत. या गोष्टी ऐकणं खूप महत्त्वाचं आहे असं मला वाटे. युद्धानंतर बर्मामध्ये करेन लोकांना काही प्रमाणात स्वायत्तता दिली जाईल असं आश्वासन ब्रिटिशांनी दिलं होतं. असंच आश्वासन इतर वांशिक गटांनादेखील मिळालं होतं. जपान्यांना देशातून हुसकावून लावण्यास मदत केल्याबद्दल देऊ करण्यात येणारं ते बक्षीस होतं.

पण युद्ध संपलं तसं ब्रिटिशांना त्या आश्वासनांचा विसर पडल्यासारखा झाला. दुसऱ्या महायुद्धानंतर लगेचच १९४७ मध्ये करेन नॅशनल युनियनची स्थापना करण्यात आली. हीच संघटना नंतर स्वातंत्र्य चळवळीची सर्वेसर्वा बनली. शतकानुशतकं झालेल्या पिळवणुकीनंतर आता केएनयूला आपल्या लोकांकरिता एक स्वतंत्र राज्य हवं होतं. फक्त असं केल्यानंच त्यांना त्यांचे अधिकार आणि संस्कृती यांचं जतन करता येणार होतं.

करेन लोकांना स्वतंत्र राज्य दिलं जाईल हे आश्वासन ब्रिटिशांनी पाळावं याकरिता केएनयूच्या नेत्यांनी लंडनमध्ये ब्रिटिश पंतप्रधानांची भेट घेतली. पण १९४८ मध्ये बर्मा स्वतंत्र झाला तेव्हा असं कोणतंही आश्वासन पाळलं गेलं नाही आणि तेव्हापासून करेन लोकांचे हलाखीचे आणि संघर्षमय दिवस सुरू झाले.

जेव्हा मी आजीकडे जात असे तेव्हा मला एका शेतातील टर्की पक्ष्यांना ओलांडून जावं लागत असे. एरवी मी माझ्या मोठ्या बहिणीबरोबर किंवा भावाबरोबर

असे पण त्या दिवशी एकटीच निघाले होते. त्या शेतात पोहोचले आणि अचानक त्या महाकाय पक्ष्यांनी माझ्यावर हल्लाच चढवला. माझी भीती आणि घुसमट त्यांनी जाणली असावी. ते पंखांची अधिकच फडफड करत हिसफिस करू लागले. मी घाबरून मागं सरले तेव्हा त्यांनी मला टोचा मारणं चालू केलं. मी जोरात किंचाळू लागले. माझी किंचाळी ऐकून आजोबा धावतच आले आणि त्यांनी मला उचलून सुरक्षित स्थळी नेलं. मला इतका आधार वाटला आजोबांचा. नेमकं काय झालं हे मी आजोबांना सांगितलं तेव्हा ते म्हणाले, ‘‘वा रे माझी शूर नात! इतकी लहान असून देखील आम्हाला भेटायला एकट्यानं आलीस!’’ ते कौतुकानं माझ्याकडे पाहातच राहिले.

आजोबा एका लाकडी पाईपमधून धूम्रपान करत. दर पाच मिनिटाला ते मला त्यांच्या खोलीतून लायटर आणायला पिटाळत. आजीही धूम्रपान करे आणि तिचा लायटर नेहमीच तिच्या पलंगाशेजारच्या टेबलावर पडलेला असे. त्यापैकी नेमका कुठला लायटर कोणाचा आहे हे मला नेहमीच कळायचं आणि मी नेहमीच योग्य लायटर आणून देई. आजोबा मला मांडीवर बसवून घेत आणि पाईप पेटवत. तंबाखूचा तो विशिष्ट गंध आणि निळा धूर हवेत रेंगाळत राही. त्यांचा पाईप ओढून होईपर्यंत मी झोपी गेलेले असे. बऱ्याचदा असं होई की से से मला घरी न्यायला येई आणि गाढ झोपी गेलेल्या मला उचलून त्याला घरी न्यावं लागे.

माझा चौथा वाढदिवस जवळ येत चालला तेव्हा आजोबा अचानक मरण पावले. ज्याचं मरण याचि देही याचि डोळा पाहिलं अशी ती माझ्या आयुष्यातील पहिली व्यक्ती होती. आजोबा मरण पावले आहेत आणि एकदा का त्यांना मातीत पुरलं की मी त्यांना पुन्हा पाहू शकणार नाही असं आईनं मला हळूवारपणे समजावून सांगितलं होतं. मला खूप दुःख झालं. आजीपेक्षा आजोबांवर माझं जास्त प्रेम होतं. ती माझ्याशी कायम गप्पा छाटत बसलेली असे पण आजोबांपाशी मला डुलक्या काढायला, कुशीत गुरगुटी मारून झोपायला मिळत असे.

ते जिवंत होते आणि माझ्या आठवणींची पोहोच जाते तोपर्यंत मी आजोबांच्या पायापाशीच खेळत असलेली मला आठवते. मला त्यांना एक शेवटचा स्पर्श करून बघायचा होता. मी त्यांच्या घरी गेले. आजोबांना बैठकीच्या खोलीत निजवण्यात आलं होतं आणि त्यांच्या सभोवताली मेणबत्त्या लावण्यात आल्या होत्या. त्यांच्या पूर्ण शरीरावर पांढऱ्या कापडाचं आच्छादन होतं. त्यांचा चेहराच तेवढा दिसत होता. ते किती शांत, तृप्त दिसत होते. ते मरण पावले आहेत हे मला माहीत नसतं तर ते गाढ झोपी गेले आहेत, असंच मला वाटलं असतं. मी त्यांच्या जवळ गेले आणि त्यांच्या पायावरचं आवरण हलकेच दूर केलं. त्यांच्या तळव्याची सारीच्या सारी बोटं जागच्या जागी आहेत ना हे पाहायला.

त्यांना पुरल्यानंतर ते कुठं गेले असावेत हे मी माझ्या आईला विचारलं. ती कधीही 'ते स्वर्गात आहेत बेटा' किंवा 'आपण त्यांना लवकरच भेटणार आहोत' अशी उडवाउडवीची उत्तरं देत नसे. करेन चैतन्यवाद्यांचा विश्वास आहे की, शरीर मृत झालं तरी आत्मा अमर्त्य असतो आणि तो पृथ्वीवरच घोटाळत राहतो; त्यामुळे तसं पाहिलं तर आजोबा अजूनही आमच्याबरोबरच होते. आई हे सर्व मला समजावून सांगत होती. आजोबा अजूनही आमच्याबरोबरच आहेत आणि माझ्यावर लक्ष ठेवून आहेत ही कल्पना मला बेहद्द आवडली.

पावसाळा सुरू होता होता; आजोबा मरण पावले होते. जून ते सप्टेंबर हा धुवाधार पावसाचा मोसम होता. या महिन्यांमध्ये दिवस-रात्र अथक पाऊस कोसळत असे. पाऊस सुरू होण्याच्या काही काळ आधी आम्ही शेतं साफसूफ करून भाताची पेरणी करायचो. नोव्हेंबर-डिसेंबर हे वर्षातील सर्वांत कोरडे दिवस होते आणि कापणीचा हंगामदेखील. भाताची पेरणी आणि कापणी हे करेन वर्षातील सर्वांत महत्त्वपूर्ण दिवस होते. भातशेतीतील प्रत्येक टप्पा कुठल्या ना कुठल्या रीतीनं साजरा केला जाई. आम्ही जंगलाचा एक पट्टा साफसूफ करून जाळत असू. मग राखेनं समृद्ध झालेल्या मातीत आम्ही भात पेरत असू. आमचं पीक नेहमीच पावसाच्या पाण्यावर वाढे आणि ते नेहमीच डोंगराच्या उतारावर लावलं जायचं. शेतीसाठी जंगल साफ करताना झाडं कापावी लागत. पहिलंवहिलं झाड कापताना बाबा पेट कू– झाड कापणी नावाचा चैतन्यवादी विधी करत असत. ते थोडंसं अन्न घेऊन प्रार्थना करत आणि ते जंगलाला अर्पण करत. त्यांना त्यांच्या कुटुंबाकरिता हे पीक घेणं भाग आहे; त्यामुळे झाड कापल्याबद्दल त्यांना क्षमा करावी, अशी विनंती ते वृक्षदेवतांना करत असत.

जंगलाचा एखादा पट्टा साफ करून जाळल्यानंतर बाबा दुसरा विधी करत ज्याचं नाव होतं थु बु- भात पेरणी. ते पुन्हा अन्नाचा नैवेद्य दाखवून पिकांकडे लक्ष देण्याची विनंती देवतांना करत. भरघोस पीक यावं याकरिता तो विधी केला जाई. मी लहान होते तेव्हा भातपेरणीत से सेला मदत करण्याचा प्रयत्न करत असे. पण मातीतल्या प्रत्येक भोकात चार ते पाच दाणे टाकण्याऐवजी मी मूठभर दाणे टाकून ठेवत असे. बिचाऱ्या से सेला ते अतिरिक्त दाणे काढण्यासाठी माझ्या मागोमाग फिरावं लागत असे. दाणे फुकट घालवणं आम्हाला परवडण्यासारखं नव्हतं.

तिसरा विधी होता कुत बु- भातकापणी. हा देखील छप्पर शाकारणीसारखाच सोहळा होता. एवढ्या दिवसांत आपल्याला भाताची कापणी करायची आहे, असं बाबा जाहीर करत. ठरलेल्या दिवशी शेजारीपाजारी गोळा होत आणि सर्व मिळूनच शेतावर जात. आई चिकन आणि भोपळ्याचा रस्सा करी पण यावेळी घरात नाही, तर शेताबाजूच्या एका झोपडीत.

कापणी सुरू करण्याआधी खूप सारे चैतन्यवादी करेन लोक सृष्टीतील चैतन्याचे आभार मानत. कृतज्ञता म्हणून विविध खाद्यपदार्थांचा नैवेद्य आम्ही सादर करत असू. बाबा आणि से से माणसं गोळा करत आणि तात घेह- खुरपी घेऊन आपलं काम चालू करत. मूठभर भाताची रोपं हातात घेऊन जमिनीच्या पातळीपासून थोड्याशाच उंचीवर कापत असत. मग त्या भाताच्या पेंढ्या करून बाजूला ठेवल्या जात.

पुरेशा पेंढ्या बांधून झाल्या की त्या सुकण्यासाठी विणलेल्या चटईवर ठेवल्या जात. कडकडीत उन्हात तीन दिवस वाळल्या की त्या पेंढ्यांवरून पुढं-मागं चाललं की भात वेगळा होत असे. बाकीची पेंढी घरी गुरांना खायला द्यायला वापरली जात असे किंवा बागेत पसरून तिचं खत तयार केलं जात असे.

कापणी केलेला भात तीन भागांत विभागला जात असे. मोठ्या दाण्याचा भात, जो कुटुंबानं खाण्याकरिता वापरला जाई आणि दुसऱ्या प्रकारचा भात पुढच्या वर्षी पेरणीसाठी वापरला जाई आणि तिसऱ्या प्रकारचा भात ज्यांनी कापणीकरिता मदत केली त्यांना धन्यवाद देण्याकरिता दिला जात असे. कुटुंबाचा भात एका बु पॉ नावाच्या मोठ्या तांदळाच्या कणगीत ठेवला जाई. ती एका छोट्या गाडीच्या आकाराची असे. ती बांबूच्या वेतापासून बनवलेली असून, तिला शेणाचिखलानं थापलेलं असे. ती वाळून कडक झाली की दगडासारखी बने आणि मजबूत, जलरोधक भिंतीसारखी कामाला येत असे. आतलं धान्य काढून घ्यायला शिडीनं वर जावं लागे.

बाबा आणि से सेनं आमचं बु पॉ तयार केलं होतं. शेणामातीचं प्लॅस्टर त्यांनी स्वत:च्या हातानं थापलं होतं. त्या टणक पृष्ठभागावर त्यांच्या हातांचे ठसे दिसत.

या शेणामातीच्या प्लॅस्टरबद्दल एक खूप लोकप्रिय विनोद होता, तो असा- एके दिवशी एक करेन वैज्ञानिक आणि करेन तत्त्ववेत्ता अशीच एक तांदळाची कणगी न्याहाळत होते. करेन वैज्ञानिक म्हणाला, 'मला एक कळत नाही, गोदामाच्या बाजूंवर मलविसर्जन करण्यासाठी गाय इतक्या उंचावर कशी चढली असेल?' 'अगदी सोप्पं आहे!' तत्त्ववेत्ता म्हणे, 'तुझे हात पुढे कर, मी दाखवतो ते कसं करता येईल ते!'

हे बु पॉ आमच्या घराच्या बाहेरच ठेवलेलं असे. पण बर्मी सैन्यानं फोर कट्स पॉलिसी चालू केल्यापासून लोक आपलं अन्नधान्य गुप्त ठिकाणी साठवून ठेवणं पसंत करत. अर्थातच आमच्या गावात बर्मी सैन्यानं जाळपोळ करण्याचा धोका नव्हता किमान- अजूनतरी नव्हता.

माझ्या बालिश बुद्धीला असं वाटत होतं की, युद्ध अजून खूप दूर आहे आणि आम्ही फार छान-छान आयुष्य जगतो आहोत. हे कधीतरी बदलू शकेल हा विचारही कधी माझ्या मनाला शिवला नव्हता. मी आजोबांना मरताना पाहिलं होतं पण ते

वृद्धत्वानं गेले होते. प्रत्येकालाच कधी ना कधी मरायचं आहे हे देखील मला ठाऊक होतं; त्यामुळे मृत्यूबद्दल भीती कशी ती वाटायचीच नाही.

आणि काहीही झालं तरी आजोबांचा आत्मा आमच्याबरोबर होताच की!

मुले - देवाघरची फुले

मी प्राथमिक शाळेत जायला लागले तेव्हा पाच वर्षांची होते. शाळेची इमारत खूपच प्राथमिक स्वरूपाची होती. बांबूच्या ढाच्यातून बनवलेली एक मोठी झोपडी, भिंती तर नाहीच आणि फळ्याकडे तोंड करून उभी केलेली लाकडी फळकुटांपासून तयार केलेली बाकडी. शाळा म्हणजे एवढंच असतं हेच आम्हाला ठाऊक होतं आणि मी प्रथमदर्शनीच तिच्या प्रेमात पडले होते. आईच्या आक्रमक स्वभावापेक्षा बाबांचा विचारी स्वभाव मी जास्त उचलला होता; त्यामुळे विविध गोष्टींच्या प्रेमात पडणं मला जमू शकायचं.

पहिल्या वर्षात आम्हाला करेन भाषेचे धडे, प्राथमिक इंग्लिश आणि हस्ताक्षर असे विषय होते. शाळेचा गणवेश ठरलेला होता. निळा स्कर्ट आणि पांढरा शर्ट. पण खूप सारी कुटुंबं इतकी गरीब होती की त्यांना गणवेश विकत घेणं परवडायचं नाही; त्यामुळे मुलांना आहे त्या कपड्यांत शाळेत बसायची परवानगी दिली जाई. त्यांना अर्ध्यामुर्ध्या गणवेशांत पाहून मला त्यांच्याबद्दल सहानुभूती वाटत असे. सुदैवानं माझ्याकडे माझ्या बहिणीनं वापरलेला का होईना, गणवेश होता.

पहिल्याच वर्षी आमच्या शिक्षिकेनं आम्हाला प्रश्न विचारला, मोठेपणी तुम्हाला कोण बनायचं आहे? मी उत्तर दिलं शिक्षिका. कारण तोच असा एकमेव व्यवसाय होता जो मला त्याक्षणी महत्त्वाचा आणि आदरणीय वाटला होता. अर्थातच, माझी शिक्षिका माझ्या या उत्तरानं आनंदली. पहिल्या काही महिन्यांमध्ये मी करेन भाषेत स्वतःचं नाव लिहायला शिकले. झोया. पण ते लिहिताना बऱ्याच वेळा माझ्या चुका व्हायच्या आणि अनेक वेळी ते झोयाऐवजी झो-गा असं लिहिलं जाई. करेनमधल्या 'वाय'ला मी शीर्षासन करायला लावायचे ज्यामुळे तो 'जी'मध्ये बदलायचा आणि माझ्या नावाचा अर्थ व्हायचा झोगा- तोडकी मोडकी. माझे मित्रमैत्रिणी यावर खदाखदा हसत आणि माझा जीव जाईस्तो थट्टा करत. माझं नाव करेन भाषेतील

पारंपरिक नाव नव्हतं; यामुळे त्या नावावर माझा आधीच रोष होता. या सर्व प्रकारानं त्यात आणखी भर पडली.

शाळेचा आकार गावाचं सभागृह आणि गावातलं चर्च मिळून होईल इतका मोठा होता. मुलं आणि मुली वेगवेगळ्या रांगांमध्ये बसत असत. विद्यार्थ्यांमध्ये स्पर्धात्मक वृत्ती असू नये, दुसऱ्यानं यश मिळवलं तर त्याबद्दल सर्वांनाच आनंद वाटायला हवा असं आम्हाला शिकवलं जायचं.

आमच्या शाळेची घंटा म्हणजे लोखंडी दांड्यापासून बनलेला एक त्रिकोण होता. रोज सकाळी मुख्याध्यापक ती घंटा वाजवायचे. त्या घंटेचा नाद गावभर ऐकू यायचा. त्या आवाजाचा अर्थ होता सकाळच्या सभेची वेळ झाली आहे. शाळा संपताना आणि रविवारी भरणाऱ्या शाळेसाठीसुद्धा ती वाजवली जायची.

आमच्या गावात मुख्यत्वे ख्रिस्ती, चैतन्यवादी आणि बौद्ध लोकांचा भरणा होता. कोणीही कोणाचं धर्मांतर करू पाहत आहे असा प्रकार राजरोस दिसायचा नाही. पण रविवारची शाळा म्हणजे एक खुले आम ख्रिस्ती प्रकरण होतं. तुम्ही ख्रिस्ती नसाल तर तुम्ही नरकात जाल असं आम्हाला शिकवलं जायचं. जेव्हा शिक्षकच असं सांगायचे तेव्हा ते खरं आहे की काय याची भीती वाटायला लागायची आणि ते फार भीतीदायक असायचं.

माझे आई-बाबा धर्माच्या बाबतीत एकदम पुरोगामी होते. त्यांचा धर्म कोणता याबद्दल विचारणा केली जाई तेव्हा ते खा ऑ गेह असल्याचं सांगत. म्हणजे 'विश्वातील चैतन्यावर विश्वास ठेवणारी माणसं.' करेन माणसं त्यांच्या चैतन्यवादाची व्याख्या अशीच करतात. पण त्यांनी कुठल्याही विशिष्ट धर्माची संथा आम्हाला कधीच दिली नाही. आपापले विश्वास, आपापल्या श्रद्धा आम्हालाच निवडू द्यायचं पूर्ण स्वातंत्र्य त्यांनी आम्हाला दिलं होतं; त्यामुळे रविवारच्या शाळेत आम्हाला जे काही सांगितलं जायचं ते मी लक्षपूर्वक ऐकायचे आणि त्यावरून आपली स्वत:ची मतं बनवायचा प्रयत्न करायचे.

आमच्या गावात सर्व धर्मांचे लोक कोणत्याही ताणतणावाशिवाय गुण्यागोविंदानं नांदायचे. याचं मूर्तिमंत उदाहरण होतं मी मरणासन्न असताना लोकांची वागणूक. मला भेट द्यायला, मला बघायला अनेक लोक येत असत. येणाऱ्या सर्वांनाच आई काय घडलं ते सविस्तर सांगत असे. ते ऐकताना मला जाणीव झाली, मी त्यातून वाचले हा एक चमत्कार असल्याचा तिचा विश्वास होता. ते म्हणजे मला नव्यानं जन्म मिळाल्यासारखंच होतं.

भेटायला येणाऱ्या लोकांपुरतं म्हणायचं झालं तर, तीन दिवस बेशुद्धावस्थेत असलेल्या पण त्यातून सुखरूप वाचलेल्या कोणाला तरी भेटताना त्यांना फार विस्मय वाटत होता. आमच्या गावात पुरेशा वैद्यकीय सुविधा नव्हत्या; त्यामुळे

त्यांच्या मते मी मरून जायला हवं होतं. प्रत्येक माणसानं माझ्या कहाणीला त्यांच्या श्रद्धा आणि विश्वासाच्या चश्म्यातून बघितलं होतं. ख्रिस्ती, चैतन्यवादी किंवा बौद्ध प्रत्येकानंच माझ्या बालंबाल बचावण्याच्या चमत्काराचा आपापल्या परीनं अर्थ लावला होता.

वैद्यकीय सुविधांच्या अभावामुळे लोकांनी आपला मोर्चा पर्यायी उपाययोजनांकडे वळवला होता. माझी आई एक प्रकारची वैद्य होती आणि ती लोकांना बरं करण्यासाठी ॲक्युपंक्चरचं तंत्र वापरत असे. ती त्याला तेर रू तात- 'चायनीज सुया' म्हणत असे. ती परिचारिका म्हणून काम करत असताना तिला तेर रू तातचं प्राथमिक प्रशिक्षण देण्यात आलं होतं. पाठदुखी आणि सांधेदुखीच्या तक्रारी घेऊन लोक दूरदूरवरून आमच्या घरी येत असत. त्यापैकी अनेक जण गरीब गावकरी किंवा शेतकरी होते पण तिनं कोणालाही विन्मुख पाठवलं नाही.

ती त्या रुग्णाला एका कांबळ्यावर बसायला लावे. मग ती तिच्या लाकडी डब्यातून सुया काढत असे. उकळत्या पाण्याच्या भांड्यात त्या सुया निर्जंतुक करायला ठेवत असे. हे करत असताना ती त्या रुग्णाला नेमकं काय होतं आहे, कुठं दुखतं आहे ते विचारत असे. मला आठवतं, पाठीत भयंकर वेदना होत असल्याची तक्रार घेऊन एक माणूस आईकडे आला होता. तो शेतकरी होता आणि ते दुखणं दीर्घकाळ अंगावर काढल्यावर आता सहन होत नसल्यानं तो आईकडे आला होता. त्याच्या भागात कुठलाही दवाखाना नव्हता. पण त्यानं आईची कीर्ति ऐकली होती म्हणूनच तो इतक्या दूरवरून आला होता.

खरंच हे उपचार करून घ्यायचे आहेत का असं आईनं त्याला विचारलं. त्यावर त्यानं मान हलवली. तिनं दुखऱ्या जागेचा अचूक शोध घेतला आणि सुया त्याच्या पाठीत टोचल्या. टोचलेल्या सुयांमध्ये पुन्हा एकदा संवेदना आणण्यासाठी ती अधूनमधून त्यांना हलवत राही. तो एक तासभर तिथं तसाच पडून राहिला. मग आईनं त्याच्या वेदना थोड्या वेळानं दूर होतील, असं सांगितलं. तो जमिनीवरून उठला आणि आईकडे पाहून हसला. त्याच्या हालचाली पूर्वीपेक्षा जास्त सहजपणे होत असल्याचं दिसत होतं. थोड्या दिवसांनी तो भेटीदाखल कोंबडी घेऊन आला तेव्हा त्यानं सांगितलं की, त्याची पाठ आता खूपच बरी होती आणि तो व्यवस्थित कामही करू शकत होता.

कधी-कधी जखमी झालेले करेन सैनिकही उपचार करून घ्यायला आईकडे येत. या सुया नेमक्या कशा काम करतात? मी एकदा आईला विचारलं. सर्वसाधारणपणे सुयांचा वापर इंजेक्शनमध्ये होतो आणि त्यातून औषध आत जाताना दिसू शकतं. त्यावर तिनं म्हटलं की, त्या सुयांमध्ये आधीपासूनच औषध होतं. पण तुम्हाला लक्ष देऊन ते काम करावं लागतं. हात स्थिर ठेवावा लागतो. नाहीतर सुई योग्य ठिकाणी

टोचली जात नाही. टोचलेल्या सुयांनी भरलेला एखादा माणूस पाहिला की मला पिनकुशनच आठवे. पण त्यानं खरंच गुण येत असावा कारण चायनीज सुया वापरणारी बाई म्हणून माझी आई प्रसिद्ध होती.

आमचं गाव तसं लहानच होतं. त्यामुळे माझे शाळेतले मित्रमैत्रिणी शेजारीपाजारी राहाणाऱ्यातलेच होते. दे न्याह पॉ- लिली, ती सेर पॉ- गोड पाणफुले आणि बुलबुल. त्या माझ्या जीवश्चकंठश्च मैत्रिणी होत्या. बुलबुलचं नाव बुलबुलच होतं. तिला कोणतंही करेन नाव नव्हतं. करेन मुलांची नावं इंग्लिश असणं यात नवीन काहीच नव्हतं. विशेषत: चळवळीत काम करणाऱ्यांच्या कुटुंबांमध्ये.

बुलबुल शेजारीच राहायची आणि ती माझ्याच वयाची होती. नदी आणि आमचं घर यामध्ये तिचं घर होतं. तिची आई गृहिणी होती आणि बाबा चळवळीतील कार्यकर्ते. ती अगदी हाकेच्या अंतरावर राहायची. आम्ही नेहमीच एकमेकांच्या घरी खेळत असायचो. मी माझ्या घरून हाक देई, 'बुलबुल तू घरी आहेस का?' जर ती घरी असेल तर तिचा आवाज येई, 'आहे, आहे! तू इथे येतेस का मी तिथे येऊ?'

बुलबुलचे केस नेहमीच बारीक कापलेले असत. माझ्यासारखंच तिलाही सर्वच गोष्टींबद्दल जबर कुतूहल वाटे आणि माझ्यासारखीच तिलाही नेहमीच साहसाची खुमखुमी आलेली असे. एके दिवशी आम्ही शेजाऱ्याच्या बागेत घुसून आंबे चोरले. बुलबुलच्या घरी परतलो आणि थेट शौचगृहाच्या दिशेनं निघालो. आंब्याची मेजवानी झोडण्याकरिता ती काही आदर्श जागा नव्हती. जमिनीत खोदलेल्या खड्ड्यांभोवती बांधलेल्या बांबूच्या भिंती होत्या फक्त आणि तिथं भयानक दर्प पसरलेला होता. पण पकडले न जाता आंबे खाता येतील अशी ती एकमेव जागा होती.

आम्ही फळांचा आस्वाद घेत होतो आणि आंबे चोखून आंब्याच्या कोयी त्या काळोख्या, दुर्गंधीयुक्त खड्ड्यांत टाकत होतो. पण दुर्दैवानं आम्ही आधीच पकडले गेलो होतो. शौचगृहात लपत छपत शिरताना बुलबुलच्या बहिणीनं आम्हाला पाहिलं होतं. आंबे खाऊन बरबटलेल्या चिकट हातांनी बाहेर पडताना तिनं आम्हाला पकडलं.

"तुमच्या खोड्या काही सुटायच्या नाहीत!" तिनं खडसावलं. "तुम्ही शेजाऱ्यांच्या बागेतून आंबे चोरलेत ना? मी पाहिलं तुम्हाला. ते चेटूक करू शकतात हे माहीत नाही का तुम्हाला? आणि आता तुम्ही ते खाल्लेत, तुमच्या पोटात भयंकर वेदना होतील पाहा."

मी इतकी घाबरले की, मला आताच्या आता उलटी करून खाल्लेले सर्व आंबे बाहेर टाकावेसे वाटायला लागले. पण अर्थातच मी तसं करू शकले नाही. आम्ही आमचा गुन्हा नाकबूल करण्याचा प्रयत्न देखील केला नव्हता. खोटं बोलणं देखील चुकीचंच ठरलं असतं या विचारानं आम्ही आणखी त्रस्त झालो.

"तुम्हाला माहीत नाही ती बाई रोज आंबे मोजते ते?" बुलबुलची बहीण

बोलतच होती, ‘‘आता आंबे कमी झालेत हे तिला कळेल आणि ती चोरांवर जादूटोणा करील, बघतच राहा तुम्ही.’’

आता तर आम्ही जास्तच घाबरलो. यापुढे कधीही आंबे न चोरायची आम्ही जणू शपथच घेतली.

माझ्या सर्व मैत्रिणींची मी म्होरकी होते आणि आंबेचोरीची मोहीम ही माझ्याच सुपीक डोक्यातून आलेली कल्पना होती असं वाटतं पण आंब्याचा मोह सोडता येण्यासारखा नव्हता. त्या योजनेत एकमेव दोष होता तो म्हणजे खाण्याची जागा– शौचगृह. आंबे खाण्यासाठी काही ती इतकी चांगली जागा नव्हती आणि ती सार्वजनिक असल्यानं तिथं फार काळ गुप्तपणे काही करता येईल असं नव्हतंच.

माझ्या घराच्या दुसऱ्या बाजूला ती सेर पॉचं घर होतं. काटकुळी आणि नाजूक दिसणारी असली तरी वेळ येताच ती आक्रमक बने आणि एक-दोघांना सहज भारी पडू शके. असं सर्व असलं तरी ती आमच्या ‘टोळी’चा अविभाज्य भाग होती. तिची मावशी आमच्या शाळेत गणित शिकवायची, शिवाय रविवारच्या शाळेतही शिकवायची. मी बरेचदा त्यांच्या घरी जेवणासाठी जायचे.

ती सेर पॉचा आवाज अतिशय गोड होता; त्यामुळे तिनं चर्चमध्ये गाणं म्हणणं ओघानं आलंच. ती आणि मी रविवारच्या शाळेत जाणाऱ्या मुलींपैकी एक होतो. आम्ही शिकलेली गाणी गाताना खरंच खूप मजा येई.

येशू माझ्यावर प्रेम करतो हे मला ठाऊक आहे.
तेव्हा बायबलमध्ये सांगितल्याप्रमाणे
तो मला माझ्या पापापासून मुक्त करण्याकरिता आला आहे.
आणि मी पुन्हा त्याचे मूल झालो आहे.

आमच्या टोळीतील तिसरी मैत्रीण होती दे न्यह पॉ. आम्हा तिघींच्या घरापेक्षा तिचं घर थोडंसं लांब होतं. टीक पर्वताकडे जायच्या रस्त्यावर तिचं घर लागे. ती आणि ती सेर पॉ म्हणजे दोन ध्रुव होते. ती धिप्पाड, मजबूत बांध्याची मुलगी होती. ती सर्वांवर हुकूमत गाजवत असते असं सर्वांचं म्हणणं होतं; पण मला मात्र तसं कधी वाटलं नाही. आमच्या वर्गात ती सर्वांत मोठी दिसे. ती सेर पॉ आणि बुलबुलला ती अनेकदा हुकूम सोडत असे पण ती दयाळू आणि उदार देखील होत असे.

माझी चौथी मैत्रीण होती नॉ पॉ– कुमारी फुलवा. तिचे बाबा राजकीय कैदी म्हणून तुरुंगात होते. त्यांच्या घरची परिस्थिती अत्यंत हलाखीची होती. समस्या एकच होती ती म्हणजे ती गावाच्या एकदम टोकाला राहत होती. आमचं गाव नदी आणि पर्वताच्या मध्ये वसलं होतं आणि नदीच्या काठाकाठानं वाढत गेलेलं होतं.

गावाच्या एका टोकाकडून दुसऱ्या टोकाकडे जाताना पार दमछाक व्हायची. आम्हाला सर्वांनाच नॉ पॉ खूप आवडायची पण कायम तिच्यासोबत राहावं इतक्या जवळ ती राहत नव्हती.

बहुतेक वेळा त्या टोळक्याचं म्होरकेपद माझ्याच गळ्यात पडायचं. मी नेहमी खेळाच्या नवनव्या कल्पना शोधून काढत असे म्हणून असेल. आणि माझ्याकडे आणखी एक जमेची बाजू होती ती म्हणजे आमच्या घराची जमीन जरा जास्तच उंचावर होती; त्यामुळे घराच्या खाली खेळायला खूप जागा असायची. बरेचदा, आम्ही सर्व पेरूच्या झाडाला लटकण्याचा खेळ खेळत असू. ब्वा ब्वा असली तर असायची. स्लोन त्याचा जिगरी दोस्त बुलबुलच्या भावाबरोबर आला तर यायचा. नॉ पॉ आमच्याबरोबर असली तर आम्ही सर्व मिळून आठ जण व्हायचो. आम्ही सर्व जण झाडावर झोके घेत असू, फळं पाडून खात असू आणि धमाल करत असू.

काही झाडांच्या पायथ्याशी असलेल्या तीव्र उतारावरून आम्ही चिखलात घसरगुंडी खेळत असू. बुलबुल आणि मी चिखलातून पाठीवर घसरत येतानाच हसायला लागलेलो असू. हा खोडकरपणाचा कहर होता हे कळायचं कारण आम्ही नखशिखांत चिखलात लडबडलेले असायचो. पण यापेक्षा मजेदार खेळ असूच शकत नव्हता.

मुलांच्या टोळक्याचा म्होरक्या लाह का पॉ– चंद्रप्रकाश माझा चांगला मित्र होता. माझा लहान भाऊ स्लोनसारखाच तो देखील तडकू होता. त्यानं त्या तडकूपणाचा उपयोग आपल्या मित्रांवर वचक प्रस्थापित करण्यासाठी करून घेतला होता. लाह का पॉनं एखादा निर्णय घेतला तर त्याचं पालन इतरांनी करायलाच हवं. स्लोनप्रमाणे तोसुद्धा धिप्पाड वगैरे नव्हता पण अतिशय चतुर आणि तल्लख बुद्धीचा होता; त्यामुळेच त्याचा दरारा होता.

ती सेर पॉच्या शेजारीच लाह का पॉ राहायचा म्हणजे एक प्रकारे माझा शेजारीच म्हणायचा. एके दिवशी मधल्या सुट्टीत जेवणासाठी घरी येत असताना लाह का पॉ आणि मला एक खेळ सुचला. पक्ष्यांप्रमाणे पंख पसरून भराऱ्या मारल्यागत आमचे हात पसरून आम्ही पळू लागलो. जेवण-बिवण सगळ्यांचा आम्हाला विसर पडला.

दुपारची शाळा संपेपर्यंत आमचा हा 'उडान' खेळ चालूच होता आणि घरी पोहोचेपर्यंत आईच्या जिवाला घोर लागला होता. तिनं माझ्या शोधार्थ से सेला पिटाळलं होतं.

"लहाने, अगं कुठं होतीस?" ती उद्गारली, "तू जेवायलाही आली नाहीस आणि घरीदेखील उशिरा आलीस."

"मी कुठंही गेले नव्हते मोई" मी म्हणाले, "मी फक्त लाह का पॉबरोबर खेळत बसले होते."

तेव्हापासून सर्वांचाच समज असा झाला की, मी आणि लाह का पॉमध्ये

काहीतरी चालू आहे. आमच्यातलं गुळपीठ पाहून आम्ही जन्मजन्मांतरीचे साथीदार बनण्यासाठीच जन्माला आलो आहोत असा समज सर्वांनी करून घेतला. त्याचं आणि माझं कुटुंब आमची खूप थट्टा करत असे. त्या सर्वांची म्होरकी होती माझी बहीण आणि तिला दुजोरा देण्याचं सौजन्य : से से आणि स्लोन. मी तशी लाजाळूच होते; त्यामुळे असं चिडवलेलं मला बिलकूल आवडत नसे. लाह का पॉबद्दलच बोलायचं झालं तर जेव्हा त्याचे बहीण-भाऊ मी त्याची प्रेयसी असल्याचं चिडवत तेव्हा तो जाम वैतागत असे.

लाह का पॉच्या टोळीपैकी एकाचं नाव होते विन्स्टन चर्चिल. आमच्यापैकी कोणीही तोपर्यंत त्या ख्यातनाम ब्रिटिश पंतप्रधानाचं नाव ऐकलं नव्हतं. त्यामुळे आमच्याकरिता ते असंच एक उगीच इंग्लिश नाव होतं. विन्स्टन चर्चिलच्या बाबांचं नाव होतं सॉ तू– श्रीयुत सोने. त्यांना सात मुलं होती. सर्वांत थोरल्या मुलाचं नाव होतं एह काँ तू– प्रेम देश सोने. त्यानंतरच्या मुलींची नावं होती केह ब्लू तू– मदतशील सोने; बा ब्लू तू– उपयोगी सोने; घाय नाय तू– सोन्यापेक्षा उजवे आणि मु यु तू– सोन्याची नदी.

त्यानंतर त्याच्या पालकांना सोन्याशी संबंधित नावांचा तुटवडा भासायला लागला वाटतं कारण त्यानंतर जन्माला आलेल्या मुलाचं नामकरण त्यांनी विन्स्टन चर्चिल असं केलं. त्या घरातलं शेंडेफळ म्हणून मुलगी जन्माला आली, तिचं नावदेखील इंग्लिशच ठेवण्यात आलं, धावता बॉंबगोळा या अर्थी. विन्स्टन चर्चिलच्या पालकांनी तिला असं नाव देण्यामागचं कारण म्हणजे करेन लोक सतत बॉंबगोळे, गोळ्यांपासून पळत असत. पण विन्स्टन चर्चिलचं नाव विन्स्टन चर्चिल असण्यामागचं स्पष्टीकरण मात्र ऐकिवात नव्हतं.

एके दिवशी मी आणि बुलबुल आतापर्यंतच्या सर्वात साहसी प्रवासाला गेलो. मी माझ्या मोठ्या बहिणीचं शेपूट होते. ती जिथं जाईल तिथं तिच्या पाठोपाठ जायचं हा जणू माझा धर्मच होता. एके दिवशी ब्वा ब्वानं आंबे वेचायला जाणार असल्याचं जाहीर केलं. साहजिकपणे मी आणि बुलबुलही तिच्यासोबत जाणार असल्याचं मी घोषित केलं. ब्वा ब्वानं खूप लांबचा रस्ता आहे आणि आम्ही खूपच लहान असल्याचं कारण पुढे करून आम्हाला येण्यापासून रोखण्याचा खूप प्रयत्न केला पण मी ऐकतच नव्हते तेव्हा तिनं तो नाद सोडला. ब्वा ब्वा आणि तिच्या मैत्रिणी निघाल्या तेव्हा आम्हीही त्यांच्या मागं-मागं निघालो. लवकरच आम्ही घनदाट जंगलात जाऊन पोहोचलो. पायवाट जंगलात मिसळून दिसेनाशी झाली आणि आंब्याची झाडं नेमक्या कोणत्या दिशेला आहेत हे कोणालाच सांगता येत नव्हतं. बराच वेळ चालत राहिलो तेव्हा वाटेत आम्हाला एक भातशेत लागलं. माझ्या बहिणीच्या मैत्रिणींपैकी एकीनं म्हटलं की, आंब्याची झाडं या टेकडीच्या उतारावर

असतील. ब्वा ब्वानं आम्ही परत जावं याकरिता प्रयत्न करून बघितला पण आम्ही ठीक आहोत, असं मी तिला आवर्जून सांगितलं. तीव्र उतार असलेल्या टेकडीवरून आम्ही उतरणीला लागलो. अध्येमध्ये कुठंही उगवलेल्या झुडपांना, फांद्यांना बाजूला करत आम्ही धडपडत उतरत होतो. आमच्याकडे फक्त एक बास्केट आणि आंबे कापण्यासाठी सुरी एवढीच साधनं होती. आमच्याकडे पाणीदेखील नव्हतं. तहानेनं घशाला कोरड पडली होती.

ब्वा ब्वा सुरीनं केळीच्या खोडात छेद करत असताना आम्ही ताटकळत थांबलो होतो. केळीच्या खोडातून पाणी बदाबदा बाहेर आलं तसं आम्ही ते ओंजळीत घेऊन अधाशासारखं प्यायलो. ते पाणी द्रवरूपातल्या पिकलेल्या केळ्यासारखं लागत होतं. आमचा जीव शांत झाला. त्यानंतर आम्ही चालतच राहिलो. कधीतरी आम्ही त्या आमराईत पोहोचलो. जिकडे तिकडे आंब्याचा नुसता खच पडला होता. तो आंब्यातला सर्वांत लहान प्रकार होता, साधारण आपल्या आलुबुखार इतका- पण खूप रसाळ लागायचा. आम्ही आंबे गोळा केले, मनसोक्त खाल्ले. आंबे खाऊन आमची पोटं तुडूंब भरली तेव्हा बास्केटदेखील खचाखच भरली होती.

कोणीतरी सुचवलं की आपण वाऱ्याला आवाज दिला पाहिजे म्हणजे आणखी पिकलेले आंबे झाडावरून पडतील. झाडांमधून वाऱ्याचा आवाज असलेली शीळ घातल्यावर आपण वाऱ्याला वाहतं करू शकतो यावर अनेक करेन लोकांचा विश्वास आहे. आम्ही सर्वांनी शीळ घालायचा प्रयत्न केला पण मला ते काही केल्या जमेना.

''तुझ्या ओठांमुळे होत असेल असं,'' ब्वा ब्वानं नाक खुपसलं. ''केवढे मोठे आहेत ते बघ. तुला शिटी वाजवता येत नाही यात नवल ते काय?''

यामुळे इतर जणींनाही चेव चढला. त्याही मला माझ्या ओठांवरून चिडवायला लागल्या.

''ते मोठे असतील पण ते सुंदर आहेत.'' मी उत्तरले, ''खरं तर वाऱ्याला आवाज देण्यासाठी ते अत्यंत योग्य आकाराचे आहेत.''

मी असं म्हटलं मात्र आणि कोणीतरी जादू केल्यासारखा जोरदार वारा वाहायला लागला आणि पटापट आंबे पडायला लागले. आम्हाला जेवढे भरून घेता आले तेवढे आंबे भरून आम्ही घराकडे यायला निघालो. आम्ही आलो तो रस्ता शोधायचा आम्ही खूप प्रयत्न केला. पण छे! खूप वेळ निघून गेला होता आणि जंगलात काळोखही लवकर पडतो. सर्वत्र अंधारायला लागलं होतं आणि रात्रीच्या वेळचं जंगल हे दिवसा दिसणाऱ्या जंगलापेक्षा फार वेगळं असतं; त्यामुळे काळोख पडेस्तोवर जंगलात रेंगाळणं आम्हाला टाळायचं होतं. आम्ही पटापटा पाय उचलू लागलो. रात्र व्हायच्या आत घरी पोहोचलो तेव्हा कुठं जिवात जीव आला.

आम्ही सकाळी जे निघालो होतो ते पूर्ण दिवस आंबे गोळा करायच्याच मागे होतो. तसं बघायला गेलं तर हा वेडेपणाच होता पण डोक्यात आंबेच आंबे भरलेले असताना आम्हाला दुसरं काही सुचणार नव्हतंच. जंगलात धोके वेगवेगळ्या रूपानं वावरत होते. साप, विंचू, विषारी साप, वाघ आणि जंगली हत्ती... आमच्या अंगावर फक्त टी-शर्ट, कापडी पँट्स आणि चपला एवढंच होतं. से से बरोबर नसेल तर जंगलात जायचं नाही असं आई-बाबांनी बजावून ठेवलं होतं; त्यामुळे आमची ही आंबेमोहीम आमच्यातच ठेवायचं आम्ही ठरवलं.

शाळेत मी प्राथमिक इंग्रजीवर लवकरच प्रभुत्व मिळवलं आणि छोटी छोटी वाक्यं तयार करायला लागले. शिक्षक फळ्यावर 'दिस इझ' लिहीत आणि एखादी गोष्ट दाखवत. उदाहरणार्थ- एखादा खडूचा तुकडा किंवा सफरचंद वगैरे. आम्ही त्या वस्तूला इंग्रजीत काय म्हणतात हे सांगत असू. बिचाऱ्या बुलबुलला 'दिस इझ'वर प्रभुत्व मिळवतानाच खूप त्रास झाला. तिच्या पुढच्या दोन दातांमध्ये खूप अंतर असल्यानं ती तोतरायची. 'दिस इझ'ला ती 'दि इ' म्हणायची. ते ऐकताना इतकं मजेदार वाटायचं की, आम्ही खूप वेळपर्यंत वेड्यासारखे खिदळत बसलेलो असायचो.

आम्हाला त्यावेळी या गोष्टीचं महत्त्व कळलं नाही पण आम्हाला करेन भाषा शिकायला मिळत होती म्हणजे आमचं भाग्य थोरच म्हटलं पाहिजे. आम्ही खूप सुदैवी होतो. बर्मी सत्तेच्या वर्चस्वाखालच्या प्रदेशात– ज्यांत प्रामुख्यानं बर्मन वंशाच्या लोकांचा भरणा होता– कोणीही करेन किंवा इतर वांशिक भाषा शिकवण्यावर बंदी घातली होती.

बर्मामध्ये आठ मुख्य वांशिक गट आहेत. शान, अराकान, मॉन, काचिने, चिन, करेन, करेनाई आणि बर्मन. याशिवाय आणखीही डझनावारी वांशिक गट आहेत. प्रत्येकाची आपली अशी एक वेगळी भाषा आहे. पण शाळेमध्ये इंग्रजीशिवाय जी भाषा शिकवली जात होती ती होती बर्मी. सांस्कृतिक समृद्धता साजरी करण्यापेक्षा तिला मिटवून टाकण्याकडे सत्तेचा जास्त कल होता.

प्रत्येक आठवड्यात शुक्रवारी आमचा नागरी शिक्षणाचा तास असायचा. त्यात आम्हाला ज्येष्ठांचा, पालकांचा आदर करावा; गरजूंना मदत करावी अशा गोष्टी शिकवल्या जायच्या. जर रस्त्यावरून चालत असताना लाकडाची मोळी घेऊन जाणारी वृद्ध महिला दिसली तर तिला मदतीचा हात द्यायला शिकवलं जायचं. खरं तर दुसऱ्यांबरोबर कसं वागावं याच्या रीतीभाती होत्या आणि त्यांचा आम्हाला विसर पडू नये हेच प्रयोजन या तासामागे होतं.

शाळेच्या पहिल्या वर्षात मी वर्गात पहिली आले. शाळेच्या पटांगणात मोठ्या बक्षीस वितरण सोहळ्याचं आयोजन करण्यात आलं होतं. माझी आई आली होती.

इतर मुलांचे पालक देखील तिथं होते. बक्षीस घेण्याकरिता माझं नाव पुकारलं. मला समोर यायला सांगितलं गेलं तेव्हा माझ्या आनंदाला पारावार उरला नव्हता. मी नेहमीप्रमाणं मला ढगळ होणारे ब्वा ब्वाचे कपडे घातले होते. मला अजिबात न झेपणारा स्कर्टचा बोंगा हातानं सावरत पळत-पळत मी व्यासपीठाकडे गेले. पण बक्षीस घ्यायला पुढे होताच मात्र माझं इतर गोष्टींवरचं लक्ष साफ उडालं आणि स्कर्टचा घोळ कंबरेपासून सुटून पायापाशी गोळा झाला. सगळ्यांची हसता-हसता पुरेवाट झाली. तो सर्व प्रकारच इतका विनोदी होता की शिक्षकांनाही हसू आवरलं नाही. सर्व पालक हसत होते, विद्यार्थी हसत होते, माझे भाऊ-बहीण हसत होते अगदी माझी आईदेखील हसत होती. मी अतिशय गोंधळून गेले होते. मला काय करावं तेच मुळी कळत नव्हतं. बक्षीस घ्यावं की स्कर्ट वर घ्यावा. शेवटी माझ्या शिक्षिकेनंच ते काम केलं आणि माझा स्कर्ट उचलून हातात पकडून ठेवायला सांगितला आणि बक्षीस दुसऱ्या हातात. मी तिनं सांगितल्याप्रमाणंच केलं. बक्षीस घेऊन मी प्रेक्षकांत बसलेल्या आईकडे आले तेव्हा माझ्या आईच्या चेहऱ्यावर अभिमान झळकत होता आणि ओशाळा भावदेखील.

पण मला काय बक्षीस मिळालं आहे हे पाहिलं तेव्हा मात्र हा लाजिरवाणा प्रसंग विसरल्यागत झालं. त्यात सहा वह्या आणि तीन पेन होते. अशा गोष्टी विकत घेण्यासाठी आमच्याकडे पैसा जवळजवळ नसायचाच; त्यामुळे या गोष्टी माझ्याकरिता मौल्यवान होत्या. मजेची गोष्ट अशी की पुढच्याच वर्षी या प्रसंगाची पुनरावृत्ती झाली. दुसऱ्या इयत्तेत देखील मी पहिल्या क्रमांकानं उत्तीर्ण झाले आणि बक्षीस घेताना स्कर्टही तेवढ्याच उतावीळपणे खाली! तिसऱ्या वर्षी जशी काही ती बक्षीस समारंभाची परंपराच होऊन गेली होती : झोया तुकडीतून पहिली येणार आणि तिचा स्कर्ट खाली पडणार. प्रत्येक वर्षी ते घडण्याची लोक जणू वाटच बघत असायचे.

गावात लवकरच मी स्कर्ट खाली पडणारी मुलगी म्हणून ओळखले जाऊ लागले. करेन लोकांची विनोदबुद्धी एकदम मर्मभेदक असते आणि इतरांच्या दुर्दैवावर, जर ते इतके गंभीर नसेल तर, आम्ही कायम हसत असतो. मी मोठी झाल्यावर देखील लोक मला माझ्या पडणाऱ्या स्कर्टमुळे ओळखायचे आणि ते अजूनही मला त्याच गोष्टीवरून चिडवतात.

मला जिथपर्यंत आठवतं तेव्हापासून मी खूपच स्वतंत्र बाण्याची होते आणि जेव्हा मी ही बक्षिसं जिंकायचे तेव्हा मी ती माझ्याकडेच ठेवायचे. बक्षिसादाखल मिळालेल्या सर्व गोष्टी मी एका रकसॅकमध्ये भरून माझ्या गादीच्या बाजूला ठेवून देत असे. त्याला कोणी हात लावलेला मला आवडत नसे. त्या बॅगेत माझे काही कपडे होते, बाबांनी माझ्याकरिता केलेला एक लाकडी वाडगा होता.

गावातील लग्नांमध्ये घेतलेले काही फोटो आणि मला शाळेत मिळालेली बक्षिसं होती. हे सर्व म्हणजे एक छोटा खजिना होता माझा.

शाळेत आम्ही करेन ध्वज आणि त्याचं महत्त्व याबाबत शिकलो. आमचा करेन ध्वज हा लाल, पांढरा आणि निळा अशा तीन रंगांच्या पट्ट्यांपासून बनला आहे. त्या ध्वजावर एका कोपऱ्यात असलेल्या ड्रमवर नऊ किरणं असलेला उगवता सूर्य आहे. वसाहतीकरणाच्या काळात या ध्वजाला ब्रिटिशांनी मान्यता द्यावी म्हणून करेन लोकांना लढा द्यावा लागला होता. तीच गोष्ट करेन नव-वर्षाची.

लाल रंग करेन लोकांच्या धैर्याचं प्रतीक आहे असं आम्हाला शिकवलं गेलं होतं. पांढरा रंग हेतूंची निर्मळता आणि प्रामाणिकपणा दर्शवतो तर निळ्या रंगाचं आमच्या संस्कृतीतील स्थान एकनिष्ठतेशी संलग्न आहे. उगवता सूर्य उदयाला येणाऱ्या करेन राष्ट्राचं प्रतीक होता तर नऊ किरण करेन लोकांचा वास असलेल्या नऊ प्रदेशांचे दर्शक होते. ईरावड्डी, मिरावड्डी, तेन्नसरीम आणि अनेक.

त्यावर दाखवला गेलेला करेन ड्रम हा डोन नृत्याकरिता वापरला जातो. हे नृत्य पारंपरिक करेन नृत्य असून, अनेक विधींच्या, शुभ प्रसंगांच्या वेळी हे नृत्य सादर केलं जातं. भल्या पहाटे सूर्य उगवण्यापूर्वी ड्रमर तालबद्ध ड्रम वाजवीत असत. आता सर्वांनी उठून भात कांडायला सुरुवात करावी अशा अर्थाची ती खूण होती. लोकांना शेतावर बोलावणं धाडण्याकरिता ड्रम वाजवला जाई. त्या ड्रमचा ताल ऐकून करेन माणसाच्या अंगात चैतन्य सळसळायला लागत असे.

आमचे काही शिक्षक खूप छान होते पण काही शिक्षक खूपच कडक होते. आम्हाला त्यांची खूप भीती वाटत असे. आम्ही एखादा शब्द चुकीचा उच्चारला किंवा स्पेलिंगमध्ये चुका केल्या तर बांबूची काठी आमच्या बेंबीत खुपसून पिरगाळली जात असे आणि झटक्यात बाहेर काढली जात असे. शिक्षेचा हा अत्यंत वाईट प्रकार होता आणि त्यानं वेदनाही खूप व्हायच्या.

स्लोन फन शाळेत जायला लागला तेव्हा थेरामु म्हणजे शिक्षिका लाह से वा यांनी त्याला ही शिक्षा केली होती. पण स्लोन कसला ऐकायला बसतो! त्या चार वर्षांच्या मुलानं तीच बांबूची काठी पकडून तिलाच बदडून काढलं होतं. सर्व वर्ग अवाक् होऊन पाहत होता. थेरामु लाह से वानं आईला बोलावणं धाडलं आणि तिचा नाठाळ धाकटा मुलगा कोणालाही आवरण्याच्या पलीकडे गेला आहे आणि तिचा त्याच्यावर धाक राहिलेला नाही असं सांगितलं. स्लोनचे पराक्रम ऐकून आईलाही हसू आवरलं नाही.

यात सर्वांत वाईट होते ते म्हणजे थेरा सी विन. ज्यांना फक्त 'सी सर' म्हटलं जायचं. आम्ही ला लॉ लेर- गजगे खेळायचो. यात तुम्हाला एकाच हातानं एक चपटा दगड हवेत फेकून तो पकडायच्या आधी दुसरा दगड हातात घ्यायचा असतो

आणि हे सर्व एकाच हातानं करायचं असतं. तो दगड पकडता आला की हातातले दोन्ही दगड हवेत फेकायचे असतात. मग तीन, मग चार... खेळ सुरूच राहायचा. या खेळाची झिंग चढायची. हा माझा सर्वांत आवडता खेळ होता.

एके दिवशी सकाळी शाळेच्या सभेत विन्स्टन चर्चिलची बहीण केह ब्लू तू-मदतशील सोने आणि मी गजगे खेळत होतो. शाळेच्या सभागृहाची जमीन लाकडी होती आणि त्यावर या दगडांचा पोकळ ठप्प करून आवाज येत असे. व्यासपीठावरून सी सर जे काही सांगत होते ते सर्व जण लक्ष देऊन ऐकत होते. सगळीकडे शांतता होती. अचानक सी सर गप्प झाले. लाकडाच्या जमिनीवर वाजणाऱ्या दगडांचा आवाज त्यांच्या तीक्ष्ण कानांनी टिपला. क्षणात रांगा पार करत ते आमच्यापाशी येऊन उभे ठाकले.

आम्ही अपराधीपणे त्यांच्याकडे पाहत होतो. आता स्पष्टीकरण देण्यासारखं काही उरलं नव्हतं. त्यांनी आमच्या दोघींचे केस धरून आमची टाळकी ठाण्णदिशी एकमेकांवर आपटली. जमिनीवर वाजणाऱ्या दगडांपेक्षा आमची डोकी आपटल्याचा आवाज कितीतरी मोठा होता. ते खूप वेदनादायक होतं. मला तर असं वाटायला लागलं की माझं डोकं फुटून जाणार आहे. आम्हाला काय तो धडा मिळाला का, अशी विचारणा सी सरांनी केली आणि आम्ही माना हलवल्या. खरंच आम्ही एक धडा शिकलो होतो. यामुळे शाळेच्या सभागृहात सभा चालू असताना अजिबात गजगे खेळायचे नाहीत.

यानंतर फार दिवस नसतील उलटले, सकाळच्या सभेत कोणीतरी पादलं. तो घाण वास चटकन खोलीभर पसरला आणि सर्वांनी नाकं धरून ठेवली. सी सर संतापानं लालबुंद झाले आणि हे कोणी केलं? त्यांनी वर्गाला विचारलं. आम्ही सर्व भीतीनं चळाचळा कापू लागलो. कारण ज्यानं कोणी हे केलं त्याला ते जबर शिक्षा देणार हे सर्वांना कळून चुकलं. खोलीत स्मशानशांतता होती. कोणीही पुढं येईना, कबुली देईना.

"आपल्याला सर्वांनाच माहीत आहे की हे कृत्य आपल्यापैकीच कोणा एकाचं आहे." सी सर संतापानं थरथर कापत होते. "आता कबूल करा. ज्यानं कोणी हे केलं आहे तो किंवा ती कबूल झाली नाही तर मी झाडून सर्वांना शिक्षा करीन. माझ्याशी खोटं बोलण्याची शिक्षा म्हणून."

सी सरांनी ती पूर्ण सकाळ आम्हाला लाकडी बाकड्यांवर उभं करून ठेवलं होतं. कोणालाही तिथून हलू दिलं नाही. शौचालयात जाण्याची परवानगी देखील नाकारण्यात आली. ज्यांना घाईची लागली होती त्यांनी एक तर आपल्या पँट ओल्या केल्या किंवा प्लॅस्टिकच्या पिशवीत आपला कार्यभाग आटोपून घेतला. मला एवढं कळत होतं की माझ्या वयाचा कुठलाही मुलगा किंवा मुलगी पूर्ण सभागृहात पसरेल

इतका वास सोडू शकत नव्हते; त्यामुळे तर ती शिक्षा अधिकच अन्याय्य वाटायला लागली. त्या घाण वासाचा धनी कोण होता हे आम्हाला शेवटपर्यंत कळलं नाही ते नाहीच. कारण कोणीही कबुली देण्यासाठी पुढं आलंच नाही.

आमच्या संस्कृतीत पादणं हे असभ्यपणाचं प्रतीक मानलं जातं. पण बहुतेक करेन लोक मोठ्यानं पादल्याचा आवाज भयंकर विनोदी वाटत असल्याचं मान्य करतात. याउलट ढेकर देणं म्हणजे जेवणाचा भरपेट आस्वाद घेत आहोत याचं दर्शक आहे. पाय हा शरीराचा सर्वांत हीन भाग मानला जातो. कारण तो शरीराचा सर्वांत खालचा भाग आहे. कोणीतरी तुमच्यासमोर पाय पसरून बसणं, तोंडासमोर पाय आणणं हे शिष्टसंमत मानलं जात नाही.

अशाच प्रकारे केस हा शरीराचा सर्वांत वरचा भाग असल्यानं पवित्र मानला जातो; त्यामुळेच करेन स्त्रिया फार क्वचित त्यांचे केस कापतात. आमच्या लहानपणी शाळेचं साहित्य विकत घेण्याइतकाही पैसा आमच्याकडे असायचा नाही आणि दैनंदिन आयुष्यात देखील चैनीच्या वस्तू नसल्यातच जमा होत्या. माझ्याकडे ना टूथब्रश होता ना टूथपेस्ट. त्याऐवजी से सेनं मला राखुंडीनं दात कसे स्वच्छ करावेत हे शिकवलं होतं. बोटावर राखुंडी घेऊन दातांवर घासल्यावर चवीला भयाण लागायची पण चूळ भरल्यावर दात मात्र स्वच्छ लकाकू लागत.

अंग धुण्यासाठी आम्ही सात प्या था- फळ-साबण वापरायचो. हा फळ-साबण एखाद्या कोंबडीच्या अंड्याच्या आकाराचा असायचा. तो जंगलातील एका झाडापासून मिळवला जायचा आणि ते शोधण्यात से से निष्णात होता. त्या झाडाच्या फळाचा गर घेऊन कातडीवर चोळला की फेसाचा पातळ थर तयार होत असे. शांपूसाठी आम्ही हळदीचं मूळ, ब्लो ब्ले नावाची गिळगिळीत वनस्पती आणि पो सी-आंबटचिंबट फळांच्या झाडाचं बी वापरत असू. ते सर्व उकळून रात्रभर मुरत ठेवत असू. सकाळपर्यंत ते पाणी दाट आणि गिळगिळीत होऊन गेलेलं असायचं. त्या द्रवानं आम्ही आमचे केस धूत असू आणि पाण्यानं स्वच्छ करत असू.

शांपू तुमचं दुःखही धुऊन नेतो असा समज होता. त्यासाठी आमचा खास विधी देखील होता. वर्षातून एकदा तरी या खास शांपूनं आमचे केस धुतले गेलेच पाहिजेत याची खबरदारी आई घेत असे. आम्हीही आलटून पालटून आई-बाबांचे केस धूत असू. त्यानंतर सुगंधित तेलमिश्रित पाण्यानं आम्ही त्यांना अंघोळ घालत असू. अशा प्रकारे आम्ही त्यांच्याप्रती असलेलं प्रेम, काळजी व आदर व्यक्त करीत असू आणि त्याबद्दल पालकांचे शुभाशीर्वाद मिळवीत असू.

आमच्या न्हाणीघराला भिंती नव्हत्याच. एका बाकड्यावर ठेवलेली बादली आणि वर पानांनी शाकारलेलं छप्पर. बस्स! आमचं न्हाणीघर एवढ्यातच संपायचं. अर्ध्यात कापलेले बांबूचे खांब पाईपासारखे वापरून वरच्या डोंगरावरील झऱ्यातील

पाणी आमच्या न्हाणीघरापर्यंत आणलं जाई. मी लहान असताना अंघोळ करण्यात, स्वच्छ राहाण्यात मला इतका रस नव्हता; त्यामुळे याबाबतीत मी स्लोनचं अनुकरण करे. स्लोन झटपट एक-दोन तांबे भडाभडा डोक्यावर ओतून घ्यायचा आणि अंघोळ आटोपल्याचं घोषित करायचा.

प्राथमिक शाळेतील शिक्षक आम्हाला करेन दंतकथा सांगत असत. करेन जमातीच्या सुरुवातीच्या काळाचं वर्णन करणारी एक कविता त्यात सर्वांत महत्त्वाची होती. त्या कवितेनुसार, जमातीचा प्रारंभ होण्याआधी य्वा नावाचं एक चैतन्यवादी दैवत होतं. य्वा हा पुरुषही नव्हे आणि स्त्रीही. तो मनुष्यरूपातही वावरत नसे. य्वा हा जगाचा निर्माता होता आणि सर्व पृथ्वीचा उद्गाता. त्याला संतुलन म्हणून वाईट शक्तींची देवता मु कौ लीचं प्रयोजन होतं.

य्वानं तीन मुलांना मनुष्यरूपात निर्माण केलं. त्यातला थोरला मुलगा करेन होता, मधला बर्मी आणि धाकटा गोरा होता. य्वानं करेन मुलाला सुवर्णपुस्तक दिलं. बर्मी मुलाला रजतपुस्तक दिलं आणि गोऱ्याला साध्या कागदाच्या बांधणीतलं पुस्तक दिलं.

पाऊस सुरू झाला तसा करेन मुलगा भातशेतांत पेरणी करायला गेला. पेरणी करताना त्यानं आपलं सुवर्णपुस्तक जवळच्याच एका झाडाच्या पायथ्याशी ठेवलं. पण त्याच्या धाकट्या गोऱ्या भावाला त्याच्याविषयी मत्सर वाटायला लागला होता आणि त्या सुवर्णपुस्तकाविषयी त्याला अभिलाषा वाटायला लागली होती; त्यामुळे एके दिवशी करेन मुलाचं लक्ष नसताना गोऱ्या मुलानं ते लंपास केलं आणि त्या जागी आपलं पुस्तक ठेवून दिलं. त्यानंतर गोऱ्या मुलानं एक बोट बांधली आणि तो दूरदेशी पळून गेला. त्यानं आपल्याबरोबर ते सुवर्णपुस्तकही नेलं ज्यात य्वा देवानं आपल्या ज्येष्ठ मुलास दिलेली शिकवण होती.

दिवसभर मुसळधार पावसात काम केल्यावर करेन माणूस त्याचं सुवर्णपुस्तक घेण्यासाठी झाडापाशी आला. त्याच्या जागी गोऱ्या माणसानं ठेवलेल्या साध्या कागदाच्या पुस्तकाच्या चिंध्या झाल्या होत्या; त्यातील काहीही उरलं नव्हतं. तिथं झाडाच्या पायथ्याजवळच एक कोंबडी नखाने माती उकरत होती; त्यामुळे तिथं त्याला कोंबडीच्या पायाच्या खुणा दिसल्या. यावर य्वानं सुवर्णपुस्तकाच्या जागी कोंबडीच्या पायाच्या खुणा ठेवून त्याला काहीतरी संदेश देऊ केला आहे, असा निष्कर्ष करेन मुलानं काढला.

आणि त्यामुळेच करेन माणूस कोंबडीच्या पायाच्या खुणा वाचायला आणि लिहायला शिकला. कालांतरानं सुवर्णपुस्तक चोरीला गेल्याचं सत्य त्याला समजलं पण तोवर खूप उशीर झाला होता. कोंबडीच्या पायांच्या खुणा ही करेन लोकांची अधिकृत भाषा बनली होती. सुवर्णपुस्तक कसं चोरीला गेलं आणि त्या बरोबर य्वाचा

संदेशही कसा चुकला हे त्यानं एका नवीन पुस्तकामध्ये लिहून काढलं. त्या पुस्तकाला तो लि सॉ वेह- पायांच्या खुणांमधील शिकवण देणारं पुस्तक म्हणत असे.

कित्येक शतकांनंतर बर्मामध्ये गोऱ्या धर्मगुरूंचं आगमन झालं. बऱ्याच करेन लोकांचा असा समज होता की, धाकटा भाऊच परतला आहे आणि बायबलच्या रूपानं त्यानं ते सुवर्णपुस्तक पुन्हा एकदा बर्मामध्ये आणलं आहे; त्यामुळे करेन लोकांनी धर्मगुरूंचं खुल्या दिलानं स्वागत केलं. या गोष्टीवर अनेक करेन लोकांचा पूर्ण विश्वास आहे आणि एके दिवशी तोच म्हणजे धाकटा भाऊ- गोरा पुरुष आपल्या लोकांचे प्राण वाचवण्यासाठी येणार आहे यावरही.

करेन लोकांची पारंपरिक कोंबडीच्या पायांची लिपी कालांतरानं काळाच्या पडद्याआड गेली. कोणतीही मान्यताप्राप्त लेखी भाषा नसताना धर्मगुरूंना लोकांना धर्म बदलून ख्रिस्ती होण्यास प्रवृत्त करणं कठीण जाऊ लागलं; खास करून ते बायबल वाचू शकत नसल्यानं तर फारच; त्यामुळे धर्मगुरूंनी बर्मी मुळाक्षरांवर आधारलेली करेन लिपी विकसित केली. हीच ती आम्ही वापरतो ती करेन भाषा.

बहुतेक करेन हे बौद्ध आहेत आणि बौद्ध धर्म हा बर्मामधील बहुसंख्य लोकांचा धर्म आहे. वर्षातून एकदा माझे आई-बाबा मला दर एप्रिल महिन्यात होणाऱ्या वॉटर फेस्टिवलला घेऊन जात. आम्ही एक लांब नाकाची बोट भाड्यानं घेत असू आणि मोई नदीच्या काठावर वसलेल्या का पॉ लु- कोळ्यांची टेकडी गावाकडे नेत असू. इथं वस्ती करायला आलेल्या लोकांना घरासाठी जमिनी साफ करताना मोठमोठे कोळी मिळाले होते म्हणून त्या गावाला कोळ्यांची टेकडी नाव पडलं होतं. गावातल्या टेकडीवर वसलेल्या बौद्ध धर्मस्थळात हा वॉटर फेस्टिवल साजरा करण्यात येत असे.

हा वॉटर फेस्टिवल म्हणजे एक आगळंवेगळं प्रकरण होतं. तो वर्षातील सर्वांत उष्ण दिवसांत साजरा केला जात असे आणि त्यात थंडावा मिळावा म्हणून एकमेकांच्या अंगावर पाणी ओतलं जात असे. पण थोड्या वेळानं त्याचं रूपांतर पाण्यानं केल्या जाणाऱ्या मारामारीत होत असे! भगवी वस्त्र परिधान केलेले बौद्ध भिक्खू हातातल्या घंटा खळखळवत मंत्र पठण करत. चविष्ट खाद्यपदार्थ थाळ्यांमध्ये हारीनं मांडून ठेवलेले असत. त्यात भात, रस्सा, बिस्किटं आणि पारंपरिक पदार्थ असत. अवघ्या वातावरणात धुपाचा दरवळ भरून राहिलेला असे.

पण या सर्वांत प्रेक्षणीय होते ते म्हणजे गरम हवेवर उडणारे, एखाद्या हत्तीच्या आकाराएवढे फुगे. बौद्ध भिक्खू चकचकीत रंगीत कागदांपासून हे फुगे तयार करत आणि टोकाशी छोटासा जाळ तयार करत. त्या फुग्याच्या शेपटीला असलेल्या दोरीला वेगवेगळ्या भेटवस्तू लावलेल्या असत. छोट्या मुलांचे कपडे, साबण, मिठाया आणि इतर अनेक गोष्टी. हे फुगे आकाशात सोडले की वरवर जात आणि

प्रत्येक जण ते कुठल्या दिशेनं जाताहेत हे आतुरतेनं बघत असे. फुग्यातला जाळ विझला की फुगा खाली-खाली येई. ते नक्की कुठल्या ठिकाणी जाऊन पडतील याचा अंदाज लावून लोक तिथं धाव घेत. ज्याला फुगा मिळेल त्याला त्या फुग्याबरोबर असलेली भेटवस्तू देखील मिळत असे.

अर्थातच ही आमची आवडीची गोष्ट होती. आमच्याकरिता तो अत्यंत थरारक खेळ होता. आम्ही हा खेळ खेळत असताना आई-बाबा धर्मस्थळात नतमस्तक झालेले असत. आमच्या लहानपणी आई-बाबा आम्हाला बौद्ध भिक्खूंच्या मंत्रोच्चारांचं पठण ऐकायला घेऊन जात असत. ख्रिस्ती धर्मगुरूंचा उपदेशही ऐकायला नेत असत आणि घरी चैतन्यवादी परंपरांचं पालन करत. असं करून ते आमची ओळख बर्मामधील विश्वास, श्रद्धा आणि समजुतींबरोबर करून देत होते. योग्य वाटेल त्या श्रद्धेचा अंगीकार करण्याचं स्वातंत्र्य आम्हाला देऊ केलं गेलं होतं.

ख्रिस्ती वर्षाचं ठळक वैशिष्ट्य म्हणजे ख्रिसमस आणि आमच्या गावात तो जोरात साजरा होत असे. वॉटर फेस्टिवलप्रमाणेच हे देखील वर्षातील जादुई दिवस असत. मो घाय बेच्या मदतीनं आम्ही जंगलातून एक मोठं झाड कापून आणत असू. मो घाय बे इतकी शक्तिमान होती की फक्त सोंडेनं ते अख्खं झाड उचलू शके. तिच्या मदतीनं ते झाड शाळेच्या पटांगणात उभं केलं जाई आणि फुगे व भेटवस्तूंनी सुशोभित केलं जाई. भेटवस्तू जुन्या पुस्तकाच्या कागदात बांधून दोरा गुंडाळून दिल्या जात. आम्ही एवढंच करू शकत होतो.

ख्रिसमसच्या आदल्या संध्याकाळी आम्ही नाटुकले सादर करत असू. विद्यार्थ्यांपैकीच कोणीतरी जोसेफ आणि मेरीची भूमिका वठवीत असे. पाळण्यात निजलेलं मूल असलेल्या गोठ्याचा देखावा बनवण्यात येई. ताऱ्याचा पाठलाग करत गोठ्यापाशी येणाऱ्या तीन शहाण्या माणसांच्या, देवदूतांच्या, धनगरांच्या आणि शेळ्यांच्या भूमिका इतर लोक करत असत. मला आतापर्यंत कधीही न कळलेल्या कारणाकरिता मला नेहमी मेंढी बनायला हवं असायचं. पांढरं शुभ्र कापड गुंडाळून चार हातांवर चालत मेंढीची भूमिका करायला मला फार म्हणजे फार आवडायचं. पण कालांतरानं मला त्याचा कंटाळा आला. मग मला देवदूत बनावंसं वाटायला लागलं. आपल्या मधाळ आवाजात गाणी गाणारा देवदूत बनण्यात काय बहार येईल असं मला वाटायला लागलं.

ख्रिसमसची सकाळ म्हणजे भेटवस्तू उघडण्याची सकाळ. पालक बहुधा मुलांना खूप साऱ्या भेटवस्तू देत नसत कारण कोणालाही ते परवडण्यासारखं नव्हतं. त्याऐवजी आमचे आई-बाबा आमच्या मित्रमंडळींत वाटण्यासाठी बिस्किटं, मिठाई किंवा साबण देत असत. शिक्षक सगळ्या मुलांची नावं एकेका कागदाच्या तुकड्यावर लिहून टोपीत टाकत. आमच्यापैकी प्रत्येकाला एकेक नाव निवडायचं

असे. निवडलेल्या मुलाला तुमची भेटवस्तू मिळत असे.

जेवणाच्या वेळेपर्यंत सारा गाव पटांगणात जमा झालेला असे. प्रत्येक कुटुंबानं त्यांचं ख्रिसमसचं जेवण आणलेलं असे. ज्यात बहुधा बांबूत शिजवलेला भात, गुरगुट्या भात आणि चिकन असे. बांबूमध्ये शिजवलेला भात हा माझा ख्रिसमसचा आवडता खाद्यपदार्थ होता. हा बनवण्यासाठी माणसाच्या हाताच्या जाडीचा आणि तीन किंवा चार फूट लांब बांबू कापून उघडावा लागे. त्यात भात दाबून बसवून त्यावर पाणी घालून बंद करावा लागे.

त्यानंतर तो बांबू निखाऱ्यामध्ये ठेवून भाजावा लागे आणि सारखा पलटत ठेवावा लागे. बांबू निखाऱ्यामध्ये जळून काळा होईस्तो आतला भात शिजून तयार होत असे. अखेरीस तो निखाऱ्यांतून काढून घेऊन, थंड करून उघडावा लागे. बांबूच्या आतल्या आवरणात शिजलेला भात त्या आवरणासह लांबच्या लांब काठीच्या आकारात शिजून बाहेर पडे. तो वाफाळलेला असतानाच खाण्यास स्वादिष्ट लागत असे आणि त्याला एक वेगळाच स्वाद आलेला असे.

ख्रिसमसची माझी अजून लाडकी डिश म्हणजे गुरगुट्या भातापासून बनवलेले सर्व पदार्थ. हा गुरगुट्या भात तिळाच्या बियांबरोबर मिसळून खलबत्त्यात कुटला जात असे. जोपर्यंत त्याचा गिच्च गोळा होत नाही तोपर्यंत; तयार झाल्यावर तो कठीण झालेला गोळा तुकड्या-तुकड्यांमध्ये कापला जात असे आणि चविष्ट केकसारखा खाता येत असे.

ख्रिसमसबद्दलची माझी सर्वांत आवडती गोष्ट कोणती असेल तर सांताक्लॉझ. सांता तलम कापडाचा लाल सूट आणि शेवटाला पांढरा गोंडेदार बॉल लावलेली निमुळती टोपी घालत असे. 'ओ हो हो!' असे आवाज काढत तो पांढरा म्हातारा आमच्या दिशेनं मिठाई आणि बिस्किटं फेकत असे. ते जमा करण्यासाठी आम्ही एकमेकांशी भांडत असू. इकडेतिकडे धावताना पडत असू आणि हसून-हसून गडाबडा लोळत असू.

कधी-कधी सांता चित्रविचित्र हातवारे करत नाचायला लागे; त्यामुळे तर अधिकच हसायला येत असे. त्याला भलीमोठी पांढरी शुभ्र दाढी असायची. पहिल्यांदा सांता खराखुरा आहे यावर माझा पूर्ण विश्वास बसला होता. माझ्या मनात सांताची प्रतिमा ख्रिसमसच्या दिवशी दूरदेशातून येऊन करेन मुलांना आनंदी करणाऱ्या दयाळू माणसाची होती.

माझ्या गावात राहणं म्हणजे एखाद्या स्वर्गात राहण्यासारखं होतं. पण खेदाची गोष्ट अशी की, कोणताही स्वर्ग हा चिरकाळ टिकणारा नसतो.

काळोखी नदी

आम्ही शाळेत नसायचो तेव्हा आमचं मनोरंजन आम्हाला स्वत:लाच करून घ्यावं लागायचं. आमच्या गावात ना टीव्ही होते, ना कॉम्प्युटर्स, ना सिनेमा. पण आमच्या उत्कृष्ट खेळांपैकी एक होता मोह गेह था- बियांचा खेळ. या खेळात आम्ही ज्या बिया वापरायचो त्या टणक आणि लाकडी होत्या. त्यांचा अंतर्भाग गुळगुळीत व बाह्यभाग कडक होता आणि त्या जवळपास सोंगट्यांच्या आकाराच्याच होत्या.

बियांना त्यांच्या टोकावर जमिनीवर उभं करून आमचा खेळ सुरू व्हायचा. यामध्ये तुम्ही आखून दिलेल्या रेषेपाशी जायचं असतं आणि रेषेत उभ्या केलेल्या बियांना हातातल्या चपट्या दगडानं मारायचं असतं. तो दगड एखाद्या छोट्याशा उडणाऱ्या बशीसारखा गरगरत जातो. जर तुम्ही तुमचा निशाणा बरोबर साधलात तर सर्व बिया एकामागून एक कोसळत जातात. हा खेळ मुलं आणि मुली दोघेही खेळायचे. तुम्ही किती बिया पाडू शकलात यावर तुमचे गुण अवलंबून असतात.

माझा एक शाळामित्र होता. सॉ तू से– श्रीयुत सोनाचांदी नावाचा. तो या बियांच्या खेळातला चँपियन होता. सॉ तू सेचे वडील गावाच्या हत्तिणीचे– मो घाय बे चे माहूत होते. पण शाळेच्या दुसऱ्या वर्षात सॉ तू से अचानक खूप आजारी पडला. त्याच्या शरीरावर सर्वत्र फोड उठले होते. बिचारा सॉ तू से! प्राणांतिक वेदनांमध्येच त्याचा अंत झाला. त्याला बरं करण्यासाठी अँटिबायोटिक्स आणि अँटिसेप्टिक ड्रेसिंगची गरज होती; पण गावाच्या दवाखान्यात खूपच प्राथमिक प्रकारची औषधं होती.

आमच्या गावात प्राथमिक स्वरूपाचाही औषधपुरवठा व्हायचा नाही; त्यामुळे बऱ्याच लोकांचे मृत्यू ओढवायचे. पण जेव्हापासून आम्ही पाहिलं होतं तेव्हापासून परिस्थिती ही अशीच होती. मृत्यू आम्हाला परका नव्हता. त्याची साथसंगत अगदी रोजच असायची पण सॉ तू सेइतकं लहान कोणी गेलं की दु:ख व्हायचंच. तो अतिशय प्रेमळ आणि हुशार मुलगा होता. त्याच्या मृत्युनंतर संपूर्ण गावावर

शोककळा पसरली होती. लहान-थोर, शिक्षक सर्वांनीच त्याच्या मृत्युचं सुतक पाळलं होतं.

आमच्या भागात 'क्लिनिक' म्हणता यावं असं क्लिनिक उभं राहिलं होतं तो काळ मला अगदी स्पष्ट आठवतो. दोन फ्रेंच नर्स, एक माणूस आणि स्त्री आमच्या गावात आले तेव्हा मी पाच की सहा वर्षांची असेन. ते फिरता दवाखाना चालवायचे. त्यांना त्यांच्याजवळ असलेली सर्व औषधं पाठुंगळीस घेऊन जंगलातून मार्गक्रमणा करत आणावी लागायची. आमच्यासाठी ते खरोखरचं हॉस्पिटल प्रत्यक्षात उतरल्यासारखं होतं. ती औषधं, त्यांचा चकचकाट पाहून आम्हाला खूप प्रभावित व्हायला व्हायचं.

शिवाय गोऱ्या लोकांना पाहायची ती माझी पहिलीच वेळ होती. ते फ्रेंच होते असं मला सांगण्यात आलं होतं पण म्हणजे काय ते मला कधीच कळलं नाही. मला फक्त एवढंच कळत होतं की ते गॉ ला वाह- गोरे लोक होते. त्यांचे केस हस्तिदंताहून पांढरे होते आणि डोळे आकाशाहून निळे. त्यांचे पांढरे फटक चेहरे आणि लांब नाक बघताना ते किती भीतीदायक दिसतात याची नव्यानं जाणीव व्हायची.

ते गावकऱ्यांनी देऊ केलेल्या उशांवर बसत आणि त्यांनी आणलेली औषधं समोर मांडून ठेवत असत. ते असे उशीवर का बसायचे याची काडीमात्र कल्पना मला नव्हती. करेन संस्कृतीत उशीला अतिशय आदराचं स्थान आहे कारण ती अशी जागा आहे जिथं आपण विश्रांतीकरिता डोकं टेकवतो; त्यामुळे प्रेमीजनांना भेट म्हणून द्यायला ती आदर्श भेटवस्तू मानली जाते. मात्र, कोणताही करेन माणूस त्यावर आपलं बूड टेकवणार नाही.

त्या फ्रेंच नर्सनं गावातल्या सर्व प्रौढांना एकत्र बोलावलं आणि ते तिथं मुलांना लस टोचायला आले होते असं जाहीर केलं. आम्ही जमिनीवर बसून आमची पाळी यायची वाट पाहत होतो. गावातली नर्स एकेकाच्या नावाचा पुकारा करत होती, तशी आमची चुळबुळ वाढत होती. शेवटी माझी पाळी आली. मी गेले आणि माझ्या शिक्षिकेच्या मांडीवर जाऊन बसले आणि आता काय होतं आहे याची वाट पाहू लागले. माझ्या आधीच्या मुलांनी रडरडून गोंधळ घातला होता. त्या फ्रेंच स्त्रीनं माझ्या दंडात सुई टोचली. इतकं काही दुखलं नाही. मी मनाशीच म्हटलं, 'एवढंच का? बरं, इतकं काही वाईट नव्हतं हे.'

ती माझ्या दंडावर कापसाच्या बोळ्यानं टिपत होती तेव्हा मी तिचं निरीक्षण करत होते. तिच्या नाकाविषयीच्या न संपणाऱ्या आश्चर्यात मी बुडून गेले होते. ते कितीतरी लांबलचक, पांढरं आणि टोकदार होतं आणि उन्हात काम केल्यानं तिच्या नाकाचा शेंडा लालेलाल झाला होता. तेव्हा कुठं मला कळलं की इतर मुलं इंजेक्शनच्या वेदनेनं रडत नव्हती, तर नर्सची भीती वाटल्यानं रडत होती. मलाही

तिची भीती वाटली अलबत! पण मी रडले नाही. फक्त आई माझ्याबरोबर इथं असायला हवी असं मात्र खूप वाटलं.

जेव्हा आम्ही बियांचा खेळ खेळत नसायचो तेव्हा गोट्या खेळायचो. अर्थातच गोट्या खेळायला लागतात तशा काचेच्या गोट्या आमच्याकडे नव्हत्या. आमच्या गोट्या आम्हीच बनवायचो. गावाबाहेर एक मोठा खड्डा होता जिथं लाल चिकचिकीत माती मिळायची. तिथं जाऊन आम्ही योग्य प्रकारची माती शोधायचो. जर मातीत छोटे खडे आणि वाळू असेल तर त्या मातीपासून बनवलेल्या गोट्या फार काळ टिकायच्या नाहीत, लगेच फुटायच्या. मग आम्ही काठीनं सलग माती उकरून काढायचो, ती पाण्यात भिजवायचो मग तिचे छोटे छोटे गोळे लिंपून गोट्या तयार करायचो आणि त्या उन्हात सुकवत ठेवायचो.

त्या वाळून कडक झाल्या की तीन गोट्यांच्या पायावर आम्ही गोट्यांचा पिरॅमिड उभारायचो. मग आम्ही आमच्या जागा घेऊन त्यांच्यावर एकामागोमाग एक गोट्या फेकत तो पिरॅमिड पाडायचा प्रयत्न करायचो. जो पिरॅमिड पाडण्यात तुम्ही यशस्वी व्हाल त्या पिरॅमिडमधील सर्व गोट्या तुमच्या होतील. पिरॅमिड पाडण्यासाठी अक्षरश: अटीतटीची चुरस व्हायची आणि त्यातून जो ताण अनुभवाला यायचा तो तुमची कसोटी पाहणारा असायचा.

जेव्हा गोट्या खेळायचा कंटाळा येई तेव्हा माझी बहीण करेन डोन नृत्याचं अनुकरण करून आमचं मनोरंजन करी. ब्वा ब्वा एका लाकडी ठोकळ्यावर दांडुका आपटून तालबद्ध आवाज निर्माण करी, मग तिची एखादी मैत्रीण रिकाम्या पत्र्याच्या डब्यावर आवाज काढून गती वाढवत नेत असे. आम्ही एका रांगेत उभे राहत असू आणि ब्वा ब्वानं 'एक दोन तीन!' म्हणताच एक पाऊल पुढे येत असू आणि एकदा वाकून नाचा-गायला सुरुवात करत असू. आम्हाला वाटायचं आम्ही खरंच डोन नृत्य करतो आहोत पण आम्ही मुलांनी बनवलेली ती डोन नृत्याची बाल-आवृत्ती होती.

आमच्यामधील जी मुलं खरंच धाडसी होती, ती गावाला वेढून असलेल्या जंगल-नद्यांमधून खेळत असत. जंगलात एक जागा अशी होती जिथली झाडं सर्व प्रकारच्या, सर्व आकारांच्या वेलींनी वेढलेली होती; त्यामुळे आम्हाला आयतं खेळाचं मैदान मिळाल्यासारखं झालं होतं. वेलींमध्ये देखील किती प्रकार होते. काही बारीक होत्या तर काही मनगटाएवढ्या जाड, काही मऊ होत्या तर काही लिबलिबीत. काही वेलींना काटेदेखील होते, त्या तर आम्ही टाळायचोच. कारण जंगलामध्ये खेळायचा आमच्या आवडीचा खेळ होता झाडावर चढणं आणि वेलींवरून लोंबकळत खाली येणं; त्या वेलींवरून लोंबकळत खाली आलो असतो तर आमच्या पार्श्वभागाची काय अवस्था झाली असती हे सांगायला कोणा ज्योतिषाची गरज लागली नसती.

जर एखादे दिवशी आमचं साहस उतू चाललं असेल तर आम्ही एखाद्या

वेलीवर लटकत नदीवर झोके घेत असू आणि खालून नदी रोंरावत वाहत असताना वेलीला लोंबकळत तसेच राहत असू. अर्थातच आमचा हा खेळ अतिशय धोकादायक होता. वेल मध्येच तुटली तर आम्ही नदीच्या ऐन मध्यावरच पडणार होतो. पण आम्ही लहान मुलं होतो. अशा गोष्टी आमच्या डोक्यातच येत नसत. जणू भीती नावाचा शब्दच आमच्या शब्दकोशात नव्हता.

पण माझ्या बाबांना हा खेळ किती धोकादायक होऊ शकतो याची पुरेपूर कल्पना होती; त्यामुळेच आमची आवड लक्षात घेऊन त्यांनी आम्हा मुलांसाठी आमच्या बागेत एक मचाण बांधलं होतं. लाकडाच्या गिरणीतून आणलेल्या लाकडी फळ्या आणि बांबू वापरून एका सुंदर आणि विस्तीर्ण पसरलेल्या चिंचेच्या झाडावर ते मचाण बांधण्यात आलं होतं. उड्या मारताना मचाणावरून पडलो तर जमिनीवरच पडलो असतो. पण वेल तुटून नदीत पडण्यापेक्षा ते कधीही बरं असा विचार त्यांनी केला असावा.

चिंचेचं झाड हे सदाहरित झाड असतं. त्यावर लाल रंगाचं नक्षीकाम असलेली पिवळीधम्मक फुलं उमलतात. या झाडाच्या बिया चवीला उत्तम असतात. आम्हाला ते मचाण अतिशय आवडलं. मी आणि स्लोन त्यामध्ये तासन्‌तास खेळत असू. अगदी ब्वा ब्वासुद्धा. ते आमचं घर असल्याचा आविर्भाव करत असू. काही फांद्या झोपण्याच्या बनत तर काही स्वयंपाकघर किंवा बैठकीची खोली. चिंचा गोळा करण्याकरिता आम्ही चिंचेच्या झाडावर चढत असू आणि त्या 'घरात' आणून ठेवत असू. त्या मीठ-मिरचीत बुडवून झकास लागत असत. पोट तुडुंब भरेपर्यंत आम्ही त्या खातच बसत असू.

आमच्या घराच्या जमिनीखाली बाबांनी आणखी एक मजेशीर गोष्ट बांधली होती. ती म्हणजे एक भव्य लाकडी पाळणा. तो छताला बांबूच्या वाद्यांनी टांगलेला होता. आम्ही पाच-सहा जण त्यात सहज मावत असू. कोणाला तरी एकाला झोका द्यावा लागे; तो पाळणा पुढे-मागे झुलू लागे. मग आम्हाला हसू फुटे. कधी-कधी तो पाळणा इतका उंच जात असे किंवा इतका हिंदकळत असे की कोणीतरी खाली पडतच असे.

एके दिवशी मी पाळण्याखाली पडले आणि पाळणा खाली येत असताना माझा डावा हात चिरडला गेला. त्यानंतरचे कित्येक महिने मी असह्य वेदना सहन केल्या. मी माझा हात खांद्याच्या वर उचलू शकायचे नाही किंवा फारसं मागे-पुढे करू शकायचे नाही. पण ते माझ्या कुटुंबीयांना माहीत व्हावं, अशी माझी इच्छा नव्हती. कारण त्यांना कळलं असतं तर त्यांनी मला माझ्या मित्रांबरोबर खेळण्यापासून रोखलं असतं; त्यामुळे माझ्या हाताला इजा झाली आहे हे सत्य मी त्यांच्यापासून लपवायचा आटोकाट प्रयत्न केला.

आम्ही खाण्यासाठी उजव्या हाताचा वापर करायचो आणि चमच्यानं रस्सा किंवा इतर काहीही घेण्यासाठी चमचा डाव्या हातात पकडायचो. मला माझा डावा हात जास्त वापरता यायचा नाही; त्यामुळे मी दोन्हीसाठी उजवाच हात वापरायचे. आमच्या संस्कृतीत असं करणं असभ्यपणाचं लक्षण मानलं जातं कारण तुमचा उजवा हात अन्नानं लडबडलेला असतो. मला असं वागताना पाहून मी माझे संस्कार कुठं विकून आले का? अशी पृच्छा आईनं केली. तेव्हापासून माझा डावा हात आपोआपच सुधारल्यासारखा झाला.

आमचे इतर लाडके खेळसुद्धा होते. पोखरलेल्या, कुजलेल्या बांबूमध्ये कायवी नावाचा उडू शकणारा प्रचंड कीटक राहतो. चकचकीत हिरव्या-काळ्या रंगाचा हा कीटक साधारण सफरचंदाच्या फोडीइतक्या आकाराचा असतो. त्यातील नराच्या डोक्यावर दोन शिंगं असतात आणि मादीला मात्र शिंगं नसतात. बांबूवर चढून त्यांना पकडण्यात स्लोन निष्णात होता. त्यातला एक तो नेहमी मला देत असे आणि उरलेले त्याच्या मित्रांमध्ये वाटून घेत असे. आम्ही त्या नरांना लढायला लावत असू. ज्याचा कीटक पळून जात असे तो पराभूत म्हणून घोषित केला जात असे.

या खेळातही धोके होतेच. पराभूत माणसाला एक ग्लास पाणी प्यावं लागे. तुम्ही दहादा पराभूत झालात तर तुम्हाला दहा ग्लास पाणी प्यावं लागे. शिवाय त्या कीटकाच्या पुढच्या नांग्यांमध्ये तुमचं बोट अडकलं तर तुमची कंबख्ती ओढवलीच म्हणून समजा. मग तो त्या तीक्ष्ण नांग्या तुमच्या बोटात घुसवणारच. त्याचा चावा अतिशय वेदनादायक असतो. त्या कीटकाला मागून पकडून चावा घेण्यापासून रोखणं गरजेचं असतं. तो पळून जाऊ नये म्हणून आम्ही त्याच्या शिंगांना दोरा बांधत असू; त्यामुळे तो हवेत उडणाऱ्या दोरा बांधलेल्या छोट्याशा हेलिकॉप्टरसारखा वाटत असे.

त्यांच्याबरोबर खेळून मन भरलं की आम्ही त्यांना खाऊन टाकत असू. आगीच्या ज्वाळांमध्ये तडतडताना त्यांच्या बाहेरचं कवच जळून जात असे. मग त्यांना आगीतून बाहेर काढून थंड होऊ देत असू आणि डोकं आणि पायाचा कठीण भाग वगळून उर्वरित शरीर खात असू. आम्ही खात असू त्या इतर कीटकांसारखे हेही लागत पण तितकेसे चवदार मात्र नाही. त्या कीटकांपैकी नर किंवा मादी दोघांचाही खेळ किंवा खाणं- कशाही प्रकारे उपयोग करता येऊ शके. त्या कीटकासारखाच दिसणारा एक कीटक गाईच्या शेणातसुद्धा असायचा पण तो खाण्याची हिंमत मी कधीही एकवटू शकले नाही. पण खरंच, ते खाणारेही लोक होते.

आम्ही गावात काही खेळ एकत्रितरीत्या खेळायचो. मला माहीत नाही का आणि कसा ते, पण सर्वांत लोकप्रिय करेन खेळ व्हॉलिबॉल होता. प्रत्येक गावाचा

संघ असायचा आणि गावामधील स्पर्धा अतिशय चुरशीची व्हायची. माझी आई पेर हे लू गावाच्या व्हॉलिबॉल टीममध्ये होती. प्रत्येक करेन नववर्ष दिनी व्हॉलिबॉल स्पर्धा असायची जी बघताना खूप मजा यायची.

आणि करेन लोकांचा खास खेळ म्हणजे ताकेर मेत्सू नावाची मार्शल आर्ट. ज्याचा अर्थ होतो- आपल्या प्रतिस्पर्ध्याला लाथा-बुक्क्यांनी मारणे. ताकेर मेत्सू फक्त पुरुषांनी खेळायचा खेळ आहे आणि नवीन वर्षाच्या दिवशी होणाऱ्या कार्यक्रमांपैकी तो सर्वांत मोठा कार्यक्रम असतो. तरुण मुलं त्यांच्या मुठीभोवती कपडा गुंडाळून, लहान चड्डया घालून किंवा लुंगी वर बांधून हा खेळ खेळतात. बहुतेक वेळी ताकेर मेत्सू स्पर्धेसाठी खास व्यासपीठ बांधलं जाई पण इतर ठिकाणी सभोवताली दोर बांधलेल्या आखाड्यात ही स्पर्धा होई. ती बघायला पूर्ण गाव लोटे. लोकांच्या आरोळ्यांनी, प्रोत्साहनानं वातावरण नुसतं दुमदुमून जाई.

ताकेर मेत्सूचे काही नियम आहेत- यात चावणे, पकडणे आणि डोळ्यांत बोटे घालायची परवानगी नसते. दोन्ही हात आणि दोन्ही पाय वापरता येतात. दोन स्पर्धकांतील लढत कितीही फेऱ्यांपर्यंत चालू शकते. त्या दोघांपैकी एकानं हरल्याचं कबूल करेपर्यंत लढत चालूच राही. मग परीक्षक दुसऱ्याला विजेता म्हणून घोषित करत. पण प्रत्यक्षात असं कधी होत नसे. बऱ्याचदा दोघंही जखमी होत, रक्तबंबाळ होत, कुणाच्या चेहऱ्यावर जखमा होत, कधी-कधी त्यांच्यामधील एखादा बेशुद्ध देखील पडत असे.

ताकेर मेत्सू हा सर्वांत मोठा वार्षिक सोहळा होता आणि ती तरुणांना आपला पुरुषार्थ सिद्ध करण्याची संधी होती. विजेत्याला छोटंसं बक्षीस मिळत असे. थोडसे पैसे आणि त्याबरोबर साबण आणि शाम्पू. पण जिंकणाऱ्यासाठी ती अभिमानास्पद गोष्ट असे. बघ्यांमधील स्त्रियांपुढे शक्तीप्रदर्शन करण्याची अविवाहित पुरुषांसाठी ही एक नामी संधी होती.

पण मी जवळपास सहा वर्षांची असताना आमचे आनंदी खेळ अचानक अंधकारमय झाले. मी माझ्या बहीण आणि भावांबरोबर नदीकाठी खेळत होते. बाहेर उष्णता मी म्हणत होती म्हणून आम्ही नदीकाठच्या थंड परिसरात खेळत होतो. नदीकाठच्या प्रचंड झाडांच्या मुळांनी पाण्याखाली जाळी तयार केली होती. नदीच्या पाण्यात उडी घेऊन, त्या जाळ्यातील विवरांमधून पोहून पुन्हा वर यायचं हा आमचा खेळ होता. ती विवरं फार लहान असायची. माझ्याइतक्या छोट्या व्यक्तीला सुद्धा त्यातून निघताना थोडीफार धडपड करावी लागे. आई किंवा बाबांना दोघांनाही या खेळाबद्दल माहीत नव्हतं. माहीत असतं तरी त्यांना ते फारसं पसंत पडलं असतं, असं वाटत नाही.

सूर्य कलला होता आणि डोंगराआडून मावळतीकडे निघाला होता. काळोख्या

होत जाणाऱ्या नदीत आम्ही खेळत होतो आणि अचानक दुर्गंधीचा एक भपकारा आला. आमच्यापैकी कोणीही अशी दुर्गंधी कधी अनुभवली नव्हती. माझ्याही नकळत मला भीतीनं घेरलं पण कुतूहल काही स्वस्थ बसू देईना. ती दुर्गंधी कुठून येते आहे हे मला शोधून काढायचं होतं.

झाडांच्या मुळांच्या दिशेनं पुढं-पुढं सरकताना मी बहिणीला आणि भावाला पुढं जाऊ दिलं. अचानक आम्ही सर्व जण भीतीनं किंचाळायला लागलो. आमच्यासमोर पाण्यात एक माणूस उपडा तरंगत होता. त्याचं शरीर फुगलेलं आणि सुजलेलं होतं. तो झाडांच्या मुळांमध्ये अडकला होता; त्यामुळे नदीच्या प्रवाहाबरोबर वाहत गेला नव्हता. त्या वासानं ओकारी येत होती. आम्ही सर्व जण पळत-पळतच घराकडे आलो.

आम्ही बाबांना गाठलं आणि सर्वांनी एकसाथच बोलायला सुरुवात केली.

"बाबा! बाबा- तुम्ही चला -"

"तिथं नदीत एक माणूस मेला आहे!"

"त्याला खूप घाण वास येतो आहे."

ते आमच्याबरोबर नदीपाशी आले. यावेळी मात्र मी त्या शरीराच्या जास्त जवळ गेले नाही. मी प्रचंड घाबरले होते. पण स्लोन आणि ब्वा ब्वा माझ्याहून शूर होते. तो माणूस नेमका कुठं आहे ते दाखवण्यासाठी ती दोघं बाबांसमोर त्या शरीराच्या पुरेशा जवळ गेली. बाबांनी पुढं काहीही करण्याआधी आम्हा सर्वांना मागे सरकण्यास सांगितलं. त्यांनी एक काठी घेऊन त्याला उताणं केलं आणि त्याच्या शरीराला हलकासा धक्का दिला. ते शरीर पाण्याखाली गेलं, थोड्या अंतरावर पुन्हा वर आलं आणि हळूहळू नदीच्या प्रवाहात मिसळून वाहून गेलं. मी हे सर्व खिळल्यासारखी पाहत होते. भीतीयुक्त आकर्षणानं माझा ताबा घेतला होता.

ते तरंगत जात असताना मला दिसलं की त्या माणसाच्या पाठीच्या अक्षरशः चिंध्या झाल्या होत्या. पाठीवर कितीतरी लाल वणांच्या फुल्या-फुल्या होत्या. ते दृश्य इतकं भयंकर होतं की मला मान वळवावी लागली. या माणसाबरोबर नक्की काय घडलं होतं?

मी विचारात पडले. त्याच्यावर एखाद्या हिंस्त्र श्वापदानं हल्ला केला होता का? मी माझी मान वळवून डोळे गच्च मिटून घेतले होते तरी ते भयंकर दृश्य माझ्या मनात कायमचं कोरलं गेलं. मला खात्री पटून चुकली की मला रात्री वाईट स्वप्नं पडणार आहेत.

आता बघण्यास काही हरकत नसल्याचं सांगून बाबांनी आम्हाला घरी आणले.

"तो माणूस नदीत कसा पडला आणि कसा मेला?" मी हळूच विचारलं.

माझ्या बाबांनी एक क्षण माझ्याकडे बघितलं. मी खात्रीनं सांगू शकत होते की

मला काय उत्तर द्यावं याचा विचार ते करत होते. पण अखेरीस मला खरं काय ते सांगायचा त्यांचा निर्णय झाला असावा.

"या नदीच्या वरच्या बाजूला दूरवर इतर गावं आहेत," ते म्हणाले. "कधी-कधी बर्मी सैन्य त्या गावात जातं, तिथल्या लोकांचं अपहरण करतं आणि त्यांचा उपयोग वेठबिगारीसाठी, त्यांचं जड सामान वाहून नेण्याकरिता हमालासारखा करतं. त्या गरीब बिचाऱ्या माणसांना ना धड खायला मिळतं ना धड विश्रांती मिळते. जेव्हा अतिश्रमानं त्यांना ओझी वाहणं शक्य होत नाही तेव्हा बर्मी सैनिक त्यांना नदीत फेकून देतात. तो माणूस असाच नदीत फेकला गेलेला होता."

"पण त्याच्या पाठीवर इतक्या भयंकर जखमा का झाल्या होत्या?" मी विचारलं, "ते कसं झालं असावं?"

"त्या माणसांनी सदैव काम करत राहावं म्हणून बर्मी सैनिक त्या ओझी वाहणाऱ्यांना मारहाण करतात," बाबा उत्तरले. "जेव्हा ते त्याहून अधिक काम करण्यास असमर्थ असतात तेव्हा बर्मी सैनिक त्यांच्याबरोबर वाईट गोष्टी करतात. ओझी वाहून नेणं थांबवलं तर काय होऊ शकतं याचा वस्तुपाठच ते त्या कृत्यांतून इतर हमालांसमोर घालून देतात. त्या माणसांचा उपयोग संपला की सैनिक त्यांना मरण्यासाठी नदीत फेकून देतात."

हे सर्व भयंकर होतं. अत्यंत लहान असूनही ही असली कृत्यं करणाऱ्या सैनिकांबद्दल माझ्या मनात चीड दाटून आली. आतापर्यंतची युद्धाच्या अनुभवाचा सामना होण्याची माझी पहिलीच वेळ; तोही इतक्या जवळून आलेला आणि वैयक्तिकरीत्या घेतलेला. आम्हाला ते मृत शरीर दिसलं होतं आणि तेही आमच्या सर्वात आवडत्या, प्रकाशमय सुंदर जागी. त्या माणसाला झालेल्या मारहाणीतून पाठीवर झालेल्या रक्ताळलेल्या जखमा मी पाहिल्या होत्या. तो मृत माणूस करेनच असला पाहिजे हे बाबांना कळून चुकलं होतं कारण नदी प्रवाहाच्या वरच्या बाजूस सर्व करेन गावं होती.

ही काही लहान मुलांनी बघावी अशी गोष्ट नव्हती आणि त्यानंतर कितीतरी आठवडे आमच्यावर त्याची अभद्र छाया रेंगाळत राहिली होती. एके रात्री मी माझ्या आई-बाबांना कुजबुजत बोलताना ऐकलं. ते काळजीत पडल्यासारखे वाटत होते; त्यामुळे मला देखील काळजी वाटू लागली. ते लढाईबद्दल आणि ती कशी आमच्या गावाच्या दिशेनं सरकू लागली होती याबद्दल चर्चा करत होते.

माझी आई तर या बातमीनं सर्वांत जास्त सैरभैर होऊन गेली होती; युद्ध जसजसं जवळ येत चाललं होतं, तशी आमच्या आनंदी आयुष्यावर पडणारी छाया आणि पदोपदी जाणवणारे धोके यांनी ती अस्वस्थ होऊन गेली होती. ती स्वत: सैनिक असल्यामुळे असेल, तिला युद्धामुळे येणारे कडवट अनुभव माहीत होते.

अशी कृष्ण कृत्यं करणाऱ्या बर्मी सैनिकांविरुद्ध ती स्वत: लढली होती आणि ती खरंच किती शूर आहे याची प्रचिती मला दरदिवशी नव्यानं येत होती.

मला नेहमी वाटायचं की मी तिच्यासारखी योद्धा, खरीखुरी करेन हीरो कधीच होऊ शकणार नाही. नदीमधल्या त्या निष्प्राण देहानं मला अधिकच भयभीत केलं होतं. ते भीषण दृश्य माझ्या मनात जळत्या रेषांनी कोरलं गेलं होतं. त्यानंतर कित्येक दिवस माझ्या स्वप्नांना त्यानंच झपाटलं होतं.

त्यानंतर मग आमचं नदीत खेळणं थांबलं ते थांबलंच.

विजयस्थळ

आईला मानेरप्लॉमध्ये खूप काम असायचं; त्यामुळे माझ्या बाबांनी तिथं स्वतःचं घर बांधायचं ठरवलं. तिथं आम्ही आमच्या गावासारखंच घर बांधलं. त्याच्या बाजूलाच भाताचं खाचर होतं. बाबांना तेच हवं होतं. त्यांनी त्या खाचराचंच रूपांतर फुलबागेत केलं. हे करण्यामागे दोन कारणं होती. पहिलं कारण म्हणजे त्यांना फुलं आवडायची. त्यांच्यामधली चैतन्याची सळसळ, त्यांचं सौंदर्य त्यांना भुरळ घालायचं आणि त्यांच्या नुसत्या दर्शनानं आणि सुवासानं माणसं आनंदित होऊन जायची, या कारणाकरिता देखील त्यांचा फुलांवर जीव होता.

फुलबाग तयार करायचं दुसरं कारण म्हणजे आता आम्हाला भात लावायची गरज उरली नव्हती. पूर्वी के.एन.यू. करेन चळवळीतील लोकांना पगाराऐवजी रेशनवर धान्य द्यायची. पण त्यात नेहमीच जाडाभरडा, तुसं न काढलेला भात असायचा; त्यामुळे आई-बाबांना वाढीव भात पिकवावा लागे. पण नजीकच्या काळात परिस्थिती सुधारली होती. आता के.एन.यू.च्या रेशनवर तुसं काढलेला स्वच्छ भात, मीठ, चहा आणि माशाची पेस्ट मिळायची.

माझे बाबा फुलबाग तयार करत असताना आईनं घराभोवतालची जमीन भाज्या लावण्यासाठी वापरली. तिनं त्या जागेत कोथिंबीर, पाणभाजी, कांदा, लसूण आणि मटार पेरला. बाबा जेवायला घरी यायचे तेव्हा ती थट्टेनं त्यांना जेवणाऐवजी फुलं खायला सांगायची. त्यांनी बागेत अननस, आंबा, लिंबू, आलुबुखार आणि केळीची झाडं लावली होती; त्यामुळे आपण एक फलोद्यान तयार करतो आहोत असं ते आईला टिच्चून सांगू शकत होते. पण त्यांची खरी आवड आणि रस फुलांमध्येच होता. त्यांची त्यांच्या मित्रांसोबत फुलांच्या बियांची देवाणघेवाण चालायची आणि ते फुलांच्या नवनव्या प्रजातींची लागवड करत असायचे.

लहानपणी मला फळं खायला खूप आवडत असे. स्लोन आणि मी बाबांच्या आंब्याच्या झाडांवर चढून तासन्तास तिथे राहून आंब्यांचा फडशा पाडत असू. आम्ही

झाडावरचेच प्राणी आहोत असं भासवायला आम्हाला फार आवडे. बाबांच्या हाती लागलो की ते आम्हाला रागे भरत. आम्ही झाडावरून पडू आणि आम्हाला लागेल अशी भीती त्यांना वाटत असे; त्यामुळे ते घरी नसतानाच आम्ही असले प्रकार करत असू. काही वेळा स्लोन आंबे खाऊन उरलेल्या कोयी मला फेकून मारत असायचा. त्याला दटावायला बाबा नसायचे. मला ते आवडायचं नाही पण लहान भावंडांच्या खूप साऱ्या गोष्टी आपण चालवून घेतो, त्यातलीच ही एक.

बाबांच्या फुलबागेत फुलपाखरांचा पाठलाग करण्यात तासन्‌तास कसे सरत हे ब्वा ब्वा आणि मला कळतच नसे. आम्ही त्यांना पकडून एका पारदर्शक पिशवीत ठेवत असू. पूर्ण पिशवी अशी फडफडणाऱ्या सप्तरंगी फुलपाखरांनी भरून गेली की आम्ही फुलपाखरं विकण्याकरिता एक 'दुकान' लावत असू आणि मिठाईच्या आवरणांचा पैसे म्हणून वापर करत असू. पिवळं फुलपाखरू सोनेरी फुलपाखरू असायचं, त्यामुळेच ते खूप महाग होतं. निळं फुलपाखरू आकाशाचं फुलपाखरू होतं आणि त्यामुळे त्यात काय ते नवल म्हणून ते स्वस्त होतं. हिरवं फुलपाखरू 'गवती फुलपाखरू' होतं आणि ते सर्वांत स्वस्त होतं.

माझे मित्र-मैत्रिणी येऊन फुलांच्या पाकळ्यांच्या बदल्यात फुलपाखरांची देवघेव करायचा प्रयत्न करत. काही खास कारणांकरिता जांभळी फुलं सर्वांत किमती होती. त्यापाठोपाठ लाल आणि पिवळी फुलं किमती होती. तर, फुलांच्या बदल्यात आम्ही फुलपाखरांची देवघेव करत असू. मग पाकळ्या आणि लिलीच्या पानांचं सॅलड करून ते खाण्याचं नाटक करत असू. फुलपाखरं आणि फुलांचा बाजार हा आमच्या आवडणाऱ्या खेळांपैकी एक होता.

बाबांची फुलबाग मोई नदीच्या किनाऱ्यापर्यंत पसरलेली होती. नदीतून येणारेजाणारे लोक ती किती सुंदर दिसते अशी वाखाणणी करायचे आणि ती फुलबाग ज्या घराभोवती होती त्या घरात कोण बरं राहत असेल याची विचारणा करायचे. एका उन्हाळ्यात बाबांनी बागेत एक बांबू हाउस बांधलं; जिथून वाहणाऱ्या नदीचं विहंगम दृश्य दिसू शके. उष्णतेनं अंगाची लाही व्हायची तेव्हा आम्ही तिथं वाचत बसायचो. घरी आलेल्या पाहुण्यांना तर आवर्जून तिथं नेलं जाई. घरी आलेल्या पाहुण्यांचं स्वागत करण्याची आणि त्यांना परकं वाटू न देण्याची बाबांची ही तऱ्हा होती.

बाबांसाठी जशी काही कोणती फुलबाग एखाद्या सुशोभित तळ्याशिवाय पूर्ण व्हायचीच नाही. आपल्या पहिल्या तळ्याच्या दुर्गतीनंतरही अजिबात डगमगून न जाता बाबांनी मानेरप्लॉच्या घरी देखील एक तळं तयार केलं होतं आणि त्यात करडे, चंदेरी मासे सोडले होते. पण आई-बाबा कामावर असताना त्यांच्याकडे बघायला कोणी नव्हतं. त्यावेळी बदकांना चेव यायचा आणि ती क्वॅक-क्वॅक करत आनंदानं सर्व मासे खाऊन टाकायची. बाबा कामावरून परतले की समाधानानं पार्श्वभाग

कुरवाळत बसलेली बदकं आणि रिकामं तळं पाहून काय ते समजून जायचे.

ते त्राग्यानं आईकडे बघत म्हणायचे, ‘‘बघ! तुझ्या बदकांचे प्रताप! ते तळं खोदण्यात आणि ते मासे सोडण्यात एवढा वेळ घालवला आणि–’’

‘‘मग तुम्ही त्याच्याभोवती कुंपण का नाही घातलंत?’’ आईनं फटकारलं, ‘‘आणि काय हो, हीच बदकं खायला बरं आवडतं तुम्हाला?’’

‘‘ते जाऊ देत, पण त्या तळ्याकाठी बसून त्या माशांकडे पाहायला तुला आवडत नाही का? आता ते कसं करू शकणार आहोत आपण?’’

आईनं हवेत हात उडवले, ‘‘जसा काही मला वेळ मिळतो. मी तर नेहमीच वाफ्यांमध्ये काम करत असते; बदकाचा रस्सा करायला ज्या भाज्या लागतात ना, त्या भाज्या पिकवण्यासाठी.’’

आई-बाबा फार क्वचितच असे भांडायचे आणि त्यांच्यात अशी वादावादी व्हायची तेव्हा आम्ही चिडीचूप असायचो. ही भांडणं कधी टोकाला जायची नाहीत. फारफार तर व्हायचं काय की त्या दोघांपैकी एक तावातावानं बाहेर निघून जात असे. बदकांनी माझ्या बाबांचे सर्व मासे खाऊन टाकल्यावर ते सुशोभित तळं बदकांचं डबकं होऊन जायचं, पाणी घाण व्हायचं. थोडक्यात, त्याचीही गत गावातल्या तळ्यासारखीच व्हायची.

करेन सैनिक आमच्या घराखालच्या खाजणात त्यांच्या त्या लांब नाकाच्या बोटी नांगरून ठेवत असत. ते खाजण म्हणजे एक छोटंसं बंदरच होतं. बाबांच्या फुलबागेत फुलांच्या ताटव्यात सैनिक विश्रांती घेत आणि नंतर डोंगरात असलेल्या त्यांच्या तळाकडे प्रस्थान करत. माझी आई एके काळी सैनिक होती आणि ती तिच्या सैनिकी जीवनाच्या कथा मला सांगे; त्यामुळेच त्यांची लढाई कशाकरिता चालली होती हे मला माहीत होतं. तो लोकांनी लोकांकरिता चालवलेला लढा होता आणि ते लोक खूप शूर होते.

पावसाळ्यात लढाईचा जोर ओसरल्यासारखा होतो. जंगलातून प्रवास करणं अशक्यप्राय होऊन बसतं. मग आमच्या घराखालच्या वाळूच्या किनाऱ्यावर सैनिकांचं प्रशिक्षण चालत असे. एखादा सैनिक पोहून नदीपार जात असे आणि पलीकडच्या किनाऱ्यावरील झाडाला दोर बांधत असे. तो पाण्यापासून थोड्याशा उंचीवर आणि ताणून बांधलेला असे. मग एकामागून एक सैनिक त्या दोराभोवती हातपाय गुंडाळून दोरावरून पलीकडे जात असत. पलीकडे पोहोचले की ते पुन्हा पोहून अलीकडे येत असत. आमच्या बागेतून हे सर्व नीट दिसायचं. कोणी पडू देऊ नको, अशी प्रार्थना करत आम्ही भीतीयुक्त आकर्षणानं हा सर्व प्रकार पाहत असू.

मानेरप्लॉमध्ये प्राथमिक शाळा नव्हती; त्यामुळे पेर हे लू आमच्या जीवनाच्या केंद्रस्थानी राहिलं. परीक्षा असेल तर आई गावातच राहत असे. प्राण्यांची देखभाल

करत असे, आम्हाला जेवण करून वाढत असे आणि आम्हाला काहीही कमी पडणार नाही याकडे बघत असे. मी परीक्षेत पहिला क्रमांक मिळवला तर मला खास बक्षीस मिळणार असल्याचं बाबांनी मला सांगितलं होतं. मला माझ्या बाबांना खूश करायचं होतं आणि ते मला काय देतील याबद्दल अनिवार उत्सुकता असल्यामुळे मी माझे प्रयत्न दुप्पट केले.

प्राथमिक शाळेच्या तिसऱ्या इयत्तेत मी पहिल्या क्रमांकानं उत्तीर्ण झाले आणि बाबांनी बक्षिसादाखल मला गुलाबी झगा भेट दिला. पाश्चिमात्य देशांमध्ये पार्टीच्या वेळी घालतात तसा तो झगा होता. मी याआधी इतकं सुरेख कधी काही पाहिलंच नव्हतं. सर्वसाधारणपणे, माझी बहीण ब्वा ब्वाचे वापरलेले कपडे मला मिळत. आतापर्यंतच्या आयुष्यात मला कधीही नवा कपडा मिळाला नव्हता, घालायला झगा वगैरे मिळण्याची बातच सोडा.

मी घरी घालायचे ते कपडे म्हणजे सुती शर्टस आणि पँट्स आणि त्यासुद्धा ब्वा ब्वाला होत नाहीत म्हणून मला मिळालेल्या. माझी याला काही हरकत नव्हती अर्थातच. गावातले सर्वच जण असे कपडे घालायचे; त्यामुळे मीच बिचारी होते अशातला काही भाग नव्हता. आम्हाला कधीही नवे कपडे का मिळाले नाहीत याचं कारण मला चांगलंच माहीत होतं. कारण होतं माझ्या आई-वडिलांना ते परवडायचे नाहीत म्हणून. करेन चळवळीत काम करणारे लोक हे स्वेच्छेनं काम करणारे लोक होते, त्यासाठी त्यांना पगार मिळायचा नाही. थोडंसं धनधान्य आणि एक-दोन घरगुती वस्तू मिळायच्या बास!

पैसे मिळवायचा एकमेव मार्ग होता तो म्हणजे एखादा छोटासा धंदा चालवणं. माझी आई मानेरप्लॉमध्ये एक छोटंसं दुकान चालवी. आमच्या घराखालीच तिनं ते छोटेखानी दुकान थाटलं होतं; जे ती संध्याकाळी आणि शनिवार-रविवारी उघडत असे. त्या दुकानात ती फळं, तांदळाच्या पिठापासून तयार केलेले घरगुती नाश्त्याचे पदार्थ, रसाळ ऊस आणि घन दा गाह नावाचे कुरकुरीत ब्राउन शुगरचे तुकडे विकत असे. शिवाय ती दुकानात था ब्लू या म्हणजे विड्याची पानं, चुना आणि एक लालभडक तिखट पावडर देखील ठेवत असे. हे सर्व एकत्र करून चघळणं लोकांना आवडत असे. असं केल्यानं पूर्ण तोंड भरून लाल तयार होत असे आणि दातांवर लाल डाग पडत असत.

या दुकानातून मिळालेल्या थोड्याथोड्या पैशातून आई मोह तू- बर्मी चिरूट खरेदी करत असे आणि थोड्याफार नफ्यानं गावात विकत असे. मोह तू लांब पानात गुंडाळलेला सुका, दाणेदार तंबाखू असलेला सिगारच्या आसपास पोहोचणारा सिगार होता. हे चिरूट फुंकताना त्याची जळती बाजू लोकांच्या कपड्यांवर किंवा पायांवर पडून भाजत असे.

आई डुकरं, बदकं, टर्की आणि कोंबड्या पाळत असे. बदकं आणि कोंबड्यांची अंडी आमचा पूरक आहार म्हणून वापरली जात; पण त्यातील काही विकून पैसा गाठीस जोडला जाई. एखादं डुकराचं पिल्लू मारून त्याचं मांस विकल्यास तिला ३०० बाथ– ४ युरोच्या समान– मिळत असत. मोठं डुक्कर मारल्यास २००० बाथ मिळत. त्यातून आलेला पैसा ती आमच्या शाळेची फी भरण्यात आणि गणवेश खरेदी करण्यासाठी किंवा दुकानातल्या चिरूटासारख्या गोष्टी विकत घेण्यासाठी वापरत असे.

आता आमची दोन आयुष्यं होती- गावातलं एक आणि सुट्ट्या मानेरप्लॉमध्ये घालवत असू ते दुसरं. सात वर्षांची असताना माझ्या मानेरप्लॉमधील आयुष्यास काहीतरी महत्त्व येतं आहेसं वाटलं. एके दिवशी संध्याकाळी माझे बाबा चार बर्मी विद्यार्थ्यांना घेऊन घरी आले. त्यांचं स्वत:चं घर बांधून होईस्तोवर ते आपल्याबरोबरच राहतील, असं बाबांनी जाहीर केलं.

मी त्याआधी एकाही बर्मी माणसाला भेटले नव्हते. आम्हाला त्यांच्याशी आणि त्यांना आमच्याशी अजिबात बोलता यायचं नाही; त्यामुळे त्यांचं आसपास वावरणं विचित्र वाटायचं. ते बर्मी भाषेत बोलायचे आणि आम्ही करेन भाषेत. एके संध्याकाळी त्यातल्या एका विद्यार्थ्यानं त्यांनी नेमक्या कुठल्या कारणाकरता चळवळीला सामील व्हायचं ठरवलं आहे हे माझ्या आई-वडिलांकडे स्पष्ट केलं. ते बर्मीमध्ये बोलत असलेलं सर्व बाबा आम्हाला करेनमध्ये भाषांतरित करून सांगत होते. मला सगळंच समजलं असल्याचा माझा दावा नाही पण मला जे कळलं त्याचा सारांश काहीसा असा होता-

त्यावेळी जनरल ने विन हा बर्मामधील सैनिकी एकाधिकारशाहीचा मुख्य होता. त्याचं मानसिक संतुलन ढळलं आहे अशी अफवा होती आणि ते सिद्ध करण्यासाठीच की काय, त्यानं अचानकच ४५ आणि ९० क्यॅतशिवाय बाकी नोटा अवैध धरल्या जाणार असल्याचं जाहीर केलं. (क्यॅत हे बर्मी चलन आहे.) आतापासून ९ ने भाग जाणाऱ्या क्रमांकाच्या नोटाच अधिकृतरीत्या वैध धरल्या जातील, असं त्यानं जाहीर केलं. यामागचं कारण काय तर म्हणे, नऊ हा आकडा लाभदायक होता.

एका रात्रीतच अनेक लोक कंगाल झाले. त्याच्या जुलमी कारभाराखाली वर्षानुवर्ष भरडल्या गेलेल्या लोकांना आता हा प्रकार असह्य झाला. संतप्त लोकांनी रस्त्यावर उतरून निदर्शनं करायला सुरुवात केली. लोकांना ही निदर्शनं करायला प्रेरणा देण्यात विद्यार्थ्यांचा मुख्य हात होता. दिवसागणिक निदर्शनं जोर धरायला लागली आणि त्यांचं लोण लवकरच देशभरात पसरलं. सर्वच महत्त्वाच्या शहरांमधून, गावांमधून शेकडो, हजारो नागरिक रस्त्यावर उतरले. सैनिकी एकाधिकारशाहीचा अंत व्हावा आणि देशात लोकशाहीची प्रतिष्ठापना व्हावी या मागणीकरिता सर्व नागरिक एक झाले होते.

पण ८ ऑगस्ट १९८८ ला सैन्यानं रक्तरंजित आणि भयानक दडपशाहीचं तंत्र अवलंबलं. हजारो नि:शस्त्र निदर्शकांवर बेछूट गोळीबार करून त्यांना ठार मारण्यात आलं आणि अगणित लोकांना अटक करून तुरुंगात डांबण्यात आलं. जगभरात ज्यांच्याकडे अतीव आदरानं पाहिलं जातं त्या भगवी वस्त्रं धारण करणाऱ्या धर्मगुरूंनाही मारहाण करण्यात आली, तुरुंगात डांबण्यात आलं. काहींना ठार देखील करण्यात आलं. या घटनेला नंतर ८/८/८८ चा उठाव असं नाव पडलं.

यातून जे जगले, वाचले; पळून जाण्यात यशस्वी झाले त्यांनी करेन गावांकडे पळ काढला आणि अखेरीस ते विजयस्थळ म्हणून ओळखल्या जाणाऱ्या मानेरप्लॉमध्ये येऊन थांबले. पर्वतरांगांमधून वाट काढत, नदीतून प्रवास करत, जंगलांमधून लपतछपत वाटेल त्या मार्गानं लोक मानेरप्लॉमध्ये येत होते. आमच्या घरी राहायला आलेले चार विद्यार्थी देखील अशाच तऱ्हेनं मानेरप्लॉमध्ये येऊन ठेपले होते.

त्या विद्यार्थ्यांची कथा ऐकल्यावर मला कळून चुकलं की फक्त करेन लोकांचाच छळ होतो आहे असं नव्हे तर इतर वांशिक गट, ज्यांत दस्तुरखुद्द बर्मी लोकांचा समावेश होता, ते जनरल ने विन आणि त्याच्या जुंत्याच्या जुलमी राजसत्तेखाली भरडले जात होते. बर्मी जुंता करेन लोकांसारख्या वांशिक लोकांवर जुलूम करण्याबरोबरच बर्मी लोकांवरही अत्याचार करत होती हे ऐकून मला खरंच आश्चर्य वाटलं.

८/८/८८ मधील पीडितांचं करेन भूमीत स्वागत केलं जावं याकरिता मान्यता मिळण्यासाठी बाबांनी करेन राष्ट्रीय आघाडीबरोबर बोलणी केली होती. एकामागून एक असे लोकशाही संघर्ष गट मानेरप्लॉमध्ये उभे राहिले. त्यातील तरुण लोकांनी सशस्त्र संघर्षात सामील होऊन, करेन लोकांच्या खांद्याला खांदा भिडवून युद्ध करण्यासाठी प्रशिक्षण घेण्यास सुरुवात केली. या सर्व गोष्टींचं अचूक नियोजन करण्यासाठी माझे वडील उत्तम व्यक्ती होते. ते अस्खलित बर्मी बोलू शकायचे. ते चैतन्यवादी होते, त्यांचा कोणत्याही विशिष्ट धर्माकडे ओढा नव्हता. रंगूनसारख्या शहरातून प्रशिक्षण घेतल्यानं शहरी चळवळ कशी चालवावी याची त्यांना इत्थंभूत माहिती होती.

मानेरप्लॉचं रूपांतर बर्मामध्ये चालणाऱ्या लोकशाही चळवळीच्या केंद्रात होत होतं. या रूपांतरणात करेन राष्ट्रीय आघाडीचे अध्यक्ष जनरल सॉ बो म्या यांचे मदतनीस आणि खास सल्लागार म्हणून माझ्या बाबांची नेमणूक झाली होती.

या सगळ्याला माझ्या लेखी तेव्हा तितकासा अर्थ नव्हता. पण एका गोष्टीनं मात्र नक्कीच आनंद झाला होता तो म्हणजे या नव्या नेमणुकीमुळे त्यांना आता आघाडीवर राहायला लागणार नव्हतं. आईप्रमाणंच ते देखील आठवडाभर मानेरप्लॉमध्ये काम करणार होते आणि साप्ताहिक सुटीला गावात परतणार होते. थोडक्यात, बाबा घरी परतणार होते आणि बराच काळ आमच्याबरोबर राहू शकणार होते.

या काळापासूनच मला माझे बाबा थोडेथोडे कळू लागले होते. त्यांचं फुलांच्या बागेप्रती असलेलं प्रेम, एके दिवशी बर्मा नक्की स्वतंत्र होणार आहे यावर असलेला त्यांचा नितांत विश्वास या सर्वच गोष्टींचं त्यांच्या लेखी असलेलं महत्त्व आता कुठे माझ्या लक्षात येऊ लागलं होतं. ८/८/८८ च्या उठावातील निर्वासितांनी मानेरप्लॉमध्ये नवे प्राण फुंकले होते, अनेकांच्या आशा पल्लवित केल्या होत्या. वातावरणातील ते चैतन्य सर्वच ठिकाणी अनुभवास येत होतं.

पण या सगळ्याला एक काळोखी किनार देखील होती ती म्हणजे या सर्वांमुळे बर्मी जुंत्याचं लक्ष आमच्याकडे अधिकच वेधलं जाणार होतं.

नदीतील आत्मे

माझ्या आई-वडिलांनी आमच्यापासून युद्धाचं सत्य लपवण्याचा कधीच प्रयत्न केला नाही. पण आमचं आयुष्य होतं तसंच चालू राहिलं- हसरं, खेळकर.

मी आठ वर्षांची झाले तेव्हा वर्षाअखेरीस होणाऱ्या सहलीची डोळ्यांत प्राण आणून वाट बघत होते. पण तो दिवस जवळ येऊन ठेपला तसं मला त्या सहलीला जाता येणार नाही असं आईनं जाहीर केलं. माझी घोर निराशा झाली.

''माझे सगळेच मित्र-मैत्रिणी जाताहेत, मीच का नाही?'' मी जोरदार निषेध नोंदवला, ''मीच का म्हणून नाही जायचं?''

''त्याचं कसं आहे लहाने, तुझ्या वयाच्या मुलींबरोबर एक पालक येणं गरजेचं आहे आणि मला तुला नेता येणं शक्य नाही.''

''पण मी ब्वा ब्वा बरोबर जाईन. ती मोठी आहे की.''

''पण ती तुझी पालक नाही. आहे का? तुला घरी बसून जे काय करायचं आहे ते कर.''

सहलीच्या दिवशी सकाळी मला अंमळ लवकरच उठलेलं पाहून आई आश्चर्यचकित झाली.

''आमची लहानी आज लवकर कशी काय उठली बाई?''

मी तिच्या प्रश्नाकडे दुर्लक्ष केलं आणि एक निरागस हास्य तिच्यावर फेकलं. सहलीला जाण्यासाठी माझ्याकडे एक गुप्त योजना तयार होती पण मी ती माझ्या आईला अर्थातच सांगणार नव्हते. तिनं ब्वा ब्वाला सहलीचा डबा तयार करून, केळीच्या पानांत गुंडाळून, बांबूच्या वादीनं बांधून दिला. ब्वा ब्वा घरातून निघण्याच्या वेळेआधीच मी घरातून बाहेर पडले आणि लपून बसले.

ब्वा ब्वा मी लपलेल्या जागेकडून पुढे गेली तसं मी अंतर राखून तिचा पाठलाग करायला लागले. तिचं लक्ष जाऊ नये म्हणून मी पुरेसं अंतर ठेवलं होतं पण ती दृष्टीआड होऊ नये याचीही काळजी घ्यायला लागत होती. ती शाळेच्या मैदानावर

पोहोचली आणि मी तिथं जमलेल्या मुलांमध्ये लपले.

आता ती मला घरी परत जायला सांगूच शकत नाही इतका वेळ गेल्यानंतर मी तिच्यासमोर अवतीर्ण झाले आणि म्हणाले, "ताई! मी आले आणि मी तुझ्याबरोबर येणार आहे."

मला तिथं बघून ब्वा ब्वाला आश्चर्याचा धक्काच बसला आणि ती तत्काळ उत्तरली, "नाही नाही! तू येऊ शकत नाहीस. आईनं नाही सांगितलं आहे. तू आपली घरी परत जा कशी."

"प्लीज ताई, घर किती दूर आहे इथून आणि मला पुन्हा घरी सोडण्याइतका तुझ्याकडे तरी कुठं वेळ आहे?"

ब्वा ब्वा वैतागली पण माझ्या बोलण्यात तथ्य होतं. मला घरी नेऊन सोडण्याइतका वेळ नक्कीच नव्हता. तिनं मला बरोबर न्यायला रुकार दिला खरा पण एका अटीवर- मी सर्वकाळ तिच्याबरोबरच राहायचं.

आम्ही निघालो आणि पुढची तीस मिनिटं टीक पर्वत चढत गेलो. दुसऱ्या बाजूनं खाली उतरलो तर एक सुंदर वाळूचा किनारा लागला. मानेरप्लॉहून वाहणारा ओढा होता तो. मी याआधी तिथं कधीही गेले नव्हते. सहलीकरिता ती अतिशय उत्तम जागा होती.

मग काय! नदीच्या पाण्यात उतरायला आम्हाला कितीसा वेळ लागणार? थोड्याच वेळात एकमेकांवर पाणी उडव, डुबकीच मार असे प्रकार सुरू झाले. आपल्याकरिता जेवण आणलेलं नाही आणि ब्वा ब्वाला कदाचित तिचा डबा माझ्याबरोबर वाटून घ्यायला लागेल- माझ्या डोक्यात कुठेतरी हा विचार देखील होता. आणि जरी तिनं वाटून घेतला नसता तरी इतक्या सुंदर भटकंतीच्या दिवशी भुकेचा विचार दुय्यम वाटत होता. असा विचार करत असतानाच मी माझ्या आईला जंगलातून घाईघाईनं चालत येताना पाहिलं. मला तिला तिथं बघून आश्चर्य तर वाटलंच पण अचानक काळजीही वाटायला लागली.

मला बोलावणं धाडलं गेलं. मला तिथं येण्याची परवानगी दिली गेली नसल्याचं माझ्या आईनं शिक्षकांना सांगितलं. मी घरी दिसत नाहीसं पाहून तिनं सगळीकडे शोधाशोध सुरू केली. तिनं स्लोनला विचारून पाहिलं पण त्यालाही मी कुठं आहे हे माहीत नव्हतं. थोड्या वेळानं मी ब्वा ब्वाच्या मागून गेले असणार याचा कयास तिनं बांधला. आम्ही कुठं गेलो आहोत हे तिला माहीत होतं; त्यामुळे ती मागाहून आली. मी माझ्या आईच्या बाजूला मान खाली घालून उभी होते, मला प्रचंड अपराध्यासारखं वाटत होतं.

सगळी कथा सांगून झाल्यावर बाईंनी मला खडसावण्याचा प्रयत्न करून पाहिला, पण तिला खूप हसायला येत होतं. आईनं आमच्याकरिता जेवण आणलं

होतं. माझ्या खोडकरपणाबद्दल मला ती रागेही भरली नाही आणि तिनं मला शिक्षाही केली नाही. ती, मी आणि ब्वा ब्वानं मिळून एक सुंदर दिवस व्यतित केला. मी एकदा तरी तिला तिच्या घरातल्या कामापासून दूर नेऊ शकले, बाहेर काढू शकले. तिला तिथं अशी आनंदात पाहून मला याचा आनंद वाटत होता. आम्ही एकत्र घालवलेला तो सुंदर दिवस होता.

हेतुपुरस्सर खोड्या काढणं, बदमाशी करणं हे तर फन घराण्याच्या रक्तातच होतं- नव्या पिढीच्या तर जास्तच. दुसऱ्यांच्या बोटी उसन्या घेऊन नवनवी साहसं करणं हा आमचा आवडीचा खेळ होता. लोक त्यांच्या बोटी दोरानं झाडांना बांधून किनाऱ्यावरच सोडून जात. चोरीबिरीचा काही मामला नव्हताच; त्यामुळे कोणी कुलूप वगैरे लावण्याच्या भानगडीत पडतच नसे. आम्ही नदीकाठी जाऊन आम्हाला आवडेल ती बोट निवडत असू आणि साहसपूर्ण प्रवासाला निघत असू.

बहुतेक वेळा आम्ही घरासमोरच्या खाजणातच बोटींच्या शर्यती लावत असू. पण एकदा आम्ही नदीपार जायचं ठरवलं. नदीच्या पलीकडे पहिल्याप्रथम जो पोहोचेल तो विजेता असं ठरलं. मी त्यातल्या त्यात मोठी होडी निवडली आणि एक, दोन, तीन म्हणत बोटी पाण्यात सोडल्या. पहिल्यांदा शांत पाण्यातून प्रवास सुरू झाला खरा पण लवकरच आम्ही धारेला लागलो. नदीच्या प्रवाहाला खूप ओढ होती. नदीचा शक्तिमान प्रवाह माझ्या होडीला उलटं वळवून प्रवाहाबरोबर वाहून नेण्याचा प्रयत्न करत होता; त्यामुळे मला दात-ओठ खाऊन वल्ही मारावी लागत होती.

आम्ही पलीकडच्या शांत पाण्यात जाऊन पोहोचलो तेव्हा ब्वा ब्वा निर्विवादपणे जिंकली होती आणि माझ्या आणि स्लोनमध्ये दुसऱ्या आणि तिसऱ्या क्रमांकासाठी चुरस होती. पलीकडच्या किनाऱ्यावर पोहोचलो आणि मी आणि ब्वा ब्वानं आपापल्या बोटी झाडांच्या मुळांना बांधून ठेवल्या. मग जरा श्वास घ्यावा म्हणून आम्ही किनाऱ्यावर आडवे झालो. पण स्लोनची साहसाची खुमखुमी काही अजून जिरली नव्हती. किनाऱ्यावर आल्याआल्या आमच्यासारखी झाडाला बोट न बांधता त्यानं वल्ही वाळूत रोवून बोट त्याला बांधून ठेवली. मग आमच्यापाशी येऊन मी भटकायला चाललो, असे जाहीर केलं.

स्लोन जंगलात नाहीसा होतो न होतो तोच नदीतून एक लांब नाकाची बोट रोरावत निघून गेली. तिनं नदीच्या पाण्यात मोठ्या लाटा निर्माण झाल्या आणि त्या आमच्या बाजूच्या किनाऱ्यावर येऊन फुटल्या. पण लाट ओसरताना झालं काय की स्लोनची वाळूत रोवलेली वल्ही उपसली गेली आणि लाटांनी स्लोनची बोटही आपल्याबरोबर न्यायला सुरुवात केली. बोट पाण्यात पुढे जात राहिली आणि धारेला जाऊन मिळाली. अचानक कुठूनसा स्लोन धावत आला आणि त्यानं होडीकरिता

पाण्यात उडी मारली. ब्वा ब्वा आणि मी तो सर्व प्रकार बघून जोरजोरात हसायला सुरुवात केली होती.

स्लोन धप्पदिशी पाण्यात पडला, धडपडला, पाण्यातून वर आला आणि हात-पाय मारत होडीच्या मागे जाऊ लागला. प्रथम त्यानं वल्ह्यांचा ताबा घेतला, होडीचा दोर मिळवला आणि होडी खेचायला सुरुवात केली. आम्ही त्याला मदत करण्याऐवजी खो खो हसत बसलो होतो पण शेवटी त्यानं होडीत प्रवेश करण्यात यश मिळवलं. आम्ही त्याला हसत होतो याचा स्लोनला राग नाही आला कारण त्यालाही हे पक्कं ठाऊक होतं की, आम्ही फिरायला गेलो असतो आणि आमची बोट गमावली असती तर त्यानंही आम्ही जे केलं तेच केलं असतं.

त्या काळात आम्ही तिघंही खूप खोडकर आणि दांडगे होतो. आमचं खोड्या काढण्याचं महत्त्वाचं आयुध होतं घरी बनवलेल्या गलोली. वाय आकाराच्या काठीला पुरेशा लांबीचं जाड रबर ताणून बसवलं की गलोली तयार होत असत. आम्ही जंगलात जाताना त्या आमच्या बरोबर नेत असू. पाठुंगळीला छोटे दगड आणि गोट्या असलेली पिशवी असायची. या गोट्या फक्त मुलांकडेच असायच्या पण मी आणि ब्वा ब्वानं मुलं जे जे करतील ते करण्याचा चंगच बांधला होता.

आम्ही जंगलात शिकारीकरिता जात असू. गलोल हे खूप प्रभावी शस्त्र असून त्यानं पक्षी तत्क्षणी मरत असे. मग आम्ही त्याचे पंख उपसून त्याला हळद-मसाला लावून काठीला बांधून चुलीवर भाजत असू. चुलीवर भाजलेला पक्षी चवीला अत्यंत रुचकर लागत असे. दुर्दैवानं मी नेम धरायचे एकीकडे आणि लागायचा भलतीकडेच असा प्रकार होता. मला नाही वाटत आजपर्यंत मी एकतरी पक्षी टिपण्यात यशस्वी झाले. से से उत्तम नेमबाज होता, त्यापाठोपाठ स्लोन. सुदैवानं माझे भाऊ त्यांची शिकार आमच्याबरोबर वाटून घ्यायचे.

एके दिवशी स्लोन धापा टाकत नदीकिनाऱ्यावरून पळत आला. त्याच्या चेहऱ्याकडे पाहून यानं भूत वगैरे पाहिलं की काय असं कोणालाही वाटावं. मग कळलं की तो नदीकाठी गलोल घेऊन शिकारीच्या इराद्यानं गेला होता. त्याला शिकार काही मिळालीच नाही मग वैतागून त्यानं येणाऱ्या-जाणाऱ्या लांब नाकाच्या बोटींवर आपला नेम अजमावून पाहायचं ठरवलं. त्या बोटी किमान १०० यार्ड किंवा त्याहून जास्तच अंतरावर होत्या आणि आपला नेम लागेल असं स्लोनला स्वप्नातसुद्धा वाटलं नाही. त्यानं गलोल ताणली आणि नेम धरून मारला. तो दगड भिरभिरत गेला आणि ठॉप्प करून नावाड्याच्या मांडीवरच बसला.

रागानं आणि वेदनेनं लालेलाल झालेल्या त्या नावाड्यानं हा हल्ला कोणी केला हे शोधायचा प्रयत्न केला पण त्याला कोणी दिसेना. स्लोन तिथून सटकला आणि पळत-पळतच घरी आला. त्यानं मला सर्व कथा सांगितली आणि मी हसून गडबडा

लोळायचीच काय ती बाकी राहिले. पण स्लोनला ती गोष्ट हसण्यावारी नेण्यासारखी वाटली नाही. त्याची खात्री होती की नावाड्यानं त्याला पाहिलं आहे आणि तो त्याला शोधत तिथं येणार आहे. त्या दिवसापासून आम्ही जेव्हा केव्हा नदीवर अंघोळीला जायची गोष्ट करत असू, तेव्हा स्लोन काहीतरी कारण काढून अळमटळम करत असे. मी त्याला कित्येकदा सांगून पाहिलं की त्याला कुणीसुद्धा पाहिलेलं नाही पण त्याला वाटणारी चिंता कमी झाली नाही.

काही काळानं, काहीतरी बिनसल्याचं आईच्या लक्षात आलं. "काय झालं स्लोन, तुला नदीकाठी खेळायला किती आवडायचं, अचानक काय झालं?"

"छे गं! असंच. तिथं जावंसं वाटत नाही इतकंच!" उत्तरादाखल स्लोन पुटपुटला.

नक्की झालं तरी काय हे विचारायला आई माझ्यापाशी आली. तीच स्लोनला समजावू शकेल याची खात्री असल्यानं मी आईला सर्व काही सांगायचं ठरवलं. मी तिला तो गलोलीचा प्रसंग सांगितला आणि आईनं जे हसणं सुरू केलं ते थांबेचना. या सगळ्याला स्लोनचा खोडकरपणा कारणीभूत आहे हे कळूनसुद्धा ती हसू लपवू शकली नाही. अशा रीतीनं गलोलीनं लोकांना मारणं चूक आहे सांगत तिनं स्लोनला रागे भरण्याचा प्रयत्न केला पण नदीकाठी जाण्यात काहीच हरकत नाही हे ती स्लोनला समजावण्यात यशस्वी झाली.

माझा स्वच्छंद, स्वतंत्र स्वभाव गावाच्या मनमोकळ्या वातावरणात अधिकच वाढीस लागला. एका पावसाळ्यात आमच्या घरासमोरून जाणारा रस्ता निसरडा झाला होता. आम्हाला तो घसरगुंडीसारखा वापरताना अधिकच मजा यायची; त्यामुळे तो अधिकच निसरडा बनला होता. आम्ही चिखलात खेळलेलं आईला बिलकूल आवडत नसे. आम्ही चिखलात खेळलो तर थंडीतापानं आजारी पडू की काय अशी भीती तिला वाटत असावी; पण तिचं कोण ऐकायला बसलं होतं? इतकी धमाल करण्यापासून आम्हाला कोणीच रोखू शकणार नव्हतं आणि त्या रस्त्यानं येणारे लोकही घसरून पडत आहेत हे पाहिल्यावर तर आमच्या दंग्यास आणखी ऊत आला.

आम्ही झुडपांत लपून त्या रस्त्यानं कोणीतरी येण्याची वाट पाहत असू. उतारावरून ते घसरले की उलटेपालटे होत त्या निसरड्या वाटेनं खाली येऊन आपटत असत. ते बघून आम्ही वेड्यासारखे खिदळत असू. माझ्या आईला आमचे हे उद्योग कळले तेव्हा तिला राग आवरला नाही. तिनं आम्हाला असलं काही पुन्हा न करण्याची समज दिली पण हे ऐकेल तो स्लोन कसला? स्लोन मुसळधार पाऊस कोसळायची वाट पाहत असे आणि त्या रस्त्यावर वारंवार पाठीवर घसरत खाली येत असे. मग तो रस्ता गिळगिळीत चिखलानं आणखी घसरडा होऊन जाई. मग आम्ही

लपून वाट पाहत असू. पावसापासून स्वत:ला वाचवण्यासाठी घाईघाईत निघालेले लोक आमच्या घसरगुंडीवरून चिखलात लडबडूनच खाली येत.

ते उलटेपालटे होऊन खाली येत थेट खालच्या चिखलाच्या राड्यात येऊन आदळत. ते सर्व पाहणं इतकं विनोदी होतं की मला माझं हसू दडवायला तोंडावर हात गच्च धरावा लागे. पण पकडलं जाणं हा गमतीचा एक भाग होताच आणि ती वेळ आमच्यावर लवकरच आली. कोणीतरी आम्हाला पाहिलं आणि त्याबद्दलची तक्रार थेट माझ्या आईकडे केली. त्या दिवशी जेवणासाठी घरी गेलो असता आईनं एकेकाला समोर उभं करून चांगलंच झापलं आणि पुन्हा असं कराल तर याद राखा अशी तंबीही दिली.

एके दिवशी बाबांनी शाळेतल्या इतर मुलांप्रमाणे माझेही केस कापून लहान करणार असल्याचं जाहीर केलं. मला माझे लांब केस फार आवडत आणि ते कापायला कशाला हवेत हेच कळायचं नाही. जेव्हा बाबा कात्रीची शोधाशोध करायला लागले तेव्हा मी ठरवलं की छूमंतर होण्याची हीच ती वेळ! कोणाशी एक शब्दही न बोलता मी निघाले आणि घराच्या खाली लपून बसले. लाकडाच्या ढिगाऱ्याखाली थोडीशी जागा होती. मी रांगत तिथं जाऊन लपले. चणीनं लहान असल्यानं तिथं आरामात मावू शकले.

मला माझ्या बाबांच्या हाका ऐकायला यायला लागल्या, "अगं लहाने! जास्त नाही केस कापणार तुझे! अगदी किंचितसे कापीन..."

पण मी काही बाहेर जाणार नव्हतेच. सुट्टीचे दिवस होते; त्यामुळे शाळेत तर जायचं नव्हतं. मी पूर्ण सकाळभर तिथं लपून राहिले. घरभर शोधून झाल्यावर बाबांनी मला बागेत शोधलं, केळीच्या पांदीत, अननसाच्या जाळीत शोधून झालं पण माझा पत्ता नव्हता. थोड्या वेळानं माझ्या शोधसत्रात सर्वच जण सामील झाले. सगळे आपली शोधाशोध करताहेत. आपल्याला एकाएकी इतकं महत्त्व आलेलं पाहून मला मजा वाटत होती.

दुपारी ब्वा ब्वाला घराखाली शोधायची बुद्धी झाली. तिनं खाली वाकून आत पाहिलं. मी तिथं खुडुक करून लपून बसलेली दिसल्यावर तिच्या चेहऱ्यावरचे भाव प्रेक्षणीय होते. मी ओठांवर बोट ठेवून तिला गप्प राहण्याची खूण केली आणि ती काही वेळापुरती गप्प बसली देखील पण आई-बाबा जास्तच काळजीत पडलेले पाहून तिनं मी कुठे लपले आहे हे त्यांना सांगून टाकलं. बाबा खाली आले आणि त्यांनी खाली वाकून पाहिलं तेव्हा त्यांना हसू फुटलं. ते अजिबात रागावले नव्हते.

त्यांनी आपण फारच थोडे केस कापू, अगदी किंचितसेच कापू असं बाबापुता करत मला केस कापायला राजी केलं. माझ्या लेखी माझे केस किती महत्त्वाचे आहेत हे पुरेसं ठसवून झालं आहे याची खात्री पटल्यानं मीसुद्धा आढेवेढे घेतले

नाहीत. अंगणात मी त्यांच्या मांडीवर केस कापायला बसले आणि बाबांनी कात्री चालवायला सुरुवात केली. पण केस कापून झाले तसं माझ्या लक्षात आलं की बाबांनी आपल्याला साफ बनवलं आहे. त्यांनी माझे केस पार कानापर्यंत कापून टाकले होते. मला याचा इतका राग आला की मी कायम लपूनच बसायला हवं होतं, बाहेर यायलाच नको होतं, असं मला वाटायला लागलं.

"आता मी चक्क नारळासारखी दिसते!'' मी तावातावानं म्हणाले, "बघा जरा माझ्याकडे! एखादा म्हातारा नारळ अर्ध्यात फोडल्यावर कसा दिसेल तशी दिसते मी.''

"अगं! तू लहान आहेस- सगळ्या लहान मुलींचे केस लहानच असतात नाही का?'' माझे बाबा मला समजवायचा प्रयत्न करत होते, "तुझ्या शाळेतल्या सर्व मुलींचे केस तसेच आहेत की नाही?''

"पण मला ही नारळ स्टाईल नाही आवडत. काय हा नारळाचा आकार.''

"पण तू लहान आहेस. केस लहान असले की ते स्वच्छ ठेवायला बरे असतात.''

मग मी त्यांना सांगितलं की, मी कोणीतरी नारळ अर्ध्यावर कापून माझ्या डोक्यावर ठेवून तळाला जे केस राहतील ते उडवून टाकल्यावर कशी दिसेन तशी दिसते आहे. माझ्या नव्या केशरचनेचं हे वर्णन ऐकून बाबा हसून-हसून बेजार झाले.

आमच्या कुटुंबामध्ये माझे बाबा सर्वांत जास्त भावनाप्रधान होते. कामाच्या निमित्तानं फिरताना ते भयानक गोष्टी पाहत-ऐकत आणि त्यामुळे ते अस्वस्थ होत. पण माझ्या आईचा स्वभाव याच्या एकदम विरुद्ध होता. ती जे काही पाही, काहीही घडो तिथे, ती सर्व मनातच दडवून ठेवी, ते बाहेर कधीच दिसणार नाही याची खबरदारी घेई.

आम्ही नदीत खेळत असलो तर बाबांना आम्ही नदीच्या प्रवाहात वाहून जाऊ की काय अशी भीती वाटे. ते बरोबर असल्याशिवाय कोणी तिथं जायचं नाही अशी त्यांची ताकीद होती. पण ते घरी नसले की आम्ही त्यांची ही ताकीद धाब्यावर बसवून नदीवर खेळायला जात असू. एके दिवशी ते अनपेक्षितरीत्या घरी आले आणि त्यांनी आम्हाला नदीत धपाधप उड्या मारताना पाहिलं. ते आमच्यावर खूप भडकले होते पण आम्ही जखमी होऊ किंवा वाहून जाऊ ही भीती दडवायला तो मुखवटा त्यांना फार कामी यायचा.

बाबांनी एक बांबूची शिपटी घेतली आणि आम्हाला पायावर सडकावून काढायला सुरुवात केली. त्यांनी स्लोनला शिक्षा केली नाही कारण त्यांच्या मते स्लोन खूपच लहान होता आणि छोटे मोठ्यांचंच अनुकरण करतात; त्यामुळे त्याचा दोषही आमच्यावरच आला. आम्हाला खूप वेदना होत होत्या आणि पाय लटलट कापायला

लागले होते. पण आम्हाला सर्वांत जास्त त्रास या गोष्टीचा होत होता की बाबांनी आमच्यावर हात उचलला होता. मी नाराज झाले होते, मला खूप राग आला होता आणि डोळ्यांतून वाहणाऱ्या अश्रूंना नुसता पूर आला होता.

माझ्या आईलाही हे काही योग्य वाटलं नाही. "मी त्यांना जन्म दिला, मी त्यांना वाढवलं आणि मी आतापर्यंत त्यांच्यावर एकदाही हात उचलला नाही."

"तुला कळत नाही का तू मुलांना किती लाडावून ठेवलं आहेस ते?" बाबांनी प्रत्युत्तर केलं, "तुझ्या कोडकौतुकांनं एके दिवशी ती आपल्या डोक्यावर बसतील आणि नदीत खेळणं किती धोकादायक आहे हे तुला माहीत नाही का?"

"हो, पण हे समजवायची सुद्धा एक चांगली पद्धत असते."

"हे बघ, मी काही त्यांना डोक्यात वगैरे काठी घातलेली नाही, फक्त त्यांच्या पायांवर मारलं. फक्त पाय, दुसरं कुठेही नाही."

माझे आई-बाबा वाद घालतच राहिले आणि त्यामुळे मी आणि ब्वा ब्वा आणखी वैतागलो. पण खरं सांगायचं झालं तर माझ्या बाबांच्या भीतीमध्ये तथ्य होतं. लवकरच त्यांनी दिलेली तंबी विसरून आम्ही नदीत खेळायला सुरुवात केली. कोणीतरी एक नवीन खेळ शोधून काढला होता- नदीवर ओठंगलेल्या झाडावरून नदीच्या पाण्यात धप्पदिशी उडी मारण्याचा. या खेळात आम्हाला खूपच मजा वाटत होती. पूर्ण दिवसभर आमचा तोच खेळ चाललेला असायचा. थोड्या वेळानं आम्ही घरी परतलो पण घराच्या खिडकीतून नदीकाठी अचानक गर्दी जमलेली पाहिली, म्हणून आम्ही घाईघाईनं तिथे पोहोचलो तेव्हा कळलं की आमच्यात खेळणारा एक मुलगा बेपत्ता आहे. प्रत्येक करेन गावाचा एक मुखिया असतो आणि आमच्या गावाच्या मुखियाचं नाव होतं आँग बा. गावात काहीही समस्या निर्माण झाली की तो गावातल्या वाणसामानाच्या दुकानाशेजारी असलेली 'गावातल्या सगळ्या लोकांना बोलावणं धाडा' या अर्थाची घंटा वाजवी.

एक मुलगा बेपत्ता झाला आहे हे कळल्यावर आँग बानं शोधसत्र चालू केलं आणि बरेच स्वयंसेवक त्याला सामील झाले. उन्हाळा असल्यानं नदीला पाणी कमी होतं. सर्व लोक नदीत पायांनी चाचपत, हळूहळू चालत असताना आम्ही भेदरून पाहत होतो. आम्ही ज्या झाडावरून पाण्यात उड्या मारायचो त्या नदीवर वाकलेल्या झाडापाशी लोक आले आणि त्यातल्या एकाचा काहीतरी मिळाल्याचा ओरडा ऐकू आला. त्यानं पाण्याखालून एक देह बाहेर काढला आणि तो त्या हरवलेल्या मुलाचा होता.

तो मुलगा पाण्याखाली तब्बल तीस मिनिटं होता पण तरीही लोकांनी त्याला वाचवायचे प्रयत्न केले. त्यांनी त्याला किनाऱ्यावर आणलं, त्याला उलटा करून त्याच्या पोटातील पाणी काढण्याचा प्रयत्न केला. काही लोकांनी त्याला तोंडावाटे

श्वासोच्छ्वास देण्याचा प्रयत्न केला- त्याच्या बाबांनी सुद्धा सगळे प्रयत्न करून झाल्यावर उघडच होतं की तो मुलगा मरण पावला आहे. मग मुखियानं सर्वांना प्रयत्न थांबवायला सांगितलं. त्याच्या वडिलांनी त्या मुलाला तोंडावाटे श्वास देण्याचा शेवटचा निकराचा प्रयत्न करून पाहिला पण व्यर्थ! त्यांनी त्या मुलाचं डोकं जमिनीवर टेकवलं आणि हंबरडा फोडला. त्या मुलाची आई धाय मोकलून रडू लागली. गावाकरिता तो काळा दिवस होता. त्यानंतर आम्ही बाबांचं बोलणं मनावर घेतलं. आम्ही इतके घाबरलो होतो की, त्यानंतरचे कित्येक महिने पाण्यात खेळणंच थांबवलं होतं. पण पुढच्या उन्हाळ्यापर्यंत आम्ही त्या बुडून मरण पावलेल्या मुलाबद्दल विसरूनही गेलो होतो. उन्हाळा म्हणजे पाण्यातल्या खेळांना उधाणच यायचं. पाण्याच्या प्रवाहाला ओढ नसायची, पाणी उथळ असायचं आणि गाळ मात्र त्या मानानं कमी असायचा.

हळूहळू, कसलीही क्षिती नसलेल्या आमच्या निरागस बाल्यात बाहेरच्या जगात वाढून ठेवलेल्या संकटांच्या ज्ञानानं शिरकाव केला. मी आजोबांना मरताना पाहिलं होतं; त्यामुळे वृद्धापकाळानं होणाऱ्या मृत्युची आणि माझी तोंडओळख कधीच झाली होती. त्यानंतर नदीतल्या सैनिकाच्या त्या मृतदेहानं दूरवर टपून बसलेल्या पण चेहरा नसलेल्या शत्रूबद्दल सावध केलं आणि आता मी माझ्या लहानपणीच्या सवंगड्याचा मृत्यू माझ्या डोळ्यांदेखत पाहिला ज्यामुळे मृत्यू कधीही, कुठंही, कोणालाही गाठू शकतो याची मला खात्री पटली.

एका ख्रिसमसला मिठाई वाटपाच्या कार्यक्रमानंतर मी सांताचा पाठलाग करायचं ठरवलं. तो एका घरात नाहीसा झाला आणि तो काय करतो हे पाहता यावं म्हणून मी जवळच लपून बसले. त्यानं त्याचे सांताचे कपडे बदलले आणि त्या सांतामधून माझ्या एका शाळकरी मित्राचे वडील अवतीर्ण झाले!

शाळेतल्या मित्रांच्या सांता 'खरा' नसल्याबद्दल खूप चर्चा रंगायच्या आणि त्यात किती तथ्य होतं ते मला आता कळलं. नंतर-नंतर आम्ही या गोष्टीवर खूप विनोद, थट्टामस्करी केली आणि आमच्यापेक्षा लहान मुलांना सांता खरा नसतो हे सत्य सांगून सावध करायचाही प्रयत्न केला. पण ते आमच्यावर वैतागले आणि त्यांनी आम्हाला आमची मूर्ख बडबड थांबवण्यास सांगितलं. आम्ही जर असेच बरळत बसलो तर पुढच्या वर्षी सांता आम्हाला आमच्या भेटवस्तू देणार नाही, असा इशाराही जाताजाता दिला.

याच काळात मला गावात आणि गावाभोवतालच्या परिसरात अवयव गमावलेली माणसं मोठ्या प्रमाणावर दिसायला लागली. आयुष्यात पहिल्यांदाच मी पाय गुडघ्यापासून तुटलेला पांगळा मनुष्य पाहिला आणि मला धक्काच बसला. हे कसं झालं असावं याबद्दल मी माझ्या आईला विचारलं. काय उत्तर द्यावं याबद्दल पुन्हा

एकदा तिला स्वत:शीच झगडा करावा लागला- आमच्या लोकांवर आणि गावांवर होणाऱ्या पाशवी अत्याचारांविषयी एका लहान मुलीला ती काय काय सांगू शकणार होती?

मग आईनं सांगितलं की, बर्मी राज्यकर्त्यांनी करेन गावांमध्ये सुरुंग पेरले होते. ते म्हणजे जमिनीत दडवलेले छोटे बाँबच होते. लोक त्याला अडखळले की ते फुटत असत आणि त्या माणसाबरोबर त्याच्या परिघातील इतर माणसांनाही जखमी करत. दुसऱ्यांचे पाय निकामी व्हावेत याकरिता हे लोक अशा वस्तू लपवून का ठेवत असतील बरं, असा विचार माझ्या मनात नेहमी यायचा. विशेषत: ते सुरुंग नेमके कोणाला घायाळ करणार आहेत हे माहीत नसताना? हा सर्वच किती क्रूर आणि बेमुर्वत प्रकार होता!

माझी आई म्हणाली, कधी-कधी बर्मी सैनिक करेन गावकऱ्यांना 'मानवी सुरुंगसफाई'करिता आपल्या पुढे चालायला लावायचे. आपण सुरुंग कुठं ठेवले होते हे सपशेल विसरून गेल्यानं ते स्वत:चा मार्ग मोकळा व्हावा म्हणून लोकांना त्यांच्यापुढे चालायला लावत. काही लोक शेतावर येताजाताना सुरुंगावर धडपडत आणि अपंग होत. हा सर्व 'फोर कट्स पॉलिसी'चा भाग होता. या सर्वांची हद्द म्हणजे बर्मी सैन्यानं लोकांच्या घरासमोर आणि चर्चसमोरही सुरुंग पेरले होते.

मी आणि ब्वा ब्वा याबद्दल खूप बोलायचो. भूसुरुंगांमुळे जखमी झालेल्यांबद्दल आम्हाला खूप सहानुभूती वाटायची आणि त्यांना कशा प्रकारे मदत करता येईल याचा विचार आम्ही करत असायचो. केएनयूनं मानेरप्लॉमध्ये अपंगांकरिता कार्यशाळेची स्थापना केली होती. सर्व करेन मुलखातले लोक तिथं कृत्रिम अवयवांचं आरोपण करून घ्यायला येत असत. हे कृत्रिम अवयव प्लॅस्टिक आणि लाकडानं बनवलेले असत. त्यांच्यामध्ये अवयवांना आधार पुरवणारा स्टीलचा पिंजरा असे. कृत्रिम पायांसाठी एक कृत्रिम पाऊलसुद्धा बनवलेलं असे ज्यावर लोकांना चपला, बूट चढवता येई.

ते कृत्रिम अवयव वापरता येईपर्यंत लोक तिथंच राहत आणि मग आपल्या गावाला निघून जात. त्यांना आणि त्यांच्या कुटुंबीयांना कार्यशाळेजवळच राहायला जागा दिलेली असे; जिथे ते तात्पुरत्या भाज्या पिकवून गुजराण करू शकत, पशुपालन करू शकत.

ही माणसं अतिशय गरीब होती. त्यांची मुलं त्यांच्या तिथल्या वास्तव्यात शाळेत येत तेव्हा अतिशय केविलवाणी वाटायची. ती बहुधा उदासच असत. त्यांना कळत होतं की त्यांचे वडील इतरांसारखे नाहीत- त्यांना काही अवयव नाहीत. त्या वर्षीच्या डिसेंबरमध्ये आमच्या शाळेनं त्या अपंगांच्या कार्यशाळेत मनोरंजक कार्यक्रमांचं आयोजन केलं होतं. त्यात नाच होता, गाणी होती. ख्रिसमसचा आनंद सर्वांना

मिळावा म्हणून हा सर्व प्रयत्न होता. आमच्या संस्कृतीत 'डिसेंबर' हा आनंदी महिना मानला जातो कारण हा ख्रिसमस साजरा करण्याचा आणि भेटवस्तू देण्याघेण्याचा काळ असतो.

आमच्या गावात मनोरंजनाची साधनं उपलब्ध नव्हती. आमचं मनोरंजन आम्हाला स्वत:लाच करून घ्यावं लागायचं. आमच्या गावात एकच टीव्ही होता जो गावाचा मुखिया आँग बाकडे होता. आम्ही जिथं राहत होतो तिथं कुठल्याही प्रकारचा सिग्नल पोहोचत नसल्यानं आम्हाला त्यावर फक्त व्हिडिओ बघता यायचे. आँग बा आमच्या शेजारीच राहायचा आणि तो अतिशय दिलदार मूडमध्ये असेल तर आम्हालाही ते बघायला बोलवायचा. पण तो जसं आम्हाला आत घ्यायचा तशी गावातली इतर मुलं, अगदी प्रौढ मंडळीसुद्धा त्याच्या दिवाणखान्यात घुसून प्रवेश मिळवायची.

मी नेहमी पुढच्या रांगेतली जागा पटकवायचे. खूप लहान असल्यानं लोकांच्या पायांमधून घुसून पुढे सरकणं मला सहज शक्य होतं. पण थोड्या वेळानं आपल्या दिवाणखान्यात एवढे लोक खचाखच भरलेले पाहून आँग बा वैतागायचा, मेटाकुटीस यायचा. तो बऱ्याचदा लोकांना घराबाहेर ठेवण्याचा प्रयत्न करायचा पण ते सोपं नव्हतं. आमच्या गावात वीज नव्हती आणि व्हिडिओ बघायचे असले की त्याला जनरेटर सुरू करावं लागे. सिनेमा लवकरच सुरू होणार आहे याचा तो संकेत होता. जनरेटरची घरघर सिनेमा चालू होणार असल्याची वर्दी पोहोचवत असे.

आम्हाला कळायचं की आम्ही तिथं नको आहोत; त्यामुळे टीव्हीवर काय लागतं आहे हे पाहायला आम्ही बाहेरच घुटमळत असू. सिनेमा चांगला असेल तर आम्हाला आमंत्रण नाही याचा पत्ताच नसल्यासारखे निरागस भाव चेहऱ्यावर घेऊन आम्ही तिथं ठाण मांडून बसत असू. प्रौढांच्या बाबतीत तर हे आणखी कठीण होऊन जाई. माझे आई-वडील फारसे येत नसत. आँग बानं जरी आत येऊन खासगीरीत्या बघण्याचा आग्रह धरला तरी आम्ही बाहेर थांबून खुल्या खिडक्यांमधून सिनेमा बघणं पसंत करीत असू.

दुसऱ्या दिवशी शाळेत मी ओरडून जाहीर करत असे, "सांगा पाहू काल मी मुखियाच्या घरी काय पाहिलं?"

बहुतेक मुलं दूर राहायची आणि त्यांना काही सिनेमे पाहायला मिळायचे नाहीत. मी त्या सिनेमावर दिवसभर बोलू शकायचे. दिवसभर मी आपली त्या सिनेमामधल्या माझ्या डोक्यात रुतून बसलेल्या ओळी म्हणत असे. मुखिया बर्मामध्ये बनवलेले सिनेमे पाहत असे; त्यामधील एका फिल्ममध्ये मुलींची छेडछाड करणारा हीरो होता. त्याचा एक मस्त डायलॉग होता. "हे स्त्रिये, मी कुरूप असलो म्हणून काय झालं, माझं मन सुरेख आहे." आम्हाला हा डायलॉग खूप विनोदी वाटला होता आणि तो पुन:पुन्हा म्हणून आम्ही चेकाळल्यासारखे हसत असू.

एके रात्री आम्ही करेन आणि बर्मी सैन्यामध्ये चाललेल्या युद्धावर आधारित एक सिनेमा पाहिला. त्या सिनेमात करेन सैनिक गावं जाळताना दाखवले होते. नागरिकांना मारहाण करताना आणि ठार मारताना दाखवले होते, स्त्रियांवर बलात्कार करताना दाखवले होते आणि बर्मी सैनिक चांगले आहेत, ते गावकऱ्यांना करेन हल्लेखोरांपासून वाचण्यास मदत करीत आहेत असे दाखवलं होतं. त्यात करेन सैनिक निष्पाप गावकऱ्यांना अपंग करण्यासाठी भूसुरुंग पेरत आहे, असं देखील दाखवलं होतं.

तो सिनेमा म्हणजे वस्तुस्थितीचं विडंबन होतं. सत्य परिस्थिती बिलकूल उलट करून सांगण्यात आली होती. हल्ले आमच्यावर होत होते, आम्ही कोणावर हल्ले करत नव्हतो. राज्यकर्त्यांच्या हुकुमानुसारच असे सिनेमे बनवण्यात येत होते. तो सिनेमा बघितल्यावर आम्ही प्रचंड संतापलो होतो कारण बाहेर दूरवरच्या करेन गावांमध्ये काय चाललं आहे हे आम्हाला माहीत होतं.

आणि लवकरच ते भयाण वास्तव आमच्या आयुष्याचा हिस्सा बनणार होतं.

नामकरण

एकदा मानेरप्लॉमध्ये सुट्टी घालवून आम्ही घरी परतत होतो. नदीला पाणी कमी होतं; त्यामुळे नदीनं प्रवास करणं अवघड होतं. त्यामुळे आम्ही पायीच प्रवास करायचा ठरवला. ती रविवारची दुपार होती आणि आम्ही टीक पर्वताचा चढ आरामात चढत होतो. रात्र पडायच्या आत कधीही घरी पोहोचलं तरी चालण्यासारखं असल्यानं आम्हाला घाई नव्हती. चढून दहा मिनिटं झाली असतील नसतील, आम्ही डोंगरमाथ्यावर पोहोचलो. थोडा वेळ श्वास घेण्यासाठी थांबलो आणि गावाकडे नेणाऱ्या उतारास लागलो.

दहा मिनिटांनंतर आम्ही पर्वताच्या पायथ्याशी होतो. तिथून वाहणाऱ्या ओढ्याच्या कडेकडेनं जाणारी वाट आमच्या घराकडे जात होती. आई पुढे चालत होती. स्लोन, ब्वा ब्वा, से से आणि मी गप्पाटप्पा करत, हसत-खिदळत मागून येत होतो. अचानक आम्हाला आमच्या पुढे पाण्याचा मोठा फवारा सोडल्याचा आवाज आला. आम्हाला तत्काळ कळलं तो कसला आवाज आहे आणि आम्ही प्रचंड घाबरलो. असा कर्णकर्कश फवारा फक्त हत्तीच सोडू शकतो. ते अंघोळ करत असतानाच आम्ही तिथं जाऊन पोहोचलो होतो.

आईनं आम्हाला पळायला सांगितलं तेव्हा तिच्या डोळ्यांत आणि चेहऱ्यावर लिहिलेली भीती स्पष्ट वाचता येत होती. एका क्षणाकरिता ते हत्ती काय करत आहेत हे बघायला मी मागं वळून पाहिलं आणि मला पूर्णच्या पूर्ण कळप पाण्यात उतरताना दिसला. शेवटची गोष्ट मी पाहिली ती म्हणजे त्यातल्या एकानं आपलं ते अतिप्रचंड डोकं आमच्याकडे वळवलं आणि आपले सुपासारखे कान रागारागानं हलवले. आणि मी पळायला सुरुवात केली. निसरड्या वाटेवरून मी जीव खाऊन पळत होते, माझं हृदय थाडथाड उडत होतं.

अचानक मी माझ्या आईला अडखळून पडताना पाहिलं. तिनं एक दबलेली किंचाळी फोडली. ती कशीबशी उभी राहिली आणि तिनं खुरडत चालण्याचा प्रयत्न

केला. मी तिला जिवाच्या निकरानं हाक मारली तर तिनं मला पळत राहायला सांगितलं आणि घर येईपर्यंत थांबू नकोस असंही सांगितलं. मी तिनं सांगितलेल्या सूचनांचं तंतोतंत पालन केलं. दहा मिनिटांनंतर मी जंगलातून बाहेत पडून गावातल्या मोकळ्या जागेत आले होते. ब्वा ब्वा आणि स्लोन माझ्या पुढेच होते पण आईचा अजून पत्ता नव्हता. ती कुठंच दिसत नव्हती. नुकतीच मी एका हत्तीनं बिथरल्यावर आपल्या माहुताला ठार केल्याची बातमी ऐकली होती. त्याही पुढे जाऊन त्या हत्तीनं त्या माहुताला खाऊन टाकल्याची– ज्यावर मी त्यावेळी विश्वास ठेवला होता– बातमी देखील होती. आम्ही सर्व जण चिंतेत पडलो होतो.

मी माझ्या आईला शोधण्यासाठी वळले. जंगलातील झाडांच्या अंधारात मी डोळे फाडून बघायचा निष्फळ प्रयत्न केला. माझ्या भीतीवर मात करायच्या निष्फळ प्रयत्नांत मी स्वत:ला समजावत होते की आपली आई खंबीर आणि शूर आहे, तिला काहीही होणार नाही. या विचारांमध्ये युगानुयुगं उलटली असं वाटलं आणि शेवटी त्या जंगलातून एक आकृती अवतीर्ण झाली. ती आई होती आणि स्पष्टच दिसत होतं की तिला चालताना भयानक त्रास होत होता.

ती प्रकाशात आली तशी तिच्या चेहऱ्यावरची वेदना लख्ख दिसली. आम्ही तिच्यापाशी पळत गेलो. ती पडली होती तेव्हा तिच्या पायाला खोल जखम झाली होती आणि त्यातून रक्त गळत होतं. आमच्याकडे औषधं नव्हती पण माझं कापलेलं बोट बांधायला वापरलेली वनस्पती कुठं शोधायची हे आम्हाला माहीत होतं. से सेनं जाऊन ती शोधून आणली, आम्ही आईची जखम बांधली आणि तिला आधार देत घरी आणलं.

आईची जखम भरायला एक महिना तरी लागला. ती भरल्यानंतरही तिथं एक खोल व्रण राहिलाच. तो अधूनमधून ठणकायचा. तिची पट्टी दररोज ताज्या पानांनी बदलावी लागे. ज्या अणकुचीदार दगडामुळे तिला जखम झाली होती, तो उन्हाळा ऐन भरात असल्यानं आणि नदीच्या पात्रात पाणी कमी असल्यानं वर आला होता. आम्हाला काळजी वाटत होती की शेवाळलेल्या, घाणेरड्या दगडामुळे तिच्या जखमेला संसर्ग तर होणार नाही ना याची. आमची चिंता खरी ठरली. या जखमेनं नंतर तोंड वर काढलं तेही अत्यंत प्रतिकूल परिस्थितीत.

मानेरप्लॉ आता बर्मीविरोधी चळवळीचं केंद्र बनलं होतं आणि बर्मी सरकारनंदेखील आम्हाला चिरडून टाकायचे प्रयत्न दुप्पट केले होते. आमच्या घराच्या खालच्या खाजणात नांगरून पडलेल्या बोटींचं प्रमाण आताशा वाढलं होतं. आम्ही खेळायचो त्या ठिकाणी लांबच्या लांब गवताचे भारे येऊन पडू लागले आणि आमच्या घरावरूनच कुठे कुठे नेले जाऊ लागले. त्या बोटी नेमकं काय गुप्त, गूढ सामान वाहून नेत होत्या याबद्दल मला काहीच कल्पना नव्हती.

नंतर कळलं की त्या गवतांच्या भाऱ्यामध्ये जखमी किंवा मृत सैनिक ठेवलेला असे. बऱ्याच जणांना बांबूनं बांधलेल्या झोळीतून आणलं जाई. त्या बोटी येताना दिसल्या की मी लपण्याचा आटोकाट प्रयत्न करत असे पण कधी-कधी त्यांना चुकवणं अगदीच अशक्य होऊन बसे. त्यामध्ये दोन किंवा तीन भारे असायचेच. मी एकाच वेळी इतक्या सैनिकांना जखमी किंवा मृत अवस्थेत पाहिलं नव्हतं.

मी एकदा एका झोळीत डोकावून पाहिल्याचं आठवतं. त्यात मला रक्ताळलेला, सुजलेला आणि बॉंबचे तुकडे लागून जखमी झालेला चेहरा दिसला होता. त्या सैनिकाचे डोळे सौम्य तपकिरी रंगाचे होते पण साकळलेल्या रक्तानं मिटलेल्या अवस्थेत होते. पण सर्वांत वाईट होतं ते म्हणजे रक्ताळलेल्या कापडात बांधलेले त्याचे हात तुटलेल्या अवस्थेत होते. ते दृश्य पाहणं अतिशय भयंकर होतं.

मुलांपैकी कोणीही असलं कधी काही पाहिलं नव्हतं. मी माझ्या आईला याबद्दल विचारायला गेले तेव्हा ती तिच्या भाजीच्या मळ्यात काम करत होती.

"आई, हे सैनिक कुठून येतात? आणि ते इतके जखमी कसे झाले?"

आई थांबली आणि ताठ झाली. ती अचानक थकल्यासारखी वाटायला लागली. तिनं थेट माझ्याकडे पाहिलं आणि माझ्याकडे बघून आश्वासक हसण्याचा प्रयत्न केला.

"लहानी, एकीकडे खूप-खूप युद्ध चालू आहे. पण ते इथून खूप दूर आहे. त्या युद्धात सैनिक जखमी होताहेत, मारले जाताहेत. त्यांचे मित्र त्यांना इथं उपचारासाठी घेऊन येतात आणि मृतांना पुरण्यासाठीदेखील इथंच आणतात."

"पण हे युद्ध का चालू आहे?" मी विचारलं, "आणि हे सगळं कुठं घडतं आहे? ते ठिकाण इथून खूप दूर आहे, हो ना?"

अर्थातच ते मला दूरदूरच असायला हवं होतं. त्यापेक्षा वेगळं काही ऐकायची माझ्या मनाची तयारी नव्हती. ते युद्ध इथं, आमच्यापर्यंत येऊन पोहोचू शकतं या कल्पनेनं देखील माझ्या मनाला कधी स्पर्श केला नव्हता.

आईनं मला जवळ घेतलं. "लहाने, काळजी करू नकोस. ते ठिकाण इथून खूप दूर आहे. त्या ठिकाणाचं नाव आहे मे थेर वॉ आणि हे युद्ध खूप काळापासून सुरू आहे."

पण पुढच्याच आठवड्यात एक भयंकर बातमी आली. लाह का पॉ चे वडील करेन सैनिक होते आणि ते मे थेर वॉच्या लढाईत मारले गेले होते. त्यांना श्रद्धांजली वाहायला आई-बाबांनी आम्हाला मानेरप्लॉला नेलं होते. पार्थिवाचं दर्शन घ्यायला आम्हाला सैनिकांच्या बराकीत नेण्यात आलं. कॉफिनजवळ जात असताना मी ब्वा ब्वाला चिकटून होते.

लाह का पॉ चे वडील अंतराळात रोखून पाहत होते. त्यांचा चेहरा पांढराफटक पडला होता, ओढलेला दिसत होता. ते इतके अशक्त आणि सुरकुतलेले दिसत होते जसं काही त्यांच्यामधलं सर्व रक्त कुणीतरी काढून घेतलं होतं. लाह का पॉ कॉफिनजवळच उभा होता. त्याच्या अश्रूंना खळ नव्हता. त्याच्या दोन्ही बाजूंना त्याचे शोकाकूल भाऊ-बहीण उभे होते. आपल्या वडिलांना तिथं तसं कॉफिनमध्ये पहुडलेलं पाहताना त्यांना किती दुःख होत असेल याची मला कल्पना होती पण तरीही मनात कुठेतरी आनंद होता की माझे बाबा मारले गेले नव्हते, ते जिवंत होते. हा विचार माझ्या डोक्यात आला तसं मला प्रचंड अपराध्यासारखं वाटलं.

लाह का पॉ रडत होता, त्याचे भाऊ-बहीण रडत होते, त्यांची आई रडत होती. मलाही त्यांच्या बरोबरीनं रडायचं होतं पण मी का काय माहीत, रडू शकले नाही. मला भावनावश व्हायचं नव्हतं, तुटून पडायचं नव्हतं. मी स्वतःला त्या भयापासून सुरक्षित ठेवायचा प्रयत्न करत होते. कॉफिनभोवती करेन ध्वज गुंडाळला गेला आणि कॉफिन उचलून ते स्मशानात नेलं गेलं. कॉफिन जमिनीत पुरलं जात असताना बंदुकीच्या फैरी झडल्या, बिगुल वाजला. त्या मृत शरीराची आठवण दीर्घकाळाकरिता माझ्यासोबत राहिली.

लाह का पॉ च्या कुटुंबाला सोबत म्हणून आम्ही सर्व आळीपाळीनं त्यांच्याबरोबर राहत होतो. प्रत्येक रात्री लाह का पॉ च्या घरात किमान दहा तरी लोक असायचेच. कोणी त्याच्या आईचं सांत्वन करत असायचं, कोणी मुलांना शांत करण्याचा प्रयत्न करत असायचं. कोणी जेवण करण्यात, घरकामात मदत करत असायचं. लाह का पॉ च्या कुटुंबाला दुःखातून सावरण्यास मदत व्हावी म्हणून आम्ही हे सर्व करत होतो. मी लाह का पॉ आणि त्याच्या बहिणींबरोबर वेळ घालवत होते. त्यांच्या बाबांबद्दल बोलणं आम्ही टाळत होतो. त्याऐवजी आम्ही शाळेबद्दल, आम्ही खेळायचो त्या खेळांबद्दल आणि सुचेल त्या कोणत्याही विषयावर गप्पा मारत होतो.

लाह का पॉ आठ भावंडांपैकी एक होता. आता त्याच्या विधवा आईला त्या आठ भावंडांना वाढवायला लागणार होतं. त्यांच्याबरोबर जे काही घडलं ते भयानक होतं. शाळेतही आम्ही पूर्वीसारखंच सगळं सुरळीत ठेवायचा प्रयत्न केला पण लाह का पॉ च्या वडिलांबरोबर काय झालं हे सर्वांनाच माहीत झाल्यानं एक अव्यक्त उदासवाणा भाव सर्वत्र साचून राहिला होता. आम्ही लहान मुलं होतो. आम्ही ते सर्व विसरून जायचा प्रयत्न केला. आम्हाला खेळायचं होतं, अभ्यास करायचा होता; युद्धाबद्दल सर्व काही विसरून जायचं होतं. आमच्याकरिता तो अजूनही दूरस्थ, अदृश्य असलेलाच धोका होता आणि आम्हाला त्याला तसंच राहू द्यायचं होतं.

पचायला कटू असलं तरी हे सत्य होतं की, मे थेर वॉच्या युद्धामध्ये करेन सैनिकांवर पराभव स्वीकारायची नामुश्की ओढवली. कित्येक महिने आमचे सैनिक

बर्मी सैनिकांचे मे थेर वॉ काबीज करायचे प्रयत्न शर्थीनं हाणून पाडत होते. मे थेर वॉ हा बर्माच्या खूप आतील उंचावरचा आणि खडकाळ कडा आहे. बर्मी सैन्यानं ताब्यात घेतलेल्या प्रदेशातील गावकऱ्यांना हमाल म्हणून कामाला लावण्यात आलं होतं. त्या हमालांना कसं मरेस्तोवर काम करायला लागत होतं याचा नदीत सापडलेलं ते प्रेत पुरावा होतंच.

आमच्या सैनिकांना सरतेशेवटी मे थेर वॉवरील ताबा सोडावा लागला आणि नव्या ठिकाणी आपला तळ हलवावा लागला. आघाडीवरून आलेले सैनिक अतिशय थकलेले दिसत होते. काहींना आपण बालंबाल बचावलो आहोत याचाच आनंद वाटत होता. त्यांचे कित्येक मित्र या युद्धात मारले गेले होते. खरंच, आम्ही मे थेर वॉच्या लढाईत आमचे शेकडो सैनिक गमावले.

परतणाऱ्या सैन्यासाठी पहाटे एका प्रभातफेरीचं आयोजन करण्यात आलं होतं. करेन ध्वज फडकवला गेला. सैनिक आपल्या उत्तम पोशाखात उभे राहिले तसा बिगुलवाल्यांनी बिगुल वाजवला. तरुण स्त्रिया आणि मुली सैनिकांना पिवळ्याधमक आणि शेंदरी फुलांचे हार देण्यासाठी रांगेत उभ्या राहिल्या. प्रत्येकानं समोर येऊन मान वाकवून तो हार गळ्यात घालून घ्यायचा होता. गळ्यात हार घालून हे तरुण पुन्हा रांगेत जाऊन उभे राहिले तेव्हा बऱ्याच जणांच्या डोळ्यांत पाणी तरळलं.

मी त्या फुलं देणाऱ्या मुलींपैकी एक म्हणून निवडले गेले होते आणि ब्वा ब्वा देखील. हा खरंच एक बहुमान होता आणि त्यामुळेच मी पुरती बावचळून गेले होते. मी याआधी असलं काही कधी केलं नव्हतं. माझ्यासमोर जेमतेम विशीतला एक सैनिक उभा होता आणि तसं पाहायला गेलं तर तो देखणा होता. तुम्ही तुमचा हार कोणाला देता हे तुमच्या इच्छेवर असायचं; मात्र कोणताही सैनिक यातून वगळला जाऊ नये, त्याला हार मिळाला नाही असं होऊ नये याची दक्षता त्या सोहळ्यावर देखरेख करणारी करेन स्त्री संघटना घेत होती.

मी त्या तरुण देखण्या सैनिकाची निवड केली. मी त्याच्याकडे बघून किंचित हसले. त्यानंही माझ्याकडे बघून स्मित केलं. सैनिकी बँड इतका जोरात वाजत होता की आम्हाला काही बोलता आलं नाही. मग तो पुढे झाला आणि मी त्याला माझा हार देऊ केला. त्यानं त्याची बुश हॅट काढली आणि तो मान झुकवून उभा राहिला. पण झालं असं- तो हार त्याच्या कपाळावर अडकून बसला आणि मला काय करावं ते कळेना. मग त्यानं तो स्वत:च खाली ओढून ठिकठाक बसवला.

हे सैनिक हातीपायी धड परतले होते या गोष्टीचा आनंद आम्ही साजरा करत होतो. त्या दुपारी युद्धात धारातीर्थी पडलेल्यांना श्रद्धांजली वाहण्याकरिता आणि त्यांच्या बलिदानाचं स्मरण करण्याकरिता एका श्रद्धांजली सभेचं आयोजन करण्यात

आलं होतं. तिथं मुलांनी असणं अपेक्षित नव्हतं; त्यामुळे मी तिथं गेले नाही. पण तरीही, त्यांच्या मृत्युमुळे युद्धाचं जळजळीत वास्तव अधिक दाहकपणे आमच्यासमोर आलं होतं.

त्या दिवशी आईनं आम्हाला अजिबात न घाबरवता तिच्या नेहमीच्याच शांत पद्धतीनं, गावावर हल्ला झालाच तर पळायच्या तयारीत राहायला सांगितलं. प्रत्येक ठिकाणी हवाई हल्ल्यापासून बचाव व्हावा म्हणून भुयारं खोदण्यात आली होती. ती भुयारं झाकण्याकरिता, भुयाराचं तोंड लपवण्याकरिता झाडांच्या खोडांचा, पानांचा आणि मातीचा वापर केला जात असे. बाबांनी आमच्याकरिता वेगळं भुयार खोदायला सुरुवात केली. ते भुयार एखाद्या छोट्या गाडीइतकं होतं. आम्ही सर्व तिथं दाटीवाटीनं का होईना मावू शकत होतो. माझ्या बाबांनी याआधी ते सुशोभित तळं बांधलं होतं, फुलांचं सुंदर उद्यान तयार केलं होतं आणि आता ते जे काही तयार करत होते त्यात किती विरोधाभास होता.

बऱ्याच वर्षांपासून मला माहीत होतं की, माझ्या बाबांच्या हृदयात माझ्या नावाचं एक स्थान आहे. बर्मामधील मुक्तिलढ्यावर लेख, स्तंभ लिहिताना ते नांत (कुमारी) झोया फन म्हणजे माझं नाव वापरत. त्यांचं लिखाण अत्यंत मर्मभेदी होतं. त्यांनी काय लिहिलं आहे हे ते मला नेहमीच वाचून दाखवत. पण कधीही- एकदाही असे लेख ते माझ्या नावानं का प्रकाशित करत आहेत हे त्यांना विचारायचं मला सुचलंच नाही. कुठल्या तरी कारणानं त्यांचं आणि माझं नाव एकच आहे या विचारानंच मला खूप आनंद होत असे.

मे थेर वॉच्या युद्धानंतर फार काळ लोटला असेल नसेल तेव्हा बाबांनी माझं नाव त्यांच्याकरिता इतकं प्रिय का आहे ते सांगितलं. मी ते व्यवस्थित ऐकून घेण्याइतपत मोठी आणि सुजाण झाले होते आणि मी त्यांचा प्रत्येक शब्द जिवाचा कान करत ऐकत होते. झोया कोस्मोदेम्यान्स्का नावाची सतरा वर्षांची रशियन मुलगी दुसऱ्या महायुद्धात रशियाकडून लढली होती. तिनं जर्मन मुलखात होणाऱ्या गुप्तहेरी कारवाया आणि टेहळणी मोहिमांचं नेतृत्व केलं होतं. त्या युद्धात तिनं गाजवलेल्या पराक्रमाच्या कहाण्या अजूनही चर्चिल्या जातात.

१९४१ मध्ये जर्मनांनी काबीज केलेल्या मुलखात रात्री पार पाडल्या गेलेल्या एका मोहिमेत झोया पकडली गेली. तिच्या कारवाया आणि चळवळीतील तिच्या सदस्यत्वाबद्दलची माहिती तिच्याकडून वदवून घेण्याकरिता तिचा अतोनात छळ केला गेला पण तिच्या तोंडून चकार शब्द निघाला नाही. तिच्याकडून काहीही माहिती काढून घेण्यात अपयश आल्यानं नाझींनी तिला फाशी दिलं. गळ्याभोवती फास आवळला गेलेला असताना ती आपल्या मारेकऱ्यांकडे वळली आणि इशारेवजा सुरात म्हणाली, 'आम्ही २०० दशलक्ष इतक्या संख्येनं आहोत. किती किती

लोकांना फाशी द्याल?' तिला फासावर दिल्यानंतर तिचा निष्प्राण देह म्हणजे तिच्यासारख्या इतरांना चेतावणी होती.

युद्ध संपल्यावर झोयाला 'सोव्हिएट युनियनची हीरो' म्हणून घोषित करण्यात आलं. असा बहुमान मिळवणारी ती पहिली स्त्री होती.

झोयाचा भाऊ शूरादेखील कोनिग्झबर्गच्या लढाईत हुतात्मा झाला होता. झोयाच्या आईनं आपल्या मुलांच्या युद्धातील जीवनावर 'द स्टोरी ऑफ झोया ॲण्ड शूरा' नावाचं पुस्तक लिहिलं; त्यात ही कथा सांगितली गेली आहे. रंगून विद्यापीठात शिकत असताना माझ्या बाबांना त्या पुस्तकाची प्रत मिळाली आणि त्या पुस्तकातील झोयाच्या कथेनं बाबांच्या हृदयाला हात घातला.

झोयाचा लढा आणि बर्मामधील चळवळ यातील निर्विवाद साम्यानं ते हलून गेले. नाझी राज्ययंत्रणा क्रूर, एकछत्री होती- बर्मी जुंताही तशीच. ज्यूंचं समूळ उच्चाटन करायचे नाझींचे प्रयत्न आणि बर्मी जुंत्याचे करेन आणि इतर वांशिक गट नष्ट करायचे प्रयत्न ही एकमेकांची प्रतिबिंबं होती. नाझीविरोधी चळवळीत अनेकांना आपले प्राण द्यावे लागले होते, तशीच परिस्थिती बर्मामध्ये होती.

ही कथा मी याआधीही ऐकली होती अर्थात, पण तुकड्या-तुकड्यातच. खास करून पाहुणे जेव्हा जेव्हा माझ्या या विचित्र नावाविषयी विचारायचे तेव्हा. पण बाबांनी माझं नाव झोयाच का ठेवलं याबद्दलचं थेट आणि सुस्पष्ट उत्तर कोणालाही दिलं नव्हतं. लोकांना सांगताना ते सांगायचे की या नावाचा उदय ग्रीकमधील 'झोय'पासून झाला आहे; ज्याचा अर्थ आहे आयुष्य. हेही एक स्पष्टीकरण बरं होतं द्यायला. पण मुख्यत: त्यांना अशी आशा वाटत असावी की मूळ झोयासारखा मीदेखील माझ्या लोकांकरिता लढा द्यावा.

ब्वा ब्वाला जन्म देतेवेळी माझ्या आईला झालेला अतोनात त्रास पाहता माझ्यावेळेस आईसोबत राहायचंच असा निर्धार बाबांनी केला असावा, असं मला वाटतं. माझी बहीण पायाळू होती आणि तिला जन्म देतानाचा काळ हा आईसाठी खूप कठीण काळ होता. जन्मानंतर ब्वा ब्वा काविळीनं आजारी पडली होती. रक्त संक्रमित करूनच तिला वाचवता येणं शक्य होतं पण माझ्या बहिणीचा रक्तगट खूप दुर्मीळ होता आणि समान रक्तगट असलेल्या दात्याची गरज होती.

पहिल्या वेळी जेव्हा रक्तसंक्रमणाची गरज पडली तेव्हा आमच्या कुटुंबाचे निकटवर्तीय मान शा तू घॉ यांनी रक्तदान केलं होतं. पण दुसऱ्यांदा रक्तसंक्रमणाची गरज भासली तेव्हा मात्र त्या रक्तगटाचा कोणी दाता मिळेना. मग बाबांनी मध्य मानेरप्लॉममध्ये असलेल्या एका तुरुंगात रक्तदात्याचा शोध घ्यायचा प्रयत्न केला. कोण आपल्या मुलीचं आयुष्य वाचवू शकेल याचा शोध घेत ते तुरुंगभर फिरले. शेवटी मिळताजुळता रक्तगट असणारा एक कैदी सापडला. त्या सहृदयी माणसानं

देखील रक्त द्यायचं कबूल केलं. आपले धन्यवाद त्याच्यापर्यंत पोहोचवण्यासाठी बाबा त्याच्याकडे फळफळावळ आणि घरच्या कोंबड्यांची ताजी अंडी घेऊन गेले होते.

ब्वा ब्वाच्या जन्मानंतर दोन वर्षांनी आईला पुन्हा दिवस गेले. नेहमीप्रमाणेच बाबा फिरतीवर होते आणि आई कार्यालयात होती. सहा महिन्यांची गर्भवती असताना एकदा तिनं बोटीमधल्या चाळीस किलोच्या तांदळाच्या गोण्या उतरवण्यास मदत केली होती.

त्यातील एक गोणी उचलून तिनं आपल्या कार्यालयात नेली. गर्भवती असल्यानं तिला नेहमीपेक्षा जास्त वेळ लागला खरा पण त्यानं व्हायचं तेच झालं. त्या रात्री तिच्या पोटात असह्य वेदना सुरू झाल्या. तिला दवाखान्यात नेण्यात आलं पण तिचा गर्भपात झाला होता. मूल दगावलं होतं. तो मुलगा होता की मुलगी हे देखील तिला कधीच कळलं नाही. तो तिच्याकरिता मानसिकदृष्ट्या खूप गुंतागुंतीचा काळ होता. बाबा तिच्याजवळ नसल्यानं तर फारच.

बाबांनी माझ्या नावाचा विशेष अर्थ सांगितल्यावर शिक्षक बनण्याची माझी लहानपणापासूनची इच्छा मला बालिश वाटू लागली. मी पुढे जाऊन माझ्या लोकांच्या अस्तित्वाकरिता लढा द्यावा अशी माझ्या बाबांची इच्छा होती. मला माझं जीवितध्येय त्यातच दिसू लागलं.

दिवसेंदिवस शाळेत माझी प्रगती होत होती. नुकतीच मी २० थाई बाथची (३० पेनी) शिष्यवृत्ती जिंकली होती, जिच्यातून मी वह्या, पेन आणि शाळेचं इतर साहित्य खरेदी करत असे. खरंतर बहुतेक वेळी, शाळेतील सर्वोत्तम विद्यार्थी म्हणून माझी स्पर्धा ब्वा ब्वाशीच असे.

ब्वा ब्वा बारा वर्षांची होती. माध्यमिक शाळेत प्रवेश घेण्यासाठी सर्व करेन मुलांना द्यावी लागते ती परीक्षा तिनं दिली होती. अखिल स्वतंत्र करेन प्रदेशात तो निकाल घोषित केला जायचा आणि ब्वा ब्वा त्यात पहिल्या क्रमांकानं उत्तीर्ण झाली होती. तिला शिष्यवृत्ती मिळाली आणि करेन शिक्षणमंत्री पादोह श्वे या हे यांनी जाहीर सत्कारात तिचं अभिनंदन केलं.

तो खूप मोठा सन्मान होता. मला माझ्या बहिणीचा केवढातरी अभिमान वाटला. माझ्या पालकांना तर अस्मान ठेंगणं झालं होतं. मी आणि ती, दोघीही शैक्षणिक आघाडीवर उत्तम प्रगती दाखवीत होतो आणि उच्च शिक्षण घेण्याचं स्वप्न उराशी बाळगून होतो.

माझा स्वर्गच हरवला

प्राथमिक शाळेचं अंतिम वर्ष येता-येता माझ्या अभ्यासक्रमात विज्ञान, गणित, भूगोल, बर्मी भाषा, इंग्लिश, करेन आणि मूलभूत राजकारण या विषयांचा समावेश झाला होता. शेवटच्या विषयामध्ये लोकशाहीवरील धडे समाविष्ट केले गेले होते. लोकशाही म्हणजे काय, तिच्याकरिता लढणं गरजेचं का आहे, बर्माला स्वातंत्र्य मिळून लोकशाही आली तर त्याचा अर्थ आपल्या लेखी काय असू शकेल? हे आम्हाला शिकवलं जाणार होतं.

करेन भाषेत लोकशाहीकरिता एकच शब्द नाही. लोकशाहीसाठी करेन भाषेतला शब्द आहे- का म्लेर आ तार बाह था म्हणजे 'लोकेच्छा'. लोकशाहीप्रधान देशात सरकार बहुमतानं निवडून दिलं जातं, असं आम्हाला शिकवलं गेलं होतं आणि आम्हाला स्वनिर्णयाबद्दल सांगण्यात आलं होतं. ज्याला करेन भाषेत नॉ का सर ता वे लॉ था असा शब्द आहे. आम्हाला अशा बऱ्याच गोष्टींबद्दल शिकवलं गेलं असलं तरी त्या सगळ्याच मला कळायच्या असं नाही. करेन शिक्षण व्यवस्थेमध्ये तुम्ही पाठांतर, घोकंपट्टी अशा मार्गानं शिकणं अपेक्षित असतं. तुम्हाला विचार करण्यास प्रवृत्त करण्यासाठी ती बनवली गेली नव्हती. ती तुम्ही 'शिकावं' याकरिता बनवली गेली होती. परीक्षेत उत्तीर्ण होण्यासाठी मी मूलभूत राजकारणाचे धडे गिरवायचे, संज्ञा आणि व्याख्या घोकायचे.

गणित हा माझा सर्वांत आवडीचा विषय होता आणि विज्ञान नावडता. मला इंग्रजी आवडायचं, विशेषत: ते आंतरराष्ट्रीय संवादाचं माध्यम होतं हे सांगितलं गेल्यापासून तर जास्तच. मला जर उच्च शिक्षण घ्यायचं असेल तर मी इंग्रजीकडे लक्ष देणं गरजेचं होतं हे मला कळत होतं.

करेन शिक्षण माध्यमिक शाळेच्या पलीकडे गेलं नव्हतं. करेन शिक्षण पूर्ण केल्यावर विद्यापीठात जाऊन शिक्षण घेण्याचं माझं स्वप्न होतं. माझ्या बाबांनी त्यांचं पदवी शिक्षण रंगूनमध्ये पूर्ण केलं होतं म्हणूनही असेल, पण त्यांचाच कित्ता

गिरवण्याची माझी मनीषा होती. पण मला ते कसं साध्य होणार होतं याची कल्पना नव्हती. पण ते कधीतरी, कसं तरी जमेल या आशेनं मात्र जगत होते.

याच वेळी बाबांनी आईला एक खास भेटवस्तू दिली. दीर्घ लहरींवर काम करणारा एक इटुकला रेडिओ. ती स्वस्तातली वस्तू होती पण आमच्यासाठी मात्र खूप मूल्यवान. करेन लोकांमार्फत चालवली जाणारी रेडिओ सेवा स्वतंत्र करेन राज्यांतून प्रसारित व्हायची. एके दिवशी करेन भाषेतला रेडिओ ऐकताना प्रसिद्ध करेन गायिका ज्युलिया पान बुन- ज्युलिया फुलाची कळीचं गाणं लागलं. विद्यापीठात जाणाऱ्या मुलांविषयीचं आणि शिकवण्यातल्या गमतीजमतींविषयीचं ते गाणं होतं.

गाणं मस्तच होतं. गुणगुणायला लावणारी चाल, गिटार आणि ड्रमचे ताल. ब्वा ब्वा आणि मी गाण्याची साथ करू लागलो. ते गाणं ऐकून विद्यापीठात शिकायला जायचा माझा निश्चय अधिकच दृढ झाला. आम्ही ते ना करेन प्रदेशात राहून घेऊ शकत होतो ना चळवळीतील कार्यकर्त्यांची मुलं बर्मामध्ये जाऊन शिक्षण घेऊ शकत होती. एकच पर्याय उरला होता. परदेशात जाऊन शिक्षण घेण्याचा. पण ते अद्‌भुत कसं घडणार याची तिळमात्रही कल्पना आम्हाला नव्हती.

माझ्यासारखंच माझ्या मित्र मंडळीचंही शिक्षण घेण्याचं आणि उज्ज्वल भविष्यकाळाचं स्वप्न होतं. पण आमची सद्य परिस्थिती आणि जिथं पोहोचायचं स्वप्न आम्ही उराशी बाळगलं होतं, या स्थितींमध्ये खूप अंतर होतं. आमच्या गावात अक्षरश: काहीच नव्हतं. मिळकतीचा काही मार्ग नव्हता. शिक्षण व्यवस्था अगदीच प्राथमिक होती आणि आरोग्य व्यवस्था तर अस्तित्वात नसल्यासारखीच होती. आमचं स्वप्न साकार होण्याच्या मार्गात किती अडथळे होते- आर्थिक, शैक्षणिक, भौगोलिक आणि राजकीय- त्याला काही गणतीच नव्हती आणि हे आम्हाला ठाऊक नव्हतं अशातलीही गोष्ट नव्हती.

रोजच्यापुरती गुजराण कशी करावी, आला दिवस कसा ढकलावा हेही एक मोठं आव्हानच होतं. एके दिवशी नॉ पॉ- कुमारी फुलवा तापानं आजारी पडल्यानं शाळेतून घरी आली. मुलं भयंकर तापानं आजारी पडणं यात नवीन काहीच नव्हतं. बहुधा तो मलेरियाच असायचा. मलेरियावर थोडीफार औषधं उपलब्ध होती पण आमच्यातले बरेच जण थोड्या काळानं आपोआप बरे होत असत.

नॉ पॉचे वडील चळवळीतले प्रसिद्ध सैनिक होते पण बर्मी सैन्यानं त्यांना पकडून तरुंगात डांबून ठेवलं होतं. तिची आई देखील चळवळीतील कार्यकर्ती होती आणि घरापासून दूर असायची. तिचे बहीण-भाऊ त्यांच्या अभ्यासात मग्न होते. नॉ पॉ तापात घरी तशीच पडून राहायची.

एके दिवशी ते घरी आले तर नॉ पॉ त्यांना मृतावस्थेत आढळली. तो फार भयाण मृत्यू होता. तिची सुजलेली जीभ दातांमध्ये रुतून बसली होती. तापात

गडाबडा लोळून कुठून-कुठून पडल्यानं तिच्या शरीरावर जखमा झाल्या होत्या. बांबूच्या जमिनीवरच्या तीक्ष्ण कडांनी तिच्या शरीरावर खरचटलं होतं.

शाळेमध्ये मी आणि नॉ पॉ एकत्र डबा खायचो आणि आम्ही खूप जवळच्या मैत्रिणी होतो पण तिच्या अंतिम विधीला जायचंच नाही असं मी ठरवून टाकलं. माझ्या मैत्रिणीचा अशा प्रकारे अंत झालेला पाहून मी खूप घाबरले होते आणि ते चित्र माझ्या डोक्यात गच्च बसलं होतं. पण तिच्या अंत्यसंस्कारानंतरच्या रात्री नॉ पॉ माझ्याकडे आलीच, माझ्या स्वप्नात. भुतासारखी पांढरीफटक दिसणारी नॉ पॉ माझ्या पलंगावर उभी राहून माझ्याकडे एकटक बघत होती. अचानक तिनं जाहीर केलं, "झोया, मी आता तुझ्याबरोबरच राहाणार आहे."

माझ्या स्वप्नामध्येही माझी बोबडी वळली, "नाही, नॉ पॉ तू माझ्याबरोबर राहू शकत नाहीस." मी तिला म्हटलं, "तुला माहीत नाही का तू जिवंत नाहीस ते?"

पण तिला माझ्याबरोबर राहायचं होतं असा तिनं हट्टच धरला. मी तिला सांगत राहिले की ती असं करू शकत नाही. "ते कसं शक्य आहे- तू मेली आहेस नॉ पॉ, तू मेली आहेस."

मी कितीतरी वेळपर्यंत तिच्याशी वाद घालत राहिले आणि अचानक खडबडून जागी झाले. मी अंधारातच माझ्या सभोवताली पाहिलं. मला काहीही दिसलं नाही, किमान नॉ पॉ च्या भुताचं तरी तिथं नामोनिशाण नव्हतं. आई-बाबा घरी नव्हते आणि मला झोपही लागेना. तेच स्वप्न पुन्हा पडेल की काय अशी जबरदस्त भीती मला वाटत होती.

त्यानंतरचे कित्येक महिने मी स्वस्थ झोपू शकले नाही. नॉ पॉचा अतृप्त आत्मा माझ्या बरोबर इथं माझ्या जगात राहायला आलेला असून, तो मला कधीच सोडणार नाही अशा भीतीनं मला ग्रासलं होतं. ती भीती निराधार होती. अपघाताची आणि मृत्यूची आपणा सर्वांनाच वाटते तशी- पण तिनं मला झपाटलं होतं हे मात्र नक्की.

माझे बाबा त्यावेळी खास मोहिमेवर बाहेर गेले होते. बर्मी जुंत्याबरोबर दशकानुदशकं युद्ध करणाऱ्या 'वा' नावाच्या जमातीबरोबर युतीची बोलणी करण्यासाठी त्यांना पाठवलं गेलं होतं. करेन प्रदेशाच्या अतिउत्तरेला चीनच्या सीमेजवळ या 'वा' जमातीचं वास्तव्य आहे. आमच्यासारखीच त्यांचीही सीमारेषा दुसऱ्या राष्ट्रात मिसळून गेली आहे. त्यांच्यापैकी काही 'वा' चीनमध्ये युनान प्रांतात राहतात आणि इतर लोक बर्मामध्ये राहतात.

हेच 'वा' याआधी त्यांच्या शिरकाणाच्या परंपरेमुळे जंगली 'वा' म्हणून ओळखले जायचे आणि त्यांचं युनायटेड वा स्टेट आर्मी (यू.डब्ल्यू.एस.ए.) हे प्रबळ सैन्य होतं. लोकशाही चळवळीचा जोर आणखी प्रखर करण्यासाठी 'वा'बरोबर युती घडवून आणणं हे बाबांचं उद्दिष्ट होतं. 'वा' राज्यांना भेट देताना माझ्या बाबांना एका

मुलाला दत्तक घेण्यास सांगण्यात आलं. तो अनाथ होता आणि से सेप्रमाणेच या मुलाला शिक्षण मिळावं हे विनंतीमागचं कारण होतं.

पहिल्यांदा या कल्पनेस बाबांनी विरोध केला. 'वा' राज्यांपर्यंत पोहोचताना बाबांनी अत्यंत खडतर प्रवास केला होता. करेन प्रदेशातील जंगलं तुडवत, टेकड्या पायाखालून घालत थायलंडचा भलामोठा पट्टा पार करून, कधी पायी तर कधी घोड्याच्या पाठीवरून प्रवास करून ते दुर्गम वा राज्यामध्ये पोहोचले होते. त्यांच्याबरोबर लहान मुलगा असता तर परतीचा प्रवास आहे त्याहून जास्त खडतर झाला असता.

पण बाबांना शिक्षणाचं महत्त्व चांगलंच माहीत होतं. त्यामुळे त्यांनी त्या वा मुलाला दत्तक घेण्यास होकार दिला आणि अशा प्रकारे आह साई आमच्या कुटुंबाचा एक भाग झाला. तो आमच्या बरोबर दोनेक वर्षं राहिला आणि आपल्या घरी परतला. आह साई हे 'वा' जमातीच्या 'वा' भाषेतलं पारंपरिक नाव आहे. आह साई आमच्या बरोबर राहायला आला तेव्हा बारा वर्षांचा होता आणि त्याला करेन भाषेतला एक शब्दही उच्चारता येत नव्हता.

आमच्यापैकी कोणालाही 'वा' भाषा येत नव्हती; त्यामुळे आह साई फक्त माझ्या आई-वडिलांबरोबर प्राथमिक बर्मी भाषेत बोलायचा. तो माझ्या बाबांना पो पो म्हणायचा. ज्याचा अर्थ बर्मीमध्ये 'आजोबा' आणि आईला प्वा प्वा म्हणायचा म्हणजे बर्मीमध्ये 'आजी'. आणि आमच्या बरोबर आह साई खाणाखुणांच्या भाषेत बोलायचा. आम्हीही शाळेत शिकलेल्या मोडक्या तोडक्या बर्मीचे प्रयोग त्याच्यावर करून बघत असू.

आह साईनं त्याचं शिक्षण कनिष्ठ विद्यालयाच्या पहिल्या वर्षापासून सुरू केलं. तो तसाही धिप्पाड आणि दणकट होता आणि त्याचा रंगही इतर करेन मुलांपेक्षा काळा होता. इतर विद्यार्थ्यांच्या तुलनेत तो खूपच महाकाय होता. पण आह साई या सर्व गोष्टींकडे लक्ष देत नसे. त्याच्या लेखी शिक्षण घेणं सर्वांत महत्त्वाचं होतं, बाकी साऱ्या गोष्टी नजरेआड करता येण्यासारख्या होत्या.

एके दिवशी आम्ही सर्वांनी नदीत पोहायला जायचं ठरवलं. आह साईनं देखील आमच्या बरोबर यावं, अशी आमची इच्छा होती पण ते त्याला कसं सांगावं हा यक्षप्रश्नच होता. ब्वा ब्वानं जाऊन त्याला हळूच म्हटलं 'ला ले' ज्याचा बर्मीमध्ये अर्थ होता 'ये'. आम्हाला माहीत असलेल्या काही मोजक्या शब्दांपैकी तो एक होता. तिनं त्याला आमच्यामागं यायची खूण केली. थोड्याच वेळात आह साई आमच्याबरोबर नदीत हात-पाय मारत डुंबायला लागला.

आह साई लवकरच करेन भाषा बोलायला शिकला. तो करेन भाषेचा गृहपाठ करत असे तेव्हा मोठ्यानं घोकंपट्टीवर त्याचा भर असे. संध्याकाळच्या शांततेत त्याचा आवाज गावभर दुमदुमत असे आणि शेजाऱ्यापाजाऱ्यांनाही तो ऐकू जातो

याची आम्हाला खात्री होती पण आम्हाला त्याचं काही वाटत नसे. आम्हाला त्याच्या प्रयत्नांचं फार कौतुक वाटत असे आणि एव्हाना आह साई आम्हाला आमच्या भावासारखाच वाटायला लागला होता.

आह साई आमच्याकडे राहायला येऊन एक वर्ष संपत आलं होतं. ३१ जानेवारी १९९३ ला आम्ही करेन चळवळ दिवस साजरा केला. चळवळीची पायाभरणी याच दिवशी झाली होती. त्या दिवसाचं सर्वांत मोठं आकर्षण होतं- ताकेर मेत्सु- आमच्याकडील एक युद्धकला.

लवकरच प्रसिद्ध करेन लढवय्या जो रुबी याची लढत सुरू होणार होती. ताकेर मेत्सुमधील तो निर्विवाद विजेता होता. लढत सुरू होण्यापूर्वी जो रुबी आणि त्याचा प्रतिस्पर्धी यांनी एकमेकांच्या डोळ्यांमध्ये रोखून बघितलं, आपले दंड थोपटले आणि लढाईचा पवित्रा घेतला. जो रुबी प्रतिस्पर्ध्याला चकवण्यात आणि त्याची दमछाक करण्याच्या कौशल्यासाठी विख्यात होता. माझी खात्री होती की तोच जिंकणार होता. संबळ, ढोल-ताशाचे आवाज टिपेला पोहोचले आणि स्पर्धकांनी आपली लवचीकता दाखवण्यासाठी विजेच्या चपळाईनं वेगवेगळे पवित्रे घ्यायला सुरुवात केली.

लढत सुरू झाली तशी ठोसे, लाथा यांचा वर्षाव होऊ लागला. ही लढत फारच तुंबळ होत चालली होती; त्यामुळे उडालेल्या धुळीच्या ढगामध्ये स्पर्धक हरवून गेले होते. त्यांच्यापैकी एक जरी स्पर्धक खाली पडला असता तरी लढत तत्काळ थांबली असती. धाराशायी स्पर्धकावर वार करणं स्पर्धेच्या नियमांत बसणारं नव्हतं. त्या लढतीमुळे मी थरारून गेले होते. माझी आई, भाऊ, बहीण यांची अवस्थाही माझ्याहून काही वेगळी नव्हती.

पण अचानक धरणी हलल्याचा भास झाला. दूरवरून येणाऱ्या गुरगुरीमुळे वातावरण ढवळून गेलं. माझ्या आजूबाजूचे सर्व जण ताठ झाले. तो आवाज कसला आहे, कुठून येतो आहे याकडे सर्व जण कान देऊन ऐकण्याचा प्रयत्न करत होते आणि पुन्हा एकदा तो आवाज आला.

हलकासा धडामधूम आणि काहीतरी कोसळल्याचा आवाज. अंतर आणि दाट जंगलानं त्या आवाजाची तीव्रता कमी केली होती. तेवढ्यात आमच्यावर अवतरलेल्या लढाऊ विमानाचा काळा आकार पाहून गर्दीतील कोणीतरी किंचाळलं. तणावानं अगदी क्षणार्धात गर्दीचा ताबा घेतला आणि गर्दी सैरावैरा पळू लागली.

माझ्या आईनं माझा दंड धरला आणि माझ्या भावा-बहिणींना हाक मारली, "आताच्या आता घराकडे पळत सुटा... जितक्या वेगानं शक्य होईल तितक्या वेगानं... लवकर लवकर."

सैनिकी आयुष्यात शिकलेल्या काही गोष्टी ती कधीच विसरली नव्हती. त्यातला एक महत्त्वाचा धडा होता तो म्हणजे शक्य तितक्या लवकर पळत सुटणं.

धावलो तरच वाचू हे माहीत असल्यानं आम्ही जीव तोडून धावत-धावत बाबांनी तयार केलेल्या भुयारात घुसलो. अतिभयानं थरथरत आम्ही बराच वेळ तिथं बसून राहिलो. दूरवरच्या पर्वतमाथ्यावर रुंजी घालणारी विमानं दृष्टीपथात येत होती. त्यांनी टाकलेल्या बाँबगोळ्यांनी उठणारे धुराचे लोट इतक्या दुरूनही दिसत होते.

आम्ही राहत होतो त्या भागाच्या पश्चिमेला असलेल्या उंच उंच कड्यावर निद्रित श्वान पर्वत- त्वी पाह वी क्योईवर शत्रूनं हल्लाबोल केला होता. तो पर्वत खरोखरच झोपी गेलेल्या कुत्र्यासारखा दिसतो त्यामुळेच त्याला तसं नाव पडलं होतं. त्या संपूर्ण कड्यावर आमचे खंदक आणि सैनिकी कोट होते. (त्वी पाह वी क्योई हा आमचा शत्रूविरुद्धचा सर्वांत मोठा बचाव होता.) युद्धाच्या व्यूहरचनेच्या दृष्टीनं बघायचं झालं तर तो आमचा सर्वांत महत्त्वाचा टापू होता. ते विमान ठिकठिकाणी बाँब टाकत होतं. त्या कड्याच्या भोवतालचं जंगल मॉर्टर बाँबच्या धडामधूम आवाजानं दुमदुमलं होतं.

आयुष्यात पहिल्यांदाच मी शत्रूला आमच्यावर हल्ला करताना याची देही याची डोळा पाहात होते. त्यांची अत्याधुनिक चकचकीत विमानं, मोठमोठ्या बंदुका यांनी त्यांचं सामर्थ्य अगदी सहजपणे नजरेस येत होतं. आयुष्यात पहिल्यांदाच मी लहान असल्याचं मला प्रकर्षानं जाणवलं. त्यांच्या त्या शक्तिप्रदर्शनानं माझ्या मनात भीतीचा शिरकाव झाला होता आणि मला असहाय असल्यासारखं वाटू लागलं होतं. मी माझ्या आईचा हात गच्च धरला होता. त्या सर्वांनी निघून जावं, आम्हाला त्रास देऊ नये, अशी मी मनोमन प्रार्थना करत होते.

आम्ही सर्व करेन चळवळ दिनाच्या निमित्तानं एकत्र जमल्याची संधी साधून शत्रूची विमानं आमच्यावर आक्रमण करतील अशी भीती आईला वाटत होती; ती खरी ठरली होती. अंधार पडेपर्यंत आणि काळोखाबरोबर पसरणाऱ्या शांततेत बाँबहल्ल्यांचे आवाज विरून जाईपर्यंत आम्ही भुयारात बसून राहिलो. पण ही तर त्वी पाह वी क्योई नंतर होणाऱ्या अभूतपूर्व युद्धाची फक्त सुरुवात होती. या आनंदी, खेळकर क्षणांचा लवकरच अंत होणार होता.

या हल्ल्यानंतर आमचं दैनंदिन आयुष्य रोजच्याप्रमाणेच सुरळीत चालू ठेवण्याचा आम्ही शक्य तेवढा प्रयत्न केला. दोन महिन्यांनी माझी वार्षिक परीक्षा होती. माझी आई माझ्या आळशीपणाबद्दल मला वारंवार टोकत असे, माझ्या कानीकपाळी ओरडत असे आणि माझ्या शिक्षकांची तक्रार होती की, मी अजिबात अभ्यास करत नसूनही मला परीक्षेत नेहमीच नशिबाचा हात मिळाल्यानं मी उत्तीर्ण होते. यावेळीही संपूर्ण करेन प्रदेशात माझा दुसरा क्रमांक आला. दुसऱ्या शाळेतल्या एका मुलानं पहिला नंबर पटकावून बाजी मारली होती. पण मी खूश होते कारण माध्यमिक शाळेत प्रवेश मिळण्याबरोबरच मला शिष्यवृत्तीही देऊ करण्यात आली होती.

आमची माध्यमिक शाळा मु यो क्लो नदीच्या पलीकडे असलेल्या प्वे बॉ लु गावात होती. ब्वा ब्वा आधीपासून तिथं जात होती आणि आता मीही तिथं जाणार होते. पावसाळ्यात आम्ही शाळेपर्यंत होडीनं प्रवास करत असू. त्याशिवाय पर्याय नव्हता आणि ती किनाऱ्याला लागल्यावर वर्गात कोण आधी पोहोचतो हे बघायला जंगलातून धावत सुटत असू. कोणाला होडीतून सर्वांत आधी उतरून पळायला मिळतं आहे यासाठी आमच्यात नेहमीच चुरस लागलेली असायची; त्यामुळे मला तो प्रकार खूप आवडायचा. उन्हाळ्यात मात्र काठीनं उथळ भाग तपासत-तपासत आम्ही नदी पायीच पार करत असू पण किनाऱ्यावर पोहोचल्यावर शर्यत असायचीच.

ब्वा ब्वाला नुकतंच सोळावं लागलं होतं. माझ्या आणि वर्गमित्रांबरोबर असं सुसाट धावत सुटणं तिला अचानक आवडेनासं झालं होतं. त्याऐवजी ती तिच्या मित्र-मैत्रिणींबरोबर गप्पा मारत शांतपणे चालत शाळेत येत असे. एखाद्या जाणत्या स्त्रीनं कसं वागावं याविषयीच्या तिच्या डोक्यातल्या कल्पना काहीशा अशा होत्या.

एके दिवशी सकाळी शाळेच्या करेन नॅशनल युनियनच्या होऊ घातलेल्या नेत्या आणि आमच्या शिक्षकांपैकी एक असलेल्या झिप्पोराह सीन यांनी एक खास सादरीकरण केलं. त्यांनी आम्हाला आमच्या शाळेची माजी विद्यार्थिनी पॉ पॉ- फुलंच फुलंची कथा सांगितली. पॉ पॉनं सातासमुद्रापार असलेल्या कॅनडा नावाच्या एका देशातल्या विद्यापीठात शिक्षण घेण्याची संधी प्राप्त केली होती. आम्ही जर तिच्यासारखीच मेहनत केली तर आम्हालाही पॉ पॉसारखंच यश प्राप्त करता येईल, असंही त्यांनी आम्हाला सांगितलं.

ब्वा ब्वा आणि मी याबद्दल खूप बोलत असू. आम्ही ठरवलं होतं की, आम्हीही पॉ पॉसारखं परदेशी जाऊन शिक्षण घेणार होतो. फक्त आम्ही कॅनडात नव्हे तर इंग्लंडला जाण्याचं ठरवलं. करेन राष्ट्रीय चळवळीचे संस्थापक असलेल्या सॉ बा यू ग्यि यांनी सुद्धा इंग्लंडमधील विद्यापीठात शिक्षण घेतलं होतं आणि आम्ही देखील त्यांच्याच पावलावर पाऊल टाकायचं ठरवलं होतं.

दरम्यान, से सेचं शिक्षण संपत आलं होतं. सेसेचं रूपांतर आता दयाळू आणि खंबीर तरुणात झालं होतं. एके दिवशी त्यानं चळवळीत सामील व्हायचा बेत बोलून दाखवला. आईच्या युद्धाच्या कथा ऐकून त्याला प्रेरणा मिळाली होती आणि त्याच्या मूळ गावी राहाताना त्याच्या बाबतीत जे काही घडलं होतं ते देखील या निर्णयाला कारणीभूत होतं. तो करेन सैन्यात भरती झाला तेव्हा त्याच्याबद्दलच्या अभिमानानं ऊर भरून आला होता. शत्रूच्या गोटात जाऊन मोहीम पार पाडणाऱ्या एका खास युनिटमध्ये त्याची निवड झाली होती.

ते काम खूप धोकादायक होतं याची पुरेपूर कल्पना मला होती आणि हेही ठाऊक होतं की, यापैकी एखाद्या मोहिमेवरून तो जिवंत परतू शकणार नव्हता. पण

से सेला कोणी थांबवू शकणार नव्हतं. आमच्या कुटुंबात लढवय्यांची परंपराच होती. शिवाय अंधकारमय दिवस आता फारसे दूर राहिले नव्हते.

निद्रित श्वान पर्वतावरचं युद्ध अटीतटीचं होत चाललं होतं आणि या लढाईत आमचे दोन स्नेही मारले गेले. एकाचं नाव होतं थॅ तू- नवे सोने आणि दुसऱ्याचं ता एह सोइ- पहिलं प्रेम. आमच्यावर झालेल्या पहिल्या हल्ल्यानंतर दूरवरून येणारे युद्धाचे आवाज आता आमच्या दैनंदिन आयुष्याचा भाग झाले होते. नित्यनेमानं चालणाऱ्या व्यवहारांच्या पार्श्वभूमीवर युद्धाचे आवाज आता सरावाचे झाले होते. थॅ तू आणि एह सोइच्या अंतिम संस्काराच्यावेळी त्यांचे देह किती छिन्नविछिन्न झाले होते हे माझ्या नजरेतून सुटलं नाही. दोघांचेही चेहरे, पाय आणि हातांभोवती रक्ताळलेली बँडेजेस होती.

मला से सेबद्दल सर्वांत जास्त काळजी वाटत होती. त्यानं सैनिकाचं आयुष्य पत्करू नये असे आईनं त्याला परोपरीनं सांगितलं होतं पण शाळेत जात असल्यापासून त्याला लढायचं होतं. मग त्या दोघांमध्ये एक करार झाला होता. जर त्यानं माध्यमिक शिक्षण पूर्ण करून दाखवलं तर ती त्याला करेन चळवळीत सामील होण्यास परवानगी देईल. से सेनं आपलं वचन पाळलं होतं; त्यामुळे आई आपले शब्द मागे घेऊन त्याला थांबवायचा प्रयत्न करील अशी कोणतीही शक्यता नव्हती.

माध्यमिक शाळेत माझी सातत्यानं प्रगती होत होती. पण चिंताग्रस्त असणं हा आमच्या आयुष्याचा स्थायीभाव असल्यासारखा झाला होता. माझे आई-बाबा सतत काळजीत पडलेले आणि अस्वस्थ दिसायचे. बर्मी सैन्याची अफाट ताकद चळवळीला चिरडून टाकायचा प्रयत्न करत होती. उभीच्या उभी गावं जमीनदोस्त होत होती. शेकडो - हजारो लोकांना पळून जाणं भाग पडत होतं. युद्ध दिवसागणिक आमच्या जवळ येत चाललं होतं. एव्हाना आम्ही ओळखत असलेल्या प्रत्येकाच्या कोणी ना कोणी निकटवर्तीयानं युद्धात जीव गमावला होता.

दर दिवशी आमच्या भागातून ये-जा करणाऱ्या करेन सैनिकांची वर्दळ वाढली होती. पण हे सर्व दिसत असताना आम्हाला कुठल्याही प्रकारचा धोका आहे, असं मला एका क्षणाकरताही वाटलं नव्हतं.

निद्रित श्वान पर्वत

कुणी आम्हाला सांगितलं नसलं तरी आम्हाला कळत होतं की, निद्रित श्वान पर्वतावरील युद्ध किती महत्त्वाचं होतं ते. बर्मी सैन्यानं दरी काबीज केली असती तर त्यांच्या आमच्यामध्ये खूपच कमी अंतर राहिलं असतं. परिस्थिती फार गंभीर होती हे आम्हाला समजत होतं. पर्वतावर जे घमासान चाललं होतं त्याकरिता मदत करण्यासाठी गावकऱ्यांना विनंती केली जात होती. त्यात अन्नरसद, पर्वतावर सैनिकांपर्यंत दारूगोळा नेऊन पोहोचवणं या कामांचा मुख्य समावेश होता.

हा स्वयंसेवेचा भाग होता आणि आम्हाला सर्वांनाच मदत करण्याची, योगदान देण्याची इच्छा होती. स्लोन अजून प्राथमिक शाळेत असल्यानं त्याला मदत करायला दिली जाणार नव्हती; त्यामुळे त्याला चिडचिडल्यासारखं झालं होतं. पण ब्वा ब्वा सोळा वर्षांची तरुणी होती, तिनं तातडीनं नाव नोंदवलं. मला पण तिच्याबरोबर जायचं होतं पण आई जाऊ देईल की नाही याबद्दल खात्री वाटत नव्हती.

"तुला खात्री आहे की तुला जायचंच आहे?" आईनं ब्वा ब्वाला कितव्यांदा तरी विचारलं.

"हो आई." ब्वा ब्वा उत्तरली.

"तुला खरंच हे सर्व करायची इच्छा आहे?" आईनं शंका उपस्थित केली.

"हो गं, माझे सर्व मित्र-मैत्रिणी जात आहेत, मलाही गेलंच पाहिजे."

थोड्या वेळानं आईनं शरणचिठ्ठी दिली पण माझ्या बाबतीत मात्र तिला काही सांगण्यात अर्थ नव्हता.

"तू खूपच लहान आहेस लहाने. जर काही झालंच तर तुला पळताही येणार नाही."

"पण ब्वा ब्वा जाणार आहे तर मी का नाही?"

"कारण ती मोठी आहे आणि शहाणी. तिला स्वत:ची काळजी घेता येते. पण तू खूप लहान आहेस अजून."

मला काही ते फारसं पटलं नाही, पण आईच्या समोर कोणाचं काही चालत नाही. मला ब्वा ब्वाची काळजी तर वाटत होतीच पण मला तिथं जायला मिळणार नाही याची हळहळही वाटत होती. वर पर्वतावर अन्न नेऊन देणारे आणि पर्वताच्या पायथ्याशी अन्न शिजवणारे असे दोन गट तयार झाले.

ब्वा ब्वानं सर्वांत धोकादायक जबाबदारी उचलली ती म्हणजे केळीच्या पानात गुंडाळलेली अन्नाची पाकिटं आघाडीवर लढत असलेल्या सैनिकांना नेऊन देण्याची. आपल्या पहिल्या मोहिमेवर गेलेली ब्वा ब्वा त्यानंतर बरेच दिवस घरी परतली नाही, तेव्हा माझ्या आईला चिंतेनं पोखरायला सुरुवात केली. पर्वत माथ्यावर बाँबगोळे फुटल्याचे आवाज येत होते. शत्रूची विमानं घरघरत जाताना दिसत होती. माझ्या बाबांनी सांगितलं की, शत्रूनं हल्ल्यांची तीव्रता आणखी जोरदार केली आहे. हवेतून बाँबगोळे टाकले जात आहेत, जमिनीवरून गोळ्यांचा वर्षाव केला जातो आहे. सैन्यानं नागरिकांनाही लक्ष्य केल्यानं करेन लोक जीव घेऊन गावातून पळ काढत होते. बऱ्याच जणांना अन्न, पाणी, निवाऱ्याविना जंगलात दिवस काढावे लागत होते. त्यातील बऱ्याच लोकांना थायलंडमध्ये निर्वासित म्हणून आश्रय घ्यावा लागला होता.

बाबांनी वेळोवेळी सांगून देखील मला अजून असंच वाटत होतं की, युद्ध आपल्यापासून कोसो दूर आहे आणि ते आपल्याला कधीच गाठू शकणार नाही. काही परदेशी कंपन्यांनी बर्मामध्ये गुंतवणूक करण्याकरिता बर्मी सत्ताधाऱ्यांसोबत हातमिळवणी केली आहे असं मी आई-बाबांना बोलताना ऐकलं होतं. गुंतवणूकदारांकडून मिळालेल्या पैशांचा वापर करून सैन्यानं नवी शस्त्रं खरेदी केली होती आणि त्या पैशातूनच त्यांच्या सैन्याला रसद पुरवली जात होती. त्या अत्याधुनिक शस्त्रांशी तुलना करता आमच्या सैन्याची शस्त्रं जुनाट आणि गंजलेली होती. त्यातली काही तर पार दुसऱ्या महायुद्धातली होती. आई-बाबा जेव्हा अशा प्रकारच्या गोष्टी करत तेव्हा मला सगळंच समजे असं नाही. त्या मोठ्या माणसांच्या गोष्टी होत्या आणि मी एक शाळकरी मुलगी होते.

ती मोहीम ब्वा ब्वाकरिता खूप थकवणारी ठरली. त्या दरीच्या कड्यापर्यंत जायलाच एक पूर्ण दिवस लागायचा आणि उतरायला तेवढाच. ब्वा ब्वा परतली तीच त्रासलेली, धुळीनं बरबटलेली आणि अपार थकलेली. युद्धाच्या भयाण दृश्यांनी तिचं डोकं बजबजून गेलं होतं. ती दरी इतकी उंचावर होती की तिला हवेविना घुसमटल्यासारखं होई, पण ती ठाम होती. काहीही करून सैनिकांपर्यंत अन्न पोहोचलं पाहिजे हा तिचा निश्चय होता. आपल्यासाठी लढणाऱ्या सैनिकांकरिता एवढं तरी करता आलं पाहिजे असं तिला वाटत होतं.

ब्वा ब्वा मोहिमेहून परतली तीच एक दुःखद बातमी घेऊन. आघाडीवर लढत

असलेला आमच्या गावचा एक तरुण सॉ हॅपी- श्रीयुत हॅपी मारला गेला होता. लढताना तो पुढच्या फळीत होता. आमचा विश्वासच बसेना. तो तिथं फक्त काही आठवड्यांकरिता गेला होता. पण ते खरंच होतं. सॉ हॅपी मरण पावला होता. निद्रित श्वान पर्वतावर ज्यांचे प्राण गेले त्या काही लोकांपैकी तो एक होता.

त्यानंतर युद्ध आमच्या दिशेनं सरकू लागलं होतं आणि ते लवकरच आमच्या दैनंदिन आयुष्याचा हिस्सा बनू पाहणार होतं. तो १९९४ मधील सप्टेंबर होता आणि मला आठवतं, त्या रविवारी चर्चच्या पाद्र्यानं आम्हाला कधी नव्हे ते भावनोत्कट प्रवचन दिलं. त्याचं नाव होतं पु घ्वाय दे म्हणजेच देखणा म्हातारा. पण तो फार कडक स्वभावाचा होता. त्याचं घर शाळेच्या पटांगणाच्या एकदम बाजूला होतं पण तिथं मुलांनी खेळलेलं त्याला बिलकूल आवडत नसे. ब्वा ब्वा तर विनोदानं म्हणे सुद्धा की, आम्ही चर्चला जायचो ते बहुधा त्या पाद्र्याच्या भीतीमुळे. त्यानं आम्हाला प्रार्थना करण्याचं आवाहन केलं, कारण करेन लोक खरोखरच अडचणीत आले होते. मिलिटरी जुंता आमच्यामध्ये दुफळी माजवण्याकरिता धर्माचा वापर करत होती; त्यामुळे आम्हाला आमच्यामधील एकतेकरिता प्रार्थना करायची होती. चळवळीत फूट पाडू शकेल अशा काही गोष्टींपैकी धर्म ही एक गोष्ट होती. हे सगळं नेमकं कशाबद्दल चाललं आहे हे मला आणि ब्वा ब्वाला कळत नव्हतं, पण आम्हाला एवढं नक्की कळत होतं की, आम्हाला निद्रित श्वान पर्वत शत्रूच्या हाती पडू द्यायचा नव्हता.

पण आमच्याही नकळत करेन चळवळीतील बुद्धिस्ट आणि ख्रिश्चन लोकांमधील तणाव वाढत होता. जेव्हा थु म्वे ता गावाजवळील साल्वीन नदी आणि मोई नदीच्या संगमावर करेन सैनिकांनी बोटींवर हल्ला केला तेव्हा कुठं लोकांना ही गोष्ट कळली. ते ठिकाण आमच्या घरापासून फार दूर नव्हतं. फार फार तर एक तासाचा नदीतील प्रवास. पुढे हे प्रकरण चिघळत गेलं. त्या गटानं स्वत:ला फुटीरतावादी गट म्हणून घोषित केलं आणि डेमोक्रॅटिक करेन बुद्धिस्ट आर्मी म्हणजेच डीकेबीए असं नाव धारण केलं. त्यांनी स्टेट लॉ अँड ऑर्डरसोबत हातमिळवणी केली.

आम्हा मुलांना याबद्दल त्यावेळी फार कमी ठाऊक होतं आणि कळत तर त्याहून कमी होतं. आम्हाला फक्त एवढंच माहीत होतं की, भेटून काहीतरी तोडगा काढण्यासाठी नेमल्या गेलेल्या व्यक्तींपैकी एक माझे बाबा होते. बाबांना वेगवेगळ्या मोहिमांमध्ये आघाडीवर जावं लागे. आम्हाला एव्हाना त्याची सवय होऊन गेली होती; त्यामुळे यावेळी ते निघून गेले त्याचं आम्हाला फारसं काही वाटलं नाही.

बाबांना जाऊन दोन आठवडे झाले असतील नसतील तोच आई आजारी पडली. हत्तीपासून आपला जीव वाचवून पळताना तिच्या पायाला झालेली जखम कधीच पुरती भरली नव्हती. तिनं पुन्हा एकदा डोकं वर काढलं. जुनी जखम पुन्हा एकदा

चिघळलेली दिसायला लागली आणि तिथं जळजळ व्हायला लागली. खरं तर माझी आई बाबांच्या काळजीनं आजारी पडली होती, पण तिची तब्येत त्याच्या बरोबरीनं खराब होत होती. बाबा फक्त दिवसा-दोन दिवसांकरिता बाहेर जाणार होते. तिनं हे आमच्यापासून लपवलं होतं की, सामोपचाराची बोलणी करायला गेलेल्या शिष्टमंडळाला– ज्यात माझ्या बाबांचा समावेश होता– बंदिवान करून ठेवण्यात आलं होतं.

आयुष्यात पहिल्यांदाच मी माझ्या आईला काहीच न सुचून, काही न करता नुसतंच बसून राहिलेलं पाहिलं. ही माझी नेहमीची आई नव्हती आणि मी सर्वांचा संबंध तिच्या आजारपणाशी जोडून मोकळी झाले. मी तिच्यासाठी वाफाळता बर्मी चहा तयार केला आणि चुलीत एक मोठा दगड गरम करायला ठेवला. जेव्हा तो चांगला गरम झाला तेव्हा त्याला एका कापडात गुंडाळून तिला ब्लँकेटखाली ठेवायला दिला जेणेकरून तिला उबदार वाटेल. माझ्या आईला या कृतीचं खूप कौतुक वाटलं खरं, पण तिची कळी काही केल्या खुलेना.

चिंतेनं तिला ताप चढला. हळूहळू आपल्या भीतीवर नियंत्रण ठेवणं तिला अशक्य वाटू लागलं. आम्हाला भेट देऊन चौकशी करणाऱ्या पाहुण्यांची रीघ लागली होती आणि आई प्रत्येक आल्यागेल्याला बाबांचा पत्ता लागला का हे विचारत होती. आमचे शेजारी आमच्याबरोबर रात्री सोबत व्हावी म्हणून आमच्या घरी राहायला यायला लागले. ते देखील आमच्या बरोबरीनं बाबा सुखरूप असावेत म्हणून आमच्याबरोबर परमेश्वराची करुणा भाकू लागले. खरंतर ते कुटुंबातील एखादी व्यक्ती वारल्यावर वागतात तसं वागत होते; जसं आम्ही वागलो होतो- लाह का पॉ चे वडील मारले गेले होते तेव्हा.

दिवस जाऊ लागले तसं सत्य तुकड्यातुकड्यानं आमच्यासमोर येऊ लागलं. माझे बाबा तहाची बोलणी करायला गेलेल्या त्यांच्या सहकाऱ्यांबरोबर पकडले गेले होते. त्यांना थु म्वे ता मधील बौद्ध धर्मस्थळाखालील तुरुंगात बंदिवान करून ठेवण्यात आलं होतं. कदाचित आमच्या सैनिकांना तिथं जाऊन त्यांना सोडवून आणायला लागणार होतं. ते सुखरूपच असतील असं सांगून आई आम्हाला दिलासा द्यायचा प्रयत्न करी, पण ती देखील हताशपणे बसून असायची, चिंताग्रस्त दिसायची.

थु म्वे ताला बाबांची सुटका करण्यासाठी भोवतालच्या जंगलात पाठवलं गेलेलं पथक माझा भाऊ से सेचं होतं. गरज पडल्यास त्यांना सुटकेसाठी हल्ला करण्याच्या सूचना देण्यात आल्या होत्या. माझ्या बाबांना जिथं बंदिवान करून ठेवण्यात आलं होतं त्या बौद्ध धर्मस्थळावर हल्ला करणं क्रमप्राप्त होतं. पण डीकेबीएनं धर्मस्थळाच्या भोवती स्थानिक लोकांना जमवून ठेवलं होतं आणि त्यांचा वापर हल्ला झालाच तर मानवी ढालीसारखा करणार होते. हल्ला झालाच तर

इतक्या साऱ्या निष्पाप लोकांची हत्या एकाच वेळी व्हावी यासाठी याहून चांगली संधी केएनयू कमांडरला दिसली नसावी. तो आमच्याकरिता अतिशय अवघड आणि नैराश्याचा काळ होता. माझी आई आजारी होती, चिंतेनं पोखरल्यासारखी वाटत होती, माझ्या बाबांना कैदी करून ठेवण्यात आलं होतं आणि त्यांची सुटका करण्यासाठी पाठवलेल्या पथकात माझा भाऊ होता. कोणालाही माझ्या आईला हे सांगायची हिंमत झाली नसावी, पण माझ्या बाबांना ठार केल्याची बातमी आली होती. ते सहज शक्य होतं कारण डीकेबीएचे नेते केएनयूच्या प्रमुखांना ठारच करत असत.

कालांतरानं शिष्टमंडळातील एका सदस्याला सोडण्यात आलं. त्यांना ठार मारण्यात आलं नव्हतं तर!! माझी आई त्याला भेटायला गेली. माझे बाबा जिवंत असल्याचं आणि त्यांना तळघरातील तुरुंगात कोंडून ठेवण्यात आल्याचं त्यानं आईला सांगितलं. म्हणजे आशेला जागा होती.

काही दिवसांनंतर गावाच्या पायाशी वाहणाऱ्या नदीच्या किनाऱ्याला एक बोट लागली आणि अचानकच माझे बाबा माझ्याकडे चालत येताना दिसले. बाबा घरी आल्याचं मी सर्वांना ओरडून सांगितलं आणि आम्ही सर्व धावतच त्यांच्यापाशी गेलो. ''बाबा! बाबा!'' मी ओरडले आणि त्यांच्यावर स्वत:ला झोकून दिलं.

''तुम्ही घरी आलात तर!''

बाबांनी माझ्याकडे बघून एक क्षीण हास्य केलं आणि केस विस्कटले. आमच्याभोवती उत्साहानं एकाच वेळी बोलणाऱ्या लोकांचा गराडा पडला होता. निम्मं गाव त्यांना भेटायला जमलं होतं. गेल्या काही आठवड्यांमध्ये त्यांना कशाकशाला तोंड द्यावं लागलं होतं हे माहीत नव्हतं, पण मला सर्वांत जास्त जाणवलं ते म्हणजे ते किती क्षीण आणि थकलेले दिसत होते. आमची बैठकीची खोली दाटीवाटीनं उभ्या असलेल्या लोकांनी भरून गेली होती आणि माझे बाबा जमिनीवर बसून त्या सर्वांना उत्तरं द्यायचा प्रयत्न करीत होते. मी १३ वर्षांची मुलगी असले तरी मला त्याची क्षिती नव्हती. ते त्यांची कहाणी सांगत असताना मी थेट त्यांच्या मांडीवरच जाऊन बसले होते.

''आम्ही त्यांच्या मागण्या ऐकल्या आणि गोष्टी सामोपचारानं मार्गी कशा लावाव्यात याबद्दल विचार करत होतो.'' बाबांनी सुरुवात केली. ''तिथं एक धर्मगुरू होता. तो डीकेबीएचा अधिकृत नेता नसला तरी योजनेमधील कल्पना त्याचीच होती. बर्मी राज्यकर्त्यांनी त्याला उचापती काढायलाच तिथं पेरलेलं आहे हे आम्हाला लगेचच समजलं. हाच तो, जो आघाडीवरील बुद्ध करेन सैनिकांना त्या भागात पॅगोडा का नाही याची विचारणा करत हिंडत होता. ते जिथं उभे आहेत तिथल्या तिथंच एक भव्य पांढरा पॅगोडा बांधण्याची गरज आहे, असं म्हणत तो फिरत असायचा.''

"साहजिकच आहे त्यांना ते करता येणं शक्य नव्हतं. पण त्या धर्मगुरूनं सैनिकांना हे सर्व धार्मिक पूर्वग्रहानं होत असल्याची चिथावणी दिली आणि यामुळे करेन नेत्यांना ख्रिश्चन लोकांच्या हिताची चिंता जास्त आहे हे सिद्ध होतं असं सांगितलं. तुम्हाला माहिती आहे की लोक या धर्मगुरूंचा किती आदर करतात ते. आणि इथूनच सर्व गडबडीला सुरुवात झाली. थु म्वे ता च्या धर्मस्थळाखाली त्यांनी हत्यारं साठवण्यासाठी गुप्त तळघर बांधलं होतं. त्या धर्मगुरूनं सैनिकांना उठाव करण्यासाठी चिथावलं आणि काही सैनिक त्याला जाऊन मिळाले."

बाबा क्षणभराकरिता थांबले. "आम्ही जसे तिथं जाऊन पोहोचलो तसं त्यांनी आम्हाला बंदिवान केलं आणि काळोख्या तळघरात डांबून ठेवलं. मी डीकेबीए प्रमुखांशी बोलून पाहण्याचा प्रयत्न केला, पण ते धर्मगुरू सांगेल तेच करणार होते आणि मलाही तेच सांगण्यात आलं. त्यांचा त्या धर्मगुरूच्या शब्दाशब्दांवर विश्वास बसला होता."

माझ्या बाबांना काळोख्या तळघरात ठेवण्यात आलं होतं. त्यांच्या सहकारी केएनयू प्रमुखांना ठार मारण्यात आलं. एक वेळ अशी आली होती की, त्यांच्याही कपाळावर बंदूक रोखण्यात आली होती आणि त्यांना मारण्यात येणार असल्याचा बहाणा केला गेला होता. माझ्या बाबांची खात्री पटून चुकली होती या योजनेमागे सैनिकी गुप्तहेरांचा हात होता आणि सर्व योजना त्याच्या योजनेबरहुकूम चालली होती. बर्मामध्ये धर्मगुरूलाच एजंट म्हणून वापरणं ही चतुर खेळी होती.

"राज्यकर्त्यांची फार मोठी गुप्तहेर संघटना खूप काळापासून सक्रिय होती आणि त्यांनी या योजनेची आखणी अत्यंत हुशारीनं केली होती." बाबांनी सांगता केली. "पण आम्हाला आशा वाटते की, निरपराध असलेले, सहजरीत्या फितवले गेलेले गावकरी आणि सैनिकांना एके दिवशी कळेल की त्यांची दिशाभूल करण्यात आली आहे आणि ते परततील. ही चळवळ जी ख्रिश्चन, बुद्धिस्ट आणि चैतन्यवादी लोकांनी एकत्र मिळून बनलेली आहे ती सुसंघटित असायला हवी कारण एकतेतूनच विजय प्राप्त करता येईल. एकीचं बळ अखेर मोठं असतं."

ही कथा संपवताना बाबांनी गावकऱ्यांना आनंदी वाटावं याकरिता काही तरी कारण मिळावं म्हणून आशादायक शेवट करण्याचा प्रयत्न केला.

त्यांना कोणकोणत्या दिव्यातून जावं लागलं होतं हे परमेश्वरच जाणे पण आमचा विश्वास अबाधित ठेवण्याचा त्यांचा प्रयत्न चालू होता. ते गळून गेल्यासारखे दिसत होते. त्यांच्यामधले त्राण कुठेतरी निघून गेले होते. मी त्यांना अगोदर कधीच असं पाहिलं नव्हतं. त्यांच्या मांडीवर बसून हे सारं ऐकताना मला चिंताही वाटत होती आणि रागही येत होता.

मी बसल्या जागी त्यांच्या कुशीत शिरण्याचा प्रयत्न केला आणि माझ्या लक्षात आलं की मी आता तेवढी लहान राहिले नव्हते. मी त्यांची आणखी एक दमणूक करत होते हे सहज लक्षात येत होतं. थोड्या वेळानं उठून मी त्यांच्या पायापाशी येऊन बसले आणि त्यांच्या थकलेल्या चेहऱ्याकडे पाहू लागले. मला तेव्हा कळून चुकलं की माझं माझ्या बाबांवर किती प्रेम होतं आणि ते जिवंतपणी ठीकठाक परतले होते याचा मला किती दिलासा वाटत होता.

आणि इतरांच्या लेखी देखील त्यांचं स्थान किती खास होतं हेही मला पहिल्यांदाच समजलं. माझ्याकरिता ते नेहमीच अतिप्रिय बाबा होते पण त्यांना समाजाच्या किती स्तरांमधून प्रेम आणि आदर मिळत होता हे मला पाहायला मिळालं. ते फक्त माझे बाबा नव्हते तर आशा आणि प्रेरणा यांचा दूत म्हणून लोक त्यांच्याकडे आशेनं पाहत होते असे नेते होते. मला त्यांचा अत्यंत अभिमान वाटला.

गेले काही आठवडे ते आमच्यापासून दूर होते त्या वेळी हृदयाला पीळ पडल्यासारखं झालं होतं. माझे बाबा ज्या दिवशी परतले तेव्हा असं वाटलं की माझ्या आयुष्यात प्रकाश परतला आहे. त्यांचे प्राण घेतले गेले नव्हते हे निव्वळ एक आश्चर्यच होतं. कितीतरी दिवसांनी मी आईला हसताना पाहिलं. पण ते सर्व तेवढ्यापुरतंच ठरणार होतं कारण युद्ध अधिकाधिक जवळ येत चाललं होतं.

बाबा परतल्यावर काही दिवसांनीच गावच्या मुखियानं चौकातील धोक्याची घंटा वाजवली. पुढील कोणतीही सूचना येईपर्यंत शाळा बंद ठेवण्यात येणार असल्याचं त्यानं जाहीर केलं. प्रत्येकाला युद्धासाठी सतर्क केलं जात होतं. रात्री एकट्यादुकट्यानं फिरू नये, रात्रीच्या अंधारात काही हालचाल दिसली तर ताबडतोब कळवावं, असं आवाहन केलं गेलं.

एवीतेवी आम्ही शाळेत जाऊ शकत नव्हतोच; त्यामुळे आई-बाबांबरोबरच मानेरप्लॉच्या घरी राहणं जास्त सयुक्तिक ठरलं असतं. निद्रित श्वान पर्वत तिथून समोरच दिसायचा. काही वेळा शत्रूचं विमान हल्ला करत असतानाचं भयावह दृश्य पाहायला मिळायचं तेव्हा माझ्या हृदयात भीती दाटून यायची.

करेन चळवळ दिनाच्या वेळी झालेल्या हल्ल्यापासूनच जेव्हाजेव्हा विमानांची घरघर ऐकू आली किंवा विमानं नजरेस पडली, तेव्हातेव्हा आईनं आम्हाला भुयारात पाठवलं होतं. कधी-कधी तर आम्ही तिथं दिवसच्या दिवस अडकून पडायचो. बाहेर जाऊन सूर्यप्रकाशात खेळत असतो तर कसं, याची कल्पना करत बसायचो.

आम्ही तिथंही आमचे खेळ खेळायचो पण बहुतेक वेळी कंटाळाच यायचा. आपण झाडावर चढत असू, नदीत उड्या मारत असू, ते दिवस आठवून तर आणखी कंटाळल्यासारखं व्हायचं. मानेरप्लॉमधलं आमचं आयुष्य असंच आनंदी, खेळकर होतं पण ते फार काळ तसं राहणार नव्हतं. किती वेळ ते आम्हाला तरी कुठे ठाऊक होतं?

शत्रू आमच्यावर समूहानं हल्ला करायचा, ससाण्यासारखा आमच्यावरच घिरट्या घालत असायचा. जमिनीकडे झेप घेऊन ते बाँब टाकायचे, तेव्हा खाली झालेल्या स्फोटामुळे उडालेल्या धुराचे लोट आम्हाला दिसू शकत. ते कोणत्या भागात हल्ला करत आहेत हे मी आईला नेहमी विचारायचे. बहुतेक वेळा ते दरीच्या अवतीभोवतीच घोटाळत पण कधी-कधी करेन गावांनाही लक्ष्य केल्यावाचून राहत नसत. अशा गावात राहणं किती भयावह असेल याची मी कल्पनाही करू शकत नसे आणि मला ते लवकरच कळणार होतं.

विमानानं पहिल्यांदाच आमच्यावर बाँब टाकला तेव्हा मी न्हाणीघरात होते. दुपारची वेळ होती आणि आतापर्यंत शत्रूच्या बाँबफेकी विमानाची घरघर ऐकण्याला आम्ही सरावलो होतो. अचानक आम्हाला भयानक, कानाचे पडदे फाडणारे कर्णकर्कश आवाज ऐकू आले आणि विमानानं आमच्यावर बाँब टाकण्यासाठी झेप घेतली. प्रत्येक कर्कश आवाजानंतर स्फोटाचा धमाका ऐकू येई. हे सर्व आमच्यापासून इतक्या जवळच्या अंतरावर चाललं होतं, की त्या आवाजानं न्हाणीघराच्या बांबूच्या भिंती किंबहुना माझ्याभोवतालची हवासुद्धा त्या धक्क्यांनी थरथरत होती.

हे भयानक आवाज़ विरले तसा माझ्या आईचा ओरडा ऐकू आला, ''सर्व जण भुयारात चला, आत्ताच्या आत्ता!''

मी बाहेर पडून भुयाराच्या दिशेनं जीव घेऊन पळायला लागले. भुयार घराच्या पलीकडे होतं. मी तिथं सर्वांत शेवटी पोहोचले. स्लोन, ब्वा ब्वा आणि आई तिथं अगोदरच येऊन पोहोचले होते. मला माझ्या आईच्या माझ्या नावानं मारलेल्या हाका देखील ऐकू येत होत्या.

''पोमु सित! पोमु सित! लहाने कुठं आहेस?'' ती रडण्याच्याच बेतात होती.

आम्ही पूर्ण दुपार भुयारात बसून काढली. वर विमानांची घरघर अजूनही ऐकू येत होती. मला रडू येत नव्हतं. भीतीनं मी गळाठून गेले होते. मी इतकी घाबरले होते की, लघवी करायला म्हणून बाहेर पडायचं देखील धाडस मी दाखवू शकले नाही. संध्याकाळ झाली तशी विमानांची घरघर ऐकू येईनाशी झाली आणि आम्ही बाहेर पडायचं ठरवलं. संध्याकाळचं जेवण बनविण्यासाठी आई कधीचीच बाहेर पडली होती. अंधारात बसून गोट्या खेळून आम्ही पार कंटाळून गेलो होतो.

संध्याकाळी बाबा घरी आले तेव्हा त्यांनी सांगितलं की, मानेरप्लॉमधील रस्त्यावरून चालताना कसा हल्ला झाला आणि पाणझुडपांची दाटी झालेल्या बाजूच्याच नदीत उडी मारण्यावाचून पर्याय कसा उरला नाही. बाँब टाकणारी विमानं गेल्यावर बाबा एकदाचे बाहेर आले तेव्हा नखशिखांत चिखलानं निथळत होते. आमचा मूड हलका करण्याचा प्रयत्न म्हणून ते हे सांगत होते, पण ते चिंतेत होते हे लखख कळत होतं.

जेवणं कशीबशी उरकली तशी बाबांनी त्यांना वाटणारी चिंता आईला बोलून दाखवली. मानेरप्लॉमध्ये सर्वत्र बाँब पडले होते आणि ते दुसऱ्या दिवशीही परतणार होते यात कोणालाही शंका नव्हती. माझ्या बाबांनी आईला काळजी घेण्यास आणि आम्हाला हल्ल्याची खबर लागताच भुयारात जाण्यास परोपरीनं सांगितलं.

"परिस्थिती दिवसेंदिवस चिघळत चालली आहे." बाबा सांगत होते, "तू मुलांची उत्तम काळजी घेतली पाहिजेस. या सर्वांचा अंत कसा होणार आहे हे कुणीच सांगू शकत नाही."

काही दिवसांनंतर मला एक अनपेक्षित भेट मिळाली, ती म्हणजे माझा भाऊ त्याच्या एका मित्राबरोबर सुट्टीसाठी घरी आला होता. त्याची अनुपस्थिती फार प्रकर्षानं जाणवायची; त्यामुळे त्याला बघून माझ्या आनंदाला पारावार उरला नाही. आम्ही एकत्र बसून सहभोजनाचा आनंद घेत होतो तेव्हाच हृदयाचे ठोके बंद पाडणाऱ्या एका कर्णभेदी किंकाळीमध्ये आमचं संभाषण विरून गेलं. आम्ही काही हालचाल करण्याआधीच धाडकन पहिला बाँब पडला आणि प्रचंड मोठा स्फोट झाला.

क्षणार्धात मी आणि ब्वा ब्वा बाहेर पडून भुयाराच्या सुरक्षेत येऊन पोहोचलो. से से सर्वांत शेवटी येऊन पोहोचला पण तो येऊन पोहोचेपर्यंत भुयार भरून गेलं होतं. आईनं त्याला आत खेचायचा प्रयत्न केला पण भुयारात अजिबात जागा नव्हती. या दरम्यान विमानं आमच्या डोक्यावर घिरट्या घालत होती, आमच्यावर बाँबचा वर्षाव करत होती. प्रत्येक स्फोटानिशी जमीन हादरत होती.

विमानं निघून गेली तशी किर्र शांतता पसरली. आम्ही भुयारात फक्त डोकंच घुसवू शकलेल्या से सेला चिडवायला सुरुवात केली.

"दादा, तुला काय वाटतं?" ब्वा ब्वा म्हणाली, "की तुझ्या पार्श्वभागावर बाँब पडला तर तू वाचशील, का तर तुझं डोकं आत आहे म्हणून?"

भयभीत झालेलो असूनही आम्ही हसलो. मी माझं डोकं बाहेर काढून बघितलं. घराच्या आजूबाजूला धुराचे लोटच्या लोट उसळलेले दिसले. दुसरा लोट थेट माझ्या बाबांच्या फुलांच्या बागेतून उडताना दिसला. आता कुठं स्फोटाचे आवाज एवढ्या जवळून का येत होते याचा उलगडा झाला- कारण स्फोट जवळच झाले होते.

अशा बाँब टाकणाऱ्या विमानांचे व्हिडीओ आम्ही घरी पाहिले होते पण हे जे काही घडत होतं ते पूर्णपणे वेगळं होतं. झेप घेणाऱ्या बॉम्बर विमानांच्या कर्णकर्कश किंचाळीनं माझ्या कानांचे पडदे व्यापून टाकले होते. मला डोक्यातही तोच आवाज ऐकू येत होता आणि त्यानं हृदय विदीर्ण होत होतं.

संध्याकाळी बाबा घरी आले तेव्हा या दुष्ट हल्ल्यानं चिडून गेलेले दिसले. सैनिकी फळी तर सोडूनच द्या, ते निरपराध नागरिकांनाही लक्ष्य करून दहशत

पसरवण्याचा प्रयत्न करत होते. आई-बाबा दिवसभरातील घटनांचा आढावा घेत असताना से से आणि त्याचा मित्र बाँबगोळ्यांची पाहणी करायला बाहेर गेले.

थोड्या वेळानं ते परतले तेव्हा त्यांच्याकडे दोन बाँबच्या शेपट्या होत्या. लालभडक रंगाच्या, तळहाताएवढ्या; केंद्राकडून चार बाजूला पसरलेल्या. त्यांमधून भयानक करपटलेला वास येत होता. आम्ही त्यांचं निरीक्षण करत असताना माझी भीती अधिकाधिक वाढतच गेली. अत्यंत काळजीपूर्वक बनवलेल्या त्या स्टील बाँबचे भाग आमच्या घरी आणले गेले होते.

आणि अखेर मला कळून चुकलं, 'हे घडतं ते सत्य आहे, आमच्याबरोबर होतं आहे ही वस्तुस्थिती आहे.'

पूर्ण संध्याकाळ आई-बाबा एकमेकांशी कुजबुजत बराच वेळ बोलत होते. पुढच्या सकाळी आईनं आम्हाला काहीतरी सांगण्यासाठी एकत्र बोलावलं. तिनं आम्हाला काही कपडे आणि महत्त्वाच्या गोष्टी एका बॅगेत भरून ठेवायला सांगितल्या. पळून जायची वेळ आली तर ही बॅग उचलून जायचं होतं. पण ही फक्त जर-तरची बाब आहे असं सांगून तिनं आम्हाला दिलासा द्यायचा प्रयत्न केला. माझे भाऊ-बहीण आणि माझं त्या घरावर आत्यंतिक प्रेम होतं. आमच्यावर पळून जायची वेळ कधीच येणार नाही असं सांगून आम्ही स्वत:ची समजूत घालण्याचा प्रयत्न केला.

माझ्याकडे एक छोटी काळी रकसॅक होती. त्यात मी माझे दोन चांगले कपडे, एक ब्लँकेट आणि मी था ना का क्रिम लावताना वापरायचे तो छोटा आरसा, शाळेच्या वह्या आणि पेन भरलं. मी कुटुंबाचे काही फोटोही सोबत घेतले. मी चार महिन्यांची असतानाचा एक, ब्वा ब्वा बरोबरचा घरासमोर उभं राहून काढलेला, पूर्ण कुटुंबाचे एक-दोन फोटो. बस्स! एवढ्यानंच माझी बॅग भरली. मी करुणा भाकत होते की, या बॅगचा उपयोग मला कधीही करावा लागू नये.

बॅग भरून झाल्यावर मला किती भीती वाटते ते आईला सांगितलं. "आपल्याला पळण्याच्या तयारीत का राहायचं आहे? आपल्याबरोबर नेमकं काय होणार आहे?"

आईनं माझी समजूत घालायचा प्रयत्न केला, "लहाने, आपल्याला काहीही होणार नाही. मला कळतं आहे की, तुला भीती वाटते पण हेही दिवस जातील. काहीही घडो, आपण सर्व एकत्र आहोत, असू आणि आपण सर्व मिळून यातून बाहेर पडू."

तिच्या बोलण्यानं मला मोठा आधार वाटला. मला अजूनही परिस्थिती नेमकी किती गंभीर आहे याचा अंदाज येत नव्हता. त्या रात्री मला एक भयाण स्वप्न पडलं. मी शाळेतून घरी येत होते आणि गावाकडे चालत येत असताना मला एकीकडे मोठी आग लागलेली दिसली. मी जवळ जाऊ लागले तसं मला कळलं ते आमचं घर होतं. आमचं घर जळत होतं. मी पळतच घरापर्यंत पोहोचण्याचा प्रयत्न करत होते पण काही केल्या ते जमत नव्हतं. मी कितीही पळाले तरी घरापर्यंत पोहोचत नव्हते.

मी पळण्याचा जेवढा जास्त प्रयत्न करत होते तेवढंच ते माझ्यापासून दूर जात होतं.

मी दचकून जागी झाले. भीतीनं उठून बसले. ते स्वप्न इतकं खरंखुरं वाटत होतं की, एका क्षणाकरिता मला वाटलं, आमचं घर खरंच जळतं आहे. सकाळ झाल्या झाल्या मी आईला त्याबद्दल सांगितलं. तिनं मला चिंता न करण्यास सांगितलं. ते फक्त स्वप्नच आहे आणि असलं काही कधीही होणार नाही याबद्दल धीर दिला.

आम्हा करेन माणसांचा दूरदृष्टी आणि स्वप्नातील पूर्वसंकेत यावर विश्वास आहे; त्यामुळे आईनं निर्वाळा देऊनही आमच्या घरातलं वातावरण तंग झालं होतं. सर्व जण काळजीत पडल्यासारखे दिसत होते. झाडं, नदी, पृथ्वीदेखील चिंताग्रस्त दिसत होते. आम्ही जंगलात गेलो तेव्हा ते ही अस्वाभाविकरीत्या शांत आणि मुकंमुकं, हिरमुसलेलं जाणवलं. असं वाटत होतं की झाडं काहीतरी घडण्याची वाट बघत आहेत.

वादळापूर्वी जी अनैसर्गिक शांतता नांदत असते ना, तशी ही शांतता होती.

जळत्या अश्रूंची नदी

आमच्यावर हल्ला झाला होता त्यानं मला विचार करायला भाग पाडलं की, शत्रू आमच्यावर हल्ला का करत होता? आम्ही असं काय केलं होतं? आमच्यावरच का? आमच्या घरा-दारावरच का?

आईनं सांगितलं की, शत्रूला मानेरप्लॉ काबीज करायचं होतं कारण ते करेन चळवळीचं केंद्र होतं आणि बर्मामधील लोकशाही चळवळीची पाळंमुळे इथंच होती. १९८८ च्या उठावानंतर एक नवीन आणि कित्येक पटीनं क्रूर एकाधिकारशाही सत्तेवर आली होती. ते स्वत:ला स्टेट लॉ अँड ऑर्डर रिस्टोरेशन काउन्सेलिंग (स्लॉर्क) म्हणवत. (१९९७ मध्ये त्यांनी हे नाव बदलून स्वत:चं नामकरण स्टेट पीस अँड डेव्हलपमेंट काउन्सिल असं केलं होतं. तसं करायचा सल्ला त्यांना अमेरिकन लोकसंपर्क संस्थांनी दिला होता.) लोकशाहीवादी कार्यकर्त्यांनी नॅशनल लीग फॉर डेमोक्रसी (एनएलडी) स्थापन केली; जिचं नेतृत्व करत होत्या जनरल आंग सानच्या कन्या आंग सान स्यू की. आंग सान स्यू कींनी बर्मामधील लोकशाही चळवळीचं नेतृत्व केलं होतं. त्यांनी लोकशाही मोहिमा जोरात सुरू ठेवल्या होत्या. त्या मोहिमा आणि आंतरराष्ट्रीय दबाव यामुळे सरकारला १९९० मध्ये निवडणूक घेण्यास मान्यता देणं भाग पडलं होतं.

स्लॉर्कनं खूप सारे राजकीय पक्ष निवडणुकीस उभे करून, देशाची प्रसारमाध्यमं प्रचाराकरिता वापरून, विरोधी पक्षनेत्यांना तुरुंगात डांबून निवडणूक अपयशी करण्याचा प्रयत्न केला. त्यांनी आंग सान स्यू कींना देखील त्यांच्या घरात स्थानबद्ध करून ठेवलं. इतकं सर्व होऊन देखील एनएलडीला विधिमंडळात ८२ टक्के जागा मिळाल्या. सत्तेचं हस्तांतरण करण्याऐवजी स्लॉर्कनं दडपशाहीचं नवं सत्र सुरू केलं. ते नव्यानंच निवडून आलेल्या आमदारांची छळवणूक करू लागले. त्यांच्या अटकेचं सत्र आरंभलं गेलं.

काही आमदार मानेरप्लॉला पळून आले आणि हद्दपार असतानाच त्यांनी

स्वत:चं सरकार स्थापन केलं; त्यामुळे तर स्लॉर्कचे जनरल्स आणखी बिथरले. परदेशी व्यापार आणि गुंतवणुकीतून उभारलेल्या पैशांतून त्यांनी जी विमानं आणि शस्त्रास्त्रं खरेदी केली होती, त्यांचा उपयोग आमचं समूळ उच्चाटन करण्यासाठी करायचा त्यांनी विडाच उचलला.

करेन लोकांनी लोकशाहीवादी कार्यकर्त्यांना आश्रय देऊ केला होता, या गोष्टीनं मला जरी अभिमान वाटत होता तरी आमच्यावरील वाढत्या हल्ल्यांनी मी काळजीत पडले होते. मी बऱ्याच लोकांना आंग सान स्यू कींबद्दल बोलताना ऐकलं होतं पण त्यावेळी मी खूप लहान होते. त्या कोण आहेत हे मला सांगण्याच्या भानगडीत कोणीच पडलं नव्हतं.

जानेवारी १९९६ मध्ये मला ज्या गोष्टीची सर्वांत जास्त भीती वाटायची ती गोष्ट घडली. त्या दिवशी बाबा घरी लवकर परतले आणि त्यांनी काहीतरी महत्त्वाचं बोलण्यासाठी म्हणून आईला आतल्या खोलीत नेलं. बराच वेळ झाला तरी ते बाहेर यायची चिन्हं दिसेनात. बाहेर येऊन आईनं सांगितलं की आम्हाला निघायला लागणार होतं. बाबांनी तिला काही खाद्यपदार्थ भरून घेण्यास मदत केली. आम्ही आमच्या बॅगा पाठुंगळीस घेऊन नदीच्या दिशेनं निघालो. तिथं एक बोट नांगरून पडली होती. तिथं करेन सैनिक मुलांना, स्त्रियांना बोटीत चढण्यास मदत करत होते. किनाऱ्यावर लोकच लोक होते. सर्वच जण बोटीत चढायची आपली वेळ कधी येते याची वाट पाहत होते.

आम्हीही आमची पाळी येण्याची वाट पाहत होतो. तेवढ्यात आईला काहीतरी आठवलं आणि ती झपाझप चालत घराकडे गेली. काही मिनिटांनंतर ती कोथिंबिरीच्या बिया घेऊन बाहेर आली आणि मातीत पेरू लागली. ब्वा ब्वा, मी आणि स्लोन एकमेकांकडे गोंधळून पाहत राहिलो. आम्हाला जर ही जागा सोडून जायची होती तर आई कोथिंबीर पेरायचे कष्ट का घेत होती आणि काय पण वेळ निवडली होती! बाबांनी आम्हाला बोटीकडे जाण्यास खुणावलं आणि ते आईपाशी गेले.

"हे बघ, तुला निघावं लागेल," त्यांनी समजावणीच्या स्वरात म्हटलं, "बोट तुझ्याकरिता खोळंबून राहिली आहे."

"मी फक्त एवढं पेरते..."

"हे बघ, आपल्याकडे आधीच वेळ कमी आहे आणि तो तू कोथिंबीर पेरण्यात घालवते आहेस."

"पण आता पेरल्या तर आपण परतेपर्यंत वाढतील नं त्या?"

आईनं खांदे उडवले आणि कोथिंबीर पेरणं थांबवून बाबांबरोबर यायला निघाली. मी आमच्या बोटीवरील इतर कुटुंबांकडे पाहिलं. ती बोट स्त्रिया, मुलं आणि म्हाताऱ्या माणसांनी भरून गेली होती. ते सर्वच जण माझ्या आईकडे 'काय वेडी

बाई आहे ही' या नजरेनं पाहत होते. बाबांनी आईला बोटीवर चढवलं आणि आमचा निरोप घेत किनाऱ्यावर उभे राहिले.

"फटाफट पाय उचला" ते पुन:पुन्हा सांगत होते. "पलीकडे पोहोचाल तेव्हा डोंगर चढायला सुरुवात करा आणि डोंगरापलीकडच्या आपल्या गावात पोहोचेपर्यंत चालत राहा. मी तुम्हाला मागाहून भेटेन पण घाई करा."

इंजिनच्या घरघरीत त्यांचे शेवटचे शब्द विरून गेले.

आम्ही नदीच्या मध्यभागी आलो तसं मी मागे वळून पाहिलं. नदीचा संपूर्ण किनारा लोकांच्या गर्दीनं भरून गेला होता. प्रत्येकाच्या डोक्यावर, खांद्यावर, काखोटीला आणि पाठुंगळीस सामानच सामान होतं. प्रत्येकाच्या चेहऱ्यावर तिथून लवकरात लवकर सुटका झाली तर बरं! असे भाव होते. सगळंच कसं उदासवाणं वाटत होतं. लोक, नदी, किनारा, झाडं आणि पर्वत. सर्व काही.

मानेरप्लॉ- आमच्या विजयस्थळाला सोडून लोक चालले होते. हा दिवस कधी उजाडेल असं मला वाटलं नव्हतं पण हो! तो दिवस अखेरीस आला होता.

बोटीच्या चालकानं बोट वळवली. बोटीनं किनाऱ्याकडे पाठ वळवली आणि मी मागे वळून पाहिलं तर बाबा घाईघाईनं कुठेतरी जाताना दिसले. आता आमच्या पाठीवर होता तेवढाच आमचा संसार होता. बाकी सर्व काही आम्ही मागे सोडून आलो होतो. आमच्या कोंबड्या, बदकं आणि डुकरं, आमचं घर आणि आमची बागदेखील.

नदी पार करत असताना माझ्या डोक्यात एकच प्रश्न भुंगा घालत होता तो म्हणजे आताच अंड्यातून बाहेर आलेल्या कोंबडीच्या पिल्लांना खाऊ कोण घालणार? मला ती पिल्लं फार म्हणजे फारच आवडायची आणि माझ्या बाबांपेक्षा मला त्यांचीच चिंता जास्त वाटत होती. ते मागाहून येणार होते. तसा शब्द त्यांनी दिला होता. शब्द दिला आहे म्हणजे ते येणारच होते.

पण आईच्या कोथिंबीर पेरण्यातून नाही म्हटलं तरी एका आशेत धुगधुगी अजून कायम होती. ती पेरण्यावर इतका भर देत होती याचा अर्थ आपण परतणार आहोत असं तिला वाटत असावं का?

आम्ही बोटीतून उतरत असताना आमच्या मागून 'बूम' असा स्फोटाचा आवाज आला आणि उत्तरेकडील जंगलांमधून बंदुकीच्या फैरींचे दबलेले आवाज ऐकू यायला लागले. मिनिटागणिक ते आवाज जवळ येत चालले होते. चळवळीच्या केंद्रावरच घाव घालण्याची क्रिया सुरू झाली होती. आम्ही सर्वच जण घाबरलो होतो. आईच्या चेहऱ्यावर लिहिलेली चिंता स्पष्ट वाचता येत होती. आमच्यापैकी कोणीही गोळ्यांचा आवाज इतक्या जवळून ऐकला नव्हता. स्लोननं या परिस्थितीतही डोकं गमावलं नव्हतं. तो शहाण्यासुरत्या माणसासारखा गावाकडे जाणाऱ्या वाटेनं चालायला

लागला आणि सर्वांनीच झपाझप पाय उचलावेत अशी विनंती करू लागला. मी अगदी मान्य करते की त्या सर्वांमध्ये मी प्रचंड घाबरले होते. माझं आयुष्य पार उलटंपालटं होऊन गेलं आहे असं मला वाटत होतं. पण एका लहानशा शूर योद्ध्यासारखा स्लोन पुढे चालला होता आणि त्याच्या बहिणींना त्याच्या मागून यायला सांगत होता.

"मला खूप भीती वाटते," मी आईला हळूच म्हटलं, "बाबा कुठं आहेत? ते येत नाहीत का?"

बंदुकीच्या फैरींना तोंड देत असलेल्या बाबांना डोळ्यांसमोर आणूनच मला कसंसं झालं. पण आई उत्तर देणार एवढ्यात कानठळ्या बसवणारा स्फोट झाला. मानेरप्लॉवर पहिला मॉर्टर बॉंब पडला होता. आम्ही घाईघाईनं पुढे निघालो. आमच्या पाठी फुटत असलेले बॉंब आणि गोळ्यांची दहशत मनात घेऊन कोणाशी बोलायलाही न थांबता आम्ही फटाफट पाय उचलत होतो. जसजसे आम्ही डोंगरावर चढू लागलो तसतशी झाडांमुळे आवाजाची तीव्रता कमी झाली. पण तरीही 'बूम' असे स्फोटांचे पुसट आवाज येतच होते. प्रत्येक स्फोटाबरोबर मी दचकत होते. काहीतरी भयानक माझ्या मागावर आहे अशा रीतीनं घाईघाईनं चालायला लागत होतं.

गावाकडे जाणाऱ्या एका घोळक्यात मी सामील झाले. सर्वच जण भयभीत होते, तणावाखाली होते. मुलांना भरभर चालायच्या सूचना दिल्या जात होत्या. गावात पोहोचेपर्यंत अंधार पडला होता. सर्वसाधारणपणे संध्याकाळी लोक तेलाचे दिवे लावत. पण आज मात्र काही थोडेच दिवे दिसत होते. गावामध्ये ब्लॅकआउट जारी करण्यात आला होता. शत्रूला आमचा ठावठिकाणा कळू नये यासाठीची तरतूद होती ती. अंधारलेल्या वाटेवरूनच आम्ही आमच्या घराकडे चालायला लागलो. माझ्या आईनं भात करायला घेतला. तो करता करता ती शेजाऱ्यांची विचारपूस करत होती, कोणाकडे काही नवी बातमी आहे का हे बघत होती. डोक्यात कुठंतरी ही भीती होती की बाबा तिथल्या युद्धात अडकून पडले असणार. अखेर दिवसभरातल्या पळापळीचा आम्हाला इतका शीण आला होता की, खाल्ल्याखाल्ल्या आम्ही लगेच झोपी गेलो. आई मात्र डोळ्यांत तेल घालून रात्रभर पहारा देत जागीच राहिली.

ती काही फारशी बरी रात्र नव्हती. जंगलात फुटणाऱ्या बॉंबच्या आवाजानं दर दहा मिनिटांनी मला दचकून जाग येत होती. पुढचा बॉंब फुटण्याआधी थोडा वेळ शांतता असे तेवढीच. तीही फार काळ टिकत नसे. सकाळी न्याहारी करताना आईनं आम्हाला सांगितलं की आम्हाला हेही गाव सोडावं लागणार होतं. आमचं गावही आता फारसं सुरक्षित राहिलं नव्हतं. बर्मी सैनिकांचा पिच्छा सोडवण्याकरिता आम्हाला थायलंडच्या दिशेनं जात राहणं क्रमप्राप्त होतं.

घरातून निघताना खास बरोबर न्यावं असं एकही खेळणं किंवा खास वस्तू

माझ्याकडे नव्हती. माझ्याकडे सौंदर्यप्रसाधनं देखील नव्हती. खरं सांगायचं झालं तर आतापर्यंत मी केलेला मेकअप म्हणजे ब्वा ब्वानं शोधून काढलेली लिपस्टिक ओठावर फासून केला होता तो. आणि ती लिपस्टिकही तरी काय, जुन्या व्हिटॅमिनच्या गोळ्या चेचून यायचा तो रंग. कधीतरी मी चुकीनं काळ्या गोळ्या कुटून ओठ काळेकुट्ट केल्याचं आठवतं. ब्वा ब्वाला मात्र त्याचा प्रचंड विस्मय वाटला होता.

आईनं आमच्या बॅगांमध्ये जेवढा नेता येईल तेवढा भात, माशाची पेस्ट आणि मीठ भरलं आणि आम्ही निघालो. आम्ही नदीच्या दिशेनं जाऊ लागलो. नदीच्या काठाकाठानं गेलो तर वायव्येला थायलंडमध्ये जाऊन पोहोचलो असतो पण नदी वळणं घेत घेत दऱ्या-खोऱ्यांमधून, घळयांमधून वाट काढत गेली होती; त्यामुळे नदीच्या काठानं पायी चालत जायचं तर रस्ता दुर्गम होता; त्यामुळे कितीतरी लोक- हजारो लोक- बोटीची वाट पाहत होते. पण संध्याकाळी कळलं की एकही बोट येणार नव्हती; त्यामुळे आम्हाला अजून एक भीतीदायक रात्र गावातच घालवावी लागली.

पण त्या रात्रीची परिस्थिती आदल्या रात्रीपेक्षा वाईट होती. अंधार पडला तसा टीक पर्वतापलीकडून अमानवी, लखलखीत शेंदरी प्रकाश दिसायला लागला. मानेरप्लॉ जळत होतं. स्लॉर्कच्या फौजांनी आमचं विजयस्थळ नेस्तनाबूत केलं होतं. डोंगरापलीकडून भकाभका आकाशाकडे जाणारा धूर आणि आगीच्या ज्वाळा बघताना जीव तुटत होता. सर्व गावात टाचणी पडेल इतकी शांतता होती. त्या वणव्याकडे सर्व जण खिळल्यासारखे पाहात होते. ज्वाळांनी रक्ताळलेल्या आकाशाकडे पाहताना आईच्या मनात काय विचार सुरू असतील हा विचार माझ्या मनात आला. पण हे सर्व शब्दांत मांडण्यासाठी शब्दच थिटे आहेत. माझ्या मनात बाबांचा विचार आला. ते मागाहून येतील असा शब्द त्यांनी दिला होता. ते मानेरप्लॉमधील धुमश्चक्रीत सापडले असतील का? काही कळायला मार्ग नव्हता. युद्धाचे आवाज थांबले नव्हते तर अधिकच तीव्र झाले होते. सगळीकडे जळल्याचा वास पसरला होता.

हृदयामध्ये कुठेतरी काहीतरी पार तुटून गेलं होतं. माझं गाव जळत होतं आणि ते पाहताना माझ्या अंगाची लाही-लाही होत होती. मी त्याच्याबद्दल विचार न करायचा आटोकाट प्रयत्न केला. आकाशात पसरणारा तो विचित्र लाल रंग पाहताना ब्वा ब्वा आणि स्लोनची देखील दातखीळ बसल्यासारखी झाली होती.

आम्हा सर्वांनाच इतका जबर धक्का बसला होता की आम्ही कोणीही बोलण्याच्या मन:स्थितीत नव्हतो. पहाटे-पहाटे केव्हातरी आमचा डोळा लागला पण ती झोपदेखील चाळवलेली आणि अस्वस्थ होती.

सकाळी पुन्हा एकदा आम्ही नदीच्या काठावर उभे होतो. बोटीची वाट पाहात, ताटकळत. शेवटी एकदाची एक बोट आली, तीही दुपारी. लोक गडबड, गोंधळ

करायला लागले. कारण त्या सगळ्यांनाच वाटत होतं की त्यांना बोटीवर चढायला मिळणार नाही. सुदैवानं गावाच्या मुखियानं हस्तक्षेप करून त्या गोंधळात थोडीशी शिस्त आणली. स्त्रिया आणि छोटी मुलं सर्वांत पहिल्यांदा बोटीत चढली. मग स्त्रिया आणि किशोरवयीन मुलं मग म्हातारीकोतारी आणि आजारी माणसं चढली.

आमची पाळी आली तसे आम्हीही त्या लांब नाकाच्या बोटीवर चढलो. ती आधीच इतके सारे लोक, तांदळाच्या गोण्या आणि लोकांच्या सामानसुमानानं गच्च भरली होती. आणि एव्हाना ती धोकादायक रीतीनं खचाखच भरली होती. धडधाकट लोकांना चालत जायला सांगितलं गेलं होतं. जंगलामधला मार्ग सुकर नव्हता पण अशक्यही नव्हता. शेवटी एकदाचे आम्ही निघालो. बोट पाण्यात दबली होती. इतक्या लोकांचा भार वाहून नेणारं इंजिन अस्वस्थ घरघर करत होतं.

माझ्या प्रिय गावापासून आम्ही जसेजसे दूर जायला लागलो तशी मी आसुसून माझ्या गावाला डोळ्यांत भरून घ्यायचा प्रयत्न करत होते. शेवटी नदीच्या एका वळणापाशी आमचं गाव दृष्टिआड झालं. आम्ही खरोखरच गाव सोडून चाललो होतो यावर माझा अजूनही विश्वास बसत नव्हता. आम्ही कधीतरी इथं परतणार आहोत असं मी पुन:पुन्हा स्वत:ला बजावत होते. आम्हाला परतायला लागणारच होतं. आमच्या झाडावरचे नारळ आता मोठे झाले होते. ते आमच्याशिवाय कोण काढणार होतं? ब्वा ब्वा एव्हाना नारळाच्या झाडावर चढण्यात पटाईत झाली होती. ती नारळ काढे आणि आम्ही त्यातले गोड, थंडगार पाणी पीत असू.

दोन तासांच्या प्रवासानंतर आम्ही बोटीच्या अंतिम टप्प्यापर्यंत पोहोचलो. इथून पुढं नदीतून प्रवास करणं खूप धोक्याचं होतं. आम्ही उंचच उंच चढत गेलेल्या एका खडकाळ कातळापाशी थांबलो होतो. जिथून पुढं पाणी फेसाळत, रोरावत वळणावळणानं वाट काढत पुढं चाललं होतं. दोन्ही बाजूंच्या जंगलांमध्ये माणसंच माणसं दिसत होती. आमच्यासारखीच हल्ल्यापासून पळ काढलेली माणसं होती ती. त्यांच्या डोक्यावर बांधलेल्या बांबूच्या टोपल्यांमध्ये त्यांचा असेल नसेल तितका संसार होता- पातेली, ताटं, खाद्यपदार्थ आणि इतरही बरंच काही.

पुढच्या प्रवासात तग धरून राहण्यासाठी काहीतरी पोटात घालणं भाग होतं. लोक भात शिजवायच्या मागे लागले होते. चुलींचा काळानिळा धूर झाडामधून वाट काढत आकाशाकडे जात होता. बोट धक्क्याला लागली. आम्ही बोटीतून उतरलो आणि त्या लोकांमध्ये जाऊन मिसळलो. गर्दीत बहुतांश स्त्रिया आणि मुलंच होती. प्रत्येकाकडे त्याचं त्याचं स्वत:चं गाठोडं होतं. गर्दीतला प्रत्येक जण प्रचंड गोंधळलेला होता. आपल्या आयुष्याचं हे अचानक काय होऊन बसलं असा विचार करून प्रत्येक जण संत्रस्त होता.

आम्ही थोडीफार विश्रांती घेऊ शकू अशी जागा शोधत जंगलातून पुढं निघालो.

चालत असताना कोणीतरी माझं नाव पुकारल्याचं ऐकू आलं. तो लाह का पॉ होता. त्यानं मला सर्व मित्रांची ख्यालीखुशाली सांगितली. ती सेर पॉ आणि लिली आदल्या दिवशीच तिथून निघाले होते. ते थायलंडच्या दिशेनं गेले होते आणि एव्हाना ते सुरक्षित स्थळी पोहोचले देखील होते.

आपण थोडा वेळ इथंच थांबणार असल्याचं आईनं जाहीर केलं. मी ताडलं की आम्ही बाबांची काही खबर लागते का याची वाट पाहणार होतो. आईनं तात्पुरता निवारा बांधायला सुरुवात केली. सैनिक म्हणून काम करताना जंगलात कित्येक वर्ष व्यतित केल्यानं अशा गोष्टी करण्यात ती अतिशय निष्णात होती. मदतीला तुटवडा नव्हता. ज्यांचे निवारे बांधून झाले होते ते देखील पुढं सरसावले. उचललेल्या बांबूच्या जमिनीला आधार द्यायला चार बांबू जमिनीत रोवले गेले आणि वर बांबूचं छप्पर बनवलं गेलं. त्यावर आईनं आपल्याबरोबर आणलेलं प्लॅस्टिकचं कापड टाकलं. घराच्या पुढेच तीन दगड मांडून तिनं चूल बनवली. या घराला भिंती नव्हत्या पण न भिजता आम्ही सर्व जण राहू शकू एवढी जागा नक्कीच होती.

त्यावेळी हिवाळा होता. नदीकडून येणाऱ्या दाट धुक्यानं रात्री अधिकच दिसेनासं व्हायचं. पहिल्या रात्री दुसऱ्यांच्या निवाऱ्यात झोपलो. पण कोणाचंही त्यावर ना काही म्हणणं होतं ना काही हरकत होती. ऊब मिळवायच्या प्रयत्नात आम्ही सर्वच जण गुरगुटी मारून झोपलो.

बाहेर युद्ध चालल्याची कोणतीही चिन्हं इथं दिसत नव्हती. नदीचा खळखळाट सोडला तर आमच्या भोवतालचं जंगल अतिशय शांत होतं. आम्ही एका घनदाट जंगलाच्या केंद्रस्थानी होतो. युद्ध चालू असलं तरी त्याचे पडसाद इथं जाणवत नव्हते, ऐकू येत नव्हते. पण तरीही इथं दबलेलं आणि घबराटीचं वातावरण होतं आणि लोक एकमेकांशी बोलताना कुजबुजतच बोलायचे. अशा खडतर आणि प्रतिकूल परिस्थितीत देखील आम्ही निवारा उभा करायचा प्रयत्न केला होता.

या अनाम जागी आम्ही दोन आठवडे राहिलो, जंगलात राहणाऱ्या भुतासारखे. प्रत्येक दिवशी आम्ही भात, मीठ आणि माशाची पेस्ट खायचो. ते कधीही पुरेसं नसायचं कारण आई ते पुरवून वापरत होती. आम्ही नेहमीच भुकेले असायचो. पण पोटात घालायला काहीतरी होतं हे नशीबच म्हणायचं; कारण आम्ही त्यावरच जिवंत होतो.

अशा अवघड वेळी देखील आईचा कणखरपणा आणि संयतपणा मला स्तिमित करायचा. ती एक खंबीर बाई होती आणि आम्हा सर्वांची हीरो. अशा जागी तग कसा धरून राहावा हे तिला चांगलं माहीत होतं. ती कोणत्याही पुरुषासारखाच बांबू कापून आणू शकत असे, निवारा बांधू शके, चूल पेटती ठेवू शके; आमच्या पोटात घालायला काहीतरी आहे याची काळजी घेऊ शके.

आमच्या त्या तोडक्यामोडक्या आयुष्यात देखील तिनं सुरक्षितपणा आणि नीटनेटकेपणा आणायचा प्रयत्न केला होता. आमच्या घराशेजारीच तिनं तात्पुरत्या स्वरूपाचं शौचालय बांधलं होतं. जमिनीत एक खड्डा बनवला होता आणि त्याच्याभोवती केळीची पानं लावलेल्या बांबूच्या भिंती उभारल्या होत्या. इतर कुटुंबांना देखील तिनं तसंच करायचा सल्ला दिला होता. नदीचा वापर शौचालयासारखा केला असता तर नदीचं पाणी फार काळ पिण्यायोग्य राहिलं नसतं.

सर्वांत मोठी आणि खंबीर मुलगी म्हणून ब्वा ब्वा आईला मदत करत असे. जेव्हा आईला मदत करत नसू तेव्हा आम्ही तिथंच त्या निवाऱ्यात बसून राहत असू. आम्ही फार दूर जाऊ नये अशी आईची इच्छा होती. आम्ही नेहमीच तिच्या नजरेसमोर राहिलेलो तिला हवे होतो. बर्मी सैन्य आमचा माग काढत इथवर येईल आणि आम्हाला पुन्हा पळ काढावा लागेल अशी तिला भीती वाटत होती आणि असं घडलंच तर आम्ही तिच्यापाशी असावं असं तिला वाटत होतं.

प्रत्येक जण तेच म्हणत होता. आता आपण काय करणार आहोत? आम्ही जिथं चाललो होतो ती जागा सुरक्षित होती म्हणे. तिला निर्वासितांची छावणी म्हणायचे आणि तिथं येणारा प्रत्येक जण निर्वासित म्हणवला जायचा. मागे कधीतरी मी आई-बाबांना निर्वासितांबद्दल बोलताना ऐकलं होतं. पण त्यावेळी ती संकल्पना मला समजली नव्हती. ती निर्वासितांची छावणी कशी असेल यावर आम्ही अनेक तर्ककुतर्क लढवायचो. ती गावासारखीच असेल का? तिथं चर्च आणि शाळा असेल का? तिथं लोक आपल्या शेजाऱ्यांची काळजी घेत असतील का?

त्या अनाम जागेचं अनौपचारिक प्रतिनिधित्व माझ्या आईकडे आलं होतं. लोक तिच्याकडे सल्ला मागायला येत. ते थकलेले असतील तर त्यांची ताकद पुन्हा मिळवण्याकरिता ती त्यांना आराम करायचा सल्ला देई. तिचा सल्ला मानून, विश्रांती घेऊन, थोडंफार असलं नसलेलं अन्न पोटात घालून त्यांना तरतरी आली की ते पाठीवरचा संसार ओढत पुढचा प्रवास करण्यास सज्ज होत. नाहीतर काही लोक तसेच खुरडत, पाय ओढत राहत आणि अतिश्रमानं मध्येच कोसळत. छोट्या बाळाच्या रडण्यानं शत्रूला आपला वास लागू नये म्हणून ती तरुण आयांना कायम बाळांना पाजत राहायचा सल्ला देई.

माझ्यापुरतंच म्हणायचं झालं तर मी अशा वयात होते ज्या वयात मुलीच्या शरीरात बदल होत असतात. मी आता मुलगी राहिले नव्हते, स्त्री होत होते आणि असे बदल होत असताना ती अनाम जागा खूपच अडचणीची ठरत होती. इथं खासगीपण जपलं जातच नव्हतं; त्यामुळे कायम ओशाळल्यागत वाटायचं. माझ्या बदलणाऱ्या शरीराबद्दल मी सजग होते. मला अंघोळीला जायचं असेल तर मी पूर्ण काळोख पडेपर्यंत थांबून राही आणि माझ्या आईला किंवा बहिणीला माझ्याबरोबर

यायला सांगी. स्वत:ला लुंगीमध्ये गुंडाळून घेत आम्ही त्या थंड नदीत आमची शरीरं बुचकळत असू.

दिवस जात चालले तसे आमचे मित्र व शेजारी ती अनाम जागा सोडून जाऊ लागले. शेवटी आम्ही काहीच जण तिथं उरलो. आपले शाळकरी मित्र, बालमित्र जाताना पाहून ब्वा ब्वाच्या डोळ्यांत पाणी तरळलं होतं. आपण त्यांना पुन्हा कधीतरी पाहू शकू का? याबद्दल तिला शंकाच वाटत होती. पण मी? मला काही केल्या रडूच येत नव्हतं. मी आतल्या आत रडत होते पण आपण खंबीर राहिलं पाहिजे असं मी स्वत:ला बजावत होते. सर्व वेदना मी माझ्या आतच ठेवायचा प्रयत्न करत होते.

आमच्या गावातील ओळखीचे लोक तिथून जाऊ लागले आणि ज्यांना आम्ही ओळखत नव्हतो अशा व्यक्ती तिथं येऊ लागल्या. कधी-कधी पाच-सहा मुलं असलेली तरुण आई तिथं यायची. त्या आईला आणि त्यातल्या मोठ्या मुलाला आपल्या छोट्या भावंडांना आणि बाळांना उचलून घ्यावं लागे; त्यामुळे ती सारी आधीच खूप थकलेली असत. काही जण भुकेनं कळवळलेले असत. मी याआधी कधीच लहान मुलांना भुकेनं कळवळून रडताना पाहिलं नव्हतं पण आता पाहिलं. ते पाहून जीव तुटायचा. मग आईच आमच्याकडे आमच्यापुरतं पुरेसं नसलं तरी त्यांना आमच्यामधलं थोडंसं खाणं देऊ करत असे. आई त्यांना आमच्याकडचं पांघरुण किंवा अशीच काहीतरी मौल्यवान गोष्ट देऊ करी आणि तिच्या उदारपणानं ते हेलावून जात. स्वत:च्या हालअपेष्टांमध्ये देखील माझ्या आईचा दयाळूपणा जिवंत होता. दुसऱ्यांना मदत होत असेल तर ती तिच्याकडे असलेलं काहीही आनंदानं देऊन टाकायला राजी झाली असती.

आम्ही या अनाम जागी येऊन दोन आठवडे झाले असतील तेव्हाची गोष्ट आहे. आम्ही नुकतंच भाताचं जेवण संपवून आचवत होतो तेव्हा अचानक जंगलातून माझे बाबा अवतीर्ण झाले. मला तो चमत्कारच वाटला. मी त्यांना शेवटचं पाहिलं होतं तेव्हा ते मानेरप्लॉमधील किनाऱ्यावर हात हलवून आमचा निरोप घेत एकटे उभे होते. मानेरप्लॉ जळून खाक झालं होतं आणि आम्हाला पळ काढणं भाग पडलं होतं तरीदेखील आम्ही पुन्हा एकदा एकत्र आलो होतो. ते सुरक्षित आहेत आणि उत्तम स्थितीत आहेत हे बघून आम्हाला खूप आनंद झाला. त्यांच्यावर जंगलातील मातीचा थर साठला होता, ते घाणीनं बरबटले होते आणि अत्यंत थकलेले दिसत होते. पण काही का असेना! ते जिवंत होते हेही नसे थोडके!

ते आमच्याबरोबर खायला बसले. खाता-खाता त्यांनी आम्हाला नेमकं काय घडत होतं ते सांगितलं. आम्हाला निरोप देऊन केएनयूचे नेते जनरल सॉ बो म्या यांना घेऊन पळ काढण्याची त्यांची योजना होती. जनरलला सुरक्षित ठेवण्याची, ते शत्रूच्या हातात पडू नये, पकडले जाऊ नये किंवा ठार होऊ नयेत हे बघण्याची

जबाबदारी माझ्या बाबांची होती. आतापर्यंत बाबा त्यांच्यासह एका दीर्घ आणि अवघड प्रवासात होते. चळवळीचं तात्पुरतं ठाणं बनलेल्या प्रदेशापर्यंत बाबांनी जनरलला सुरक्षितरीत्या नेऊन सोडलं होतं.

ती जागा कोणती हे मात्र बाबांनी आम्हाला सांगितलं नाही. कारण स्पष्ट होतं. आम्ही जर पकडले गेलो असतो आणि शत्रूनं आमच्या तोंडून माहिती वदवून घेण्याकरिता आमचा छळ केला असता, तर आमच्या तोंडून त्या जागेचं नाव कदाचित बाहेर पडलं असतं; ज्याचा चळवळीवर अत्यंत घातक परिणाम होऊ शकला असता. जनरलला तिथं पोहोचवल्यावर नवी जागा सुरक्षित असल्याची खात्री करून घेऊन बाबा आमच्या शोधार्थ बाहेर पडले. वाटेत भेटणाऱ्या लोकांना आमचा पत्ता विचारत-विचारत वाटचाल करत असताना एका बोटचालकानं आमचा अचूक ठावठिकाणा त्यांना सांगितला आणि अशा रीतीनं बाबांना आम्ही सापडलो आणि आम्हाला बाबा.

बाबा आमच्यापासून दूर होते त्या काळात त्यांच्याबरोबर काय झालं असावं यावर विचार करायला मी नकार देत होते. ते ठीक आहेत, त्यांना काहीही झालेलं नाही आणि काहीही होणार नाही, अशी मी स्वतःची समजूत घालत होते. मी जर पावलोपावली पसरलेल्या धोक्यांचा विचार करायला लागले असते तर खूप चिंतेत पडले असते; त्यामुळे मी माझं मन त्याबाबतीत कोरं करायचा प्रयत्न केला होता. बाबांना फार काळ आमच्याबरोबर राहता येणार नव्हतं. ते फक्त तास-दोन तास आमच्याबरोबर राहिले असतील. आम्हाला आमच्या पुढच्या प्रवासात मदतीची गरज भासेल हे ओळखून त्यांनी आपल्या सोबत दोन तरुण मुलं आणली होती. तू चिन आणि एह मू हे दोघेही विशीतले तरुण आमच्या कुटुंबाचे कधीपासूनचेच निकटवर्तीय होते आणि करेन सैन्यात होते. एह मू जखमी होता आणि तू चिन आजारी; त्यामुळे त्या दोघांपैकी कोणीही आघाडीवर लढण्याच्या अवस्थेत नव्हतं. निघण्यापूर्वी पुन्हा एकदा बाबांनी आमची देखभाल करण्याच्या माझ्या आईच्या क्षमतेवर विश्वास दाखवला. आम्हालाही त्यांनी असंच करण्यास सांगितलं आणि यापुढील प्रवासात आई जे सांगेल तसंच करायला सांगितलं. आमच्यासमोर एकच पर्याय उपलब्ध होता तो म्हणजे थायलंडच्या दिशेनं गेलेल्या असंख्य निर्वासितांच्या मागं थायलंडमध्ये आणि पर्यायानं निर्वासितांच्या छावणीत जाऊन थांबणं. एह मू आणि तू चिन या प्रवासात आमची सोबत करणार होते. बाबा आम्हाला थेट छावणीतच भेटणार होते; त्यामुळे आपण सर्व पुन्हा लवकरच भेटू असा निर्वाळा त्यांनी दिला.

ते जायला उठले तेव्हा मला अचानक जाणवलं की ते किती वाळले आहेत आणि चिंताग्रस्त दिसत आहेत. त्यांच्या खांद्यावर जी जबाबदारी टाकली गेली होती त्यानं ते एकदम वाकून गेल्यासारखे वाटत होते. त्यांनी आम्हाला जवळ घेतलं,

आईचा निरोप घेतला आणि ते निघून गेले.

दुसरा दिवस उजाडताच आम्ही निघालो. त्या अनाम जागेला सोडताना मला अजिबात दु:ख होत नव्हतं पण पुढे काय वाढून ठेवलं आहे याबद्दल मात्र मनात अनिश्चितता होती. बाबांना पाहिल्यानं माझं मनोधैर्य उंचावलं होतं यात वादच नाही आणि आता एह मू आणि तू चिन आमच्याबरोबर असल्यानं जरा जिवात जीव आल्यासारखं झालं होतं. घनदाट जंगलाच्या आणखी आत आत शिरताना आमचं जड सामान वाहून नेण्यास तेच मदत करत होते.

नदीला लगटूनच जाणारा आणि वर दरीत चढत गेलेला जंगलातील रस्ता वळणावळणानं पहाटेच्या धुक्यात जाऊन लुप्त होत होता. जंगलातून काही मिनिटं चालत नाही तोच पायाखालचा रस्ता खडकाळ आणि घसरडा व्हायला लागला. डावीकडे साक्षात कृतांतकाळ वाटणारी दरी होती. पाय घसरला तर थेट खाली रोरावणाऱ्या नदीत समाधी मिळण्याची खात्री. आमच्या आधी जे इथून गेले होते त्यांच्या पावलांनी तयार झालेल्या वाटेनं आम्हीही चाललो होतो. ते यातून सुरक्षितरीत्या गंतव्य स्थानावर पोहोचू शकले तर आम्ही का नाही? अशा विचारानं. जेवढं मूक असू तेवढेच आम्ही सुरक्षित राहणार होतो; त्यामुळे आम्ही काही बोललोच तर कुजबुजत बोलत होतो.

प्रवास सुरू केल्याचा पहिला दिवस संपत आला तेव्हा आम्ही प्रचंड झाडांचं साम्राज्य असलेल्या एका भागात येऊन पोहोचलो होतो. झाडं वरवर वाढत जाऊन एकमेकांत गुंतून जाळी तयार झाली होती; त्यामुळे फार थोडा सूर्यप्रकाश धडपडत जमिनीपर्यंत पोहोचत होता. या जमिनीवर तण, गवत, झुडपं अगदी काहीही नव्हतं. रात्री झोपण्याकरिता आमच्याकडे बरीच जागा उपलब्ध होती.

त्यापैकीच एका अतिप्रचंड झाडाखाली आम्हाला तात्पुरता निवारा उभारलेल्या लोकांचा एक घोळका दिसला. ते आमचे मित्रच निघाले. त्यांपैकी एक होता माझा मित्र विन्स्टन चर्चिल आणि इतर होते त्याचेच कुटुंबीय.

त्यांनाही आम्हाला बघून हायसं वाटलं असावं. त्यांनी चेहऱ्यावर उसनं हसू आणून आमचं स्वागत केलं आणि आम्ही देखील घनदाट जंगलातील आमची पहिली रात्र व्यतीत करण्याकरिता त्यांच्याबरोबर खाली बसलो.

त्या तिथे वृक्षातळी...

त्या पहिल्या रात्री आम्ही जमिनीवर प्लॅस्टिक अंथरून झोपलो. आम्ही कुठं झोपावं याबद्दल आई खूप जागरूक होती आणि त्याला कारणही तसंच होतं. आमच्यावर प्रचंड पसरलेली ती अवाढव्य झाडं ऋषीमुनींच्या वयाची होती आणि त्यांच्या काही फांद्या मोडकळीस आल्यासारख्या वाटत होत्या. त्यातल्या त्यात मजबूत दिसणाऱ्या झाडाखाली आम्ही आमची पथारी पसरली. झाडांचा अंधारलेला निळाकाळा विस्तार चमचमत्या चांदण्यांनी लखलखत होता. आम्ही पळतीवर नसतो किंवा आमची मन:स्थिती आता होती तशी नसती तर रात्र घालवण्याकरिता ती जादुई जागा होती.

विन्स्टन चर्चिलच्या कुटुंबानं त्या प्रचंड झाडाखाली तात्पुरता निवारा बांधला होता. आपणही तसंच करावं असं आईनं ठरवलं. शिवाय या वेळी एह मू आणि तू चिन मदतीला होतेच. पुढच्या प्रवासाला निघण्याआधी आपण काही दिवस इथंच राहून गेलेली ताकद पुन्हा मिळवावी मग तरतरीत होऊन पुढं चालू लागावं असं ठरलं. दोन आठवडे आम्ही थोडाथोडा भात, मीठ आणि माशाची पेस्ट याशिवाय काही खाल्लं नव्हतं. जवळच एक स्वच्छ पाण्याचा झरा होता आणि जंगलात खात्रीनं रानमेवा मिळणारच होता. मोठे लोक निवारा उभारण्यात मग्न असताना मी आणि ब्वा ब्वा झऱ्यात खेकडे आणि कोळंबीच्या शिकारीसाठी निघालो. आम्हाला फार काही मिळालं नाही. मिळालं ते देखील जेवणाकरिता पुरसं मोठं नव्हतं पण त्याचं सूप मात्र झकास होऊ शकलं असतं. मग आम्ही झाडाझुडपांमध्ये शोध घेऊ लागलो. कोळंबी आणि खेकड्यांबरोबर सूपमध्ये घालण्यासाठी काहीतरी सटरफटर भाज्या, केळीचे कोंब वगैरे आम्ही जमवले. आम्ही या भाज्या फारशा कधी खाल्ल्या नव्हत्या आणि केळीचे कोंब तर घरात पोटात घालायला अन्नाचा एकही दाणा नसेल तरच खाल्ले जायचे. पण दोन आठवडे भातावर काढल्यावर ते पाणचट सूप देखील मेजवानीच होती.

आम्ही सर्वच जण शारीरिक आणि मानसिकदृष्ट्या थकलो होतो. विशेषत:

माझी आई. आम्ही मागं सोडून आलो होतो त्या अनाम जागेतील दगदगीनं ती गळून गेल्यासारखी झाली होती. त्या तिथं त्या वृक्षातळी विश्रांती घेताना खूप बरं वाटत होतं. पण यापुढे आपल्या पुढ्यात काय वाढून ठेवलं आहे हे आमच्यापैकी कोणालाही ठाऊक नव्हतं आणि ते माहीत नसताना पुढं पुढं जात राहायचा विचार कापरं भरवणारा होता.

त्यानंतर एका आठवड्यानं विन्स्टनच्या कुटुंबानं पुढील प्रवासास निघण्याचं ठरवलं. त्यांच्या सर्व गोतावळ्याबरोबर प्रवास करणं हे आधीच एक महाकठीण काम होतं. त्यांनी नदीच्या काठाकाठानंच जायचं ठरवलं होतं. आमच्या आधी गेलेले लोक देखील त्याच रस्त्यानं गेले होते. माहीत नसलेल्या रस्त्यानं फक्त दुसऱ्यावर विसंबून आम्ही कधी गेलो नव्हतो पण हा रस्ता तुम्हाला थायलंडकडे घेऊन जात होता. तिथं आम्ही सुरक्षित असणार होतो (बहुधा!) पण त्याचीही खात्री वाटत नव्हती.

आमच्या भोवतालच्या जंगलात अधिकाधिक निर्वासित येऊन धडकू लागले तसं आम्हाला जंगलातून खाणं मिळवणं अवघड होऊन बसलं; त्यामुळे एके दिवशी सकाळी आम्ही आमचं सामानसुमान उचलून चालू लागलो. तो अतिप्रचंड वृक्ष मागे पडला. जंगलातील पायवाट अत्यंत अस्पष्ट होती. दुसऱ्यांच्या पाऊलखुणा शोधत मार्गक्रमणा करण्याखेरीज आमच्याकडे दुसरा पर्याय नव्हता. तो मार्ग कधी-कधी नदीशी गुजगोष्टी करत जायचा तर कधी-कधी पाण्याला लागून असलेल्या खडकाळ किनाऱ्यावरून. दगडावर तर पाऊलखुणा जवळजवळ नसायच्याच आणि इतर वेळी दरीच्या किनाऱ्याकिनाऱ्यानं जायच्या.

चालत असताना माझं विचारचक्रही सुरू होतं. माझ्या डोक्यात शाळेचा विचार आला. मला पुन्हा शिक्षण घेता येणं शक्य होणार आहे का? मी अत्यंत उत्तम गुण मिळवत असल्यानं प्वे बॉ शाळेत माझी बढती वरच्या इयत्तेत झाली होती. जीसीएलई परीक्षेपासून मी फार लांब नव्हते. पण आता टाकलेल्या प्रत्येक पावलाबरोबर शाळा मागंमागं पडत होती. आम्ही कुठं जाऊन थांबणार आहोत, आमचं आयुष्य कसं असेल, मी अभ्यास कसा करणार आहे, प्रश्नच प्रश्न. ज्यांची उत्तरं मला या क्षणी तरी ठाऊक नव्हती.

त्या संध्याकाळी आम्ही एका वाळूच्या किनाऱ्यावर डेरा टाकला. मु यु क्लो नदीच्या बिलकूल बाजूला. कोरडे दिवस होते आणि नदीला फारसं पाणीही नव्हतं; त्यामुळे रात्री नदीची पातळी वाढून आम्ही वाहून जाण्याचा धोका फारसा नव्हता. आम्ही चांदण्या चमचम करत असलेल्या आकाशाकडे पाहत वाळूत पहुडलो होतो. कानावर नदीच्या पाण्याच्या लपलपीचा आवाज येत होता.

ताऱ्यांनी खचाखच भरलेल्या आकाशाकडे बघताना मला तीव्रपणे वाटलं की इतकी सुंदर जागा इतक्या क्रौर्यानं भरलेली कशी काय असू शकते? आम्ही आमच्या

जागेचं नामकरण कॉ थु ली- दुष्टप्रवृत्तीस अजिबात थारा नसलेली जागा असं केलं होतं. पण आता स्लॉर्कनं आपल्या कृष्णकृत्यांनी त्या नावास काळिमा फासला होता. आम्ही रंगवलेली स्वप्नं, आमची ध्येयं, आमच्या महत्त्वाकांक्षा जळणाऱ्या मानेरप्लॉमध्येच खाक झाल्या होत्या. मानेरप्लॉ बेचिराख झालं होतं आणि आम्ही जीव मुठीत धरून पळ काढला होता.

मु यु क्लोच्या किनाऱ्यावर आम्ही एक आठवडा काढला. आम्ही जंगलातून करत असलेल्या वाटचालीनं आईचा पिच्छा पडत होता. ती पूर्वी होती तितकी तरुण आणि अभेद्य, खंबीर राहिली नव्हती हे आता जाणवायला लागलं होतं. आमच्या उत्तरेकडे असलेल्या गावांवर हल्ले होत होते आणि तिथून जीव वाचवून पळ काढलेले लोक दिवसागणिक आम्हाला येऊन मिळत होते. हत्या, जाळपोळ आणि दहशत यांच्यापासून पळ काढलेल्या लोकांच्या कथा आमच्यापेक्षा फार काही वेगळ्या नव्हत्या.

मानेरप्लॉपासून सुरू झालेलं खुनाचं सत्र आणि अंदाधुंदीचं लोण आता सर्वत्र पसरलं होतं. प्रत्येक कुटुंब आपण जीव वाचवून कसे पळालो आणि आता कोणत्या गावावर हल्ला होत आहे हे सांगायचं. बहुधा असं व्हायचं की, लोक काही शब्द पुटपुटायचे आणि मग शब्द हरवल्यासारखे गप्प व्हायचे. गेले काही आठवडे ते ज्या तणावाखाली होते, त्यांना जो जबर धक्का बसला होता त्यानं त्यांची वाचाच काढून घेतली होती. बहुतेक कुटुंबं आपल्या स्वत:च्या भवितव्याचा विचार करून त्रस्त होत होती. कुठं जावं? काय करावं? आपल्या कुटुंबाचं संरक्षण कसं करावं? पुढच्या प्रवासात कसा तग धरावा? पुन्हा एकदा प्रश्नच प्रश्न.

एके दिवशी मी आईला मला कधीपासून छळत असलेला प्रश्न एकदाचा विचारून टाकला. आपण घरी केव्हा परतणार आहोत?

“मो, आपण गावाला कधी परत जाणार?” मी विचारलं, “फार वेळ आहे का त्याला?”

ब्वा ब्वा आणि स्लोननं देखील कान टवकारल्याचं मी पाहिलं. आम्हा सर्वांनाच हा प्रश्न छळत होता असं दिसलं पण आम्हाला त्याचं उत्तरही हवं होतं. आम्ही घरी परत केव्हा जाऊ शकणार आहोत?

आईनं माझ्याकडे एक हताश नजर टाकली. “माफ कर पोमु सित, आपण पुन्हा तिथं नाही जाणार आहोत. सगळेच ती जागा सोडून...”

धक्का बसून मी एकदम गप्पच झाले.

“कधीच नाही? आपण कधीच घरी नाही जाणार?”

आईनं नकारार्थी मान हलवली. “पोमु सित, बर्मी सैनिकांनी आपला प्रदेश ताब्यात घेतला आहे. आपण तिथं परत नाही जाऊ शकत. परतायला आपलं घरच

उरलेलं नाही तर...''

मी वाळूकडे एकटक नजर लावून बसले होते आणि माझ्या डोळ्यांत पाणी जमा होऊ लागलं. मला विश्वास ठेवणं जड गेलं; पण हो! माझ्या आईनं जे म्हटलं ते हेच होतं. आम्ही यापुढं पुन्हा कधीच घरी जाणार नव्हतो. पहिल्यांदाच असं घडलं होतं की, आईनं आमच्या पुढ्यात एक उघडंवागडं सत्य ठेवलं होतं आणि त्यानं मी पार उद्‌ध्वस्त झाले होते.

''पण मो, मला फक्त घरी जायचं आहे.'' ब्वा ब्वा हलकेच म्हणाली. ''त्यात काय चूक आहे? आपण का जाऊ शकत नाही?''

''आपलं आता तिथं काहीच नाही.'' आई उत्तरली.

तिचेही डोळे पाणावले होते, अश्रूंनी चमकत होते. ''मला माफ करा पण सत्य हेच आहे. आपलं गाव आता नाही राहिलं.''

ब्वा ब्वाच्या डोळ्यांतून अश्रू ओघळले. ''आम्हाला आपलं गाव कधीच पाहायला मिळणार नाही? कधीच नाही?''

आईनं ब्वा ब्वाला जवळ घेतलं आणि दुसरा हात माझ्यापुढे केला. ''आपल्याला थायलंडला जायला हवं तर तिथं निर्वासित बनून राहणं भाग आहे. पण काहीही असो, आपण एकत्र असणार आहोत. नाही का?''

''पण मला निर्वासित बनून राहायचं नाहीच आहे.'' मी म्हटलं, ''निर्वासित म्हणजे ज्यांना मदतीची गरज आहे ते. असे लोक, ज्यांना स्वबळावर जगता येत नाही. आपण तसे नाही आहोत. हो ना?''

''नाही पोमु सित. आपण तसे नाही आहोत.'' आईनं होकार भरला. तिनं माझ्या डोळ्यांत पाहून म्हटलं, ''पण आपल्याकडे दुसरा पर्याय नाही. आपण जाऊ शकू अशी दुसरी कोणतीच जागा नाही.'' त्या आठवड्याच्या शेवटी आम्हाला आमच्यापुढे काय वाढून ठेवलं आहे याची पक्की खबर मिळाली. प्रवास करून पुढच्या गावांपर्यंत पोहोचलेले लोक पुन्हा मागं परतत होते. त्यांना तो प्रदेश तेवढा सुरक्षित वाटला नव्हता म्हणे. ते प्रवास करून मे रा मोह नावाच्या जागी पोहोचले होते जिथं तात्पुरत्या स्वरूपाची एक छावणी उभी करण्यात आली होती. तिथं आधीपासूनच हजारो करेन येऊन पोहोचले होते. तिथं इतकी गर्दी झाली होती की झोपड्या बांधायला जंगल कापून साफ करायला घेतलं होतं.

थाई अधिकाऱ्यांनी ती तात्पुरती वसाहत असल्याचं मान्य केलं होतं. याचाच अर्थ असा की निदान थोडा काळ तरी लोकांना अनधिकृत स्थलांतरित म्हणून घोषित करून बर्मामध्ये धाडलं जाणार नव्हतं. थायलंडहून येणारा निर्वासितांचा ओघ सांभाळण्यासाठी केएनयूनं, करेन रेफ्युजी कमिटी स्थापन केली होती. यूएननं यात लक्ष घालून मे रा मोह छावणीला अधिकृत मान्यता द्यावी आणि तिला संरक्षण द्यावं

म्हणून त्यांचा प्रयत्न चालला होता.

त्यावेळी मला यूएन म्हणजे काय याची पुसटशीही कल्पना नव्हती. आयुष्याला कशी कलाटणी मिळू शकते आणि 'निर्वासितपण' काय असतं याची थोडीथोडी कल्पना आता कुठं येऊ लागली होती. पण एक गोष्ट मला नक्की ठाऊक होती ती म्हणजे मे रा मोह छावणी हा करेन मुलूख होता. तिथली सर्व गावं ही करेन लोकांची वस्ती असलेली होती. थायलंडस्थित करेन गावे सोडून, अर्थात. म्हणजे आम्ही करेन मुलुखात करेन लोकांबरोबर राहणार होतो जे आमचीच भाषा बोलत होते. अंधारलेल्या आणि वादळी वाटेवर हाच एक काय तो आशेचा किरण आम्हाला दिसत होता.

आणि मला आणखी एक आशा वाटायला लागली होती ती म्हणजे एकदा का आम्ही मे रा मोह छावणीत पोहोचलो की आम्हाला आमची आयुष्यं पूर्ववत करता येऊ शकतील. आम्ही आमच्या गावांकडे परत जाऊ शकलो नाही तर काय झालं, आम्ही तिथल्यासारखंच एक नवं गाव इथंही वसवू शकलो असतो. नवे शेजारी, नवे मित्र बनवू शकलो असतो. आम्ही पूर्वीपेक्षा उत्तम शाळा बांधू शकलो असतो. शिक्षण पुन्हा एकदा सुरू करू शकलो असतो. आम्ही आमच्या कोंबड्या, बदकं आणि डुकरं पाळायला सुरुवात करू शकलो असतो. पुन्हा एकदा भाज्यांचे वाफे आणि फुलबाग लावू शकलो असतो."

आम्ही त्या किनाऱ्यावर काही दिवस आणखी राहिलो. जगणं या प्रक्रियेनंच आमच्या प्रत्येक जागृत क्षणाला व्यापलं होतं. जिवंत राहण्यासाठी केवढं काय काय करावं लागत होतं. आम्ही नदीच्या काठानं उगवणारी कॉ सो दोत- पाण्यातील हिरवी भाजी गोळा करायचो, जंगलातल्या काळोख्या भागातून आम्ही नेच्यांचे कोवळे कोंब जमवून आणायचो, जे उकडून भाजीसारखे खाता येत. आम्ही खास का थाय कॉ मे दोत- घोड्याच्या चकचकीत नालासारख्या दिसणाऱ्या वनस्पतीचा शोध घ्यायचो. नदीच्या काठानं माजलेलं ता का दोत- 'कडवं गवत' देखील आम्ही सूप तिखट व्हावं याकरिता उकळून घ्यायचो.

आई आम्हाला न्याहारीसाठी पहाटेपूर्वीच उठण्याचा आग्रह करे आणि पुरेसं उजाडलेलं नसताना देखील आम्ही आमची न्याहारी आटपून घेत असू. संकटाची चाहूल लागली लागली की पळण्याच्या तयारीत राहत असू. आईला नेहमी भीती वाटे की शत्रू आमचा माग काढत तिथवर येईल, आम्हाला शोधून काढेल आणि आमच्यावर हल्ला करेल की काय?

"भरभर खा" ती म्हणे, "बोलू नका, पहिलं ते पुढ्यातलं संपवा. शत्रू इथं आला आणि तुम्ही बकाणे भरत बसलात तर तुम्हाला पळ काढायलाही उशीर होईल. नेहमीच पळायला सज्ज राहा." मी जंगलाकडे एक भीतीयुक्त नजर टाकली. गावातून पळ काढल्यापासून आम्ही युद्धाबद्दल फारसं ऐकलं नव्हतं. या जंगलात ना

बंदुकीच्या फैरी होत्या ना स्फोटांचे आवाज होते. ना घरघरणारी विमानं होती. या नदीकिनाऱ्यावरील शांततेत बसून युद्धाचा नुसता विचार करणं देखील अशक्य होतं. पण याच नदीच्या खोऱ्यामध्ये क्रौर्यानं थैमान घातलं होतं; हे किती अजब होतं?

"मो, ते अजून आपला पाठलाग करताहेत का गं?" मी विचारलं.

"मला नाही माहीत गं. मी ते कसं सांगू, पण ते समोर आलेच तर आपण कायम तयारीत असलेलं बरं, नाही का?" अति शारीरिक दमणूक होऊन देखील सतत सतर्क असलेली सैनिक आणि लढाऊ वृत्ती मला आता आईमध्ये पाहायला मिळत होती. तिला शत्रूच्या वागण्याच्या पद्धती माहीत होत्या. अंधार हा आमचा जिवलग दोस्त होता हे तिला ठाऊक होतं. तो आमचं अस्तित्व त्याच्यामध्ये विरघळून टाकत होता ज्यामुळे शत्रूला आमचा माग काढणं कठीण जात होतं. आमचं लक्ष नसताना अंधारातून लपत छपत येऊन शत्रूनं हल्ला केला असता तर तोच मित्र आमचा शत्रू ठरला असता. आईचे कान कोणत्याही आणि कसल्याही हालचालीचा, आवाजाची चाहूल घेत टवकारलेले असत. ती कायम सतर्क असे. तिला माहीत होतं की, जंगल शांत असतं तेव्हाच शत्रू जवळपास असण्याची शक्यता सर्वांत जास्त असते.

चुलीतून निघणाऱ्या धुरामुळे शत्रूला आमचा माग लागण्याची शक्यता होती, कारण तो दूरवरूनही पाहता येत असे. पण आमची ताकद आम्हाला पुन्हा मिळवायची असेल तर आम्हाला अन्न शिजवणं आवश्यक होतं; त्यामुळे ती रात्री अन्न शिजवायची. कारण काळोख्या आकाशात काळानिळा धूर जवळपास अदृश्य व्हायचा. पण पौर्णिमा असेल तर धुराच्या सावलीनं देखील पंचाईत व्हायची. चुलीतले निखारे रात्रीच्या अंधारात अधिक उठून दिसतात म्हणून ती चूलही झाकून ठेवायला विसरायची नाही.

तिनं आम्हाला आमच्या बॅगा भरून कायम तयारीत राहायला सांगितलं होतं. जेणेकरून एका इशाऱ्यावर आम्हाला तिथून पळ काढता यावा.

थोड्या दिवसांनी आमचा मागच्या प्रवासाचा शीण निघून गेला आहे याची खात्री होताच आईनं तिथून तळ हलवण्याचं निश्चित केलं. आम्ही नदीच्या काठाकाठानं नदीच्या उगमाकडं आमचा प्रवास चालू ठेवला. प्रवास करताना आम्हाला अनेक गावकरी भेटले जे आमच्यासारखेच थायलंडच्या दिशेनं चालले होते. सर्वांत करुण परिस्थिती होती ती म्हातारी कोतारी माणसं किंवा छोटी-छोटी मुलं असलेल्या कुटुंबांची. वृद्ध आणि छोट्या कच्च्याबच्च्यांची उतरणीवर तसेच घनदाट जंगलांनी वेढलेल्या टेकड्यांमधून प्रवास करताना तारांबळ उडत होती. अशा वेळी धडधाकट माणसं त्यांना आपल्या पाठीवरून नेत होती.

आता आम्ही एका बाजूला खोल दरीत उसळणारी नदी असलेल्या अरुंद

वाटेवर येऊन पोहोचलो होतो. तिथून जवळपास शंभर फूट खाली उफाणलेली नदी वाहत होती. फेसाळलेलं पाणी इतक्या वरूनही दिसत होतं. आम्ही झुडपांचा, झाडांचा आधार घेत चाचपडत कुठेतरी आधार शोधायचा प्रयत्न करत पुढे-पुढे सरकत होतो.

पण वाट अधिकच अरुंद झाली तसं आम्हाला आळीपाळीनं जाणं भाग पडलं. आई आणि दोन मुलं आळीपाळीनं एकेक बॅग पलीकडे नेत असताना मी स्लोन आणि ब्वा ब्वा दुसऱ्या बाजूला निमूट उभे होतो. एका वेळी एकाहून अधिक बॅगा नेणं धोक्याचं ठरलं असतं. एकदाच्या सर्व बॅगा आमच्यापाशी आणल्या की आमचा प्रवास सुरू होई तो पुढील अरुंद जागी जाऊन थांबे. मग पुन्हा आळीपाळीनं बॅगा इथंतिथं करणं. हे सत्र माहीत नाही किती जागी चालू राहिलं. असं करत करत आम्ही एकदाचं मे रा मोहच्या जवळ आलो.

एह मू आणि तू चिन यांनी पुढं जाऊन त्या प्रदेशाची पाहणी केली. गेल्या चार आठवड्यांतून पहिल्यांदाच आम्ही अज्ञातवासातून बाहेर येणार होतो. आम्हाला सावधान राहणं गरजेचं होतं. त्या दोघांनी रात्रीपुरता आसरा घेता येईल अशी जागा शोधून काढली आणि ते आम्हाला घ्यायला आले. अत्यंत थकलेली शरीरं पुढं ओढतानाही मला जाणवलं की मे रा मोह ही त्या अनाम जागेचीच मोठी आवृत्ती होती. जिथं नजर जाईल तिथं झाडांखाली तात्पुरते निवारे बांधलेले दिसत होते. चुलींमधून निघणारा धूर झाडांपाशी रेंगाळत होता.

आम्ही छावणीत शिरलो आणि नदीच्या काठाकाठानं आमच्या जागेकडे जायला निघालो. काही कुटुंबं तर झाडाला टांगलेल्या प्लॅस्टिकच्या खाली राहत होती असं दिसलं. इतरांनी आम्ही आधी बनवले होते तसे तात्पुरते निवारे उभारले होते. काहींनी तर आमच्या गावातल्यासारखी घरं बांधायलाही सुरुवात केली होती. आपण इथं किती काळ राहणार आहोत याबद्दल लोकांच्या काय कल्पना आहेत हेच त्यातून दिसत होतं.

एह मू आणि तू चिन यांनी छावणीच्या एकदम टोकाला एका ओहोळाशेजारची जागा निवडली होती. आमच्या आसपास राहत असलेली कुटुंबं आमच्याच गावातली होती. आई त्यांना नावानिशी ओळखत होती. ती त्यांना भेटून आली. एह मू आणि तू चिनच्या मदतीनं आम्ही साधासुधा तात्पुरता निवारा उभारला, वर प्लॅस्टिकचं आवरण टाकलं, थोडासा भात शिजवून खाल्ला आणि दिवसभराच्या दगदगीनं गळून गेलेल्या शरीरांनी झोपेची आराधना करू लागलो.

आम्हाला शेजाऱ्यांनी कल्पना दिली होती की, रात्रीच्या वेळी कोणत्याही प्रकारच्या प्रकाशास मनाई होती. याचा अर्थ तेलाचे दिवेही नाहीत आणि बॅटऱ्याही नाहीत. कोणत्याही प्रकारचा प्रकाश शत्रूला सरळ इथं खेचून आणणार होता. आम्ही इथंही आणि अजूनही शत्रूपासून सुरक्षित नव्हतो याची पदोपदी आठवण करून दिली

जात होती. आम्ही थायलंडमधील एका छावणीत असलो, तरी सीमा ओलांडून आमच्यावर हल्ला करण्यासाठी बर्मी सैन्याला निमित्ताची गरज नव्हती.

आम्हाला अचानक पळायला लागलं तर सावधगिरी म्हणून आईनं आम्हाला आमच्या बॅगा कायम भरून ठेवण्याचा सल्ला दिला होता. छावणीत एक समिति स्थापन केली गेली. धडधाकट मुलं चोवीस तास आळीपाळीनं पहारा देऊ लागली. स्वयंसेवक छावणीच्या आवारात गस्त घालू लागले. पण त्यांच्याकडे असलेलं शस्त्र म्हणजे काठी. हल्ल्याचा सुगावा लागताच आम्हाला पळून जाण्याची संधी मिळावी म्हणून त्यांनी आम्हाला इशारा द्यायचा होता.

अशा सर्व परिस्थितीत मे रा मोह मधल्या आमच्या पहिल्या रात्री आम्हाला झोप लागणं केवळ अशक्य होतं. मी तिथं पडल्या-पडल्या जंगलाच्या काळोख्या पार्श्वभूमीवर शत्रूचा शोध घेत होते. माझ्या मनात अशुभ विचार येत होते. आम्ही इतके सारे जण तिथं होतो या गोष्टीनं थोडी सुरक्षिततेची भावना जरी होती, तरी आम्ही इतके सारे जण तिथं होतो हेच कारण शत्रूला हल्ला करण्यासाठी पुरेसं होतं.

शेवटी दिवसभरातील दगदगीनं जो शिणवटा आला होता त्यानं मला डुलकी लागली आणि मी ताजीतवानी उठले ते थेट सकाळी. दुसऱ्या दिवशी सकाळी मी आणि ब्वा ब्वा आमची शरीरं स्वच्छ करण्यासाठी कुठं काही व्यवस्था आहे का हे पाहायला बाहेर पडलो. जंगलातील माती, धूळ यांनी आम्ही नखशिखांत बरबटलो होतो. आम्ही पाण्यात हात घालतो न घालतो तोच नदीवर आलेल्या व्यक्तींपैकी एक चेहरा ओळखीचा दिसला. ती लिली होती.

"ओय लिली! इथं इथं- आम्ही आहोत- ब्वा ब्वा आणि झोया!"

आम्ही धावतच जाऊन तिला मिठी मारली. तिला पाहून किती बरं वाटलं होतं ते सांगणं मुश्कील आहे.

तिनं आमच्यावर प्रश्नांची सरबत्तीच सुरू केली. "तुम्ही इथं कधी आलात? जवळपासच राहत आहात का? कुठं राहत आहात?"

'तिथंच त्या ओहोळापाशी. टेकडीच्या बाजूला" मी तिला ती जागा दाखवत म्हटलं, "आम्ही तिथं राहत आहोत. तू कुठं राहते आहेस?"

"इथून थोडं पुढं गेलं की त्या तिथं नदीच्या बाजूला. बघ ना, इथूनही दिसतं. आपण जवळजवळ शेजारीच झालो की."

"तुझ्या घरचे सर्व इथंच आहेत?"

"हो, इथंच आहेत आणि सर्व सुखरूप आहेत."

गेले काही आठवडे आम्हाला कसे दिवस काढायला लागले होते याबद्दल बोलणं मात्र आम्ही टाळलं. आमच्या संस्कृतीत खडतर परिस्थितीविषयी चर्चा करणं सहसा टाळलं जातं. आम्ही एखादा दुःखद प्रसंग किंवा शोकमय परिस्थिती किंवा

हानीबद्दल बोलत जरी असू तरी आम्ही ते सर्व हसून साजरं करत असू. त्याबद्दल विनोद देखील करत असू.

पाच घरं सोडली की लिलीचं घर येत होतं. अक्षरश: हाकेच्या अंतरावर. मागाहून कळलं की लाह का पॉ चं घरही तिथून फारसं दूर नव्हतं.

त्याच दिवशी आम्हाला माहीत झालं की, तेर पे पे आणि त्याची आई- आमची 'आजी' छावणीत येऊन पोहोचले आहेत. आजीनं एव्हाना वयाची ऐंशी गाठली होती. इतक्या लांबवरच्या प्रवासामध्ये ती जिवंत राहिली हाच मोठा चमत्कार होता. तरुण असताना तेर पे पे सैन्यात होता. पण अजूनही तो दणकट दिसायचा. प्रवासात काही वेळा त्याला आजीला पाठीवर वाहून न्यायला लागलं होतं. ते तिथं आलेले पाहून मला खूप आनंद झाला होता. ते आमच्याबरोबरच राहणार आहेत हे ऐकून तर फारच!

एह मू आणि तू चिन आता चळवळीत काम करण्यासाठी परतणार होते. आमची आयुष्यं पूर्वपदाला आणण्याच्या कामात आता आईला तेर पे पेची मदत होऊ शकणार होती. से से सारखंच तेर पे पेलाही जंगलाचं ज्ञान होतं. कोणता बांबू कापावा? कसा कापावा? घरं कशी बांधावी आणि तग धरून कसं राहावं हे सर्वांपेक्षाही उत्तम त्याला कळायचं आणि आजीची सोबत होणार होती ती वेगळीच. 'निर्वासित'पणा असा आमच्या आयुष्याला व्यापून राहिलेला असताना आम्हाला हसतंखेळतं ठेवण्यात तिची मदत जरूर होणार होती.

तेर पे पे मूक आणि बहिरा होता तसंच अशिक्षित देखील होता. पण तो खुणांच्या भाषेत बोलू शके. माझ्या आईचा उल्लेख करताना तो वर्तुळाकार गाल चोळी. आई था ना का क्रीम लावायची त्या अनुषंगानं ती खूण असायची. आपला तळहात तो टाळूवरून चोळून माझ्या बाबांचा उल्लेख करी. त्यांना पडत असलेल्या टकलामुळे तसं असावं. आम्हा मुलांचा उल्लेख तो जमिनीपासून वर हात धरून आमच्या उंचीनुसार करी.

तेर पे पे अविवाहित होता. त्याला गावातल्या काही मुली आवडायच्या पण आपलं प्रेम व्यक्त करण्यासाठी त्या मुलींना समजणारी भाषा तो बोलू शकत नव्हता. जास्तीतजास्त तो काय करू शके तर त्या मुलीला फळफळावळ किंवा भाज्या देऊ शके; त्यामुळे आपण त्याला आवडतो हे त्या मुलीला कधी-कधी समजे पण त्याचा स्वीकार करणारी मुलगी मात्र त्याला आजपर्यंत मिळाली नव्हती.

तेर पे पे, एह मू आणि तू चिन आमच्याकरिता निवारा उभारत होते. ते जंगलातून बांबू तोडून आणत आणि ब्वा ब्वा, मी आणि स्लोन ते फोडून त्यांच्या फळ्या बनवीत असू. आम्ही झोपायचे दोन प्लॅटफॉर्म्स तयार केले होते. मोठा प्लॅटफॉर्म आमच्याकरिता आणि छोटा तेर पे पे आणि आजीकरिता. फोडलेल्या

बांबूंनी बनवलेली जमीन आणि भिंती यामुळे आमचं खासगीपण जपलं जात होतं.

तेर पे पे तर आपल्याबरोबर कोंबड्यांची पिल्लं देखील घेऊन आला होता. त्यानं त्यांचे पाय बांधून एका खांबाला उलटं लटकावून ठेवलं होतं. काही पिल्लं त्यानं त्याच्याकडे असलेल्या बांबूच्या पिंजऱ्यातदेखील भरली होती. पाठीवर आजी, हातात कोंबड्यांचा पिंजरा आणि तेर पे पे चालतोय आपला जंगलातून. काय अवर्णनीय प्रवास असला पाहिजे तो!

छावणीतल्या पहिल्या दिवसापासूनच कोंबड्यांची देखरेख करायचं काम मी माझ्याकडे घेतलं. दिवस संपेतो आमचं घर बांधून झालं होतं. आई भात शिजवत होती तेवढ्यात मी छावणीकडे एक नजर टाकली. आम्ही जे करत होतो तेच इतर लोकही करत होते. बांबू कापून आणणं, तो वाहून नेणं आणि घरं बांधणं. हे सर्व पाहत असताना मी स्वत:ला दिलासा देत होते की हे सर्व तात्पुरतं आहे. गावाला परत जायचा कोणता ना कोणता मार्ग जरूर असला पाहिजे. पण मला आत कुठेतरी वाटत होतं की नाही, आता परत जाणं नाही. माझ्या आईनं ते मागेच सांगितलं होतं; आता परत जाणं नाही.

पुढच्या दिवशी सकाळी छावणीत गडबड चालू होती असं दिसलं. गोऱ्या लोकांचं एक पथक आलं होतं आणि ते गरजेच्या वस्तू वाटत होतं. बुजर्गांनी- ज्यात आमची आजीदेखील होती- लगेच 'लहान भाऊ' कसा मोठ्या भावाच्या मदतीला धावून आला आहे याबद्दल बोलायला सुरुवात केली. आमच्या दंतकथांमध्ये तसंच म्हटलं गेलं होतं. जुन्या कवितांमध्ये म्हटल्याप्रमाणे सोनेरी पुस्तक चोरून नेल्याची भरपाई करण्याकरिता तो निकडीच्या काळात धावून येणार होता. ते सर्व बुजुर्ग काय म्हणत आहेत त्यात मला एवढा रस नव्हता जेवढा त्या गोऱ्यांनी आमच्याकरिता काय आणलं आहे हे पाहण्यात होता.

छावणीतील एका टोकाला जिथं वाटप चालू होतं त्या ठिकाणी आई पोहोचली आणि एका तासानं परतली तेव्हा तिच्याकडे पट्ट्यापट्ट्यांची निळ्या रंगाची ताडपत्री होती. घराच्या छपरांसाठी काहीतरी म्हणून गोऱ्या लोकांनी ती वाटायला आणली होती. आमच्या पातळ प्लॅस्टिकच्या कापडापेक्षा हे कितीतरी पटीनं बरं होतं. तेर पे पेनं ते लगेच ताब्यात घेऊन छपरावर लावून देखील टाकलं. आमच्या नव्या कोऱ्या छपराखाली आम्ही स्थानापन्न झालो तेव्हा आईनं छावणीत काय काय चालू आहे याची माहिती आम्हाला दिली.

आई वाटपाच्या वस्तू घ्यायला गेली होती तो भाग थायलंडच्या पार टोकाचा भाग होता. तिथून जाणारा एक कच्चा रस्ता थायलंडमधील जवळच्या शहराकडे घेऊन जात होता. त्याच भागात छावणीचं मुख्यालय होतं. तसंच करेन पारिचारिका चालवीत असलेला एक दवाखाना देखील होता. तो दवाखाना एका अशासकीय

संस्थेनं (एनजीओ) उभा केला होता. एनजीओ ही संज्ञा कानावर पडण्याची ही पहिलीच वेळ होती. मला त्यातून फक्त इतकंच समजलं की, एनजीओ म्हणजे 'गोऱ्या लोकांनी आमची मदत करण्यासाठी म्हणून केलेलं काहीतरी.'

बर्मा बॉर्डर कन्सॉर्टियम नावाचा दुसरा गट आम्हाला अन्नधान्याचं वाटप करत होता. पण हे वाटप आत्यंतिक गरज असलेल्या कुटुंबांनाच केलं जाई. म्हणजे ज्या कुटुंबांकडील अन्नधान्य संपलं आहे, ज्यांना त्याची निकड आहे अशांना. जंगलात चार आठवडे काढल्यानंतर आमच्याकडचं अन्नधान्य संपुष्टात आलं होतं; त्यामुळे आम्ही त्या वर्गवारीत बसत होतो. ते धान्य आम्हाला मिळावं याकरिता करेन निर्वासित समितीकडे नावाची नोंदणी करावी लागत होती. ती नोंदणी झाली की आम्हाला भात, थोडंसं मीठ आणि माशाची पेस्ट मिळू शकणार होती. निर्वासित बनून राहणं म्हणजे काय याची थोडीफार कल्पना आता कुठं यायला लागली होती.

आमच्या घराबाजूच्या एका झाडीत एक छोटा ओहोळ होता. आम्ही त्यालाच आमचं न्हाणीघर बनवायचं ठरवलं. मग आम्ही बांबूच्या पन्हाळी बनवून पाण्याला दिशा दिली. पन्हाळीच्या टोकाला पडणाऱ्या पाण्याच्या धारेखाली बसून प्रत्येक संध्याकाळी माझी आणि ब्वा ब्वाची अंघोळ चालत असे.

आमचं नवं घर आकाराला येऊ लागलं तेव्हा माझ्या मनात या आशेनं जन्म घेतला की, आपण इथे- मे रा मोहमध्ये नवीन गाव उभारू शकतो. इथे घरांची दाटीवाटी झाली होती पण हे गाव पेर हे लू गावाची मोठी आवृत्ती म्हणून सहज खपून गेलं असतं. पण मेख इथंच आहे ना, गोष्टी वाटतात तितक्या सोप्या कधीच नसतात.

मे रा मोह वेगवेगळ्या विभागांमध्ये विभाजित करण्यात आलं होतं आणि आम्ही सातव्या विभागात होतो, जो बर्माच्या सीमेपासून सर्वांत जवळ होता. आम्ही ज्या टेकाडावर राहत होतो तिथून मु यु क्लो नदी दिसायची. गावातून पळ काढल्यापासून या नदीनं कायम आमची सोबत केली होती. समोरच्या बाजूला भाग एक आणि पाच होते, जे मु यु क्लोच्या उपनदीच्या किनाऱ्यावर वसले होते. एकदा का एखाद्या विभागात स्थिरस्थावर झालं म्हणजे आपण कायम तिथंच राहणार आहोत हे ठरून गेल्यासारखं होतं. पहिल्या आठवड्यातच मला शोध लागला की ती सेर पॉ सहाव्या विभागात राहते आहे आणि विन्स्टन चर्चिल देखील. नदीच्या काठानं गेलं असता थोड्याशा अंतरावर तो विभाग होता.

बुलबुल देखील सहाव्या विभागातच होती पण ती नदीपलीकडेच राहत होती. आम्ही छावणीत येऊन पोहोचलो त्यानंतर काही दिवसांनी ती बांबूच्या तराफ्यावरून नदी पार करून आमची विचारपूस करायला आली होती. तिला पुन्हा भेटून आनंद झाला खरा, पण तिच्या घरी जाणं हे एक मोठं दिव्यच होतं. गावातली आमची

बरीचशी मित्रमंडळी छावणीत होती पण ते सारेच दूरदूर छावणीभर विखुरले होते. आमच्यापासून लांब राहत होते.

या छावणीची सर्वांत मोठी पडती बाजू म्हणजे आम्ही डांबले गेलो होतो. अनधिकृत निर्वासित असल्यानं आम्हाला थायलंडमध्ये कोणताही दर्जा नव्हता असं सांगण्यात आलं होतं. आमचा वावर, आमचं अस्तित्व छावणीतच खपवून घेतलं जाणार होतं पण छावणीच्या बाहेर आमची गय केली जाणार नव्हती. सदासर्वकाळ बंधनात राहण्यानं आम्हाला अधिकच खचल्यासारखं वाटत होतं. आम्हाला कसलाही भविष्यकाळ नाही, आमच्या आयुष्याची इतिश्री झाली आहे; यापुढं काही चांगलं घडूच शकणार नाही असं वाटायला लागलं. आयुष्याला एक प्रकारची खीळ बसल्यासारखं झालं होतं.

मे रा मोह कँपमध्ये आल्यावर काही महिन्यांनंतरच थाई अधिकाऱ्यांनी छावणीच्या सभोवताली कुंपण बांधण्याचा फतवा काढला. आम्ही ते कुंपण बांधायचं होतं. प्रत्येक विभागाला आपापल्या विभागापुरतं कुंपण बांधून काढायचं होतं. त्यासाठी काटेरी तारा पुरवण्यात आल्या होत्या. त्या तारा अपुऱ्या पडल्यास बांबू तासून टोकेरी बांबूचं कुंपण उभं करायचं होतं.

जेव्हा ते कुंपण उभं राहिलं तेव्हा मुस्काटात बसल्यासारखा एक संदेश आम्हाला मिळाला तो असा की, ते कुंपण हीच आमची मर्यादा होती. त्यापलीकडे जायची मुभा आम्हाला नव्हती. कँपमध्ये आम्हाला भरपूर हालअपेष्टा सहन करायला लागत होत्या पण कशानंही आम्हाला इतका त्रास होत नव्हता जेवढा या जाचक लक्ष्मणरेषेनं होत होता. वारा प्यायलेल्या वासरासारखं जंगलात भटकणाऱ्या आमच्यासारख्या लोकांना ती एक मरणप्राय सजाच होती. आम्ही आमच्या इच्छेनुसार कुठंही जाऊ शकत नव्हतो ही कल्पनाच मुळात असह्य होती.

आमच्यापैकी कोणालाही जर कँपबाहेर घोटाळताना पकडण्यात आलं असतं तर त्याला 'अ-व्यक्ती' म्हणून वागवण्यात येऊन एकतर तुरुंगात टाकलं जाणार होतं किंवा ते जिथून कुठून आले होते तिथं त्यांना परत धाडण्यात येणार होतं, अर्थात बर्मामध्ये. आम्ही ज्यांच्यापासून जीव वाचवून पळ काढला होता त्या स्लॉर्कच्या सीमेवरील पोलिसांच्या किंवा गुप्तहेरांच्याच हातात आम्हाला सोपवण्यात येणार होतं.

आमचं नामोनिशाण या पृथ्वीतलावरून मिटवून टाकण्याच्या प्रयत्न जे दशकानुदशकं करत होते त्यांच्या हातात आम्ही पडणार होतो. आणि ते देहान्त शासनच ठरणार होतं.

अनिकेत

छावणीच्या प्रवेशद्वारापासून एक कच्ची सडक जंगलामधून वळसे घेत जवळच असलेल्या मे ला सित या थाई शहराकडे जात होती. जीपनं तिथं जायला फक्त अर्धा तास लागायचा पण आमच्यासाठी तो कित्येक युगांचा, कित्येक पळांचा प्रवास असणार होता की काय माहीत. अस्तित्वच नाकारलं गेलेल्या आम्हाला तिथं कधी जाता येईल असं वाटत नव्हतं. पण त्यानं मला फारसा फरक पडत नव्हता. मी खरंखुरं शहर पाहिलं होतं आणि पुन्हा एकदा बघायची अनिवार ओढ नव्हती. हां, फक्त छावणीत अडकून पडण्याचा वैताग आला होता.

पहिल्या काही दिवसांत मी थाई सैनिकांच्या गटाला छावणीभोवती गस्त घालताना पाहिलं. त्यांची ऐट आणि शस्त्रसज्जता पाहून मला प्रचंड विस्मय वाटायचा. घासूनपुसून पॉलिश केलेले बूट, आकर्षक गणवेश आणि अत्याधुनिक बंदुका बघून चळवळीतील सैनिकांची आठवण होऊन घशात आवंढा यायचा. काही जण चपला घालून वावरायचे, त्यांच्याकडची शस्त्रं तर कित्येक दशकं जुनी होती; एव्हाना मोडकळीला आली होती आणि ठिकठिकाणी वायरनं एकत्र सांधून ठेवण्यात आली होती. तेव्हा मला कळून चुकलं की आम्ही करेन इतके गरीब होतो की आम्हाला आमचं सैन्यही सुसज्ज ठेवता येणं शक्य नव्हतं.

आम्हाला थाई भाषा बोलता येत नव्हती आणि थाई सैनिकांपैकी कोणी करेन भाषा बोलेल याची सुतराम शक्यता नव्हती. ते तिथं नेमके कशाकरिता होते? आमचं रक्षण करण्याकरिता की आम्हाला आतच अडकवून ठेवावं, कोणालाही छावणी सोडून बाहेर पडता येऊ नये म्हणून छावणीभोवती पहारा देण्यासाठी, हे कोणालाही खात्रीशीरपणे सांगता आलं नसतं. पण एक गोष्ट स्पष्ट होती की ते पूर्णतया सुसज्ज सैन्य होतं. आमच्या सैनिकांकडे जर अशी शस्त्रं असती तर अलीकडेच झालेल्या युद्धांचा काय निकाल लागला असता याची कल्पना मी करून पाहिली. पण 'दिसतं तसं नसतं' हा अनुभव थाई सैनिकांच्या बाबतीत आम्हाला

अजून यायचा होता.

छावणीमधील आयुष्यात जसे रुळलो तसे आम्ही आमच्याकरिता, तेर पे पे आणि आजीकरिता घर बांधायला सुरुवात केली. भल्या सकाळी छावणीतील प्रौढ मंडळी जवळच्याच बांबूच्या जाळ्यांमध्ये बांबू तोडायला जात. जेवणाच्या वेळेपर्यंत ती सारी परतत. जेवणही काय, सकाळच्या न्याहारीतून उरलेला भातच असे, फार काही नाही. दुपारी आमच्या घराभोवतालची जागा साफ करण्यास, भाज्यांचे वाफे लावण्यास आम्ही आईला मदत करीत असू. कापलेल्या झुडपांची खुरटी खोडं वाळली की आम्ही ती जाळत असू; ज्याचा मातीसाठी खत म्हणून उपयोग होई. छावणीतील पहिले काही महिने तरी आमचा दिनक्रम ठरून गेल्यासारखा होता.

कोंबड्यांची देखभाल करणं आणि जवळच्या ओहोळातून पाणी आणणं ही कामं माझ्या वाट्याला आली होती. त्या ओहोळाच्या अवतीभोवती कुटुंबं राहत होती आणि ओहोळाच्या भोवतालचा भाग निसरडा, चिखलानं लडबडलेला होता. लोक त्या ओहोळात अंघोळ करायचे; त्यामुळे त्या ओहोळाचं रूपांतर घाणेरड्या तपकिरी डबक्यात झालं होतं, पण दुसरा पर्याय नव्हता. मला ते पाणी घेऊन घरी उकळावं लागे. फक्त उकळलेलंच पाणी प्यायची खबरदारी आम्ही घेत असू कारण कॉलरा होण्याची भीती होती. मी करेन चहा भांड्यात कायम उकळवत ठेवलेला असे. शरीरकष्टाची कामं करणारे लोक येत आणि चहा पिऊन तरतरीत होऊन पुन्हा कामाला लागत.

याखेरीज आम्ही आमच्या गावात बांधलं होतं तसं शौचालय बांधलं. खोल खणलेल्या खड्ड्याच्या भोवती बांबूचा आडोसा केला होता आणि आतली दुर्गंधी जाण्याकरिता बाहेर डोकावणारा पाईप होता. आमच्याकडे मोकळा वेळ असायचा तेव्हा आम्ही जंगलात उनाडक्या करायला जात असू आणि येताना लाकडं तोडून आणत असू. बचव्यानं लाकडांचे छोटे-छोटे तुकडे करून, त्याची मोळी करून डोक्यावरच्या चुंबळीवर वाहून नेणं हे काम आम्हा मुलांना नेमून दिल्यासारखं झालं होतं. जेव्हा एवढे सारे लोक एकाच ठिकाणी जमलेले असत तेव्हा जळाऊ लाकडाचा तुटवडा भासायचाच आणि लाकडाच्या शोधार्थ बाहेर भटकताना बाहेरच्या जंगलात जायचा मोह व्हायचाच.

आमची उद्‌ध्वस्त आयुष्यं पुन्हा एकदा आकाराला आणण्याच्या प्रयत्नांत आम्ही गुंतलो होतो; त्यामुळे खेळायला वेळ नसायचा. गावातल्या आयुष्यापेक्षा हे आयुष्य कितीतरी वेगळं होतं तरी सुद्धा नेमकं काय काय बदललं आहे यावर विचार करण्याची फुरसत आम्हाला फार कमी मिळत असे. आम्ही नुसतेच बसलो आहोत आणि विचार करतो आहोत असं फार कमी वेळा व्हायचं.

आम्ही छावणीच्या ज्या भागात राहत होतो तिथं एके काळी लोक शेती करत

असले पाहिजेत कारण त्या भागातली झाडंझुडपं फार पूर्वीच स्वच्छ करण्यात आली होती. आमचं घर जरी मोकळ्या मैदानात असलं तरी घरामागचा भाग जंगलांनी वेढलेला होता. गगनचुंबी झाडं आणि बांबूच्या गर्द रायांची गच्च दाटी तिथं झाली होती. घराच्या पुढून नदी वाहत होती आणि तिथून नदीपलीकडच्या जंगलातल्या वस्त्या दिसायच्या.

घराबाजूची जागा साफसूफ करून झाली तशी आईनं तिथं भाज्या पेरायला सुरुवात केली. आता कळत होतं की गावातून पळ काढायला लागलाच तर तिनं किती पूर्वतयारी करून ठेवली होती ते. तिनं आपल्याबरोबर मिरची, फरसबी आणि भोपळ्याच्या बिया आणल्या होत्या. बहुतेक कुटुंबांना घाईघाईत पळ काढायला लागल्यानं आपल्याबरोबर काहीच घेता आलं नव्हतं. आपल्याकडे जे जे काही होतं ते आई लोकांबरोबर वाटून घेत असे तेव्हा ती किती मायाळू आणि उदार अंत:करणाची आहे याचा मला नव्यानं साक्षात्कार होत असे. आमच्याकडे चणचण असली तरी आहे ते वाटून घ्यायला तिनं कधीही मागंपुढं पाहिलं नाही.

आईनं ब्वा ब्वाचे काही कपडेही इतरांना देऊन टाकले. त्यात ब्वा ब्वाच्या अत्यंत आवडीचा गुलाबी टॉप होता. तो दुसऱ्याला देताना पाहून ब्वा ब्वाला खूप वाईट वाटलं पण आपल्या आवडत्या गोष्टी दुसऱ्यांना देऊन टाकण्यानं आनंद वाढतो, असं आई सांगायची. तिनं तो टॉप एका लहान बाळाच्या आईला दिला. त्या बाईच्या नवऱ्यानं युद्धात आपला पाय गमावला होता. त्यांना त्या गोष्टींची गरज आमच्याहून सर्वांत जास्त होती हे आईचं म्हणणं चूक नव्हतं.

छावणीतील प्रत्येक विभागानं आपापली मंडळं स्थापन केली होती. दहा-दहा घरांच्या गटानं त्या मंडळावर एकेक प्रतिनिधी निवडून दिला होता. आमच्या विभागातून आईची निवड केली गेली होती. ती मंडळाच्या बैठकींना जाई, आमच्या विभागातील समस्या मंडळापुढे मांडी आणि त्यावरील कार्यवाहीची कल्पना आमच्या विभागातील लोकांना देई. छावणीतील वास्तव्याच्या पहिल्या काही महिन्यांमध्ये, सर्वांनाच भीतीनं ग्रासलं होतं आणि ती सर्वांत गंभीर समस्या होती.

या भीतीवर मात करण्याचा एक उपाय म्हणून छावणीतील मंडळानं सुरक्षा दिनचर्येचं कडक पालन व्हावं अशी व्यवस्था केली. रात्री ९ वाजता आम्ही छावणीतील सर्व मेणबत्त्या आणि टॉर्च विझवले गेले आहेत याची खात्री करून घेत असू. अंधारात आमचा माग शत्रूला लागणं केवळ अशक्य होतं. जंगलातल्या त्या किर्र शांततेत सकाळपर्यंत आम्ही एकमेकांशी कुजबुजत बोलत असू.

पण शत्रू कधी ना कधी हल्ला करणार आहे याबद्दल आईला खात्री होती. दिवसाढवळ्या हल्ला होण्याची भीती तिला सर्वांत जास्त वाटत असे कारण दिवसा शत्रू आम्हाला टिपून, वेचून मारू शकणार होता. कित्येकदा ती आम्हाला छावणीच्या

टोकाला असलेल्या जंगलात लपण्यासाठी पाठवत असे. आम्ही जेवण बांधून नेत असू आणि संध्याकाळपर्यंत परतायचं नाही अशी सक्त ताकीद आम्हाला असे. जंगलात तसं लपून बसणं आम्हाला अजिबात आवडायचं नाही. तिथं काहीही आवाज न करता स्वस्थ बसावं लागे. काम करत असलो म्हणजे मन तरी गुंतून पडायचं पण इथं तेही नसायचं.

शत्रूच्या विमानापासून जीव वाचवून पळ काढल्याला आता एक वर्षाहूनही जास्त काळ निघून गेला होता. तेव्हापासून भीतीनं माझा पिच्छा पुरवला होता. छावणीत असतानाही सुरक्षित असल्याचं वाटत नसे. झाडांमधून वारा घोंघावण्याचा आवाज आला तरी माझ्या काळजात धस्स होत असे. भीतीनं जसा काही माझ्या आयुष्याचा ताबा घेतला होता. ती मला क्षणाक्षणाला पोखरून टाकत होती.

रोज एक तरी हल्ल्याची अफवा उठणं हे तर नित्याचंच झालं होतं. एके दिवशी करेन चळवळीतल्या लोकांनी आमच्यावर हल्ला होणार असल्याची पक्की खबर आणली. शत्रूनं मोई आणि साल्वीन नदी पार केली होती आणि छावणीच्या दिशेनं कूच केलं होतं. आम्हाला कायम सतर्क राहण्याचा इशारा देण्यात आला होता. शत्रू नजरेस पडला तर आम्हाला धोक्याचा इशारा द्यायचा होता. छावणीतील आयोजक आम्हाला कोणत्या दिशेनं पळ काढावा ते सांगणार होते.

एके दिवशी ब्वा ब्वा, स्लोन आणि मी जळणासाठी लाकूड तोडत होतो. तो सुंदर प्रकाशमान दिवस होता. सूर्याचे किरण बांबूच्या झाडांमधून झिरपत होते. अचानक आम्हाला खालच्या बाजूनं किंचाळण्याचे आवाज ऐकू आले, त्यापाठोपाठ धडाधडा धावण्याचे. आम्ही छावणीच्या दिशेनं नजर टाकली तर आम्हाला लोकांचा एक घोळका आमच्या दिशेनं चाल करून येताना दिसला. काहींच्या काखोटीला पोरं मारलेली होती.

काही क्षणांतच माझी आई झोपडीच्या बाहेर आलेली दिसली, ती आमच्या नावाचा पुकारा करत होती, "लवकर चला! छावणीवर हल्ला होणार आहे. धावा! जंगलाच्या आत धावा!"

आम्ही घराकडे धावलो आणि आमच्या बॅगा घेतल्या. याआधी आईनं कित्येकदा आमची प्रात्यक्षिकं करून घेतली होती. कुठं जावं, कसं लपावं आणि भरून ठेवलेली बॅग घेतल्याशिवाय कसं निघू नये. आम्ही आजीला आधार देऊन उभं केलं; तिचं वय झालेलं असल्यानं तिला चालताही येत नव्हतं. तेर पे पे ची मदत घेऊन आम्ही तिला तिथून दूर जंगलात नेण्यात यशस्वी झालो.

आम्ही जंगलाच्या आत पोहोचतो न पोहोचतो तोच आमच्या मागून पुन्हा एकदा तो धडकी भरवणारा आवाज आला. बंदुका थडथडल्याचा. दहशत घालणारा तो आवाज ऐकून दोन महिने होत आले होते आणि आता आम्ही आमच्या मायभूमीतून

हाकलले गेलेलो असलो तरी ते पुन्हा घडत होतं.

आम्ही जंगलाच्या आत आत जात राहिलो; चढ चढत राहिलो. मग कधीतरी आमच्यामागं हल्ल्याचे आवाज पुसटपुसट होत गेले. आम्ही निदान आतापुरतं बचावलो होतो. कानाला ताण देत, शत्रू आजूबाजूला आहे का याचा कानोसा घेत बांबूच्या दाट जाळीत लपून बसलो.

कोल्हा पाहिल्यावर भेदरलेल्या सशासारखं मला वाटलं. शत्रू आपल्या पाठोपाठ तर आला नाही, या कल्पनेनंच आम्ही घाबरलो होतो, सचिंत, ताणाखाली होतो. तो संपूर्ण दिवस आम्ही लपून बसलो होतो. दिवस कलताना, छावणीचे आयोजक आम्हाला शोधत-शोधत तिथं आले. शत्रूनं छावणीवर पूर्वेकडून हल्ला केला होता. विभाग एक आणि दोन एव्हाना पूर्णपणे जमीनदोस्त झाले होते. सैनिकांनी अंदाधुंद गोळीबार केला होता आणि लोकांना जीव मुठीत धरून पळ काढायला लागला होता. डझनावारी लोकांना पकडून नेण्यात आलं होतं.

छावणीच्या मुख्य प्रवेशद्वारापाशी थाई पोलीस चौकी होती. पण शत्रूचा हल्ला झाला की डोळ्याचं पातं लवतं न लवतं तोच ते कुठं गायब व्हायचे कळायचं देखील नाही. आधुनिक शस्त्रांनी सुसज्ज, समोरच्याला धडकी भरवतील असे वाटणारे थाई सैनिक चक्क पाठीला पाय लावून पळून गेले होते. पुढचे कित्येक तास ते परतलेच नाहीत. या कालावधीत शत्रूनं छावणीत जाळपोळ केली, घरं उद्ध्वस्त केली आणि लोकांचं अपहरण केलं. माझ्या आईची तर पक्की खात्रीच होती की थाई सैनिकांनीच शत्रूला आमच्यावर हल्ला करता यावा म्हणून आत घुसू दिलं होतं. याशिवाय या हल्ल्याची काय कारणमीमांसा करता येणार होती?

आई खूपच भडकली होती. थाई सैनिकांची नेमणूक आमचं संरक्षण करण्याकरिता झाली होती पण ते त्यात अपयशी ठरले होते. पाषाणहृदयी जुंत्याच्या आदेशावर चालणाऱ्या युद्धात पारंगत बर्मी सैन्याच्या ताकदीचा सामना त्यांना करायचा होता. चार लाख पलटणी असलेलं बर्मी सैन्य जगातील विकसित देशाच्या सैन्यापेक्षाही कितीतरी मोठं आहे. मूठभर करेन निर्वासितांसाठी बर्मी सैन्याशी वैर पत्करणं थाई सैनिकांनी कधीही टाळलंच असतं.

आम्ही विभाग एक आणि दोनकडे गेलोच नाही. तिथं जाण्याची आम्हाला भीतीच वाटत होती. निर्वासितांनी नव्यानंच उभारलेल्या घरांचे जळके अवशेष बघण्याची आमची मानसिक तयारी नव्हती पण छावणीवरून जाणारा धुराचा लोट काय झालं असावं याची साक्ष देत होता. कुठल्याही क्षणी दुसरा हल्ला होऊ शकला असता. आपण इथं काय करतो आहोत, जंगलामध्येच बरे नव्हतो का? हा विचार मनात आल्यावाचून राहिला नाही. शेवटी आम्ही आमच्या झोपडीत परतलो आणि बॅगेचीच उशी डोक्याला घेऊन झोपी गेलो. तेर पे पे आणि माझी आई आमच्यावर

लक्ष ठेवून होते.

त्या रात्री आमच्या सुदैवानं आणखी काही घडलं नाही. दुसऱ्या दिवशी आम्हाला कळलं की शत्रू बर्मामध्ये परतला होता; त्यामुळे सध्यापुरता तरी धोका टळला होता. एक आठवड्यानंतर बर्मी सैनिकांनी अपहरण करून नेलेल्या स्त्रिया छावणीत परतल्या. आम्हाला त्यांची खूप काळजी वाटत होती. त्यातल्या काही स्त्रिया आईच्या मैत्रिणी असल्यानं तर खूपच. सैनिकांनी त्यांचा वापर मानवी ढालीसारखा केला होता. त्यांनी त्या स्त्रियांना सैन्याच्या सर्वांत पुढं चालायला लावलं होतं- वाटेत भूसुरुंग पेरलेले असतील तर!

आतापर्यंत आमचा अन्नसाठा संपत आला होता आणि आम्हाला छावणीच्या निधीतून येणाऱ्या अन्नावर गुजराण करावी लागत होती. मे रा मोह ही निर्वासितांची अधिकृत छावणी नव्हती; त्यामुळे इथं यूएनतर्फे पुरवलं जाणारं अन्न नव्हतं. त्याऐवजी एक एनजीओ आम्हाला खाऊ घालायचा आटोकाट प्रयत्न करत होती. अन्नपुरवठा अनियमित होता पण आम्हाला किमान जिवंत राहण्यास मदत होत होती. तो तुकडा तांदूळ होता. तांदूळ पाखडताना उरलेला, धुळमटलेला तांदूळ म्हणजे हा तुकडा तांदूळ. शिजल्यावर तो खदखदायचा, गोंदासारखा चिकट बनायचा.

आम्हाला तिथं तग धरून राहता यावं याकरिता जे जे काही करता येण्याजोगं आहे ते ते सर्व आम्ही करत होतो. पण ती जागाच इतकी लहान होती की बाहेरून मदत घेतल्याशिवाय जास्त काळ तग धरून राहणं निव्वळ अशक्य होतं. अधिकाअधिक परदेशी संस्था येऊन धडकल्या तशी हळूहळू आम्हाला होणारा धान्य पुरवठा सुधारला. पण अजूनही गुजराण कट्टोकट्टीच होत होती. प्रत्येक व्यक्तीला प्रत्येक दिवशी मगभरून तांदूळ मिळे. प्रत्येक महिन्याला प्रत्येक कुटुंबाला मिठाचे छोटे पुडके, खाद्यतेलाची दोन लिटरची बाटली, एक किलो पिवळी डाळ आणि एक किलो माशाची पेस्ट मिळे. मांस किंवा ताज्या भाज्या मात्र आम्हाला कधीच मिळाल्या नाहीत.

ती माशांची पेस्ट खाऱ्या पाण्यातल्या लहानसहान माशांपासून बनवली गेलेली असे. मासे बहुतेक वेळा तुटलेले, फाटलेले असत. कधी-कधी त्यांची अवस्था इतकी वाईट असे की त्यांचं काही करण्याअगोदरच पेस्ट झालेली असे. दर महिन्याला आम्ही रेशनवर माशाची पेस्ट मिळण्याची अगदी उत्सुकतेनं वाट पाहत असू. त्यात पूर्ण मासे किंवा त्यातल्या त्यात अख्खे मासे आहेत का याचा शोध घेत असू, पण असं वर्षातून फार फार तर एकदा-दोनदा होत असे. प्रत्येक दिवशी आम्ही काही मासे कुटून त्यांची पेस्ट करत असू आणि त्याला थोडाफार स्वाद यावा याकरिता त्यात तांदळाचं पीठ मिसळत असू. आम्ही लसूण, मिरच्या, कांदे पिकवत

असू. तेही त्या माशाच्या पेस्टमध्ये टाकत असू.

त्या बरणीचं तोंड आम्ही जंगलात मिळणाऱ्या एका खास पानानं बंद करीत असू, ज्यामुळे माशाची पेस्ट खराब होत नसे. पण तुम्ही कितीही काळजी घेतलीत तरी माशा त्या बरणीत जाऊन अंडी घालत असत. त्या अंड्यांमधून अळ्या बाहेर येत आणि लवकरच ती बरणी अळ्यांनी बुजबुजायला लागलेली असे. आमच्याकडे खायला दुसरं काहीही नसेल तेव्हा आम्ही दुपारच्या किंवा रात्रीच्या जेवणाकरिता तीच अळीयुक्त माशाची पेस्ट उकळून घेऊन खात असू. अळ्या मात्र कष्टानं काढून फेकत असू.

एक कुटुंब म्हणून आम्ही नेहमीच स्वनिर्भर होतो. कुटुंबाची देखभाल करताना दुसऱ्यावर अवलंबून राहायला लागू नये म्हणून आई अपार मेहनत करी. दुसऱ्याकडून वाटलं जाणारं धान्य स्वीकारण्यात खूप विचित्र वाटायचं पण दुसरा काही पर्याय नव्हता. छावणीत एक तर तुम्ही धान्य घ्या किंवा भुकेनं मरा अशीच काहीशी परिस्थिती होती.

आई इतकी खडतर मेहनत करत होती की, तिला अर्धशिशीचा त्रास सुरू झाला. तिची डोकेदुखी संध्याकाळी सुरू होई. तिला अजिबात झोप लागत नसे. अन्नाचा दर्जा इतका निकृष्ट होता की तिचं वजन झपाट्यानं उतरायला लागलं होतं. छावणीत होणाऱ्या अन्नपुरवठ्याला पूरक म्हणून आम्ही आमच्या घराभोवती लावलेल्या भाज्यांचा समावेश करायचो. जंगली अन्नाच्या शोधार्थ जंगलात जायची परवानगी आम्हाला नव्हती. वाढत्या वयाची मुलगी असल्यानं माझी भूकही वाढत चालली होती. पोटभर खायला मिळेल अशी परिस्थिती फार कमी वेळा येत असल्यानं मी कायम भुकेली असायचे.

तेर पे पे च्या कोंबड्या खूपच लहान होत्या; त्यामुळे त्यांना मारून खाता येणं देखील शक्य नव्हतं. अंडी म्हणजे अतिरिक्त प्रथिनांचा साठाच! त्यांना खाऊ घालण्याचा आणि अधिकाधिक कोंबड्या पैदा करण्याचा मी जणू विडाच उचलला. मी तुकडा तांदूळ एका बांबूच्या मध्ये पसरून ठेवत असे, त्यातल्या न खाता येण्याजोग्या कण्या काढून टाकून ते तांदूळ कोंबड्यांना टाकत असे. त्यांना अंडी घालायला उद्युक्त करण्यासाठी ही युक्ती मी वापरत असे.

छावणीतलं आयुष्य इतकं खडतर होतं की आई शीघ्रकोपी बनू लागली. ती आम्हाला जंगलात लपायला सांगे पण आम्ही लवकरच कंटाळत असू आणि लपत छपत छावणीत परतत असू. तिची आज्ञा मोडल्याबद्दल ती आमची खरडपट्टी काढत असे. ती अतिशय संतापत असे आणि ते नेहमीचंच होऊन बसलं होतं. तिचा राग शांत करायला बाबा इथं असते तर बरं असं मला राहून-राहून वाटत असे. सततची असुरक्षितता आणि ताणतणाव यांनी आपलं काम फत्ते केलं होतं.

तिचं आयुष्य थोडं तरी सुकर व्हावं याकरिता मी प्रयत्न करत असे. आम्ही कोबी, भेंडी आणि पाणभाजीचं उत्तम पीक घेतलं होतं. त्या भाज्या विकून थोडाफार पैसा गाठीला जोडण्यासाठी मी आईला मदत करत असे. तिच्या मदतीनं मी १० भेंड्यांची जुडी ३ थाई बाहटला– जवळपास ५ पेनीला विकत असे. पाणभाजीही तेवढ्याच किमतीला पडायची. ३ कोबी आम्ही ५ बाहटला विकायचो.

कोणाला भाज्या विकत घ्यायच्या आहेत का हे विचारत मी दारोदार फिरत असे. भाज्या विकणं खरंच खूप कठीण होतं. एक तर लोकांकडे फार थोडा पैसा होता आणि प्रत्येक जण आपापलं पीक स्वत:च घेत होता. एखादे दिवशी चांगली विक्री झाली तर माझ्याकडे चांगले ४०-५० थाई बाहट खुळखुळत असत. माझी बहीण किंवा लहान भावापेक्षा मी विक्रीत सरस होते; त्याचं सरळसरळ कारण हेच होतं की मी फार चिवट होते.

मी ते पैसे आईला देत असे. पुरेसे पैसे जमले की आई जीवनावश्यक वस्तूंची खरेदी करत असे. थाई विक्रेत्यांनी छावणीच्या टोकाला आपली दुकानं थाटली होती. आतापर्यंत मे रा मोहमधील निर्वासितांची संख्या पंधरा हजार झाली होती. इतक्या लोकसंख्येला विकण्यासाठी काहीतरी आणणं अशक्य होतं. प्रत्येक कुटुंबानं गाव सोडून पळताना हाती लागेल इतका पैसा घेऊन पळ काढला होता; त्यामुळे जीवनावश्यक वस्तूंचा तुटवडा भासायचाच. आईसुद्धा ते वाचवलेले पैसे भांडीकुंडी, ताटवाट्या, कपडे आणि अतिरिक्त अन्न खरेदी करण्यासाठी वापरे.

कधी-कधी आई आम्हाला काहीतरी वेगळं खायला आणत असे. प्रॉनक्रॅकर्स किंवा उकडलेल्या मिठाया. तेही तिला परवडलं तरच. कधी-कधी ती अर्धा किलो साखर आणे जो चैनीचा कहर होता. काही निर्वासित तांदळापासून बनवलेला पाव विकत असत. काही वेळा आई तो पाव आमच्याकरिता खरेदी करून आणत असे. त्यात साखरेचा गोडवा होता. आम्ही तो लगेचच फस्त करत असू.

मात्र यावेळी बाबा कुठं आहेत याबद्दल आम्हाला काहीही कल्पना नव्हती. मला त्यांच्याबद्दल काळजी वाटत होती. ते कुठं असतील, कसे जगत असतील याबद्दल मी नेहमी विचार करत असे. कधी-कधी ते आमचा विचार तरी करत असतील का हाही विचार मनात येई. मी स्वत:ला निक्षून सांगे की ते जिवंत आहेत, पण मला त्याबद्दल खात्री वाटत नव्हती. ते जिथं कुठं होते तिथं त्यांच्याशी संपर्क साधण्याचा कोणताही मार्ग नव्हता.

कधी-कधी मी आईला त्यांच्याबद्दल विचारे, "मो, तुला काय वाटतं, बाबा कुठं आहेत? ते ठीक असतील ना? तुला काय वाटतं?"

"मला खात्री आहे की ते ठीकठाक आहेत पोमु सित." आई उत्तर देई.

"ते आपलं काम करण्यासाठी आपल्यापासून दूर गेले आहेत आणि आपण

त्यांच्यावर विश्वास ठेवायला हवा.''

''पण ते कुठं आहेत?''

''मला माहीत नाही. कोणालाच माहीत नाही. पण त्यांना जेव्हा शक्य होईल तेव्हा ते येतील आणि आपल्याला शोधून काढतील.''

माझ्या मनातले बाबा बर्मामधल्या निबिड अरण्यात काहीतरी शौर्याचं काम करायला गेले होते. रशियन कार्यकर्ती झोयानं केलं होतं तसंच काहीतरी काम शत्रूच्या सीमेलगत राहून ते करत होते. चळवळीच्या कार्यकर्त्यांबरोबर ते प्रतिहल्ल्याची आखणी करत होते. दुसऱ्या महायुद्धात घडलं होतं तसंच होणार होतं आणि बर्माच्या स्वातंत्र्यलढ्याच्या फौजा बर्माच्या अभेद्य फौजांना पराभूत करणार होत्या आणि कालांतरानं आम्ही आमच्या मायभूमीत आणि आमच्या घरांकडे परतू शकणार होतो.

मी या आशेवर जगत होते. छावणीतल्या भीती आणि नैराश्याच्या वातावरणात तग धरून राहण्यासाठी या आशेनं मला मोठा हात दिला होता. ते माझं भविष्यकाळाचं स्वप्न होतं म्हणा ना!

काळोखे दिवस

फेब्रुवारी १९९५ मध्ये आम्ही निर्वासितांच्या छावणीत येऊन पोहोचलो होतो. एप्रिलपर्यंत सर्वांची घरं बांधून झाली आणि आम्ही आमचं लक्ष इतर गोष्टींकडे वळवलं. छावणीतल्या मुलांकरिता 'उन्हाळी शाळा' उघडण्यात आल्या होत्या. या शाळांमध्ये शिकवायचं काम छावणीतले स्वयंसेवक करत होते. छावणीतील प्रत्येक विभागामध्ये एक शाळा होती आणि बाहेरच्या स्वच्छ सूर्यप्रकाशात, मोकळ्या हवेत वर्ग घेतले जात. शाळेत शिकवले जाणारे धडे सोपे होते. छावणीमध्ये स्वच्छता कशी राखावी इत्यादी. एवढ्या लहान जागेत हजारो लोक दाटीवाटीनं राहत असताना रोग फैलावण्याची शक्यता सर्वांत जास्त होती.

आम्हाला खाण्यापूर्वी हात धुवायला सांगितलं जायचं. झोपायला जाण्यापूर्वी पाय धुवायला सांगितलं जायचं कारण दिवसभरातील कामामुळे ते चिखलानं बरबटून गेलेले असायचे. केरकचरा, प्लॅस्टिकच्या पिशव्या, कागद, खाद्य पदार्थांचे डबे एका खड्ड्यात टाकून ते जाळून टाकायला लागायचे. छावणीत येण्याआधी आमच्याकडे टाकून द्यावा असा केरकचरा फार कमी असायचा कारण टाकून देण्यासारखं आमच्याकडे काही नसायचंच; त्यामुळे या गोष्टी आपण जिथून पाणी भरतो त्या झऱ्यात किंवा नदीत टाकू नयेत हे कोणी शिकवण्याची वेळ कधी आलीच नव्हती.

तिथं कार्यरत असणाऱ्या अनेक एनजीओपैकी एकीनं आम्हाला टूथब्रश आणि टूथपेस्ट दिली. प्रत्येक सकाळी आणि रात्री दात कसे घासावेत हे शिकवलं. आम्हाला शाम्पू, साबण आणि ते ठेवण्याकरिता एक छोटी प्लॅस्टिकची पिशवी देखील दिली गेली. आमच्या घराच्या मागे बांधलेल्या न्हाणीघराच्या भिंतीवर आम्ही ती टांगून ठेवायचो.

स्वच्छतेच्या धड्यानंतर आम्हाला शिवणकाम शिकवलं जायचं. काही काळ तरी नवे कपडे मिळायची शक्यता नसल्यानं आहे तेच कपडे फाटले तर ते शिवून दुरुस्त कसे करावेत हे शिकवलं जायचं. कपडे कितीही जुने आणि विटलेले असू

देत, ते स्वच्छ ठेवायला शिकवलं गेलं. बाबा स्वच्छतेचे भोक्ते असल्यानं मी हे सर्व मन लावून शिकत होते. काहीतरी नव्या आणि उपयोगी गोष्टी शिकायला मिळत असल्यानं मला या वर्गामध्ये रस वाटायचा पण याहूनही महत्त्वाचं म्हणजे पुन्हा एकदा शाळेत जाणं सुरू झाल्यानं मी आनंदले होते.

या उन्हाळी शाळा पूर्ण एप्रिलभर चालल्या. सकाळी वर्ग चालायचे आणि दुपारच्या सत्रात कार्यशाळा. त्यातल्या माझ्या एका वर्गमैत्रिणीचं नाव होत लिली. करेन स्त्रियांच्या संघटनेबरोबर काम करणाऱ्या एनजीओनं आम्हाला कापड, सुई-दोरा पुरवले होतं. पुन्हा शिकायला मिळाल्यानं आणि डोक्याला सतत खाद्य मिळत राहिल्यानं खूप बरं वाटत होतं. जंगलात लपून बसणं आणि रोजरोज त्याच-त्याच गोष्टींचं दळण दळण्यापेक्षा हे कितीतरी बरं!

त्या वर्षी जूनपर्यंत एक नवी माध्यमिक शाळा बांधून झाली. ती पाचव्या विभागात बांधली गेली होती. याचा अर्थ असा की मला तिथपर्यंत पोहोचायला नदी पार करायला लागणार होती. तरीही, मी शाळेत जायचा चंगच बांधला. नदीचा प्रवास अवघड आणि धोक्याचा होता. खास करून पावसाळ्यात बांबूच्या तराफ्यावरून नदी पार करून जावं लागे तेव्हा; त्यामुळे माझ्या आईनं आमच्या विभागातही एक माध्यमिक शाळा बांधली जावी याकरिता प्रस्ताव दाखल केला.

छावणीतील मंडळानं स्वयंसेवकांना मदतीसाठी बोलावलं आणि बांबूचा ढाचा असलेली, पानांनी छत शाकारलेली इमारत तयार झाली. शाळेच्या एका बाजूस असलेल्या भातशेताचं रूपांतर खेळाच्या मैदानात करण्यात आलं. छावणीतील स्वयंसेवक हेच शाळेतले शिक्षक होते. वर्गाच्या भिंती पातळ बांबूपासून बनवल्या गेल्या होत्या; त्यामुळे पलीकडच्या वर्गात काय चाललं आहे त्यातील शब्दन्‌शब्द आम्हाला ऐकू येई. स्लोन पाचव्या वर्षात शिकत होता. त्याच्या वर्गात काय चाललं आहे हे देखील मी ऐकू शकायचे.

पावसाळा ऐन भरात असतानाच शाळा उघडली गेली. घरापासून शाळेचं अंतर पायी चालत जाण्यासारखं होतं. एवढ्या थोड्या वेळातही आम्ही पावसात पार चिंब होऊन जायचो; त्यामुळे आईनं पैपै जमवून बाजारातून ब्वा ब्वा आणि माझ्यासाठी एकेक अशा दोन छत्र्या खरेदी केल्या. स्लोनसाठी छत्री खरेदी करणं तिला शक्य झालं नाही, तिच्याकडे एवढे पैसेच नव्हते; त्यामुळे स्लोनला प्लॅस्टिकचं इरलं गुंडाळूनच चालत यावं लागे. गावातून पळ काढताना याच इरल्याचा आम्ही पर्यायी निवारा म्हणून वापर केला होता.

शाळेच्या बाहेरील भिंती फक्त कमरेएवढ्या उंचीच्या होत्या; त्यामुळे वादळी पावसात भिंतीच्या बाजूनं पावसाचा शिडकावा आत यायचा आणि आम्हाला वर्ग चालवणं अशक्य होऊन बसायचं; त्यामुळे पाऊस ओसरेपर्यंत आम्हाला कुठंतरी

वळचणीला बसून राहायला लागायचं.

त्या निर्वासितांच्या शाळेत मी आठव्या वर्गात प्रवेश घेतला. मी नेहमी पहिल्या रांगेत बसणं पसंत करायचे कारण तसं केल्यानं माझ्या खोड्यांना आपोआपच लगाम बसेल असं मला वाटत होतं. गावाच्या शाळेत होते त्यापेक्षा एक इयत्ता खाली बसावं लागल्यानं मला माहीत होतं की, जर प्रगती करून इयत्ता वाढवायची आहे तर मेहनतही तेवढीच केली पाहिजे. मला आई-बाबांची मान माझ्याबद्दलच्या अभिमानानं उंच झालेली पाहायची होती.

इंग्रजी आणि गणित हे माझ्या आवडीचे विषय होते पण ते शिकण्यासाठी लागणारं साहित्य आमच्याकडे खूप कमी होतं. आमच्याकडे स्वतःची पुस्तकंही नव्हती. शिक्षक पुस्तकातला जो धडा शिकवला जाणार आहे तो फळ्यावर लिहून काढायचे आणि आम्ही तो उतरवून घ्यायचो. पूर्ण धडा असाच शिकवला जायचा. याहून कमी नाही, याहून जास्त नाही. स्पष्टीकरण, चर्चा वगैरे काही नसायचेच.

मी खरंच काय शिकत होते याचा पत्ता काही लागायचा नाही. एक तरुण करेन माणूस आम्हाला इंग्रजी शिकवायला असायचा, एक बर्मी आणि करेन भाषा शिकवायचा, गणिताचे शिक्षक, एक भूगोल-विज्ञानासाठी, एक इतिहासासाठी. त्यातील बरेच जण प्रशिक्षित शिक्षक नव्हते. निर्वासितांच्या छावणीत येण्यापूर्वी ते एक तर कार्यालयात काम करत किंवा घरकाम. त्यांनी मदत करायची तयारी दर्शवली होती आणि ते त्यांच्यानं होईल तेवढे प्रयत्न करत होते. काही तरी करत राहणं हा छावणीचा स्थायीभाव झाल्यासारखा होता.

पुस्तकं इंग्रजीत असल्यानं भूगोल आणि विज्ञानाचे वर्ग इंग्रजीच्या वर्गात रूपांतरित झाले होते. ते शिकवणारा शिक्षक बर्माहून आला होता आणि तो बर्मी हेल काढून इंग्रजी बोलायचा जे कळणं आम्हाला अवघड जायचं. एक दिवस तो आम्हाला नवीन शब्द शिकवायचा प्रयत्न करत होता. तो 'चूचूबा' असा ऐकू येत होता. तो पुनःपुन्हा 'चूचूबा चूचूबा' करत होता. असा कोणताही इंग्रजी शब्द आम्ही याआधी ऐकला नव्हता किंवा ऐकल्याचं वाटत नव्हतं. थोड्या वेळानं आम्हाला कळलं की तो शब्द म्हणायचा प्रयत्न करत होता, तो होता कुकुंबर म्हणजे काकडी. त्या वर्गात मी थोडंफार इंग्रजी जरूर शिकले पण भूगोल किंवा विज्ञान फार थोडं शिकता आलं.

शाळेमध्ये इतक्या गोष्टींचा अभाव असतानाही आम्ही तिला नावं मात्र ठेवत नव्हतो, कृतघ्न नव्हतो. कृतघ्नपणाच्या आसपासची जाणीव देखील आम्हाला नव्हती. आम्हाला माहीत होतं की आमचे शिक्षक आणि तिथल्या सोयी-सुविधा यांच्यामध्ये बऱ्याच त्रुटी का असेनात, तिथं आम्हाला शिकायला मिळाल्याचा आनंद होता. मी माझं संपूर्ण लक्ष अभ्यासात घातलं.

आतापर्यंत मी निर्वासित आहे आणि निर्वासित असणं म्हणजे काय हे कळून

चुकलं होतं. मला माझ्या स्वत:च्या देशात स्वतंत्रपणे, आत्मनिर्भर होऊन राहणं नेहमीच आवडायचं. पण या छावणीत आम्ही असहाय आणि पूर्णपणे दुसऱ्यांच्या मदतीवर अवलंबून होतो. निर्वासितांचं जगणं आणि त्याचबरोबर येणारा दुर्बलतेचा, असहायतेचा भाव या दोन्हींचा मी तिरस्कार करायचे.

शाळा सुरू झाल्यावर माझं डोकं जरा ताळ्यावर येऊ लागलं. चला, म्हणजे आमच्याकरिता करू शकतो असं काहीतरी होतं तर. जे आम्ही फक्त आमच्यासाठी करत होतो. पण मी भविष्याची कल्पना करून चिंतित झाले होते. मला कायम निर्वासिताचं जगणं जगावं लागणार का? मी विचार करायचे. जर जगावं लागणार असेल तर किती काळ? आणि आम्हाला कधीतरी आमच्या गावी परतता येणार आहे का? तिथं जाऊन पुन्हा नव्यानं गाव वसवता येणार आहे का?

माझ्या मोठ्या बहिणीसाठी ही परिस्थिती माझ्यासाठी होती त्याहून वाईट होती. तिनं तिचं शालेय शिक्षण पूर्ण केलं होतं आणि तिला उच्च शिक्षण घेऊन डॉक्टर बनायचं होतं. पण त्या निर्वासितांच्या छावणीत तिच्याकरिता हस्तसामुद्रिक आणि भविष्यकथन असे दोनच अभ्यासक्रम उपलब्ध होते. निर्वासितांपैकी एका स्वयंसेवकानं चालू केलेला तो पुढील शिक्षणासाठी उपयुक्त असा अभ्यासक्रम होता. एकतर ते करा, नाहीतर काहीच न करता नुसतं बसून राहा.

हे वर्ग तिचं डोकं फिरवीत असत. ती येई आणि माझा तळहात हातात धरून त्याच्याकडे एकाग्रपणे पाही आणि डोळे फिरवून मला सांगे की, मोठी झाल्यावर माझे दोन पती असणार आहेत आणि ते दोघंही कुरूप असणार आहेत. हे भविष्यकथन संपता-संपता आम्ही दोघीही हसून गडबडा लोळायला लागलेलो असायच्या. कधी-कधी ती घरी एक नकाशासारखं दिसणारं काहीतरी घेऊन येई, जो वरवर पाहाता ताऱ्यांचा तक्ता होता. मी कशा प्रकारची व्यक्ती आहे आणि भविष्यामध्ये माझ्यासाठी काय काय अद्‌भुत वाढून ठेवलं आहे हे मला सांगण्यासाठी ब्वा ब्वा त्याचा उपयोग करी.

ब्वा ब्वाला पुढील शिक्षण घेता येत नव्हतं यात अर्थातच छावणीच्या आयोजकांचा काहीही दोष नव्हता. तब्बल दहा हजार लोकांनी आश्रय घेतलेल्या मे रा मोहसारख्या मोठ्या छावणीत तिला औषधशास्त्र शिकवणारं कोणीतरी भेटलंच असतं आणि एनजीओंनी सुविधा पुरवून आमची मदत देखील केली असती; पण मुख्य समस्या होती ती म्हणजे थाई अधिकारी. त्यांनी फतवाच काढला होता की निर्वासितांच्या छावणीमध्ये पुढील शिक्षणास परवानगी दिली जाणार नाही आणि थायलंडमध्ये पुढील शिक्षण घेण्यासाठी कोणत्याही निर्वासिताला छावणी सोडण्याची परवानगी देण्यात येणार नाही.

ब्वा ब्वाच्या वयाच्या आणि त्याहून मोठ्या वयाच्या माणसांना परत अडकल्यासारखं

झालं होतं. छावणीतीलं पहिलं वर्ष ब्वा ब्वा हरवल्यागत राहायची. स्लोन आणि मी आमच्या परीनं आमचं शिक्षण घेत होतो पण ब्वा ब्वाचं आयुष्य खिळा ठोकल्यागतच झालं होतं. ती बहुतेक वेळा उदास, गोंधळलेली दिसायची; यात आश्चर्य वाटण्यासारखं काही नव्हतं. तिच्यासारखे आणखी बरेच लोक होते आणि मला माहीत होतं की माझं शालेय शिक्षण संपल्यावर माझीही स्थिती त्यांच्यासारखीच होणार आहे, मीदेखील त्यांच्यापैकी एक होऊन जाणार आहे.

कधी-कधी, कोणीतरी चळवळीशी संबंधित बातमी छावणीत घेऊन यायचं पण खात्रीशीर बातमी मिळवण्याचा उत्तम स्रोत होता, माझ्या आईचा चिमुकला दीर्घलहरींवर चालणारा रेडिओ. ही आमची मौल्यवान मालमत्ता होती आणि गाव सोडून पळ काढताना हे घेऊन जायला आई विसरली नव्हती. खांद्यावर लटकणाऱ्या बॅगेत जिथं जाईल तिथं ती तो रेडिओ घेऊन जाई. यामध्ये बीबीसी बर्मी सर्व्हिस, व्हॉइस ऑफ अमेरिका, नॉर्वेमधून चालवले जाणारे डेमोक्रॅटिक व्हॉइस ऑफ बर्मा किंवा स्वतंत्र बर्मी रेडिओ स्टेशन अशी स्टेशनं लागत असत. मानेरप्लॉ शत्रूच्या हातात पडेपर्यंत स्वतंत्र बर्मी रेडिओ स्टेशन मानेरप्लॉमध्ये स्थित होतं आणि माझ्या आईनं त्याकरिता काम केलं होतं.

रोज संध्याकाळी शेजारीपाजारी रेडिओ ऐकण्यासाठी आमच्या घरी जमत. माझं बर्मी भाषेचं ज्ञान प्राथमिक होतं; त्यामुळे मला बर्मी यथातथाच यायचं आणि सर्व स्टेशन्सचं प्रसारण बर्मीमध्ये व्हायचं; त्यामुळे ते काय म्हणत आहेत हे मला प्रत्येक वेळी आईला विचारायला लागे. आम्हाला छावणीच्या बाहेरच्या जगाशी जोडणारा तो एकमेव दुवा होता. मला जरी माहितीतले तुकडे-तुकडे दिले गेले असले तरी त्यातून इतपत कळत होतं की चळवळीची परिस्थिती वाईट होती. आम्हाला लवकर घरी जायला मिळेल ही शक्यता दिवसेंदिवस धूसर बनत चालली होती. आता तर ते निव्वळ अशक्यच वाटत होतं.

ही शक्यता जशी विरळ बनत चालली होती तसतसा आम्ही छावणीतील वातावरणाचा सराव करून घ्यायचा प्रयत्न करत होतो. मी शाळेच्या व्हॉलीबॉल स्पर्धेमध्ये निवडले गेले होते आणि या खेळाच्या सामन्यांमध्ये आम्ही छावणीतील इतर विभागांविरुद्ध खेळलो. मी खूपच लहान होते आणि व्हॉलीबॉलमध्ये तेवढीशी चांगली नव्हते हे पाहता माझी निवड झाल्याबद्दल मला कोण अभिमान वाटत होता! मी पुशर अप्पर म्हणून खेळत होते. विरुद्ध गटानं टाकलेला बॉल मी हाताच्या ओंजळीनं झेलून वर फेकायचा होता जेणेकरून माझ्या गटातील स्ट्रायकरला तो जाळीवरून स्मॅश करता यावा. आम्ही काही अंतिम फेरीत पोहोचू शकलो नाही पण खेळताना खूप मजा आली.

शाळेत मला करेन चळवळीचे संस्थापक आणि हिरो सॉ बा यू ग्या यांच्याबद्दल

जाणून घेता आलं. दुसऱ्या जागतिक महायुद्धाच्या काही वर्षं आधी सॉ बा यू ग्या केंब्रिज विद्यापीठात शिक्षण घेण्यासाठी ब्रिटनला गेले होते. तिथं त्यांनी कायद्याचा अभ्यास केला आणि वकील झाले. बर्मा सरकारची चाकरी करण्याच्या आठ वर्ष आधी ते युनायटेड किंगडममध्ये वकिली करत होते. त्यानंतर त्यांनी करेन राष्ट्रीय संघटनेची स्थापना केली आणि ते तिचे पहिले अध्यक्ष ठरले.

सॉ बा यू ग्यांच्या कहाणीनं मला परदेशी शिक्षण घेण्यास प्रेरणा दिली. मलाही त्यांच्याप्रमाणेच युनायटेड किंगडमला जाऊन पदवी घ्यायची होती आणि माझ्या लोकांची मदत करण्यासाठी बर्मामध्ये परत यायचं होतं. पण त्या निर्वासितांच्या छावणीत ते स्वप्न पूर्ण होण्याची सुतराम शक्यता दिसेना. परदेशी राहणाऱ्या कोणाशीही माझे लागेबांधे नव्हते किंवा आम्हाला छावणी सोडून जाण्याची मोकळीकही दिली गेली नव्हती. मी फार फार तर प्रवेशद्वार आणि कुंपणापर्यंत जाऊ शकत होते. माझ्यात जी आशेची धुगधुगी जिवंत होती ती देखील मरून जाईल की काय आणि माझी इथून कधीच सुटका होणार नाही का असा विचार करून मी चिंतेत पडायचे.

छावणीत येऊन पोचल्यावर तब्बल ५ महिन्यांनंतर आम्हाला बाबांविषयीची बातमी कळली. एके दिवशी पहाटे आमचे एक मित्र आम्हाला शोधत आले. त्यांचं नाव होतं मान न्यि माँग. बाबा आणि ते लहानपणापासून एकमेकांचे मित्र होते. बाबा सुरक्षित असल्याचं सांगून त्यांनी बाबांचा संदेश आमच्याकडे पोहोचता केला. त्यांना आम्हा सर्वांची खूप आठवण येत होती आणि आम्ही आमची, विशेषत: आईची काळजी घ्यावी, असं त्या संदेशात म्हटलं होतं.

मला मान न्यि माँगला कितीतरी प्रश्न विचारायचे होते. "पण ते आहेत तरी कुठं?" मी विचारलं, "आणि ते काय करत आहेत?"

मान न्यि माँगनं स्मित केलं. "ते सुरक्षित ठिकाणी आहेत तुम्ही अजिबात चिंता करू नका."

"ते आम्हाला भेटायला कधी येतील?" मी विचारलं.

"त्यांना जेवढ्या लवकर शक्य होईल तेवढ्या लवकर. विश्वास ठेवा, त्यांनाही तुमची खूप आठवण येते आणि ते येतील."

मला हे ऐकून खूप आनंद झाला. त्यांना भेटायला मिळालं असतं तर बरं झालं असतं पण एवढ्यात घडलेली ही चांगली घटना होती. ते सुरक्षित होते, आम्हाला लवकर भेटायला येणार होते; माझ्यासाठी एवढं पुरेसं होतं. माझ्या आईबद्दलच बोलायचं झालं तर आयुष्य कितीही अवघड होऊ देत, तिनं माझ्या बाबांना पाठिंबा दिला होता आणि ते जे काही करत होते त्यात त्यांच्या पाठीशी उभी राहिली होती. चळवळ यशस्वी झाल्याशिवाय आमच्यापैकी कोणीही घरी परतू शकेल आणि शांततेत राहू शकेल अशी आशा वाटत नव्हती. जाण्यापूर्वी मान न्यि माँगनं माझ्या

आईला छावणीत एका बाजूला नेऊन काहीतरी सांगितलं. आम्ही जिथं बसलो होतो तिथून ते जे काही बोलत होते त्यातलं बहुतेक बोलणं ऐकू येत होतं. बाबांची तब्येत बरी नव्हती, ते सांगत होते. नुकतेच चळवळीच्या मोठ्या बैठकीला उद्देशून भाषण करताना ते अर्ध्यातच अति थकव्यानं कोसळले होते. त्यांची तब्येत आता सुधारत होती पण ते अति कष्ट करत होते. त्यांना जेव्हा शक्य होईल तेव्हाच ते आम्हाला भेटू शकणार होते.

आईच्या प्रतिक्रियेवरून मी सांगू शकत होते की, तिला बाबांची काळजी वाटत होती. स्लोन, ब्वा ब्वा आणि मी हादरलो होतो. माझे बाबा आजारी पडल्याची नुसती कल्पना देखील असह्य होती. निरोगी मनुष्य कसा असावा याचं माझे बाबा मूर्तिमंत उदाहरण होते. कोसळण्याइतपत, आजारी पडण्याइतपत काय झालं असावं याची कल्पना देखील करता येत नव्हती.

आईनं से सेची काही बातमी आहे का, हे मान न्यि माँगला विचारलं पण त्याला से सेबद्दल काहीच ठाऊक नव्हतं. अगदी बाबांनाही नाही. तो करेन चळवळीसाठी आघाडीवर लढत असावा असा अंदाज होता. गावांवरील हल्ले वाढत चालले होते आणि करेन सैनिकांवर आधीपेक्षाही जास्त ताण आला होता. पण लढणं हे चळवळीतील सैनिकांचं कर्तव्य होतं.

माझी आई तिच्या तरुणपणात सैनिक होती आणि से सेची कुठलीही बातमी नसण्यावरून जास्त ताण न घेण्याचा प्रयत्न करत होती, तरीही ती से सेच्या काळजीनं अर्धमेली झाली होती. तिनं छावणीवर त्याच्याही काही वस्तू आणल्या होत्या. काही कपडे आणि त्याच्या शाळेचे फोटो, शिवाय बाबांच्या काही मौल्यवान वस्तू वाचवून, पळवून आणण्यात ती यशस्वी झाली होती. पण त्या वस्तू ती बाबांना किंवा से सेला कधी देणार होती हे मात्र कोणी सांगू शकत नव्हतं.

छावणीवरील आयुष्य मागील पानांवरून पुढे चालू राहिलं. अधिकाधिक निर्वासित छावणीवर येत राहिले. त्यातील बहुतेक जण जंगलात महिनोन्‌महिने अडकून पडलेले करेन गावकरी होते. इथपर्यंत यायला त्यांना कित्येक दिवस लागले होते. नव्यानं दाखल झालेल्या निर्वासितांकडून कळलं की बर्मी सैन्यानं निर्वासितांच्या छावणीकडे येणारे सर्व रस्ते अडवून धरले होते आणि त्यासाठी जंगलात ठाणी उभारली होती. त्यांना टाळण्यासाठी लोकांना बर्मी सैन्याबरोबर उंदीर-मांजराचा खेळ खेळावा लागत होता; लांबचा वळसा घालून यावं लागत होतं.

छावणीत दाखल झाल्याच्या कित्येक महिन्यांनंतर सॉ न्यि न्यि- तरुण भाऊ नावाचा तरुण आम्हाला भेटायला आला. तो माझ्या आई-वडिलांचा जिवलग मित्र होता. तरुण पिढीतील तरुण-तरुणी आपल्या कुटुंबीयांना मागे सोडून आले होते आणि आईबाबा त्यांच्याकरिता दत्तक आईवडिलांसारखे होते. त्यातील बऱ्याच

जणांसमोर माझ्या बाबांचा आदर्श होता. त्यांच्यासाठी माझे बाबा म्हणजे मार्गदर्शक आणि ज्यांच्याकडून बरंच काही शिकावं अशी व्यक्ती होते.

सॉ न्यि न्यि बर्मा इश्यूज या बर्मामधील मानवी अधिकाराचं उल्लंघन करणाऱ्या प्रकरणांची चौकशी करणाऱ्या एनजीओसाठी काम करायचा. एके रात्री त्यानं छावणीतील आमच्या विभागाकरिता खास मेजवानीचं आयोजन केलं होतं. शाळेत एक फिल्म दाखवता यावी याकरिता त्यानं एक व्हिडियो प्लेयर आणि दूरदर्शन संच भाड्याने आणला होता. तो बघायला शेकडो लोक जमले होते. फिल्मचं नाव होतं 'बियॉण्ड रंगून'. ती एका अमेरिकन स्त्री पत्रकाराची कहाणी होती. ती रंगूनच्या रस्त्यावर चाललेल्या लोकशाहीच्या समर्थनार्थ केलेल्या निदर्शनांमध्ये अडकून पडली होती. स्लॉर्कनं सैनिकांना गोळीबार करण्याचे आदेश दिले आणि तिनं वाचलेल्या लोकांबरोबर सीमा विभागाकडे पळ काढला.

त्या फिल्ममध्ये एकच त्रुटी होती ती म्हणजे ती इंग्रजीत होती. माध्यमिक शाळेमध्ये इंग्रजी शिकत असलेल्यांनाही ती समजायला जड गेली. बहुतेक लोकांना तर त्यात काय चाललं आहे हे कळलंच नाही कारण ते इंग्रजी बोलू शकत नव्हते. एक छोटासा दूरदर्शन संच आणि त्याच्या भोवताली जमलेली गर्दी या सर्वांमुळे तर ती फिल्म पाहणं अधिकच अशक्य होऊन बसलं. मी सर्वांपेक्षा लहान होते; त्यामुळे फिल्म बघायची असेल तर मला पुढच्या रांगेत जाणं क्रमप्राप्त होतं. पण मला जेम्स बॉण्ड किंवा रॅम्बोसारखा एखादा असाच दुसरा चित्रपट पाहायला आवडला असता. त्यानं आमच्या दैनंदिन जीवनातील अडी-अडचणींवरून आमचं लक्ष थोड्या वेळापुरतं का होईना, हटलं असतं.

सॉ न्यि न्यिला कळून चुकलं होतं की चित्रपट दाखवण्याची योजना वाया गेली आहे. आम्ही नंतर त्याबद्दल बोलत असताना रॅम्बो फिल्म दाखवली असती तर बरं यावर सर्वांचं एकमत झालं. काही खास कारणाकरिता करेन लोकांना रॅम्बो आवडत असे. रॅम्बो शूर होता, शत्रूंना हरवण्यात पटाईत होता. त्याच्याशी चळवळीतील सैनिक आणि त्यांचे कुटुंबीय तत्काळ संबंध प्रस्थापित करू शकत.

आमच्यासाठी रॅम्बो हा चित्रपट प्रेरणादायी होता कारण त्यातून हा संदेश प्रतीत होत असे की काहीही होऊ देत, कितीही संकटं येऊ देत; शूर योद्ध्याचा कधी तरी जय होणारच आहे. आम्हीही सर्व शक्तिनिशी स्लॉर्कला भिडलो होतो. अशा परिस्थितीत करेन लोकांपर्यंत हा संदेश जाणं महत्त्वाचं होतं. त्यांचं सशक्त सैन्य आमच्या सैन्याहून आकारानं खूप मोठं होतं, त्यांच्या तीस सशक्त सैनिकांमागे एक करेन सैनिक अशा गुणोत्तरात. शिवाय त्यांच्यासारखी आधुनिक विमानं आणि मोठमोठ्या बंदुका आमच्याकडे नव्हत्या.

निर्वासिताचं जगणं जगावं लागल्यानं माझ्या आयुष्यातलं कोवळेपण हरपलं

होतं. जगावरचा माझा विश्वास उडत चालला होता. मी झपाट्यानं मोठी होत होते. हालअपेष्टा, भीती, भूक, ताटातूट आणि एकामागोमाग होणारे अथक हल्ले हा गेल्या ११ वर्षांतला जसा काही आमचा आयुष्यक्रम होऊन बसला होता. मला मोठं होणं भागच होतं.

मी एक प्रकाशमान, अद्भुत बालपण मागं सोडून आले होते आणि माझ्या मित्रमंडळींची परिस्थिती माझ्याहून फार काही वेगळी नव्हती!

पुनश्च घराकडे

छावणीतील आयुष्य दिवसेंदिवस बिकट बनत चालल्यानं आई चिडचिडी आणि रागीट बनत चालली होती. तिच्या रागामुळे कधी-कधी मला रडू फुटे. एखाद्या कोंबडीचा माग लागला नाही की ती करवादून म्हणे, ''एक कोंबडी गायब आहे हे दिसत नाही का तुला? जा, आताच्या आता तिला शोधून आण.''

आई याआधी अशी कधीच वागली नव्हती. मला कळत होतं की हे सर्व अति ताणामुळे होतं आहे. एव्हाना तिची पन्नाशी उलटली होती. गावातून पळ काढण्यापासून ते छावणीत येण्यापर्यंतच्या प्रवासानं तिला अकाली वृद्धत्व आलं होतं. दुसऱ्या मुलांच्या पालकांशी तुलना करता ती म्हातारी दिसायला लागली होती. पण स्वत:च्या दिसण्याबद्दल चिंता करणं तिनं कधीच सोडून दिल्यासारखं होतं. ती आताशा था ना का क्रीमसुद्धा लावत नसे. यामागे दोन कारणं असावीत. ते बनवण्यासाठी एकतर तिच्याकडे वेळ नव्हता आणि दुसरं कारण म्हणजे ती कशीही दिसत असली तरी बाबांचं तिच्यावरचं प्रेम अबाधित राहणार होतं हे तिला नक्की माहीत होतं.

मार्च १९९६ मध्ये माझी आठवीची परीक्षा होती. त्यात उत्तीर्ण झाले तर शालेय जीवनाची दोन महत्त्वाची वर्षं- ९ वी आणि १० वी- माझी वाट पाहत उभी होती. मी सात विषयांच्या परीक्षांना बसले होते. गणित, विज्ञान, इंग्रजी, करेन, इतिहास, भूगोल आणि बर्मी भाषा. त्या वर्षी मी याआधी कधीही केला नसेल एवढा अभ्यास केला होता आणि दर महिन्याला होणाऱ्या परीक्षांमध्ये मला उत्तम गुण मिळत होते. परीक्षेतील बहुतेक सर्व प्रश्नांची उत्तरं मला देता आली आणि आपण परीक्षा चांगल्या गुणांनी उत्तीर्ण होणार याबद्दल माझी खातरी पटली.

परीक्षा संपल्या तसं शाळा संपल्याचं जाहीर करण्यात आलं आणि उन्हाळ्याची सुट्टी लागली. दुसऱ्या दिवशी शनिवार होता. बाहेर नेहमीप्रमाणेच भगभगीत सूर्यप्रकाश होता. ब्वा ब्वा आणि मी जेवण संपवून छावणीकडे बघत घराच्या पायऱ्यांवर बसलो होतो. खालच्या पायऱ्यांवर चपलांचा नुसता ढीग पडला होता.

आमच्याकडे घरात चप्पल घालून वावरणं असभ्यपणाचं लक्षण मानलं जातं.

आणि अचानक ब्वा ब्वानं आरोळी ठोकली, "आईशप्पथ! पापा! पापा आलेत! ते परत आलेत!"

क्षणार्धात उभं राहून एका पायावर नाचत-नाचत तिनं चपला घातल्या आणि बाबांकडे धाव घेतली. मीही जमेल तितक्या वेगानं धावत होते पण ब्वा ब्वा वाऱ्याच्या वेगानं सुसाट पळत होती. ती बाबांच्या जवळ पोहोचली आणि तिनं स्वतःला बाबांच्या मिठीत झोकून दिलं. बाबा जवळपास पडण्याच्या बेतात होते. दुसऱ्याच क्षणी, मी सुद्धा त्यांच्यावर चाल करून गेले होते आणि त्यांच्या मिठीत गडप झाले होते.

"कशा आहात तुम्ही?" ते हसत-हसत विचारत होते, "केवढ्या मोठ्या झाल्यात. इतक्या लवकर कशा काय बाबा मोठ्या झाल्यात तुम्ही?"

काही सेकंद मी बाबांच्या छातीत डोकं खुपसून त्यांचा उबदार, ओळखीचा गंध नाकात भरून घेत होते. ते खरोखरच बाबा आहेत आणि ते घरी परतले आहेत यावर माझा विश्वासच बसत नव्हता. आम्हा दोघींनाही त्यांनी घट्ट मिठीत घेतलं तेव्हा त्यांच्या चेक्सच्या शर्टाचा मऊसूतपणा गालावर हुळहुळला.

'चला, चला! नाहीतर मी पडेन इथंच!" बाबा जोरजोरात हसत म्हणाले, "तर आता सांगा- कशा आहात तुम्ही?"

"मस्त पा! एकदम मस्त!" आणि मग शब्द एकामागून एक बाहेर येत गेले आणि बोलणं सुचायला लागलं.

"आम्हाला तुमची खूप आठवण येत होती पा. तुम्हाला बघून खूप आनंद झालाय पा. खरंच. मी नुकतीच आठवीची परीक्षा दिली. एक मिनिट, पण तुमचा मित्र म्हणाला होता की तुम्ही आजारी आहात..."

बाबा आमच्याबरोबर चालत घराकडे येत होते आणि मी अत्यंत आनंदात बडबड करत होते. आई दारापाशीच उभी होती. तिच्या चेहऱ्यावर हसू होतं. तिला हसताना पाहून किती बरं वाटत होतं म्हणून सांगू. कारण तिचं हसणं पार विसरून गेल्यागत झालं होतं.

बैठकीच्या खोलीत बसून, करेन चहा पित आम्ही बाबांचा छावणीपर्यंतचा प्रवास ऐकत होतो. ब्वा ब्वा, स्लोन आणि मी बाबांना बघून खूप-खूप खूश होतो. मी त्यांचा प्रत्येक शब्द जिवाचा कान करून ऐकत होते.

ते येऊन दहा मिनिटंच झाली असतील, बाबा आईबरोबर खासगी बोलण्यासाठी जरा बाजूला गेले. काय घडतं आहे याबद्दल डोकं लढवत आम्ही बैठकीच्या खोलीत बसून राहिलो पण ते कळायला जास्त वेळ जावा लागलाच नाही. लवकरच येऊन आईनं जाहीर केलं की आम्हाला निघायचं होतं. आम्हाला आमचं सामान बांधून

लगेच निघायचं होतं. आम्हाला बाबांबरोबर त्यांच्या गावी राहायला जायचं होतं.

आई काय म्हणते आहे हे कळायला वेळ जावा लागलाच नाही. एक कार आमच्याकरिता बाहेर थांबली होती. ती जर निघून गेली तर बाबांच्या गावी जाता येणं कदापि शक्य होणार नव्हतं. एकतर ते खूप दूर होतं आणि पायी प्रवास करत तिथं जाणं धोकादायक होतं. आम्ही घाईघाईत वस्तू बॅगेत भरायला सुरुवात केली. बॅग भरत असताना घराच्या बाहेर गर्दी जमत होती. प्रत्येक व्यक्ती बाबांना अभिवादन करून चळवळीची माहिती विचारत होती.

ते सर्व बाबांशी बोलत असताना आम्ही घाईघाईनं बॅगा भरत होतो. एव्हाना आतापर्यंतच्या वास्तव्यात आमच्याकडे बऱ्याच गोष्टी जमल्या होत्या. सर्व बॅगा भरूनदेखील घरात बऱ्याच गोष्टी उरल्या होत्या. तेर पे पे आणि आजी आमच्याबरोबर येणार नव्हते. कुठेही जा-ये करण्याइतकं आजीचं वय नव्हतं. पूर्वीप्रमाणेच आम्ही माणशी एक बॅग असं बंधन पाळलं आणि तसंही आमच्याकडे पॅक करण्यासारखं काही नव्हतंच.

मी छावणीत दिलेल्या शांपू, साबण वगैरे गोष्टी आणि काही फोटो घ्यायचं ठरवलं. त्यात नुकताच सॉ न्यि न्यिनं घेतलेल्या फोटोंचा समावेश होता. आमच्यातल्या प्रत्येकानं स्वत:कडे ठेवण्याकरिता फोटो वाटून घेतले होते. फोटोत प्रामुख्यानं मीच असेन तर त्या फोटोवर मी माझा दावा सांगितला होता. पण फोटोत मी आणि ब्वा ब्वा असेन तर मी तो फोटो तिला घेऊ दिला होता. एक-दोन स्कर्ट, एक-दोन पँट्स, दोन जीन्स, टॉवेल आणि माझा छोटा आरसा. बस्स! माझी बॅग भरून झाली.

आपण नेमकं कुठं चाललो आहोत हे मी आईला विचारलं, "पा चं गाव कुठं आहे? तिथं पोहोचायला किती वेळ लागेल?"

"फार दूर नाही." ती उत्तरली. तिचं चित्त थाऱ्यावर नव्हतं, कुठंतरी भलतीकडेच भरकटत असावं. "आपण तिथं फक्त भेट द्यायला चाललो आहोत आणि त्यानंतर परत येणार आहोत. काही आठवड्यांचाच प्रश्न आहे."

आपण छावणीतून आपल्या मर्जीनुसार ये-जा करू शकतो असं आईला वाटावं हे मला विचित्र वाटलं. निर्वासितांना असं करता येणं शक्य नव्हतं. आम्ही इथं परत कधीही येणार नव्हतो हे खरंतर तिलाही माहीत असावं पण गोष्टी बिघडल्याच तर त्या पचवून घेता याव्यात, जास्त निराशा आणि अपेक्षाभंग पदरी पडू नये म्हणून ती असं सांगत असावी. आम्ही आमच्या बॅगा लवकर भराव्यात म्हणूनही असावं. ती गाडी पकडता येणं आणि तिथून बाहेर निघणं या सर्वांत प्रत्येक मिनिट महत्त्वाचं होतं.

आई घाईघाईनं जाऊन शेजाऱ्यापाजाऱ्यांना भेटून येत होती. आम्ही निघाल्याचं सांगत होती, निरोप घेत होती. लोकांना अभिवादन करत होती, त्यांच्यासाठी शुभ चिंतित होती. हे काही तात्पुरतं निघाल्यासारखं वाटेना. मी गोंधळले.

"आपण कायमचे चाललो आहोत का?" मी विचारलं, "की फक्त भेट द्यायला? तू म्हणालीस फक्त भेट द्यायला म्हणून-"

हे जाणून घेणं माझ्यासाठी महत्त्वाचं होतं. आम्ही छावणी कायमची सोडून जाणार असू तर मला माझ्या मित्र-मैत्रिणींचा निरोप घ्यायचा होता.

"अगदी थोड्या वेळाकरिता चाललो आहोत, कळेलच तुम्हाला." आईनं मला पटवून देण्याचा प्रयत्न केला, "आपण फक्त गाव बघायला चाललो आहोत बस्स! बाकी काही नाही."

मी आणि ब्वा ब्वा तेवढ्याच गोंधळलेल्या राहिलो. तेर पे पे आईला सामान भरायला मदत करत असताना मी ब्वा ब्वाशी याबद्दल बोलत होते.

"आपण कायमचे जात असू तर आपण आपले सारे मित्र गमावून बसू." मी म्हणाले.

ब्वा ब्वानं मान हलवली. "माहीत आहे गं... आणि ही नवी जागा कशी आहे कोणास ठाऊक? तिथं शाळा तरी आहे का?"

"नाही माहीत. आईला विचारून बघूया का? पा या सगळ्यांबरोबर बोलण्यात गुंतले आहेत."

काय घडतं आहे, आपण कुठं चाललो आहोत, किती वेळासाठी चाललो आहोत याबद्दल आम्ही माहिती काढायचा प्रयत्न केला पण ही फक्त एक भेट आहे, असं आई आग्रहानं पुन:पुन्हा सांगत होती. भेटायला येणाऱ्या लोकांचा गराडा बाबांभोवती पडला होता; त्यामुळे त्यांना काही विचारू शकत नव्हतो. ते थकलेले आणि गळून गेल्यागत दिसत होते. उघडच होतं की ते त्यांच्या आजारपणातून पुरते सावरले नव्हते. पण आता जर आम्ही त्यांच्याबरोबर राहणार असू तर त्यांच्या खाण्या-पिण्याकडे लक्ष देता येणार होतं, त्यांची काळजी घेता येणार होती.

अखेरीस आम्ही जाण्यासाठी सज्ज झालो. आम्ही जवळपास सर्वच गोष्टी तेर पे पे आणि आजीपाशी सोडून चाललो होतो- आम्ही वाढवून मोठी केलेली डुकरं, कोंबड्या, आमची भांडीकुंडी, आमचा भाजीचा मळा. पण तेर पे पे आणि आजीदेखील असं वागत होते जसं काही आम्ही संक्षिप्त भेटीकरिता चाललो होतो आणि लवकरच परतणार होतो. आम्ही घाईघाईत आणि गोंधळलेल्या मन:स्थितीतच निरोप घेतला, बॅगा उचलल्या आणि छावणीच्या टोकाकडे निघालो. आम्ही छावणीतून जात असताना लोकांनी मारलेल्या हाका ऐकू येत होत्या, त्यांचं अभिवादन ऐकू येत होतं. त्यांपैकी काही माझे मित्रमैत्रिणी होते, ते रडत होते. माझ्या आईनं त्यांच्या आई-बाबांचा निरोप घेतला होता; त्यामुळे आम्ही कायमचे चाललो होतो हे त्यांना माहीत होतं आणि एव्हाना माझी थोड्याफार प्रमाणात खात्री पटली की आपण कधीच परत येणार नाही. पण तरीही मला रडू आलं नाही.

मित्रांना सोडून जायची कल्पना उदास करणारी होती खरी, पण छावणीतून बाहेर पडायची कल्पनाही तेवढीच उत्साहित करणारी होती. मी जिथं कुठं जाणार होते तिथं माझ्या बाबांबरोबर असणार होते आणि तिथं मला निर्वासिताचं जीवन जगावं लागणार नव्हतं. मला एकाच वेळी उदासवाणं आणि आनंदी वाटत होतं. मी एके दिवशी सर्वांना पुन्हा भेटेन असं मी मनोमन ठरवलं. एके दिवशी मी परत येईन आणि बुलबुल, कमल, लिली आणि माझ्या सर्व बालमित्रांना भेटेन. माझ्याबरोबर काहीही होवो तिथं, मी त्यांना कधीही विसरणार नव्हते.

नदीनं रस्ता अडवून धरल्यामुळे कारला फार फार तर पाचव्या विभागापर्यंत येता आलं. तो एक स्मार्ट पिकअप ट्रक होता. बाबांनी तो कुठून मिळवला होता कोण जाणे! आम्ही त्याच्या मागील भागात चढलो आणि जागा मिळेल तिथं बसून घेतलं. मागे आमचं स्थिरस्थावर झालं तेव्हा बाबा पुढे जाऊन ड्रायव्हरच्या बाजूला बसले आणि गाडी चालू झाली. थोडं अंतर कापून गाडी गेटखाली पोहोचली. तिथं दोन तपासणीची ठाणी होती आणि मध्ये एक लांब खांब आडवा टाकून अडथळा निर्माण करण्यात आला होता.

मी ड्रायव्हरला सुरक्षारक्षकाशी थाई भाषेत काहीतरी बोलताना ऐकलं. सुरक्षारक्षकानं आमच्याकडे पाहिलं; ड्रायव्हरला एक-दोन प्रश्न विचारले आणि मान हलवली. तो खांब हळूहळू वर उचलला जायला लागला. तो वरवर जात असताना इथं माझा जीव घशात येऊन थांबला होता. खांब वर जाऊन स्थिर झाला, सुरक्षारक्षक मागे सरले आणि त्यांनी आम्हाला जाण्याची खूण केली. गेल्या वर्षभरात पहिल्यांदाच मे रा मोह छावणीच्या बाहेर पडण्याचा प्रसंग आला होता.

गेटमधून बाहेर पडून आम्ही खडबडीत रस्त्याला लागलो. मी सभोवताली पाहत होते. जिथं नजर जाईल तिथं घनदाट जंगल होतं. त्या जंगलामधून जाणारी ती नागमोडी वाट जंगलाच्या काळपट, हिरव्या रंगावर उमटलेल्या लालभडक, चरचरीत व्रणासारखी वाटत होती. फार थोड्याच लोकांना ही छावणी कुठं आहे हे ठाऊक होतं. ते तसं का? हे मला आता कुठे कळलं. छावणी घनदाट जंगलांमध्ये पार लपून गेली होती. तिथल्या स्थानिक थाई लोकांना देखील तिथं एखादी निर्वासितांची छावणी असल्याचा पत्ता असेल असं वाटत नव्हतं.

खडबडीत रस्त्यावरून जाताना ट्रक थाडथाड उडत होता. आम्ही जीव मुठीत धरून बसलो होतो. आपापसात काही बोलणं देखील अशक्य होतं इतका आवाज होता आणि धुरळा उडत होता. मग मी आतापर्यंत काय काय झालं याचा विचार करायला लागले. आम्ही मे रा मोह छावणीत आमचं बस्तान बसवण्याचा पूर्ण प्रयत्न केला होता. शेजाऱ्यापाजाऱ्यांना आणि मित्रांना मागं सोडून यायला लागणं हे दुःखद होतं. असं सर्व असूनही त्या छावणीत आमच्यावर जो निर्वासिताचा शिक्का

बसल्यासारखा झाला होता तो सलत होता. पण आताही परिस्थिती कितीशी वेगळी होती? आताही तिथून बाहेर पडून आम्ही थायलंडमध्ये अनधिकृतरीत्या घुसलो होतो. तिथंही निर्वासितच होतो, आणि इतर कुणीच नव्हे.

आम्ही एका नव्या प्रवासाला सुरुवात केली होती आणि तो कुठं जाऊन संपणार याबद्दल काहीएक कल्पना नव्हती आणि हा विचार नक्कीच घाबरायला लावणारा होता.

त्या घनदाट जंगलातून वाट काढताना इतका वेळ लागला की युगानुयुगं सरली आणि आम्ही अजूनही प्रवास करत आहोत असं वाटायला लागलं. शेवटी आमची गाडी एका चकचकीत, गुळगुळीत, काळ्याभोर डांबरी रस्त्याला लागली. अचानक माझ्याभोवती कर्णे वाजवणाऱ्या गाड्या, चकाकत्या उंच इमारती, आमच्यावर झडप घालायच्या तयारीत असल्यासारखे दिसणारे दिव्यांचे खांब दिसायला लागले.

मी आयुष्यात पहिल्यांदाच शहराच्या व्याख्येत बसणारं एखादं शहर पाहत होते. इतक्या मोठ्या इमारती आणि इतक्या मोठ्या संख्येत असू शकतात याची मी कधी कल्पनादेखील केली नव्हती!

जिथं नजर जाईल तिथं स्वच्छ, सुंदर कपडे घातलेल्या माणसांची गर्दी होती. आम्ही एका शाळेच्या शेजारून गेलो. तिथल्या विद्यार्थ्यांचे गणवेश सुंदर पांढऱ्या आणि निळ्या रंगाचे होते. छावणीमधील आमच्या बांबूनं बांधलेल्या, कुपोषित निर्वासित मुलांनी भरलेल्या, कोणत्याही प्रकारची संसाधनं किंवा सुंदर गणवेश नसलेल्या आमच्या शाळेशी तुलना करता हा किती मोठा विरोधाभास होता. मी सर्व गोष्टींकडे आश्चर्यचकित होऊन बघत होते. मला चित्रपटातील एखादं दृश्य पाहिल्यासारखं वाटत होतं.

आता जंगली प्रदेश संपून पार क्षितिजापर्यंत पसरलेल्या हिरव्यागार पाचूसारख्या भातखाचरांचा प्रदेश सुरू झाला होता. मी इतकं सुंदर निसर्गदृश्य याआधी कधीही पाहिलं नव्हतं. मे सारियांग शहरात पोहोचेपर्यंत संध्याकाळ झाली होती. कोणीतरी जादू करावी तसे आपोआपच रस्त्यावरचे दिवे लागले आणि सौम्य पिवळ्या प्रकाशानं खिडक्या प्रकाशमान झाल्या.

आम्ही आमच्या गंतव्य स्थानापर्यंत पोहोचेपर्यंत चांगलाच काळोख पडला होता. हे घर शहराच्या एकदम टोकाला होतं. त्या घराच्या मालकाशी आमची ओळख करून देण्यात आली. ते गृहस्थ माझ्या बाबांचे मित्र होते. त्यांनी आम्हाला तुकडा तांदळाचं नव्हे तर पूर्ण तांदळाच्या भाताचं आणि चिकनचं जेवण दिलं. इतकं स्वादिष्ट जेवण मी याआधी कधी जेवले हेदेखील मला आठवत नव्हतं. त्या रात्री आम्ही तिथंच मुक्काम केला. क्षणार्धात गाढ झोप लागली. दिवसभर झालेली दगदग, एकामागून एक बसत गेलेले आश्चर्याचे धक्के यानं थकून जायला झालं होतं. दुसऱ्या दिवशी सकाळी उठल्यावर डोक्यात पहिला विचार आला तो बाबांचा. मी त्यांना गुडनाईट न म्हणताच झोपी गेले होते पण ते निघून गेले होते. माझी घोर

निराशा झाली. सकाळीच उठून चळवळीच्या कामाच्या निमित्तानं, एका मोहिमेच्या निमित्तानं ते निघून गेले होते. माझा अपेक्षाभंग झाला.

घाईघाईनं न्याहारी उरकून आम्ही पुनश्च ट्रकमध्ये चढलो. पण यावेळी बाबांशिवाय. स्लोन आणि मी ड्रायव्हरशेजारच्या जागेवर दाटीवाटीनं बसलो होतो. आपण कुठं चाललो आहोत हे विचारलं असता आईनं मे सोत गावाचं नाव घेतलं. मे सोत हे थायलंडमधील एक गाव होतं हे आम्हाला माहीत होतं पण ते कसं असेल याबद्दल मला काहीच कल्पना नव्हती.

एका खोल घळीतून वाहणाऱ्या नदीकाठच्या रस्त्यानं आम्ही चाललो होतो. तो वळणावळणाचा रस्ता होता. समोरचा रस्ता इतका अचानकपणे वळायचा की डोळेच पांढरे व्हायचे. स्लोन आणि मला थोड्याच वेळात मळमळल्यासारखं व्हायला लागलं. ड्रायव्हरला काय सांगावं या विचारात असताना तोच आमच्या मदतीला धावून आला. त्यानं विश्रांतीकरिता गाडी थांबवली. आम्ही तत्काळ बाहेर उड्या घेतल्या आणि झुडपांकडे धाव घेतली. आमची सर्व न्याहारी उलटून पडली. भात, भाजी व माशाची पेस्ट या सर्वांचा त्या झुडपांवर अभिषेक झाला.

"अरे देवा! तुम्हाला गाडी लागली की काय? मला आधीच कळायला हवं होतं." आई उद्गारली.

मी काय, स्लोन काय- उत्तर देण्याच्या मन:स्थितीत नव्हतो. आम्ही अजूनही झुडपांवर भडाभडा उलट्या करत होतो पण आता बाहेर पडण्यासारखं पोटात काही शिल्लक उरलं नव्हतं. आम्ही गाडीच्या काचबंद, हवाबंद, उष्ण वातावरणात या आधी बसलो नव्हतो आणि त्यामुळे आमची अवस्था वाईट झाली होती.

"तुम्ही मागं बसा." आईनं सुचवलं, "थोडा वाऱ्याचा झोत अंगावर घेतलात म्हणजे बरं वाटेल तुम्हाला!"

बरोबर होतं तिचं! अवघडल्यासारखं झालं तरी मागच्या भागात बसणं आम्हाला खूप मानवलं. ब्वा ब्वा आमच्या जागेवर जाऊन बसली आणि स्लोन आणि मी पडून झोपी जायचा प्रयत्न करू लागलो. प्रवासाच्या दगदगीनं आणि उलट्यांनी गळून जायला झालं होतं. सूर्य चढत गेला. आम्ही अधूनमधून झोप काढत होतोच. त्या रात्री आम्ही मे सोतमध्ये राहिलो. मे सोत, मे सारियांगपेक्षाही मोठं होतं. पुन्हा एकदा आम्ही बाबांच्या मित्राच्या घरी राहिलो.

तिसऱ्या दिवशी आम्ही मे सोतच्या बाहेर प्रस्थान केलं. तो प्रवास फारतर पाच किंवा सहा तास चालला असेल. आम्हाला कितीतरी थाई पोलीस-तपासणी ठाण्यांमधून जावं लागलं. दरवेळी ड्रायव्हर त्यांच्याशी थाईमध्ये काहीतरी बोलायचा आणि आम्हाला जाऊ दिलं जायचं. तो काय बोलत होता याचा पत्ता शेवटपर्यंत लागला नाही पण तो जे काही बोलत होता त्यानं कळ फिरत होती, काम होत आहे असं

वाटत होतं. पण प्रत्येक ठाण्यावर घाबऱ्याघुबऱ्या करेन लोकांचा घोळका रस्त्याच्या बाजूला उभा असलेला दिसायचा. त्यांना थाई पोलिसांनी घुसखोर म्हणून पकडलं होतं. ते आमच्याबरोबर देखील कुठल्याही क्षणी घडण्याची शक्यता होती.

थोड्या वेळानं थायलंडचा समतल भाग संपून दुर्गम भाग सुरू झाला. बर्माच्या सीमेच्या बाजूनं दुर्गम जंगलांमधून आमचा प्रवास सुरू होता. मला पुन्हा एकदा घरी आल्यासारखं वाटायला लागलं. अखेरीस आम्ही सीमेवरील क्लॉ हॉ नावाच्या ठिकाणी जाऊन पोहोचलो. तिथं एक करेन वाहन आमची वाट बघत उभं होतं. आमच्या ओळखीचाच ड्रायव्हर होता. हे पाहून आम्हाला कितीतरी हायसं वाटलं. ड्रायव्हरचं नाव होतं जोसेफ, ज्याला आम्ही जो काका म्हणायचो. आम्ही पूर्वीच्या गावात राहायचो तेव्हापासून ते आमच्या कुटुंबाचे निकटवर्ती होते.

जो काकाच्या पिकअप ट्रकच्या मागील बाजूस बॅगा फेकल्या. घनदाट जंगलातून आमची गाडी निघाली. जो काकांनी खडबडीत, कोणी कधीच न वापरलेल्या रस्त्यावरून गाडी पळवायला सुरुवात केली आणि आम्ही घनदाट जंगलांचा आडोसा घेत, लपतछपत बर्मामध्ये प्रवेश करते झालो.

एका तासानंतर आम्ही थेर वॉ थॉ या नव्या गावी पोहोचलो. बाबांचं घर इथंच होतं. मी सभोवती बघत होते तोच अचानक माझी नजर एका परिचित व्यक्तीवर पडली, ती बुलबुल होती.

मी ट्रकच्या मागच्या भागातच उभं राहून नाचत-नाचत तिला जोरजोरात हाका मारायला सुरुवात केली

"ए बुलबुल! इथं इथं! मी आहे- झोया!"

ती धावतच आली. साश्रुनयने मिठ्या वगैरे साग्रसंगीत पार पडलं. मग तिनं सांगितलं की तिनं मे रा मोह छावणी काही महिन्यांपूर्वीच सोडली होती. मला ते माहीत नव्हतं कारण ती पूर्णपणे वेगळ्या विभागात राहत होती, वेगळ्या शाळेत जात होती. आमचा एकमेकींशी कुठल्याही प्रकारचा संपर्क उरला नव्हता.

गावातल्या बालपणापासूनच्या मैत्रिणी आम्ही एकमेकींना भेटून कितीतरी आनंदलो होतो. मी तिला ती कुठं राहत आहे हे विचारलं तेव्हा तिनं तिच्या घराकडे बोट केलं. जवळच राहत होती ती.

थेर वॉ थॉ हे गाव घनदाट जंगलांनी युक्त पर्वतराजीनं वेढलेलं होतं. मी कुठं आहे हे एक क्षण विसरून गेले असते तर ते गाव पेर हे लू आणि मानेरप्लॉ म्हणून सहज खपून गेलं असतं. सभोवताली बघतानाच मला जाणवलं की आतापर्यंत मी परक्या देशात राहत होते पण आता मायदेशी परत आले होते.

आणि मला अचानक जाणवलं की आपण खरंच, अगदी खरंच घरी परतलो आहोत.

नवे गाव

जो काकांनी आम्हाला थेट बाबांच्या घरापर्यंत नेऊन सोडलं. तो कच्चा रस्ता गावाच्या बाजारातून जात होता आणि एका सुंदर तळ्याच्या काठाशी जाऊन थांबत होता. आम्ही आमच्या बॅगा पाठुंगळीला मारल्या आणि तळ्याच्या कडेकडेनं जात पार पलीकडे जाऊन पोहोचलो. तिथं माझ्या बाबांनी तळ्याचा नजारा दाखवणारं एक छोटंसं बांबूचं घर बांधलं होतं.

त्या विस्तीर्ण तळ्याच्या तीन बाजूंना घरंच घरं होती आणि उर्वरित बाजूला घनदाट जंगल होतं. तळ्याला एका जिवंत झऱ्यामुळे पाणी मिळत होतं. त्यातील एक झरा एका लहान ओहळाच्या स्वरूपात थेट आमच्या घराशेजारून सुरू होत होता. बाबांनी तिथं आमचं न्हाणीघर बांधलं होतं.

ते तळं म्हणजे गावाचं मध्यवर्ती केंद्र होतं. गावातले हत्ती इथंच पोहायला यायचे. इथंच गावातली मुलं देखील पोहायची. माहूत हत्तींना अंघोळीसाठी आणायचे तेव्हा त्यांची जलक्रीडा आम्ही आमच्या घरातून पाहू शकायचो. आपल्या सोंडेत गॅलनभर पाणी घेऊन ते त्याचा फवारा स्वत:वर सोडायचे. हत्ती येऊन गेले की तळं एखाद्या दाट सूपासारखं वाटायचं. ते निवळत नाही तोपर्यंत त्यामध्ये पोहायला जाणं नको वाटे.

आमच्या बांबूच्या घरासमोर तळ्यापर्यंत जाणाऱ्या भागात बाबांनी बाग फुलवली होती. त्यात छोटेछोटे गुलाब, मोठ्या जांभळ्या लिली, नीट छाटणी केलेली पिवळी झुडपं होती. तळ्यापासून उंचावर असल्यानं त्या फुलबागेचं प्रतिबिंब तळ्याच्या पाण्यात पडायचं आणि ते जादूवत वाटायचं. जगात जे जे काही सुंदर आहे, आत्म्याला तृप्त करणारं आहे त्याची पारख करणारी नजर बाबांना लाभली होती.

घरात आमचं सामान लावण्यात, स्थिरस्थावर होण्यात जो काका व बुलबुलनं मदत केली. हे घर मे रा मोह छावणीतल्या आमच्या घरापेक्षाही लहान होतं. इथं फक्त एकच खोली होती पण त्याचं आम्हाला इतकं काही वाटलं नाही. गेलं एक

वर्ष बाबा इथं राहत होते आणि हेच आमचं घर होतं. गाव उंचावर वसलं होतं; त्यामुळे इथली हवा लक्षात येण्याइतपत थंड होती.

गावात आमचं आगमन होण्याआधी पूर्वतयारी म्हणून फुलबाग लावून आमचं स्वागत करणं हे कदाचित तितकं व्यवहार्य नव्हतं. माझ्या पालकांपैकी माझ्या आईकडे ती व्यवहारी बाजू होती. आम्ही येऊन पोहोचल्याच्या दिवशीच तिनं भाज्या पेरण्यासाठी घराभोवतालची जागा साफ करायला घेतली. घराच्या खाली तिला कोंबड्या आणि डुकरं तर ठेवायचीच होती. त्यांना (कोंबड्या आणि डुकरांना) ते आवडेल असं तिचं म्हणणं होतं. तळ्यातल्या उथळ चिखलात लडबडत खेळायला त्यांना (डुकरांना) खूप आवडलं असतं.

बाबा थायलंडहून परतले होते खरे, पण आल्या-आल्या ते थेट ती केर प्लूर- अतिशय चिखलमय डबके- गावात गेले. हे गाव करेन चळवळीचं नवं मुख्यालय बनलं होतं. बाबा केएनयूसाठी काहीतरी महत्त्वपूर्ण काम करत होते हे मला माहीत होतं पण नेमकं काय काम हे ठाऊक नव्हतं. ते कधीच आमच्याजवळ का नसतात याबद्दल छावणीतले मित्रमैत्रिणी विचारणा करायचे तेव्हा ते चळवळीत आहेत एवढंच मी सांगू शके.

त्यांना त्यांच्या कामातून मोकळा वेळ मिळायचा तेव्हा ते नव्या गावात आम्हाला भेटायला यायचे. बऱ्याच मुलांचे वडील हे एक तर शेतकरी होते, शिक्षक होते किंवा व्यावसायिक तरी. पण काही जणांचे पालक आमच्या पालकांसारखे चळवळीत होते. या गोष्टीचा मला अभिमान वाटत असे. करेन लोकांवर हल्ले होत होते, त्यांना त्यांच्या गावातून हुसकावून लावलं जात होतं; त्यामुळे त्याला विरोध तर करायला हवा हे मला कळत होतं.

पण त्याच वेळी मला याचीही जाणीव होत होती की याच चळवळीमुळे माझ्या वाट्याला बाबा फारसे येत नव्हते; त्यामुळे माझ्या आत कुठंतरी या चळवळीबद्दल नाराजीची भावना होती. 'सर्वसाधारण' वडील असणाऱ्या मुलांचे वडील सदासर्वकाळ त्यांच्याबरोबर घरीच असत. मी काही काही भयानक घटनांचा थेट अनुभव घेतला होता; त्यामुळे आणि ते नेहमीच कामाच्या निमित्तानं आमच्यापासून दूर का असतात हे समजून घ्यायचा माझ्या परीनं प्रयत्न करत होते. मला बाबांची खूप आठवण यायची आणि ते आमच्याबरोबर असावेत असं नेहमी वाटायचं.

नव्या गावात आल्यावर काही दिवसांतच आईला कळलं की तिचे मित्रमैत्रिणी जवळच्या गावातच राहत आहेत. मग काय, आम्ही त्यांना भेटायला गेलो. तिथं पोहोचल्यावर आम्हाला कळलं की तिथं समर कँप होणार होता आणि आम्हालाही सामील व्हायचं आमंत्रण मिळालं.

कँपचं सूत्र होतं इंग्रजी शिकणं आणि आमची शिक्षिका होती एमा घोस्ट नावाची

गोरी कॅनेडीयन बाई. किमान ब्वा ब्वा आणि मला तरी तिचं आडनाव घोस्ट सारखंच ऐकू आलं; बाकीच्यांचं माहीत नाही. ते खरं म्हणजे गोर्स्ट होतं! एमा सोनेरी केसांची, उंच, सुरेख तरुण मुलगी होती. करेन लोकांना इंग्लिश शिकवण्यासाठी बर्माला जाण्याची तिनं स्वत:हून तयारी दर्शवली होती आणि असं करण्यात तिनं खूप शूरपणा दाखवला आहे असं मला वाटलं.

मी आणि ब्वा ब्वा- आम्ही दोघीही तिच्या वर्गात होतो. मी या काळात ब्वा ब्वाच्या खूप जवळ आले होते. ती मुलगी होती, आम्ही दोघीही मोठ्या होत होतो आणि मुलींनी करायच्या गोष्टी करायला लागलो होतो. समर कँपला येण्यासाठी स्लोनचं वय पुरेसं नव्हतं, तो खूपच लहान असल्यानं आईबरोबर राहिला. गावातून पळ काढून, निर्वासितांच्या छावणीत येऊन पोहोचेपर्यंत स्लोनमध्ये आमूलाग्र बदल घडून आला होता; भडकू मुलाचं एका शांत आणि लाजऱ्याबुजऱ्या मुलात रूपांतर झालं होतं.

मी पहिल्यांदा एमाला खूप बुजून असायचे कारण मला फारसं इंग्रजी यायचं नाही आणि तिला करेन बोलता यायचं नाही. आम्हाला हातवारे करून, खुणांच्या भाषेत बोलावं लागे किंवा तोडक्यामोडक्या इंग्रजीत. सर्वांत पहिल्यांदा तिनं आम्हाला जुजबी प्राथमिक गोष्टी शिकवल्या. माझं नाव झोया आहे, मी पंधरा वर्षांची आहे, मला एक बहीण आणि दोन भाऊ आहेत. पण पहिल्या धड्यापासूनच मला कळून चुकलं की, तिची शिकवण्याची पद्धत खूप वेगळी होती आणि मला त्यात मजा वाटत होती.

एमाच्या वर्गात फळ्यावरून वहीत काहीतरी उतरवून घेणं, परीक्षा, चाचण्या असला काही प्रकार नव्हताच. आम्हाला शिकताना गंमत वाटावी हीच एमाच्या शिकवण्यामागची संकल्पना असल्याचं आमच्या झटकन लक्षात आलं. रट्टा मारून शिकण्याऐवजी विचार करायला प्रवृत्त करणारी ही पहिली शिक्षिका होती. ती आम्हाला उत्तरं सांगायची नाही, आमची आम्हालाच शोधून काढायला लावायची.

पाठ्यपुस्तकातून झेरॉक्स केलेली पानं एमा आम्हाला वाटत असे. या पानांवर रिकाम्या जागा असायच्या आणि आम्हाला त्या वाक्यातल्या किंवा परिच्छेदातल्या गाळलेल्या जागा भरायच्या असायच्या. नाम, क्रियापद किंवा काळ काय असतो हे आम्हाला समजावं हा एमाचा प्रयत्न असायचा. ते फक्त शब्द घोकणं नसायचं. कधी-कधी ती पूर्ण वर्गाला दोन गटांत विभागे. आम्हाला एखाद्या विषयावर काम करून परत येऊन ते वर्गापुढे सादर करायचं असे.

एक नवी भाषा मूर्त होताना पाहण्याचा हा असा अनुभव मला याआधी कधीच आला नव्हता. फळ्यावरून उतरवून घेणं आणि रट्टा मारून थोड्याफार स्पष्टीकरणासह शिकण्यापेक्षा हे कितीतरी वेगळं होतं. इथं प्रत्येक प्रश्नाची कारणमीमांसा करायला आणि प्राथमिक विचाराचं तंत्र आत्मसात करायला शिकवलं गेलं. शिकण्याच्या

प्रक्रियेत आम्हाला सामावून घेण्याचा तिनं प्रयत्न केला आणि तिची ही पद्धत मला गुंगवून ठेवणारी, अधिक आव्हानात्मक आणि मजेदार वाटली.

समर कँपच्या त्या महिन्यात एमा आमची मैत्रीण बनली. तिला गिटार वाजवायला आणि गायला आवडे. रॉड स्टुअर्टसारख्या गायकांनी गायलेली प्रेमगीतं तिच्या खास आवडीची होती. ती कशीही गिटार वाजवे आणि एकदा का शब्द लक्षात आले की आम्हीही तिच्याबरोबर गायला लागत असू. इंग्रजी शिकण्याचा हा अफलातून मार्ग होता आणि बऱ्याचदा आम्ही अत्यंत हास्यास्पद चुका करायचो.

एके दिवशी आम्ही बाहेर हिरवळीवर गात बसलो होतो. एमानं गिटार ठेवलं आणि काही फोटो आणले. पहिल्यांदा तिनं आम्हाला तिच्या कुटुंबाचे फोटो दाखवले आणि मग तिच्या बॉयफ्रेंडचे. आम्ही चित्रपटात बघितलेल्या एका गोऱ्या अभिनेत्यासारखा तो दिसत होता. हां, रॅम्बोसारखा मुळीच नाही! आम्ही त्या फोटोकडे पाहून लाजरेबुजरे हसत होतो; विशेषत: त्याच्या गंमतीदार बोकडदाढीकडे बघून. त्या दाढीमुळे तो माझ्या आईच्या एका बोकडासारखा दिसत होता. माझी खात्री आहे कुठल्याही करेन पुरुषानं अशी दाढी कधीही ठेवली नसती.

निर्वासितांच्या बंदिस्त छावणीत एक वर्ष व्यतीत केल्यावर इथं खूप मोकळं वाटत होतं. छोट्या-छोट्या, साध्यासुध्या गोष्टी करतानाही मला आनंद होत होता. एका गावापासून दुसऱ्या गावापर्यंत चालत जाणं, नव्या मित्रमैत्रिणी बनवणं, गिटार वाजवणं, तारस्वरात गाणी गाणं आणि संध्याकाळच्या वेळी मित्रमैत्रिणींच्या घोळक्यात खदखदा हसणं; निर्वासितांच्या छावणीत यातली कुठलीही गोष्ट करता येणं शक्य नव्हतं. पण यातली सर्वोत्तम गोष्ट होती ती म्हणजे स्वातंत्र्य. वाटेल तेव्हा कुठंही, कधीही जाण्याचं स्वातंत्र्य. कुठंही, कोणीही अडकवून न ठेवल्याची भावना.

आम्ही जिथं होतो तिथं मला सुरक्षित वाटत होतं. युद्ध चालू असल्याच्या किंवा भयानक धोका जवळ जवळ येत चालल्याच्या कोणत्याही जाणिवेचा तिथं लवलेशही तिथं नव्हता. निर्वासितांच्या छावणीतल्या वातावरणाशी तुलना करता हा स्वर्ग होता. आम्ही एमाला आमच्या निर्वासित म्हणून घालवलेल्या छावणीतल्या दिवसांबद्दल सांगितलं. तिनंही आम्हाला तिच्या कॅनडातील आयुष्याबद्दल सांगितलं. मला तरी ती स्वातंत्र्य आणि संधी देणारी जागा वाटली.

समर कँप संपताना कोणताही औपचारिक पदवीदान समारंभ किंवा संमेलन वगैरे झालं नाही. त्याऐवजी आम्ही एकत्र जेवण घेतलं. नारळाचं दूध, साखर आणि पाणी यांचं सॉस आणि त्यात बुडवलेले उकडलेल्या भाताचे छोटछोटे गोळे. आम्ही त्या जेवणाला को बेर बॉ म्हणायचो आणि ते माझ्या आवडत्या खाद्यपदार्थांपैकी एक होतं. त्यानंतर आम्ही गावातल्या वॉटर फेस्टिवलला गेलो आणि एमावर पाणी उडवून घेतलं. तिनंही आम्हाला भिजवायचा यथाशक्ती प्रयत्न केला. सगळाच

एकंदर गमतीदार प्रकार होता!

एमा आमच्याबरोबर आमच्या नव्या गावात आली आणि आमच्या लहानशा घरात एक रात्र राहिली. दुसऱ्या सकाळी ती बाबांच्या फुलबागेत गेली आणि फुललेल्या, फुलत असलेल्या प्रत्येक फुलाचा, कळीचा तिनं वास घेतला. त्यानंतर जो काका तिच्याकरिता गाडी घेऊन आले. एमा थायलंडला आणि तिथून कॅनडातील तिच्या घरापर्यंतच्या दीर्घ प्रवासाला निघून गेली. एकमेकांचा निरोप घेताना आम्ही भावनावश झालो होतो. शक्य झालंच तर एकमेकांना पत्र लिहिण्याचं आश्वासन देऊन आम्ही एकमेकांचा निरोप घेतला.

एमा निघून गेल्यावर एका आठवड्यानंच बाबा नव्या गावात परतले. 'पापा परत आले! पापा परत आले'च्या घोषणा देत आम्ही पार मळ्यापर्यंत जाऊन त्यांचं स्वागत केलं.

बाबांनी सर्वांना जवळ घेतलं. आईला पाहताच त्यांच्या चेहऱ्यावर उगवतीच्या सूर्यासारखं उबदार हसू पसरलं.

"मला तुझा इतका अभिमान वाटतो ना." ते तिला म्हणाले, "तू इतक्या खंबीरपणे सर्व निभावून नेलंस. पोरांना छावणीतून थायलंडपर्यंत आणि तिथून इथपर्यंत आणलंस. आता तू त्यांना समर कँपला पण नेऊन आणलंस आणि बघ तरी तू घरासाठी किती उपयुक्त गोष्टी करते आहेस. मला वाटलं होतं त्यापेक्षा तू कितीतरी खंबीर आहेस!"

आईनं त्यांच्याकडे बघून लाजरं स्मित केलं. मला कळलं की तिलाही कॉलर ताठ झाल्यासारखं वाटत होतं पण शब्दांनी दगा दिला होता. त्यानंतर आईनं आम्हाला एकत्र बसवलं. ती बाबांशी बोलली आणि मग तिनं जाहीर केलं की आपण मे रा मोह छावणीत परतणार नाही, इथंच नव्या गावात राहणार आहोत. मला माझ्या मित्रमैत्रिणींची आठवण येत होती. आम्ही खूप साऱ्या गोष्टी मागे सोडून आलो होतो. पण त्याबद्दल आम्हाला फारसं काही वाटत नव्हतं. त्या तुरुंगासारख्या छावणीत पुन्हा एकदा निर्वासिताचं आयुष्य कंठायला लागण्यापेक्षा काहीही परवडलं असतं.

पण एका गोष्टीचा मला नक्कीच पश्चात्ताप होत होता तो म्हणजे शाळेच्या कार्यपुस्तिका मागे सोडून आल्याचा. पण आईनं सांगितलं की या नव्या गावात एक उत्तम मिशनरी शाळा होती जी मे रा मोह छावणीतल्या शाळेपेक्षा कितीतरी पटीनं चांगली होती. सुट्ट्या संपल्या की आम्हाला त्या शाळेत भरती व्हायचं होतं.

बाबांनी आमच्याकरिता एक भेट आणली होती. तो एक छोटा बॅटरीवर चालणारा टेप प्लेयर होता. त्याबरोबर निवडक इंग्रजी पॉप गाणी असलेली कॅसेटही बाबांनी आणली होती. त्यातल्या कॅनडीयन कंट्री / पॉप ग्रुपचं नाव होतं 'द मोफाट्स.' 'आय मिस यू लाईक क्रेझी' हेच आमचं आवडतं गाणं असल्याचं आम्ही

एकमुखानं मान्य केलं. बाबा नसताना आम्हाला तसंच तर वाटायचं.

डॅनिश बँड 'मायकल लर्न्स टू रॉक'ची सुद्धा एक कॅसेट होती. संथ लयीतील रॉक बॅलड्स गात, जे ऐकायला सोपं होतं आणि इंग्रजी शिकण्यासाठी उत्तम होतं. करेन प्रदेशात ती कॅसेट खूप प्रसिद्ध होती. आमचं सर्वांत आवडतं गाणं होतं 'ट्वेंटी फाईव्ह मिनिट्स.' त्यात एका तरुणाची कथा सांगितलेली आहे, जो त्याच्या प्रेयसीला सोडून देतो पण नंतर त्याला कळून चुकतं की तीच त्याचं खरंखुरं प्रेम आहे. तो तिला शोधण्याचा खूप प्रयत्न करतो आणि तिला शोधण्यात यशस्वी होतो तेव्हा त्याला पंचवीस मिनिटं उशीर झालेला असतो कारण तिनं त्याला विसरायचा प्रयत्न करत दुसऱ्या माणसाशी लग्न केलेलं असतं.

मायकल लर्न्स टू रॉकच्या कॅसेट कव्हरवर लिहिलेले शब्द वाचत आम्ही त्याच्या बरोबरीनं गायचा प्रयत्न करायचो. ब्वा ब्वाकडे इंग्लिश - करेन डिक्शनरी होती. कुठला शब्द अडलाच तर त्यात बघून आम्ही तो समजून घ्यायचो. बाबांच्या त्या भेटीमुळे आम्ही सगळेच खूप खूश होतो. आम्हाला संगीत आवडायचं आणि आम्हाला इंग्रजी शिकणंदेखील आवडायचं आणि आमच्या कुटुंबाच्या मालकीचा असा तो पहिलावाहिला कॅसेट प्लेयर होता.

त्यात एकच गैरसोय व्हायची ती म्हणजे त्या टेप प्लेयरसाठी बॅटऱ्या लागायच्या. गावच्या बाजारातून त्या विकत घेता येऊ शकत होत्या, पण फार कमी वेळा आमच्याकडे तेवढे पैसे असायचे. त्याऐवजी आम्ही नवनव्या युक्त्या शोधून काढल्या. बॅटरी संपत आली की आम्ही ती चहूबाजूनं चावायचो. बॅटरी चारी बाजूनं दातांचे व्रण उमटले की जास्त वेळ चालायची.

बाबा तो एकच दिवस आमच्याबरोबर होते. दुसऱ्याच दिवशी सकाळी त्यांना कामाकरिता निघायचं होतं. आम्ही अंगणात बाबांनी बांधलेल्या बुटक्या चहाच्या टेबलापाशी एकत्र बसलो. तिथून बाबांच्या बागेचा प्रेक्षणीय नजारा दिसत होता. आम्ही थोडा वेळ गप्पा मारल्या, हसलो– एकत्र, सुखी कुटुंबासारखं! मी बाबांच्या मांडीवर बसले होते आणि तिथंच बसायचा माझा निर्धार अटळ होता. माझी बहीण आणि भाऊ यांना बाबांच्या मांडीवर बसताना खूप लाजल्यासारखं वाटायचं कारण ते मोठे झाले होते ना! पण मला तसं काही वाटायचं नाही.

"लहाने, तू काय आता लहान आहेस का बाबांच्या मांडीवर बसायला?" आईनं निषेधानं म्हटलं, "तू आता मोठी झाली आहेस, तुला काहीच कसं वाटत नाही?"

"नाही." मी तत्काळ उत्तरले, "मला असंच आवडतं, कळलं तुला? मला हे जसं आहे तसंच आवडतं."

माझ्या बाबांना माहीत होतं की त्यांच्या संबंधातली कोणतीही गोष्ट मला कधीही ओशाळवाणी वाटली नसती.

थोड्या वेळानं बाबांनी जाहीर केलं, "ठीक आहे, चला आता मला बागेत कोणकोण मदत करणार आहे?"

मी टुणकन उडी मारून उठले, "मी करणार! मी करणार!"

स्लोन आणि ब्वा ब्वा यांनीही माझंच अनुकरण केलं, "आम्हीही मदत करणार!" माझ्या आईनं वैतागानं डोळे फिरवले, "तुम्ही आता कुठे घरी आला आहात आणि तुम्हाला बागेत काम करायचं सुचतं आहे. ठीक आहे तर. जा आणि तुमची फुलंच खा कशी!"

आम्ही केवढे तरी हसलो. आई राग आल्याचा खोटा-खोटा आव आणायची तेव्हा खूपच गमतीदार वाटायची.

मी लहान होते तेव्हा बाबा मला जिथं तिथं उचलून नेत असत. त्यांनी पुन्हा एकदा तसंच करावं आणि मला बागेपर्यंत न्यावं, असं मला वाटलं.

"पा, मी छोटी होते तेव्हा तुम्ही मला साखरेचं पोतं करत पाठीवरून न्यायचा तसं न्या ना!" मी सुचवलं, "न्या ना!"

बाबा तसं करायला खाली वाकलेही पण आईनं त्यांना थांबवलं, "तुम्ही नक्कीच मस्करी करताहात! एवढी वाढलेली मुलगी आणि...!"

बाबा ओशाळले, "तुझं म्हणणं बरोबर आहे... लहाने, मला तुला पाठीवरून नेता येणार नाही. तुझी आई मला तसं करू देणार नाही आणि तशीही, तू खूप मोठी झाली आहेस. पण तरीही चल-"

बाबांनी त्यांचा हात पुढे केला त्यासरशी बालपणीच्या सगळ्या स्मृती डोळ्यांपुढून झर्रकन सरकून गेल्या. मी बाबांचा पाठलाग करत असे आणि ते बेसावध असताना त्यांच्या पाठीवर उडी घेत असे. त्यांच्या पाठीवर लोंबकळून मला उचलून घ्यायला त्यांना भाग पाडत असे. पण आता मी मोठी झाले होते. माझ्या बालपणीचा पुनःप्रत्यय घेण्याची वेळ माझ्या हातून निघून चालली होती. ते सारं जणू संपल्यातच जमा होतं.

ब्वा ब्वा, स्लोन आणि मी फुलांना गुदमरवणाऱ्या वेली आणि तण काढायला लागलो. काम करत असताना बाबा त्या प्रत्येकाची नावं आणि त्याचं खास वैशिष्ट्य सांगत होते. त्या फुलांची अशा प्रकारे काळजी घेत असताना बाबा अतिशय आनंदी आणि समाधानी दिसत होते. त्या बागेचा त्यांच्यावर जो परिणाम व्हायचा त्यानं आम्हाला नेहमीच चकित व्हायला होत असे. त्यांचा सगळा ताण, थकवा जसा काही कुठे पळूनच जायचा.

अर्थातच बाबांना खूश करण्याकरिता बाग सर्वांत उत्तम रीतीनं साफ कोण करतो यासाठी ब्वा ब्वा, स्लोन आणि माझ्यामध्ये चुरस लागली होती. आठवड्याच्या दिवसांत बाबा घरी नसताना त्या बागेकडे कोणी काळं कुत्रंसुद्धा बघत नसे. खरं तर याबाबतीत मी माझ्या आईसारखी होते. भाज्या वाढवण्यातला, डुकरं, कोंबड्या

आणि बदकं पाळण्यातला व्यवहारी फायदा मला दिसत होता; त्यामुळे टेबलावर पोटात घालायला चार घास तरी मिळायचे.

पण फुलबागेत बाबांना मदत करणं हा त्यांच्याबरोबर वेळ घालवायचा सर्वोत्तम मार्ग होता. दर दहा मिनिटांनी ते तण काढायचे थांबत आणि आम्हाला जवळ घेत. कुठं दगड रचले, छोटीशी भिंत उभी केली, वेली वर सावरून ठेवल्या तर ते आमचं खूप कौतुक करत.

बागेतला तो दिवस कसा झर्रकन सरला आम्हाला कळलंच नाही. सूर्य मावळतीला येईपर्यंत आम्हाला वेळेची शुद्ध नव्हती. लवकरच आमच्या घरावर संध्याकाळच्या छाया पसरायला लागल्या. माझी शाळा लवकरच सुरू होणार होती आणि काही पुस्तकं खरेदी करून द्यायला बाबा गावच्या बाजारात घेऊन जातील का याचा विचार मी करत होते. मी मागितलं आणि बाबांनी दिलं नाही असं खरं तर कधी व्हायचं नाही, फक्त तेवढ्या चिकाटीनं प्रयत्न करायला हवा होता! त्यांच्याबरोबर खरेदीला जाण्यात कितीतरी मजा आली असती. "पा, आम्हाला बाजारात घेऊन जाल?" मी विचारलं, "आम्हाला लवकरच नव्या शाळेत जायचं आहे आणि आम्ही आमच्या सर्व गोष्टी छावणीत सोडून आलो आहोत."

उत्तर देण्यापूर्वी माझे बाबा क्षण-दोन क्षण थांबले. "लहाने, मला कामाकरिता सकाळी लवकर निघायचं आहे पण मी आईला सांगीन तुम्हाला घेऊन जायला."

माझा उत्साह मावळला. मला खरेदीशी काही देणंघेणं नव्हतं; ती काय कधीही करता आली असती. पण त्यांनी आम्हाला खरेदीला घेऊन जावं यात गंमत होती. त्यांना माझा मुद्दाच कळला नाही असं वाटलं मला. "ठीक आहे. आम्हाला बाजारात घेऊन जाणं शक्य नसेल तर तुमच्याबरोबरच का घेऊन जात नाही?" मी रेटा लावला, "आम्हाला ती केर प्लूरला घेऊन चला आणि तुम्ही कुठे काम करता ते दाखवा. किमान एवढं तरी करू शकता ना तुम्ही? बाजार नाही तर नाही, तुमची कामाची जागा दाखवा." बाबा हसले. मी अशी आव्हानं देत बोलायचे ते त्यांना खूप आवडायचं आणि म्हणायचे, "आता कशी माझी लहानी वाटतेस तू!"

त्यांनी एक क्षण विचार केला, "ठीक आहे लहाने. माझ्या कामाच्या ठिकाणी तुला घेऊन जायचा मी नक्की प्रयत्न करीन. मला गाडीची व्यवस्था करायला लागेल म्हणजे कोणाला तरी गाडीसाठी विचारणं आलं. पण ठीक आहे. मी प्रयत्न करीन."

आता मात्र मी आनंदले. किमान कशाची तरी वाट पाहायला काहीतरी निमित्त मिळालं होतं.

बाबांच्या घरी येण्याप्रीत्यर्थ आईनं साग्रसंगीत जेवण बनवलं होतं. चिकन आणि भाज्यांचं सूप, त्यानंतर पिवळी डाळ आणि भात आणि अर्थातच ज्याच्याशिवाय आमचं बिलकूल चालायचं नाही अशी मिरचीबरोबर कांडलेली माशाची पेस्ट. आमचं

जेवण नेहमीच इतकं भरपेट नसायचं, पण किमान त्यामध्ये चावताही न येणारा तुकडा तांदूळ, नासकी अळीयुक्त माशाची पेस्ट नसायची. छावणीपेक्षा किती सुखावह बदल होता हा.

जेवणाच्या वेळी मी बाबांच्या मांडीवर बसण्याचा प्रयत्न केला पण त्यांनी मला हलकेच बाजूला केलं. "जेव लहाने आणि मलाही जेवू दे!"

बाबांनी पळीनं स्लोन, ब्वा ब्वा आणि मला चिकन सूप वाढलं. आईला वाढताना मात्र थांबले. त्यांनी वाढावं म्हणून आई ताटकळली आहे हे लख्ख दिसत होतं पण हा तिला चिडवण्याचा एक प्रकार होता.

"याला काही अर्थ नाही हं!" ती चिडली, "तुम्ही मुलांना वाढलंत आणि मला नाही."

ती अशी वैतागत असे तेव्हा फार हसू येत असे. त्या संध्याकाळी सर्वच जण खूप खूश दिसत होते. अख्खं कुटुंब एकत्र बसलं होतं. त्या मौल्यवान क्षणांना आम्ही आठवणींच्या कुपीत कायमचं बंद करून ठेवलं. माझी आई तर इतकी खुलली होती, तिच्या चेहऱ्यावरून आनंद नुसता ओसंडून वाहत होता.

जेवणानंतर बाबा हिरवा चहा प्यायले आणि आईच्या चिमुकल्या रेडिओवर बीबीसी बर्मी सेना स्टेशन ऐकत बसले. त्यावर जे काही बोललं जात होतं त्यातलं मला फारसं काही कळत नव्हतं. आई-बाबा थोडावेळ बर्मी भाषेत काहीतरी बोलले. माझ्या झटकन लक्षात आलं की ते बातमीबद्दल चर्चा करत होते. थोड्या वेळानं बाबांनी रेडिओ बंद केला आणि काही खास बातमी नसल्याचं सांगितलं.

त्या ऐवजी त्यांनी कौटुंबिक विषयाकडे आपला मोहरा वळवला. विशेषत: आमच्या शालेय शिक्षणाकडे. माझ्यापुरतंच म्हणायचं झालं तर गोष्ट साधी सरळ होती. स्थानिक मिशनरी शाळेत नवव्या इयत्तेत माझं नाव नोंदवण्यात येणार होतं आणि स्लोनचं सहावीत. सर्वांत मोठी समस्या होती ब्वा ब्वाच्या शिक्षणाची. पुढील शिक्षणामध्ये या शाळेत काय शिकवलं जातं हे पाहण्याखेरीज पर्याय उरला नव्हता. ती प्रार्थना करत होती की ते हस्तसामुद्रिक नसू देत!

नव्या गावातलं वातावरण तसं थंडच होतं. खास करून रात्री तर विलक्षण थंडी वाजायची. ब्वा ब्वा आणि माझी त्वचा तडकायची आणि थंडीनं कोरडी पडायची. आम्ही दोघी एकाच खोलीत झोपायचो तर स्लोन आणि आई दुसऱ्या खोलीत झोपायचे. स्लोन तिचा उशी म्हणून वापर करतो अशी तक्रार आई दरदिवशी करायची.

ब्वा ब्वा आणि मला झोपण्याआधी लुटुपुटुच्या लढाया करण्याची सवय लागली होती. आम्ही करेन बॉक्सिंग खेळायचो. एकमेकींना लटकेच लाथा घालत घालत थकून शरीरात ऊब निर्माण होईपर्यंत आम्ही खेळत राहायचो आणि मग ब्लँकेट्सखाली दडी मारायचो. त्या लुटुपुटुच्या लढाया मग हळूहळू स्पर्धात्मक होऊ

लागल्या. जिंकण्यासाठी ब्वा ब्वाला मला खाली पाडावं लागे. ती माझ्याहून मोठी होती. तिची सर्वोत्तम चाल होती ती म्हणजे मला पकडायचं आणि माझा श्वास कोंडून मी 'मला सोड' असं म्हणेपर्यंत मला गच्च आवळून ठेवायचं.

या सगळ्या प्रकारानं आम्ही श्वास लागेपर्यंत दमायचो आणि मग हसत सुटायचो. बांबूच्या भिंती इतक्या पातळ होत्या की आई आणि स्लोनला हे सर्व ऐकू यायचं.

"काय चाललंय गं तुम्हा दोघींचं तिथं?" माझी आई तिथूनच ओरडे. "गुपचूप झोपा आता. तुमच्या आरडाओरड्यानं आम्हाला इथं झोप येत नाही!"

आम्ही तिच्याकडे पूर्ण दुर्लक्ष करून आमचा खेळ सुरूच ठेवायचो. शरीरात ऊब निर्माण करायला तेवढा एकच मार्ग आमच्याकडे शिल्लक होता. पण त्या संध्याकाळी बाबा घरी असताना आम्ही असलं काही केलं नाही. आनंदात मिठाचा खडा पडेल असं काहीही आम्हाला करायचं नव्हतं. आम्ही भरल्या पोटानं आमच्या खोलीत गेलो आणि ऊब यावी म्हणून एकमेकींना मिठी मारून शहाण्या मुलींसारख्या झोपलो.

सकाळी उठलो तेव्हा बाबा निघून गेले होते. पण आमच्या चित्तवृत्ती उल्हसित करणारी आणखी एक गोष्ट घडली ती म्हणजे बुलबुलनं आणून दिलेली पत्रं. मे रा मोह छावणीतील पत्रं घेऊन एक माणूस आमच्या गावात आला होता. जवळपास सर्वच मित्रमैत्रिणींनी मला पत्रं लिहिली होती. मी खूश आहे आणि नव्या गावातलं आयुष्य सुरळीत चालू आहे अशी अपेक्षा त्यांनी व्यक्त केली होती. त्यांच्या पत्रातील सुरावरून वाटत होतं की छावणीतलं आयुष्य होतं तितकंच खडतर राहिलं होतं.

कार्यानुभवाच्या वह्यांच्या जुन्या पानांवर खरडलेली माझ्या दोस्तांची ती पत्रं वाचताना मला खूप रडू येत होतं. मला त्यांना लिहून कळवावंसं वाटलं की स्वतंत्र असणं हा किती सुखद अनुभव आहे; त्यांनी काहीतरी करून छावणीतून बाहेर पडावं. मला माझ्या मित्रमैत्रिणींची खूप आठवण येत होती. या नव्या गावात मला बुलबुलखेरीज कोणीही मित्रमैत्रिणी नव्हते.

ब्वा ब्वा आणि मी याबाबतीत बोललो. केवळ आपल्या दोस्तांना भेटायचं म्हणून परत एकदा छावणीत जाऊन यायचं आम्ही ठरवलं. आम्ही काय करायचं ठरवलं आहे हे आम्ही आईला सांगितलं. तिनं आम्हाला मूर्खपणा न करण्यास सांगितलं. एकतर तिथं परतणं केवळ अशक्य होतं. आमच्याकडे वाहन नव्हतं. तो लांबलचक आणि धोक्यांनी भरलेला प्रवास होता आणि तसंही, इथं गावात आमची शाळा लवकरच सुरू होणार होती.

पण ब्वा ब्वानं छावणीत परत जाऊन यायचा हट्टच धरला आणि तिनं आईकडे त्याचा धोशाच लावला. मी देखील ब्वा ब्वाची पाठराखण करत होते कारण ती मला अतिशय प्रिय अशी मोठी बहीण होती. पण तरीही आईनं आमच्याकडे फारसं लक्ष

दिलं नाही. आपण आपल्याच मायभूमीत स्वतंत्रपणे राहतोय तरी त्या तुरुंगवत छावणीकडे आम्हाला का परतायचं होतं याकडे तिनं आमचं लक्ष वेधलं. सगळा वेडाचार होता.

आम्ही जेवढा हट्ट करू तेवढ्याच ठामपणे ती आम्हाला आमचा मूर्खपणा थांबवायला सांगत होती. इथं आम्ही स्वतंत्र होतो. आमच्या स्वदेशात, स्वतःच्या घरात राहत होतो. छावणीत निर्वासिताचं आयुष्य कंठताना जसं जगावं लागत होतं तसं दुसऱ्याच्या दयेवर जगावं लागत नव्हतं. मदतीची याचना करावी लागत नव्हती. स्लोननं देखील आईला दुजोरा दिला. जिथं आई असणार होती तिथं तो असणार होता असं त्यानं आईला सांगितलं. अर्थातच आईचं म्हणणं बरोबर होतं आणि तिला पाठिंबा देणाऱ्या स्लोनची भूमिकाही योग्यच होती. पण आमच्या मित्रांकडून आलेल्या पत्रांनी आमची मनःस्थिती दोलायमान झाली होती.

आईनं आमची समजूत काढली तशी मी माझ्या प्रत्येक मित्राला आणि मैत्रिणीला पत्र लिहिलं. त्यांच्याकडून आलेली पत्रं वाचताना मला किती आनंद झाला हे मी त्यांना सांगितलं. मी त्यांना सांगितलं की, मला त्यांना भेटायची खूप इच्छा होती पण ते केवढं अशक्य होतं. डझनभर तपासणी नाक्यांमधून प्रवास करत पुन्हा थायलंडमध्ये येण्याचा धोका आम्ही पत्करू शकणार नव्हतो. पण मी त्यांना एके दिवशी पुन्हा भेटेनच, असा विश्वास दिला.

ब्वा ब्वा आणि मी एक-दोन दिवस यावर अश्रू ढाळत बसलो होतो पण लवकरच आम्ही सावरलो आणि तेव्हाच आम्हाला बाबांकडून एक संदेश आला. त्यांनी आम्हाला त्यांच्या कामाच्या जागी भेटायला बोलावलं होतं आणि जो काकांनी आम्हाला नेऊन परत आणायची तयारी दर्शवली होती. आम्ही टुणकन उडीच मारली. छावणीतील मित्रांवरून आमचं लक्ष दुसरीकडे वळवण्यासाठी हे नक्कीच उपयोगी ठरणार होतं.

ती केर प्लूरला गाडीनं जायला दोन तास लागले. आम्ही तिथं पोहोचलो तेव्हा पाहिलं की बाबा एका छोट्याशा बांबूच्या झोपडीत राहत होते. बाग नसलेल्या कोणत्याही घरात बाबा राहणं ही कल्पना देखील करता येणं अशक्य होतं पण इथं... इथं फक्त छोटासा भाजीचा मळा होता. बस्स! फक्त भाजीचा मळा. ते भयाण दिसत होतं.

बाबांनी आम्हाला त्यांच्या मित्रांशी भेट घडवून द्यायला आणि केएनएलएचा स्थानिक तळ पाहण्यासाठी नेलं. केएनएलए म्हणजे करेन नॅशनल लिबरेशन आर्मी आणि करेन चळवळीतली सशस्त्र आघाडी होती. सैनिक आरामात होते, मजेत वावरत होते आणि युद्ध चालू असल्याची पुसटशी चिन्हंदेखील दिसत नव्हती. पण तो पावसाळ्याचा मोसम होता आणि पावसाळ्यात युद्धाला आरामच असायचा.

रस्ते आणि नद्या ओलांडणं मुश्कील होऊन बसायचं. स्लॉर्कलाही आपल्या सैन्याला रसद पुरवणं अशक्य व्हायचं.

त्या तळावर फिरताना मला से सेची आठवण आली. त्याची काही बातमी मिळाली का असं मी बाबांना विचारलं. शेवटची खबर आली तेव्हा से से जिवंत होता आणि सुखरूप होता आणि त्याची तुकडी पार उत्तरेला पाठवली गेली होती. मला से सेची खूप आठवण यायची आणि त्याची खूप चिंताही वाटायची. तो ज्या प्रदेशात होता तो पार बर्माच्या अंतरंगात होता. से से पकडला जाईल किंवा मारला जाईल अशी भीती मला वाटायची.

ती केर प्लूर गावात केएनयू आपलं मुख्यालय थाटणार होते. मानेरप्लॉ आमच्या हातातून गेल्यापासून लोकशाही चळवळीचं हेच नवं ठिकाण होतं. सर्व सैनिक, लोकशाहीचे समर्थक आणि प्रशासकीय व्यक्ती इथंच असायच्या. तिथं मुलं फारच कमी होती आणि शाळा तर नव्हत्याच. तिथं मच्छरांचं साम्राज्य होतं. रात्रभर आपले ते माझ्या डोक्यावर गुं गुं करत घोंघावत होते. त्यांना पळवून लावायचा एकमेव मार्ग होता तो म्हणजे शेकोटी पेटवणं आणि त्यात हिरवी पानं टाकून निर्माण झालेल्या धुरात झोपणं.

मला ही जागा तेवढीशी आवडली नाही. खरं तर तिथं राहत असल्याबद्दल मला बाबांबद्दल सहानुभूती वाटली. आयुष्यात पहिल्यांदाच त्यांनी फुलांपेक्षा अन्नाला प्राधान्य दिलं होतं. त्यांची झोपडी डोंगरमाथ्यावर होती. त्यांना डोंगराच्या पायथ्याशी असलेल्या ओहोळातून वरपर्यंत पाणी वाहून न्यावं लागे. पण ते पाणी त्यांनी फुलांकरिता न वापरता भाज्यांकरिता वापरलं होतं.

त्यांनी प्रत्येक फुलबागेत अत्यंत जीव ओतला होता आणि इथं भाजीच्या मळ्यात घाम ओतला होता. एक काम ते आवडीकरिता करत होते तर दुसरं गरजेपायी. शत्रूनं मानेरप्लॉमधली आणि गावातली त्यांची फुलबाग उद्ध्वस्त केली होती; त्यानं ते दुखावले गेले होते.

तुमचं ज्या गोष्टीवर आत्यंतिक प्रेम आहे ती कोणी उद्ध्वस्त केली तर दुःख होतंच. नाही का?

मिशनरी गाणे

आम्ही गावात परतल्यावर एका आठवड्यानं शाळा सुरू झाली. बाबांना आश्वासन दिल्याप्रमाणे आई आम्हाला शाळेच्या वस्तू खरेदी करून द्यायला गावच्या बाजारात घेऊन गेली. ब्वा ब्वा आणि मला कोरे करकरीत गणवेश मिळाले. पांढरा शर्ट, निळा स्कर्ट आणि स्लोनला मुलाचा गणवेश. गावातून पळ काढल्यापासून पहिल्यांदाच आम्हाला नवे कपडे घेऊन दिले जात होते.

आईनं ब्वा ब्वा आणि मला एक एक लिपस्टिकही घेऊन दिली. तिचा तळ पिरगाळला की आमचे ओठ उजळ लाल रंगात रंगून जायचे. विटॅमिन्सच्या जुन्या गोळ्यांनी ओठ बरबटवण्यापेक्षा हे कितीतरी चांगलं होतं. मला ती खूपच मौल्यवान भेट वाटली आणि मी ती खास प्रसंगाकरिता जपून ठेवणार होते.

बाजाराच्या जवळच टेकडीवर वसलेलं एक बौद्ध धर्मस्थळ होतं. ते लाल लाकडापासून बांधलेलं होतं आणि त्या पूर्ण वास्तूतूनच आश्वासकता आणि शांतता प्रतीत व्हायची. रोज सकाळी बौद्ध भिक्खू त्यांचं मातीचं वाडगं घेऊन गावात भिक्षान् देही करायचे. नव्यानंच दाखल झालेला एखादा भिक्खू दोरीवर टांगलेली छोटीशी सपाट घंटा वाजवत सर्वांच्या पुढे चालत असे. हा आवाज ऐकला की आम्हाला कळत असे की भिक्खू भिक्षा मागायला येत आहेत.

मी त्या धर्मस्थळात लाह प्वे- पौर्णिमेच्या उत्सवाकरिता बरेचदा गेले होते. प्रत्येक महिन्याच्या पौर्णिमेचा चंद्र उगवला की अवघा गाव त्या धर्मस्थळात जमत असे. मंत्रपठण होई, प्रार्थना म्हटल्या जात आणि सुग्रास अन्न वाटलं जाई. गोड भातापासून ते चिकनच्या मसालेदार रश्श्यापर्यंत अनेक चविष्ट पदार्थ तसेच ताज्या नारळाच्या दुधात बनवलेला गुरगुट्या भातही असे.

संपूर्ण गाव चंदेरी चंद्रप्रकाशात न्हाऊन निघालेलं असे; त्यामुळे मला लाह प्वे खूप आवडे. कुठंही जायचं झालं तर टॉर्चचीही गरज लागायची नाही. कधी-कधी कुत्रे चंद्राकडे बघत भुंकत असायचे. आम्ही म्हणायचो त्यांना भुतांनी झपाटलं आहे

आणि थोड्या वेळात आमचे आम्हीच घाबरायचो.

नुकतंच आई-बाबांनी स्लोनला बौद्ध भिक्खू बनण्यासाठी प्रोत्साहन द्यायला सुरुवात केली होती आणि ब्वा ब्वा आणि मी भिक्खुणी बनावं अशी त्यांची इच्छा होती. सुरुवात म्हणून थोड्या काळाकरिता अशा सेवेस वाहून घेणं तेवढंसं नवीन नव्हतं. उन्हाळ्याच्या सुट्टीच्या काळात अशा सेवेकरिता मुलांना पाठवलं जात असे. त्यानंतर ते शाळा, अभ्यास याकरिता घराकडे परतत असत. माझे आई-बाबा बौद्ध नसले तरी बौद्ध धर्मातील शिकवण आणि विनम्रता याबद्दल त्यांना आदर वाटत असे. ते गुण आमच्याही अंगी बाणवले जावेत अशी त्यांची इच्छा होती.

गावात बौद्ध धर्माच्या लोकांचा भरणा असला तरी बुद्ध, ख्रिश्चन आणि चैतन्यवादी अशा सर्व धार्मिक विचारसरणीचे लोक गावात राहत होते. शाळा मात्र ख्रिस्ती मिशनऱ्यांची होती. त्या संपूर्ण प्रदेशातील ती सर्वोत्तम शाळा होती; त्यामुळे शाळेतल्या धार्मिक बाबींबद्दल कोणाचं फारसं काही म्हणणं नव्हतं, माझ्या पालकांचंही नाही. भिक्खुणी बनण्याबाबतीतच म्हणायचं झालं तर ब्वा ब्वा आणि मला माहीत होतं की, त्यांना मुंडन करायला लागत असे. आम्हाला ते अजिबात नको होतं म्हणून आम्ही साफ नकार दिला.

नवीन शाळेतल्या पहिल्याच दिवशी मला मुख्याध्यापक थेरा था वाह- सर शुभ्र हृदय यांना माझ्याकडे माझं आठवीचं गुणपत्रक का नव्हतं हे स्पष्ट करून सांगावं लागलं. निकाल जाहीर होण्यापूर्वीच आम्ही छावणी सोडली होती. ते माझ्या आईशी बोलले. मी अभ्यासू असून आजपर्यंत नेहमीच उत्तम गुण मिळवले आहेत, असं आईनं त्यांना सांगितलं. तिच्या शब्दावर विसंबून मला नवव्या इयत्तेत प्रवेश मिळाला. ब्वा ब्वाला पुढील शिक्षणाकरिता इंग्रजी आणि बायबलचं शिक्षण या दोन अभ्यासक्रमांमध्ये प्रवेश मिळाला.

शाळेच्या पहिल्या दिवशी मला कळलं की मी त्यातल्या बऱ्याच विद्यार्थ्यांना ओळखते आहे. त्यातली एक होती मुलार मू- आशादायक आयुष्य नावाची मुलगी. ही आमच्या पेर हे लू गावातच राहायची. ती माझ्यापेक्षा वयानं मोठी होती आणि गावात असताना आम्ही एका वर्गात देखील नव्हतो, पण एकाच गावातल्या म्हणून एकमेकींना चेहऱ्यानं ओळखत होतो आणि पेर हे लू गावातलाच अजून एक मुलगा सा मू पॉ– आकाशातला तारा माझ्या वर्गात होता. बाकी मुलांना मात्र मी ओळखत नव्हते.

आम्हाला उर्वरित वर्गाला स्वत:ची ओळख करून द्यायची होती. स्वत:चं नाव, आम्ही कुठून आलो होतो आणि आमचे कुटुंबीय कोण कोण होते. मी निर्वासितांच्या छावणीतून आले आहे हे सांगताना मला ओशाळवाणं वाटलं. पहिल्यांदा मी विचार केला की मी पेर हे लू गावातून आले, असंच सांगावं. पण मी आठव्या इयत्तेचं शिक्षण कुठून पूर्ण केलं हे देखील सांगायचं होतं; त्यामुळे मला छावणीबद्दल सांगणं भाग

पडलं. मी निर्वासित होते हे मान्य करताना मला दुय्यम नागरिक असल्यासारखं वाटलं.

पण कोणालाही त्याचं काही वाटलं नाही आणि माझी सगळ्यांशी पटकन मैत्री झाली. पूर्ण शाळेतील सर्वात सुंदर मुलींपैकी एक होती ए प्यो पॉ– सर्वांगीण प्रेम फूल. करेन भाषेतील हे अत्यंत लाडाचं नाव असून, त्याचा अर्थ होतो जसं एखादं सुंदर फूल सर्वांचं लाडकं असतं तसे तुम्हीही सर्वांचे लाडके आहात. ए प्यो पॉ माझ्याच वर्गात होती आणि लवकरच आम्ही जिवलग मैत्रिणी बनलो.

निर्वासितांच्या छावणीतील शाळेपेक्षा ही शाळा नक्कीच मोठी होती. या शाळेत तीस शिक्षक होते. इंग्लंडमधून आलेले थेरा टॉम– टॉमसर आम्हाला शिकवायचे आणि ते विचारही करता येणार नाही इतके उंच होते. आम्ही त्यांचं नामकरण मेजर सीग्रिमच्या आठवणीवरून लंबूटांग आजोबा केलं होतं. इंग्लंडवरून आलेले आणखी एक शिक्षक होते. जेम्स सर. तेही उंच होते आणि ऑस्ट्रेलियामधून आलेले जेकब सर मला इंग्रजी शिकवायला होते.

जेकब सर शिस्तीचे भोक्ते आहेत हे कळायला फार वेळ जावा लागला नाही. एके दिवशी मुलं वर्गात फारच गोंधळ घालत होती; त्यामुळे जेकब सरांनी आम्हाला आमच्या शाळेच्या कुंपणापर्यंत चालत जाऊन शाळेपर्यंत पळत यायची शिक्षा फर्मावली. यात नवीन काहीच नव्हतं पण त्या दिवशी झालं असं की त्यांचा चेहरा रागानं लालेलाल झाला होता आणि पळताना कोणीतरी विनोद केला की, सरांचा चेहरा तंतोतंत ता ऑत गॉ की- लाल ढुंगणाच्या माकडासारखा दिसतो आहे. आम्ही हसूनहसून मेलो; त्यामुळे सर आणखी भडकले आणि आणखी लालबुंद झाले आणि आम्ही हसून आणखी ठार!

जेकब सरांनी आम्हाला गुण देण्याची नवी पद्धत शोधून काढली होती ती म्हणजे 'सतत मूल्यांकन.' या पद्धतीत परीक्षेत मिळवलेल्या गुणांऐवजी अभ्यासक्रमात मिळवलेले गुण ग्राह्य धरले जाणार होते. मला ती खूपच चांगली कल्पना वाटली आणि मी इंग्रजीवर घेत असलेली मेहनत वाढवली. या पद्धतीतील पहिल्या चाचणीत आम्हाला इंग्रजी वाक्यातल्या रिकाम्या जागा भरायच्या होत्या आणि वाक्य 'चूक' की 'बरोबर' ते लिहायचं होतं. मी माझा गृहपाठ तपासण्यासाठी देऊन टाकला. माझी खात्री होती की मी सर्व प्रश्नांची उत्तरं अचूक दिलेली आहेत.

आम्हाला आमचे गुण सांगितले गेले तेव्हा माझा माझ्या कानावर विश्वासच बसेना. मला १०० पैकी शून्य गुण मिळाले होते. मी माझ्या जागेवर खिळून राहिले. मला प्रचंड धक्का बसला होता. शून्य? मला शून्य गुण मिळणं कसं शक्य होतं? काहीतरी चुकत होतं. बाकीच्या मुलांना नव्वदच्या वर गुण मिळाले होते आणि सर्व आनंदले होते. मी त्या शून्याकडे शून्यवत पाहत बसलेले असताना मला जाणवलं की माझ्या डोळ्यांतून अश्रू वाहत आहेत.

थेरामु पॉ लॉ सो नावाची एक करेन स्त्री शिक्षिका खूप दयाळू आणि चांगली बाई होती.

"झोया, काय झालं बाळा?" तिनं विचारलं.

"मी माझा गृहपाठ केला होता आणि मला उत्तम गुण मिळतील अशी अपेक्षा होती." मी बरळत सुटले, "पण त्याऐवजी जेकब सरांनी मला शून्य गुण दिले; त्यामुळे मी नाखूश आहे."

संमिश्र भावनांनी मी बोलत सुटले होते. मी उदासपण होते, रागावले सुद्धा होते. मला शून्य गुण मिळूच शकत नाहीत असं मी तिला ठामपणे सांगितलं. काहीतरी चूक झाली होती. तिनं काय घडलं ते बघून यायचं ठरवलं आणि ती काही मिनिटांतच परतली. जेकब सर तिला म्हणाले होते की त्यांना मी केलेला कोणताही गृहपाठ मिळाला नव्हता; शक्यच नाही, मी तत्काळ म्हटलं, "मी माझ्या गृहपाठावर नाव लिहिलं होतं आणि त्यांनी मला शून्य गुण दिले होते. जर मी गृहपाठच केला नव्हता तर त्यांनी मला शून्य गुण दिले तरी कसे?"

यावर काय बोलावं हे तिलाही कळेना. "ठीक आहे, मी स्वत: जेकब सरांना जाऊन भेटते," मी घोषित केलं.

एखाद्या विद्यार्थ्यानं शिक्षकाला आव्हान देणं, तेही परदेशी शिक्षकाला, असं याआधी कधी झालं नव्हतं. पण मी इतकी वैतागले होते की त्यांच्या कार्यालयात जाऊन धडकले. दार अर्धवट उघडं होतं. तिथून ते टेबलापाशी बसलेले दिसत होते. त्यांनी वर पाहिलं. मला पाहून त्यांना आश्चर्य वाटल्याचं अजिबात दिसत नव्हतं. माझे डोळे पाण्यानं भरले होते आणि चेहरा काळवंडलेला होता. उलटपक्षी त्यांच्यावर काही परिणाम न होता ते आरामात दिसत होते.

"जेकब सर, तुम्ही माझ्या शिक्षिकेला सांगितलंत की मी माझा गृहपाठ केला नाही." मी म्हटलं, "पण तुम्हाला माहिती आहे की मी गृहपाठ केला आहे. तुम्ही त्यालाही गुणही दिलेत. तुम्ही मला शून्य गुण दिले आहेत."

त्यांनी मान हलवली, "मला तू केलेला कोणताही गृहपाठ मिळाला नाही."

"पण जर मी गृहपाठ केलाच नाही, तर तुम्ही त्याला गुण दिलेत तरी कसे?" मी रेटा चालूच ठेवला.

"मी एवढंच म्हटलं की मला तू केलेला कोणताही गृहपाठ मिळालेला नाही!" त्यांना नक्की काय म्हणायचं आहे हेच मला कळेना. "हे बघा सर, मला कळत नाही. मला तुम्ही शून्य गुण दिलेत. जर एखाद्याचा गृहपाठ तुम्हाला मिळालेलाच नाही तर तुम्ही त्याला शून्य गुण कसे काय देऊ शकता?"

जेकब सर सुस्कारले, "ठीक आहे, मी बघतो काय ते. मी कळवतो तुला."

मी इतकी रागात होते की त्या रात्री मला नीटशी झोप लागलीच नाही. दुसऱ्या

दिवशी जेकब सरांनी कळवलं की त्यांना अखेर माझा गृहपाठ मिळाला होता आणि त्यात मला ९६ गुण मिळाले होते. मी यावर काहीही म्हटलं नाही. फक्त शून्यावरून सर्व वर्गात जास्त गुण मिळाल्याबद्दल आनंदले मात्र जरूर होते.

पण मी यातून एक गोष्ट नक्की शिकले. मी हे शिकले की परंपरा, शक्ती यांना न जुमानता जर काही चूक किंवा बरोबर आहे यावर माझा विश्वास असेल आणि मी त्याचा पाठपुरावा केला, तर मी ते साध्य करू शकते आणि जर कोणी तुम्हाला खच्ची करायचा प्रयत्न करत असेल तर तुम्ही दुप्पट प्रयत्न करायचे असतात. मग तुम्हाला कोणीही हरवू शकत नाही. तुम्ही जिंकताच!

शाळेत माझी अजून एका मुलीशी मैत्री झाली होती, मू मू- आयुष्य हिच्याशी. ती एक वर्ष वरच्या इयत्तेत शिकत होती आणि वर्गातून नेहमीच पहिली यायची. तिचंही घर तळ्याच्या काठी असल्यानं शाळेतून घरापर्यंतच्या रस्त्यावरून जात असताना एके दिवशी आमची मैत्री झाली. मला तिच्या घरी जायला आवडायचं. तिच्या भावाकडे गिटार होतं. प्रत्येक संध्याकाळी आम्ही मू मूच्या घरी जमत असू आणि तो गिटारवर सराव करत असताना जोरजोरात गात असू.

मू मूच्या भावाला 'ता एह त्सो'- पहिलं प्रेम नावाचं करेन गाणं खूपच आवडायचं. ते लोकप्रिय करेन पॉप स्टार नॉ लेर तू- कुमारी सुवर्णरत्नानं गायलं होतं. ते गाणं असं होतं-

माझ्या पहिल्या प्रेमा,
तुझ्यावर माझं सर्वांत जास्त प्रेम आहे
मला तुझ्यासोबत राहायचं आहे
तूच माझी एक आशा
उंच या आभाळापेक्षा
खोल या सागरापेक्षा
माझं तुझ्यावर प्रेम आहे या सर्वांपेक्षा
माझ्या पहिल्या प्रेमा,
तुझ्यावर माझं सर्वांत जास्त प्रेम आहे
तेव्हा ये आणि माझ्या हृदयात राहा
तूच माझी एक आशा
आणि तूच माझा एक सहारा
उघडले मी प्रेमाच्या या दारा
ये आणि हृदयात बस माझ्या
मी माझं प्रेम राखून ठेवणार आहे. फक्त तुझ्याकरिता

ते गाणं ऐकताना मी खास कोणत्या व्यक्तीचा विचार करायचे असं नाही. मित्रांच्या गोतावळ्यात ते गाणं गाताना, एकत्र खिदळतानाच मला खूप आनंद व्हायचा. मू मूच्या घरी घालवलेली प्रत्येक संध्याकाळ अशीच असायची. रात्र झाली तरी चांदण्यांच्या प्रकाशात चमचमणाऱ्या तळ्याकडे पाहत आम्ही गात असायचो. कोणीही कधीही आम्हाला आमची तोंडं बंद ठेवायला सांगितली नाहीत. आमची आनंदी गाणी ऐकताना लोकांनाही आनंद व्हायचा. गाणी गाऊन मन भरलं की आम्ही काहीबाही शिजवायचो, खायचो आणि मखमखलीसारख्या वाटणाऱ्या वाढत्या काळोखात घरी परतायचो.

काही वेळा ए फ्यो पॉ देखील आमच्या बरोबर असायची. पण ती तिथं यायचं एक खास कारण होतं. ती मू मूच्या भावाची प्रेयसी होती. त्याचं नाव होतं ए केर तरे- सर्वांत लाडका. ए फ्यो पॉला प्रियकर होता यात नवल काहीच नव्हतं. सर्व मुलं तिच्या पाठी होती पण तिचं प्रेम फक्त ए केर तरेसाठीच राखीव होतं. जेव्हा ए केर तरे 'पहिलं प्रेम' गायचा तेव्हा ए फ्यो पॉ त्याच्या डोळ्यांत डोळे गुंतवून असायची. माझ्याकडे डोळे गुंतवावे असं कोणी नव्हतं पण त्यानं काही अडायचं असं नाही. एका मुलाला मी खूप आवडायचे. तो माझ्या बहिणीच्या वर्गात होता. एके दिवशी त्यानं मला पत्र लिहिलं. त्या पत्रात मलाही त्याच्याबद्दल तसंच वाटतं का, हे विचारलं होतं. तो खूपच लाजराबुजरा होता; त्यामुळे ते पत्रदेखील त्याच्या एका मित्रानंच माझ्यापर्यंत आणून पोहोचवलं होतं.

मी त्याला उलट लिहिलं की त्याची मैत्रीण होण्यास माझी काहीही हरकत नव्हती पण मला एवढ्यातच प्रियकर नको होता. माझ्या पत्रात मी त्याच्या बाबांच्या बागेतल्या दुरीयनचा उल्लेख केला होता. दुरीयनच्या झाडाला अतिशय उग्र वासाची पण चविष्ट फळं लागतात, जी मला खूप आवडायची. मी त्याला पत्रात म्हटलं होतं की त्याच्या बाबांच्या दुरीयनच्या झाडाची फळं काढायला मला त्याच्या घरी यायला आवडेल. ज्यातून असा अर्थ निघत होता की मला फक्त दुरीयनची फळं हवी होती, तो नव्हे. मी मू मू आणि ए फ्यो पॉला हे सांगितलं तेव्हा त्यांची हसूनहसून पुरेवाट झाली.

त्या प्रेमपत्रानंतरही मला अनेक जणांनी पत्रं लिहिली पण मी सर्वांना नकार दिला. का कोण जाणे, मला त्या घडीला प्रियकर नकोच होता. ए फ्यो पॉचा या बाबतीत मला पूर्ण पाठिंबा होता. तिनं म्हटलं की जर मला कोणी आवडत नसेल तर मी एकटीच राहणं योग्य होतं. माझी निवड मीच करायची होती.

आमच्या वयोगटात सर्वांनाच प्रेमात पडून लग्नं करायची होती. पूर्वी आपल्या मुलांनी कोणाशी लग्न करावं हे त्यांचे पालक ठरवायचे. पण अजूनही आपल्याला एखादा मुलगा आवडतो, असं मुलगी खुलेपणानं सांगू शकत नसे. आपल्याला

एखादी मुलगी आवडते हे एक मुलगा मुलीला पत्र लिहून सांगू शके, पण तेच मुलीनं करायचा प्रयत्न केला तर तिला आगाऊ समजलं जात असे; त्यामुळे काहीतरी चमत्कार होऊन त्या मुलाला ते आपोआप कळेपर्यंत वाट पाहण्याखेरीज त्या मुलीच्या हातात काही नसे.

पेर हे लू गावात ब्वा ब्वाच्या वर्गातल्या एका मुलीवर असाच आगाऊ असण्याचा आरोप केला गेला होता. ती सोळा वर्षांची होती आणि एके दिवशी शाळेत आलीच नाही. एक आठवडा ती शाळेत आलीच नाही तेव्हा शिक्षिकेनं काय चाललंय तरी काय याचा तपास घ्यायचा प्रयत्न केला तेव्हा कळलं की ती मुलगी गर्भवती होती. तिला शाळेतून तत्काळ काढून टाकण्यात आलं. तिच्या या अवस्थेला कारणीभूत असलेल्या मुलाशी तिचं लग्न लावून देण्यात आलं, पण साऱ्या प्रकरणाचा दोष त्या मुलापेक्षा तिच्यावरच आला. मूल जन्माला येईपर्यंत ती घराच्या बाहेर देखील पडली नाही. या प्रकरणानं उडालेला धुरळा बसायला कित्येक वर्षं लागणार होती.

माझ्या नव्या शाळेत नवा विषय होता तो म्हणजे बायबलचा अभ्यास. थेरा डो मोई- मोठे आयुष्य सर हे आम्हाला बायबल शिकवीत असत. त्यांच्या डोक्यावर काळ्या कुळकुळीत कुरळ्या केसांचं रान होतं. करेन लोकांमध्ये जवळजवळ असे केस नसतातच. बहुतेक लोकांचे केस माझ्यासारखे सरळसोट असतात. आम्हाला बायबलमधली वचनं आणि वेगवेगळ्या पात्रांच्या कथा पाठ करायला लागायच्या. त्याच्या परीक्षाही व्हायच्या; त्याचे गुण एकूण मार्कांत धरले जायचे नाहीत. पण चांगले गुण मिळाले तर बक्षीस मिळायचं; त्यामुळे अभ्यास करायला दुप्पट हुरूप यायचा. मला बक्षिसं मिळवायला नेहमीच आवडायचं!

बायबलमधल्या काही वचनांनी माझ्या डोक्यात घर केलं होतं जसं की, राणी एस्थरची कथा. पदरी अनेक गुलाम बाळगणाऱ्या राजाशी तिनं लग्न केलं होतं. राणी एस्थरच्या भावाला बंडखोरीच्या आरोपाखाली अटक करण्यात आली होती. त्याला सुळावर चढवण्यात येणार होतं. एस्थरला याबद्दल कळलं. तिनं राजाकरिता जंगी मेजवानीचं आयोजन केलं ज्यात तिनं तिच्या भावाची आणि इतर गुलामांची सुटका करावी, अशी मनधरणी केली. समंजस राजे नेहमीच क्षमाशील असतात असं तिनं आर्जव केलं. तिच्या मनधरणीनं राजाचं हृदय द्रवलं आणि त्यानं तिच्या भावाची आणि गुलामांची सुटका केली.

मला ही कथा आवडायची. ती एक नीतीकथा होती ज्यात आपल्या माणसांची मदत करण्याकरिता तिनं धाडस दाखवलं होतं. करेन लोकांचा कसा छळ होत होता हे मी पाहत होते आणि संधी मिळाली तर राणी एस्थरसारखं मलाही त्यांची मदत करण्याचं धाडस दाखवता यावं अशी आशा वाटत होती.

आणखी एक कथा आवडायची ती म्हणजे जोसेफची. इजिप्तमधल्या एका घरी गुलामासारखा राबणारा जोसेफ राजाचा सल्लागार बनतो आणि इजिप्तला दुष्काळापासून वाचवतो. या कथेतून मी धडा घेतला तो म्हणजे तुम्ही चांगल्या प्रकारे, प्रामाणिकपणे वागत राहिलात तर तुमचं आयुष्य आनंदी आणि परिपूर्ण बनतं. प्रामाणिकपणा आणि क्षमाशीलता हे कथेचे उत्कर्षबिंदू होते आणि आयुष्यभरासाठी अंगी बाणवावेत असे गुणसुद्धा!

नव्या शाळेत प्रवेश घेऊन अर्धं वर्षं झालं असेल नसेल, मी खूप आजारी पडले. काहीतरी खाण्यात आलं असावं किंवा खराब पाणी पोटात गेलं असावं. पण माझ्या आत काहीतरी भयंकर गडबड झाली होती. पोटातून भयंकर कळा येत होत्या. मला काही खाता येत नव्हतं, शौचाला बसता येत नव्हतं, इतकंच काय, तर धड चालताही येत नव्हतं. मी दिवसागणिक अधिकाधिक अशक्त होत चालले होते. आमच्या शाळेच्या बाजूला डॉ. सिंथिया माँग यांनी एक दवाखाना थाटला होता. डॉ. सिंथिया माँग यांनी ऑगस्ट १९८८ मध्ये रंगूनमध्ये झालेल्या हल्ल्यातून जीव वाचवून पळ काढला होता.

डॉ. सिंथियांनी सीमेवरील भागात दवाखान्यांची साखळीच उभी केली होती. त्या 'बॅकपॅक'ची सोय असलेले फिरते दवाखानेही चालवीत- मी लहान असताना त्या फ्रेंच दाम्पत्याने आणले होते तसे. त्या खूप मायाळू बाई होत्या आणि त्यांचा आदरही खूप वाटायचा. मी अशक्त होत चालले तशी आईची चिंता वाढली. अखेरीस तिनं मला डॉ. सिंथियांच्या दवाखान्यात न्यायचं ठरवलं.

मला तत्काळ ड्रीप लावली गेली. त्यावर काहीतरी इंग्रजीमध्ये लिहिलं होतं पण ते काय आहे हे वाचण्याइतकी शक्ती माझ्या अंगात उरली नव्हती. दिवस जात चालले, मी अजून ड्रीपवरच होते. शाळा सुटली की ए फ्यो पॉ, मू मू आणि बुलबुल मला बघायला येऊन जात. ब्वा ब्वा आणि स्लोन माझी सर्वतोपरी काळजी घेत होते. मला भात आणि चिकनचं सूप दिलं तरी उलटून पडत होतं.

मग तिथल्या वैद्यकीय अधिकाऱ्यांनी मला नेमकं काय होतं ते सांगितलं. मला गॅस्ट्रोएन्टेरायटीस झाला होता. मला पोटात वेदना होत होत्या, हातपाय वळून येत होते; ताप, अतिसारानं मी हैराण झाले होते आणि माझ्या पोटात अन्नाचा एक कण ठरत नव्हता. मी बरी होईपर्यंत माझी परिस्थिती किती गंभीर होती हे मला कळलं नव्हतं. मग आईनं सांगितलं की गॅस्ट्रोएन्टेरायटीसमुळे माझा मृत्यूदेखील ओढवू शकला असता. जगभरातील धर्मादाय संस्थांकडून निधी पुरवला जातो अशा डॉ. सिंथियांच्या दवाखान्यानं मला मृत्यूच्या दाढेतून खेचून आणलं होतं.

मला हे तेव्हा माहीत नव्हतं; पण माझा जीव वाचवण्याची डॉ. सिंथियांच्या दवाखान्याची ही अखेरची वेळ मुळीच नव्हती.

गोळ्या चुकवून पळताना

प्रत्येक महिन्यात एखाद्या शनिवार-रविवारी बाबा सुट्टी घेऊन घरी येत. आम्ही त्यांच्या भेटीकडे डोळे लावून बसलेले असायचो. एका संध्याकाळी ते घरी आले आणि त्यांनी सांगितलं की, पुढच्याच दिवशी ते गावात मोठी वार्ताहर परिषद घेणार आहेत. आमच्यापैकी कोण कोण त्यांच्याबरोबर येणार होतं? आता 'वार्ताहर परिषद' म्हणजे नेमकं काय हे आम्हाला कोणालाच माहीत नव्हतं पण बाबांबरोबर काहीही, कोणतंही काम करण्याची संधी कोण सोडणार होतं? आम्हाला सगळ्यांनाच त्यांच्या बरोबर जायचं होतं.

पुढच्या दिवशी भल्या सकाळी आम्ही परिषदेच्या जागेकडे निघालो. दर दोन मिनिटांनी कोणीतरी थांबे, बाबांना हाक मारे, अभिवादन करे ''यादोहा, शुभ प्रभात'' ते म्हणत. यादोहा म्हणजे करेन भाषेत आदरणीय नेता.

बाबाही त्याला अभिवादन करत. ते कसे आहेत, त्यांची मुलबाळं, कुटुंब कसं आहे हे विचारत. पण मला नाही वाटत ते यापैकी कोणालाही याआधी कधी भेटले असतील. लोकांना बीबीसी वर्ल्ड सर्व्हिस किंवा व्हॉईस ऑफ अमेरिकावरच्या बातम्या ऐकून किंवा त्यांचे लेख वाचल्यानं बाबा माहीत होते. त्यांची लहानी म्हणून त्यांच्या बरोबर चालताना मला खूप अभिमान वाटत होता. माझे बाबा खूप खास व्यक्ती होते, माझ्यासाठीच नव्हे तर सर्वांसाठीच.

परिषदेच्या जागेवर पोहोचलो तेव्हा शेकडो लोक आधीच जमा झाले होते. बाबा वक्त्यांबरोबर व्यासपीठावर जाऊन बसले आणि आम्ही प्रेक्षकांमध्ये बसलो. केएनयूचे नेते जनरल सॉ बो म्या दोन शब्द बोलले. ते म्हणाले की बर्मी सैन्यानं करेन चळवळ, करेन गावं आणि करेन नागरिक यांच्याविरुद्ध युद्ध पुकारलं आहे. केएनयू राजकीय पद्धतीनं या समस्येचं निराकरण करायचा प्रयत्न करत आहे आणि हे करतानाच आपल्या लोकांचं संरक्षण व्हावं म्हणून प्रयत्न देखील करत आहे.

लोकशाही चळवळीचा एक नेता, जो बाबांचा मित्र होता, त्यानं पुढील भाषण

केलं. पण तो बर्मी भाषेत बोलत होता; त्यामुळे काहीही समजलं नाही. पण लोक टाळ्या वाजवीत होते; त्यावरून तो जे काही बोलतो आहे ते चांगलंच असावं असा कयास मी केला. तिथं खूप सारे पत्रकार जमले होते. ज्यातले बरेच जण थाई आणि बर्मी प्रसिद्धी माध्यमांकडून आले होते.

बाबा सर्वांत शेवटी बोलले. ते अतिशय कसबी वक्ते होते. प्रेक्षकांना गुंगवून कसं ठेवावं, बांधून कसं ठेवावं हे त्यांना चांगलंच माहीत होतं. त्यांनी दोनच मुद्दे मांडले पण दोन्ही अतिशय हृदयस्पर्शी होते. पहिला होता स्लॉर्कनं आमच्याविरुद्ध युद्ध छेडल्यानं आपण आपल्या लोकांचं सशस्त्र संरक्षण करण्याचा आणि दुसरा म्हणजे कोणाचा कोणताही वंश असू दे, लोकशाहीवर विश्वास असणाऱ्या प्रत्येकानंच एकमेकांसोबत मिळून काम करण्याचा. आम्हाला एकाच शत्रूविरुद्ध एक होऊन लढायचं होतं, जो होता लष्करी हुकूमशाही.

बाबा जे काही म्हणत होते त्यावर लोक टाळ्या वाजवीत होते, प्रोत्साहन देत होते. बाबांना सार्वजनिक ठिकाणी भाषण देताना मी पहिल्यांदाच पाहत होते आणि मला अचानक बाबांची एक नवी आणि अद्‌भुत बाजू दिसायला लागली होती. मग ते त्यांच्या नेतृत्वाखाली तयार झालेल्या शांतता मंडळाबद्दल बोलले. स्लॉर्कच्या जनरलबरोबर थेट बोलणी करणं, त्यांच्याबरोबर सामंजस्याचा करार करणं, शांतता प्रस्थापित व्हावी म्हणून प्रयत्न करणं हे त्या मंडळाचं उद्दिष्ट होतं. चार वेळा बोलणी झाली पण चारही वेळा जनरलनं विनाअट शरणागतीची मागणी केली होती.

माझ्या बाबांनी त्यांना समजावयाचा प्रयत्न केला की, स्लॉर्कनं सर्वप्रथम आपलं सैन्य करेन भागातून मागं घ्यावं. गावं जाळणं, स्त्रियांवर बलात्कार करणं, लहान मुलांना ठार करणं बंद करावं. एवढं केलं तरी आमच्या बाजूनं होणारा सशस्त्र प्रतिकार थांबू शकतो. पण चळवळीनं सर्वप्रथम शस्त्रांचा त्याग करावा यावर जनरल अडून बसले होते. विनाअट शरणागतीत काही अर्थ नव्हता आणि स्लॉर्कला समझोत्यात काही रस नव्हता. यावर काही राजकीय तोडगा निघू शकतो का किंवा काही तडजोडी केल्या जाऊ शकतात का यावर चर्चा करायला त्यांनी साफ नकार दिला.

"जर ते आपल्या शेतकऱ्यांना गोळ्या घालणं, निष्पाप, निरपराधांवर बलात्कार करणं, त्यांना ठार करणं बंद करणार नसतील तर आपण जनरलबरोबर निर्भेळ बोलणी कशी काय करू शकतो?'' बाबांनी म्हटलं. "आपण का शस्त्रं खाली ठेवायची? त्यांना आपली गावं जाळू द्यायची का? ते नकार देत असताना निर्भेळ बोलणी कशी काय होऊ शकतील?''

परिषदेनंतर बाबांना प्रसिद्धीमाध्यमांनी मुलाखतीकरिता गराडा घातला. मी माझ्या बहिणीकडे वळले, "वॉव! कसलं मस्त भाषण होतं ना? ते असं बोलतात तेव्हा

किती खंबीर वाटतात! मला हे माहीतच नव्हतं.''

बाबा चळवळीत काहीतरी महत्त्वाचं काम करतात हे ब्वा ब्वा आणि मला माहीत होतं पण ते नेमकं काय हे माहीत नव्हतं. आता कुठं आम्हाला ते कळलं. जनरलशी समोरासमोर बोलणी करण्याचा धोका पत्करून ते रंगूनला गेले होते आणि विनाअट शरणागतीचा आणि माघार घेण्याचा पर्याय त्यांनी नाकारला होता. अशा प्रकारच्या गोष्टी त्यांच्याकडून ऐकण्याची ही पहिलीच वेळ होती. बाबा या गोष्टी घरात कधीच बोलायचे नाहीत. कारण आम्ही काय विचार करावा हे त्यांनी ठरवावं असं त्यांना वाटत नव्हतं. आम्हाला आमचं मत बनवण्याचं पूर्ण स्वातंत्र्य असावं असं त्यांना वाटत होतं.

त्या संध्याकाळी मला बाबांना सांगायचं होतं की मला त्यांचा किती अभिमान वाटतो. ते माझे हीरो होते हे मला त्यांना सांगायचं होतं. पण बाबांना भेटायला खूप सारे लोक येत होते; त्यामुळे त्यांच्याजवळ दोन मिनिटं बसून त्यांच्याशी बोलण्याची संधी मिळालीच नाही. दुसऱ्या दिवशी ते कामाकरिता निघून गेले.

काही दिवसांनंतर शाळेतून परत येताना मला एक ओळखीची व्यक्ती माझ्या दिशेनं येताना दिसली. माझ्या हृदयाचा एक ठोकाच चुकला. माझा विश्वासच बसेना! तो से से होता!

मी पळतच गेले आणि त्याच्या गळ्याला जाऊन लटकले. इतकं की, तो पडण्याच्याच बेतात होता. मला इतका आनंद झाला होता. से सेच्या परतण्यानं ब्वा ब्वा बिचारी आनंदाश्रू ढाळत होती. घरी परतलो तेव्हा आईनं त्याच्याबद्दल लगेच तक्रारी करायला सुरुवात केली. आज से सेसाठी जंगी मेजवानी असणार आहे असंही तिनं जाहीर केलं. पण से सेकडे थांबायला वेळ नव्हता. सकाळचा गारगुट्ट भात उरला होता. त्यानं तोच गपागप खायला सुरुवात केली. बिचारा से से भुकेला होता. त्याची अक्षरशः उपासमार होत होती असं दिसत होतं. त्या उरलेल्या भातामधला कण न कण त्यानं संपवला. तो वाडगा चाटूनपुसून स्वच्छ केला. तो वाडगा जमिनीवर ठेवला आणि आमच्याकडे पाहिलं.

''तुम्ही धान्याचा कणही वाया घालवता कामा नये– कधीही.'' तो म्हणाला, ''धान्याचा एक कणही न फेकायला मी शिकलो आता.'' आमच्यापासून दूर राहून काढलेल्या वर्षांमध्ये से से बदलला होता. अकाली प्रौढ झाला होता. आघाडीवर असताना त्यानं बरंच काही भीषण बघितल्याचं त्याच्या डोळ्यांत दिसत होतं. आम्ही जिथं राहत होतो तिथपासून दूर उत्तरेला पापुन परगण्यात से सेला पाठवण्यात आलं होतं. पहिल्यांदा तो शत्रूशी लढत होता. पण त्यानंतर त्याच्याकडे युद्धबळींना मदत करण्याचं काम सोपवण्यात आलं होतं. हजारो माणसं बेघर झाली होती, पळतीवर होती आणि त्यांना जंगलातून सुखरूपपणे पोहोचवण्याचं काम से सेला देण्यात

आलं होतं. त्या लोकांची उपासमार होत होती, तो म्हणाला. पण त्यांना द्यावं असं त्याच्याकडेही काहीच नव्हतं. लोकांना उपासमारीनं मरताना पाहणं त्याला भाग पडलं होतं. काहींना वाचवण्याचा त्यानं प्रयत्नही केला होता पण आकाशच फाटलं तर ठिगळ तरी कुठे-कुठे लावणार? बहुतेक वेळा खूप लहान मुलं आणि वृद्धांचे हाल-हाल व्हायचे कारण ते सर्वांत कमजोर असायचे. त्याला या सर्वांतून जावं लागलं याबद्दल आईला हळहळ वाटली पण से सेचं मत वेगळं पडलं. अशा गोष्टी पाहायला मिळाल्या; त्यामुळे वास्तवात काय चाललं आहे याबद्दलचं सत्य जाणून घेता आलं आणि त्यासाठी याहून वेगळा मार्ग दुसरा नव्हता असं त्याला वाटलं.

त्या संध्याकाळी मात्र आम्ही साग्रसंगीत जेवण घेतलं. असं जेवण बऱ्याच वर्षांत केलं नसल्याचं से से म्हणाला. पापुनमध्ये तो कायम फिरतीवर असायचा. तो आणि ज्या लोकांचं संरक्षण करण्याकरिता तो फिरत होता ते लोक जर एकाच जागी फार काळ राहिले असते तर स्लॉर्कच्या सैनिकांनी त्यांना शोधून काढलं असतं आणि हल्ला चढवला असता. त्यानं आम्हाला कितीतरी भयंकर गोष्टी सांगितल्या. करेन स्त्रियांवर झालेले सामूहिक बलात्कार, अत्यंत हिडीस रीतीनं त्यांचे केलेले खून, कारणाशिवाय शेतकऱ्यांना घातलेल्या गोळ्या, रक्तबंबाळ अवस्थेत शेतावरच पडल्या पडल्या त्यांचे झालेले मृत्यू, वेठबिगारीचं काम करणारे गावकरी, त्यांचा सावकाश झालेला वेदनादायक मृत्यू आणि आणखीही कितीतरी गोष्टी.

गावं उभीच्या उभी जाळली जात होती. पूर्ण कुटुंबं जिवंत जाळली होती. शत्रूच्या सैनिकांना मारायला मिळालं नाही तर मुलांना मलेरिया, कॉलरा गाठायचा किंवा आत्यंतिक भुकेनं तरी त्यांचा मृत्यू व्हायचा. नरक कसा असू शकेल याचं ते मूर्तिमंत उदाहरण होतं.

पापुन इथून किती लांब आहे हे मी से सेला विचारलं. इथून ते फारच दूर आहे हे कळल्यावर माझ्या जिवात जीव आला. आम्ही आतापुरतं तरी सुरक्षित आहे, असं तो म्हणाला. गावाला तसा काही धोका नव्हता.

"तू आम्हाला कसं शोधून काढलंस?" आईनं विचारलं, "आम्ही कुठं आहोत हे तुला कळलं तरी कसं?"

"बाबांनी सांगितलं." तो उत्तरला, "त्यांनी माझ्या तुकडीच्या कमांडरकडे निरोप पाठवला. इथं पोहोचायला मला एक महिना तरी लागला असेल."

से से आमच्याबरोबर एक आठवडा राहिला. या काळात तो आईला तिच्या मळ्यात मदत करायचा, तिनं त्याच्याकरिता बनवलेलं सुग्रास जेवण चवीनं खायचा. तो इतका बारीक झाला होता की त्याला पाहून सापळ्याची आठवण येत होती. त्याचं पोट खपाटीला गेलं होतं. त्याला कधी पुरेसं खायला मिळालं नसावं. सैन्यात भरती व्हायला गेला तेव्हा तो कितीतरी दणकट आणि सशक्त होता. आघाडीवर

घालवलेल्या वर्षांनी त्याचं काय करून टाकलं होतं; यावर विश्वास ठेवणं खूप कठीण जात होतं.

आमची एक मावशी देखील आमच्याबरोबर राहायला आली होती. ती काही नात्यातली नव्हती पण ती माझ्या आईला बहिणीसारखीच होती. आम्ही मानेरप्लॉत राहायचो तेव्हापासून तिला ओळखत होतो. तिचं या जगात कुणीही नव्हतं; त्यामुळे मे रा मोह छावणीत ती आमच्याबरोबरच राहायची. आता पुन्हा एकदा ती आमच्याबरोबर राहायला आली होती. तिला बघून आम्ही सर्वच आनंदलो होतो.

से से परतल्याबद्दल मला खूप आनंद झाला होता खरा, पण तो कितीतरी बदलला होता. तो नेहमी शांत आणि आपल्याच विचारांमध्ये हरवलेला असायचा. त्यानं जे काही अमानुष प्रकार बघितले होते तो ते कधीतरी विसरू शकणार होता का याचा विचार मी करत होते. त्या सर्व प्रसंगांनी त्याला खूप धक्का बसला असल्याचं सरळसरळ कळत होतं आणि कोणाला बसला नसता म्हणा? त्या आठवड्यात बाबा घरी आले तेव्हा त्यांनी सांगितलं की से से त्यांच्याबरोबर त्यांच्या कामाच्या ठिकाणी काम करणार होता. चला! म्हणजे किमान त्याला आघाडीवर परत जायला लागणार नव्हतं.

बाबा आणि से सेच्या घरी असण्यानं आम्हाला सर्वांनाच हुशारी आल्यासारखं झालं होतं. मे रा मोह छावणीतल्या वास्तव्यापासून चिडचिडत असलेली आई तर खास करून आनंदी दिसत होती. या नव्या गावातील आयुष्यात आम्ही खूप खूश होतो. आयुष्य मूळ पदाला आल्यासारखं वाटत होतं. पण से सेच्या तोंडून ऐकलेल्या त्या भयंकर कहाण्यांनी बाहेर कुठेतरी भीषण अंधकार आहे हे विसरता येत नव्हतं. नव्या गावात अजून तरी शांतता नांदत होती आणि ती तशीच राहावी याकरिता मी प्रार्थना करत होते. मला अभ्यास करायचा होता. मित्रमैत्रिणींबरोबर मजा करायची होती. मला युद्धाचा विचारही नको होता.

मी इंग्रजी आणि गणित या विषयांत उत्तम होते. आम्हाला गणित शिकवणाऱ्या करेन स्त्रीचं नाव होतं थेरामू बेबी- बेबी बाई. आमच्या सहामाही परीक्षेत १०० पैकी १०० गुण मिळवणाऱ्याला तिनं एक बक्षीस जाहीर केलं होतं : एक कप कॉफी! याआधी मी फक्त खास प्रसंगी किंवा फार तर मी आजारी असताना कॉफी प्यायले होते. आम्ही इन्स्टंट कॉफी आणि दाट दुधाचा वापर करून कॉफी बनवायचो. ती गोड, दुधाळ आणि स्वादिष्ट लागायची.

मी थेरामू बेबींचं ते बक्षीस पटकवायचा निर्धारच केला. मी त्या परीक्षेकरिता व्यवस्थित अभ्यास केला आणि मला खात्री होती की मला १०० पैकी १०० गुण मिळणारच. पण कसं काय कुणास ठाऊक, थेरामू बेबींनी मला ते कॉफीचं बक्षीस काही दिलंच नाही. मी चरफडले पण जेकब सरांकडून शून्य मिळण्यापेक्षा हे कधीही

बरं असा विचार मी केला.

पण त्यांना मी याबद्दल काही विचारायला जाणार त्याआधीच शत्रूनं आमच्या गावावर हल्ला केला.

आमची वार्षिक परीक्षा ९ फेब्रुवारी १९९७ ला सुरू झाली. आम्ही गेल्या मार्चमध्ये या नव्या गावात आलो होतो. म्हणजे आम्हाला गावात येऊन एक वर्ष होत आलं होतं. ११ फेब्रुवारीला राष्ट्रीय करेन दिवस साजरा केला जातो; त्यामुळे त्या दिवशी परीक्षा नव्हती. गावातल्या चौकात भाषणं होणार होती आणि सर्व जण प्रसिद्ध घोषणा देत प्रभातफेरी काढणार होते.

सोहळ्यानंतर शाळेतल्या एका मैत्रिणीनं मला तिच्याबरोबर तिच्या घरी चलण्याची विनंती केली. तिला काही गणितं अडली होती. मी वैतागले. दुसऱ्या दिवशी गणिताचाच पेपर होता आणि मला माझा अभ्यास करायचा होता. आमच्या घराच्या मागे एक डोंगर होता. तिथल्या तलावाचं मनोहर दृश्य दाखवणारी एक जागा मी साफसूफ केली होती. मला तिथं बसून शांतपणे अभ्यास करता यायचा. मैत्रिणीला अडलेली गणितं सोडवण्यात एक तास झाला असेल नसेल तेवढ्यात मला खालून जोरजोरात हाका मारलेल्या ऐकू आल्या.

"लहाने! लवकर खाली ये! लवकर!"

ती माझी आई होती. आम्ही धावतच डोंगर उतरलो आणि पाहतो तर काय, आई तिच्या गोष्टी घाईघाईनं बॅगांमध्ये कोंबत होती. तिनं माझ्याकडे बघितलं. मला तिच्या डोळ्यांत तोच जुना, भयभीत भाव दिसला. "आपल्यावर हल्ला झाला आहे! लवकर बॅग भर. आपल्याला पळायला लागेल." ती हाताला लागेल ते बॅगेत कोंबतच म्हणाली.

तिनं हे म्हटल्या म्हटल्या गावाच्या पलीकडून कर्णकर्कश आवाज ऐकू आला. जंगलात कुठंतरी मॉर्टर बॉंब फुटला होता. माझी मैत्रीण घाबरून एका जागेवरच खिळून होती.

"धाव अगं!" माझी आई अक्षरशः ओरडली, "आई-बाबांना शोध! पळ."

यावर तोंडातून चकार न काढता माझी मैत्रीण पळत सुटली. मी बसलेल्या धक्क्यातून अजून सावरले नव्हते. मला गोंधळायला झालं होतं. शत्रू कसा काय इथं येऊ शकतो? आता? यावेळी? माझी नववीची परीक्षा चालू असताना? काय करू आता? काय काय बॅगेत भरू?

"नुसती उभी नको राहूस तिथं." आई माझ्यावर ओरडली, "बॅग कुठं आहे तुझी? आपण मागच्या वेळी भरलेली? चल लवकर भर बॅग."

माझ्या आईच्या किंचाळण्यानं मी भानावर आले. मॉर्टर बॉंबचे आवाज जसजसे जवळ येत चालले होते तशी मी माझ्या काळ्या बॅगेत भराभरा गोष्टी कोंबायला

सुरुवात केली. आता तर बंदुकीच्या फैरी झाडल्याचेही आवाज ऐकू येत होते. हा तर असा आवाज होता जो आयुष्यात पुन्हा कधी ऐकावा लागू नये म्हणून मी करुणा भाकायचे. तो आवाज जवळ येत चालला होता. तळ्याच्या पलीकडून लोकांच्या घाबरलेल्या किंकाळ्या ऐकू येत होत्या.

मी बघितलं, लोक गावातून पळ काढत होते. पुरुष, स्त्रिया, मुलं सर्वच जण जीव वाचवायला थाई सीमेच्या दिशेनं पळत सुटले होते. लहान मुलं पळताना अडखळत होती, पडत होती; रडत स्फुंदत होती. त्यांचे आईबाप त्यांच्यावर ओरडत त्यांना पुन्हा उभं करत आपल्याबरोबर फरपटत नेत होते. यावर दचकून ती मुलं पुन्हा हमसत होती. कसं काय? हे पुन्हा कसं काय घडू शकतं? मी विचार करत होते.

हल्ल्यांचे आवाज जवळजवळ येऊ लागले. मी माझी बॅग खांद्याला लावली. अरे परमेश्वरा! माझ्या डोक्यात अचानक विचार आला, त्यांनी मला पकडलं तर माझं आयुष्यच संपुष्टात येणार होतं. पापुनमध्ये पकडून कैद केलेल्या स्त्रियांचं काय झालं होतं हे से सेनं आम्हाला नुकतंच ऐकवलं हातं. स्लॉर्कचे सैनिक आम्हा सर्वांवर बलात्कार करणार होते. मी भीतीनं गळाठून गेले.

"तू तयार आहेस का?" आई माझ्यावर ओरडत होती, "काय म्हणते मी? चल!"

तिनं स्वयंपाकघरातलं भांडं घेतलं आणि त्यातला थंडगार भात आम्हा सर्वांच्या तोंडात कोंबला. मग तिनं जवळजवळ ढकलतच मला घराबाहेर काढलं.

"सर्व जण आता पळा!" एखाद्या सैनिकी तुकडीला आदेश दिल्यासारखी ती म्हणाली, "सीमेपर्यंत पोहोचेपर्यंत अजिबात थांबायचं नाही, पळा!"

स्लोन, ब्वा ब्वा, मावशी, आई आणि मी सर्व जण पळत निघालो आणि इतस्तत: धावणाऱ्या गर्दीत जाऊन मिसळलो. गावात हजार एक तरी लोक राहत होते. सर्वच जण त्या गर्दीत आपल्या कुटुंबीयांना शोधत होते, हाताला लागेल ती उपयोगी वस्तू आपल्याबरोबर घेण्याचा प्रयत्न करत होते. जिथं बघावं तिथं ओरडणारी आणि किंचाळणारी माणसं दिसत होती, घाबरून रडत होती. या सर्व आवाजाच्या वर बंदुकीच्या फैरींचे आवाज ऐकू येत होते. मध्येच जगातल्या सर्वच्या सर्व खिडक्यांच्या काचा एकाच वेळी खळ्ळकन फुटल्यावर येईल तसा मॉर्टर बॉंब फुटल्याचा बूऽम आवाज येत होता. कधी-कधी एकच बॉंब तर कधी-कधी लागोपाठ तीन तीन बॉंब फुटल्याचे आवाज यायचे. इतके सारे जण पळत असल्यानं सर्वत्र धुरळा उडत होता. त्यानं गुदमरायला होत होतं. मला काही दिसत नव्हतं. मी प्रचंड घाबरले होते.

ब्वा ब्वा आणि स्लोन माझ्यापुढे धावत होते, मावशी माझ्या मागे तर आम्हाला हल्या हल्या करत पिटाळत आई सर्वांत मागं होती. अजून एक मॉर्टर बॉंब फुटला.

तो इतका जवळ फुटला होता आणि त्याचा आवाज इतका मोठा होता की, मी पडलेच. ''ऊठ, पळायला लाग.'' आई करवादली तशी मी उठून पुन्हा पळायला सुरुवात केली.

दर पाच मिनिटानं ब्वा ब्वा नजरेआड होत होती. त्यानंतर ती पुन्हा कधीच दिसणार नाही या विचारानं मला प्रचंड घाबरायला होत होतं. धूळ तर इतकी होती की रात्र झाल्यासारखी वाटत होती. मला श्वास घेता येत नव्हता. मला काहीही दिसत नव्हतं, धावूनधावून माझ्या पायात गोळे आले होते. फुफ्फुसं ओढल्यासारखी झाली होती आणि प्रचंड भयानं पूर्ण शरीर थरथर कापत होतं. मला फक्त एवढं माहीत होतं की, पळत राहायला हवं; नाहीतर मी मारली जाणार. पळण्याचा वेग जरा जरी कमी झाला तरी मागून आई ओरडे ''पळ!'' आणि आम्ही पुन्हा एकदा वेगात पळायला सुरुवात करत असू.

दुसरा मॉर्टर बॉंब फुटला त्यानं मी इतकी दचकले की पुन्हा जमिनीवर आपटले. त्याचा आवाज इतका प्रचंड होता की माझ्या कानात काहीतरी फाटल्यासारखं झालं आणि मला व्यवस्थित ऐकू येईनासं झालं. ''थांबू नकोस! पळ!'' पुन्हा आई ओरडली, मी पुन्हा उठले आणि पळायला सुरुवात केली. मला रडायचं होतं पण त्यावेळी ती चैन मला परवडणारी नव्हती. मला पळतच राहायचं होतं.

आमच्या सभोवतालची सर्वच माणसं पळत होती. त्यात लहान लहान मुलं असलेली कितीतरी कुटुंबं होती. त्यांच्या आईबापांना सर्वांनाच उचलून घेता येत नव्हतं. छोटी छोटी मुलं त्या धुळीच्या लोटात काही न दिसल्यानं अडखळून पडत होती, भीतीनं किंचाळत होती. एखादं छोटं मूल किंवा नवजात अर्भक हातात घेतलेले त्यांचे आईबाप त्यांना पुढंपुढं ढकलत होते. मला त्यांना मदत करायची होती पण ते शक्य नव्हतं. मला त्यांना उचलून घेता आलं नसतं कारण मला ते पेलवलं नसतं आणि आईनं मला असं करू दिलं नसतं. तिला तिच्या स्वत:च्या मुलांचं संरक्षण करायचं होतं. तिनं तसा चंगच बांधला होता.

माझी बॅग इतकी जड होती की काही वेळानंतर मी ती पाठीवरून काढून डोक्यावर घेतली आणि पळायला लागले. शरीरातलं हाडन् हाड दुखत होतं. मला दोन मिनिटं थांबून विश्रांती घ्यायची होती पण मला ती घेता येणार नव्हती. बर्मी सैन्याच्या हाती लागले असते तर माझ्यावर बलात्कार केला गेला असता. माझा छळ केला गेला असता. सैनिक मला मारहाण करत असल्याचं चित्र माझ्या डोळ्यांसमोर आलं आणि मी आणखी जोरात पळायला सुरुवात केली. बूऽम– आणखी एक मॉर्टर बॉंब फुटला आणि मी पुन्हा एकदा पडले. त्या धुळीच्या लोटात मी आंधळेपणानं चाचपडत पुन्हा माझी बॅग शोधत होते. ''चल पुढे!'' आई ओरडली तशी मी पळायला लागले.

आमचं पूर्ण कुटंब एकत्र होतं हे आमचं सुदैवच म्हणायचं. आपल्या बायकापोरांना हाका मारत शोधणारे अनेक पुरुष आमच्या बाजूनं जात होते. वृद्ध माणसांची आपल्या कुटुंबांपासून ताटातूट झाली होती, ते मदतीची याचना करत होते. या सर्वांत धुळीचं साम्राज्य होतं, स्फोट होत होते, गोळ्यांचे आवाज ऐकू येत होते. माणसं, प्राणी सर्वच ओरडत होते. हे जे काही घडत होतं त्यावर माझा विश्वास बसत नव्हता. एका तासापूर्वी तर सगळं शांत होतं!

शेवटी एकदाचे आम्ही जंगलाच्या टोकाला असलेल्या रस्त्यापाशी येऊन पोहोचलो. तो रस्ता आम्हाला थायलंडपर्यंत सुरक्षित घेऊन जाऊ शकणार होता. तिथपर्यंत पोहोचायला आम्हाला फार फार तर तीस मिनिटं लागली असतील पण आम्हाला कित्येक युगांचा प्रवास केल्यासारखं वाटत होतं. त्या कच्च्या रस्त्यावर आलो तसे आम्ही पळायचे थांबलो. त्या छोट्याशा रस्त्यावर लोकांची दाटी झाली होती आणि वातावरणात धूळ साचून राहिली होती.

आता मागून येणारे स्फोटांचे आणि बंदुकांचे आवाज वाढले होते. आम्हाला पळून जाण्याकरिता पुरेसा वेळ मिळावा म्हणून केएनएलए सैनिकांनी गावाकडे धाव घेतली होती पण केएनएलए सैनिकांची संख्या बर्मी सैन्यासमोर कमी पडणार हे आम्हाला माहीत होतं; त्यामुळे बर्मी सैनिक आमचा माग काढत इथवर येतील अशी भीती आम्हाला वाटत होती.

रस्त्यावर पुढे चालायला लागलो तेव्हा अंधार पडायला सुरुवात झाली होती. त्या रस्त्यावर मोठमोठे खड्डे होते. टायरच्या, बैलगाड्या गेल्याच्या खुणा होत्या. मी वारंवार अडखळून पडत होते, आधीच खरचटलेल्या गुडघ्यांना आणखी दुखापत होत होती. एक वेळ पडून माझा पाय मुरगळला; त्यामुळे प्रत्येक पाऊल टाकताना जीव चालला होता. पण आमच्या मागे आई होतीच- आम्ही थांबलो तर आम्हाला पुढे ढकलायला.

आमच्यासारखेच शेकडो लोक त्या अंधारातून चालत होते. सुरक्षित जागी लवकरात लवकर पोहोचू देत अशी मनोमन प्रार्थना करत होते. कुणीच बोलत नव्हतं. आम्हाला खूप मोठा धक्का बसला होता. आम्ही खूप थकून, गळून गेलो होतो आणि आम्ही तोंडातून एखादा शब्द काढायलाही घाबरत होतो– बर्मी सैन्य मागावर असेल आणि त्यांना ऐकू गेलं तर काय होईल म्हणून. याचकरिता आम्ही टॉर्चही वापरत नव्हतो. फक्त रस्त्यावरून चालणाऱ्या लोकांच्या पावलाचे आवाज येत होते किंवा लहान बाळांच्या, मुलांच्या रडण्याचे. रडणं संपतच नव्हतं. 'चालत राहा... चालत राहा...' मी स्वत:ला बजावत होते. चालत राहणं हा जणू माझा धर्म होऊन बसला होता. माझ्या सर्व जाणिवा चालण्याभोवतीच एकवटल्या होत्या. माझ्या पायांना रग लागली होती. प्रत्येक पाऊल उचलताना कष्ट पडत होते. पण

आतून इशारा येत होता 'चालत राहा...चालत राहा...'

ती एक लांबलचक रात्र होती. संपतच नव्हती काही केल्या. शेवटी एकदाचा आम्हाला त्या अंधारात पहिला प्रकाश दिसला आणि रस्त्यावर पुढे उभा असलेला सैनिकही. मी आणि ब्वा ब्वा भीतीनं तिथेच गारठलो पण आईनं आम्हाला चालत राहायला सांगितलं, "काही काळजी करू नका, ते थाई सैनिक आहेत." त्या सैनिकानं टॉर्च दाखवून आम्हाला पुढे जायचा इशारा केला. पुन्हा एकदा आम्ही थायलंडमधील निर्वासित बनलो होतो.

सीमेलगतच एक छोटीशी छावणी होती, जिथं पहिल्यापासून आलेले, घाबरलेले आणि प्रचंड थकलेले करेन निर्वासित होते. आम्ही छावणीत प्रवेश करते झालो.

ब्वा ब्वा, स्लोन आणि मी जमिनीवर कोसळलो पण आई? आईनं आमच्याकरिता भात रांधायला सुरुवात केली होती. तिनं आम्हाला सुरक्षितरीत्या इथवर आणलं होतं. ती देखील कमालीची थकली होती पण आता तिचं पहिलं प्राधान्य होतं आम्हाला खाऊ घालणं.

जिथवर नजर पोहोचेल तिथवर झाडाला टेकून बसलेल्या, जमिनीवर ओणवलेल्या लोकांच्या सावल्या दिसत होत्या. त्यात वृद्ध माणसं होती, मुलं होती, मुलांना पाजत असलेल्या बाया... जिथं पाहू तिथं धुळमटलेले, घाबरलेले नव्या गावचे रहिवासी दिसत होते. काहींच्या जखमा बँडेजमध्ये बांधल्या होत्या. वस्तू इथंतिथं विखरून पडल्या होत्या. प्रत्येकाच्याच चेहऱ्यावर एक शून्य, भकास भाव होता. कालपर्यंत ते आमचे शेजारी आणि मित्र होते पण आज आम्ही सर्वच जण बेघर आणि निर्वासित होतो.

जंगलातून प्रवास करताना आमच्या शरीराला जळवा लागल्या होत्या. मच्छरांनी आम्हाला फोडून खाल्लं होतं. त्यापेक्षा इथं जरा बरी परिस्थिती होती. सर्व कुटुंबं एकत्र बसली होती. किमानपक्षी आम्ही थायलंडपर्यंत येऊन पोहोचलो होतो, जे आम्हाला थोडंफार का होईना संरक्षण पुरवू शकत होतं.

खूप थकले होते तरी माझ्या मित्रमैत्रिणींचं काय झालं हे आजूबाजूला चौकशी करून विचारल्याशिवाय मला राहवलं नाही. माझ्या वर्गमित्रांपैकी एक- आकाशातला तारानं मागं राहून लढायचा निर्णय घेतला होता. स्त्रियांना, मुलांना पळायला वेळ मिळावा म्हणून त्यानं तसं करायचा निर्णय घेतला होता. त्यात त्याला त्याचा जीव गमवावा लागला होता. गावात पहिल्या मॉर्टर बाँबनं आकाशातल्या ताऱ्याच्या चिंधड्या उडवल्या होत्या.

इतर मित्रांपैकी बुलबुल कुठंही दिसत नव्हती. मू मू आणि ए फ्यो पॉचंही चिन्ह नव्हतं. धक्क्यानं खचून गेलेल्या त्या माणसांच्या घोळक्यात मी त्यांना सर्वत्र शोधत फिरले पण ते कुठंही दिसले नाहीत. ते निसटले असू देत अशी प्रार्थना मी केली.

त्यांच्यापैकी कुणीही बर्मी सैनिकांच्या हाती लागलं असेल ही कल्पना देखील मला सहन होत नव्हती.

झाडाखाली बसलेल्या लोकांमध्ये मला टॉम सर आणि जेकब सरही दिसले. शत्रूनं आमच्यासारखंच त्या गोऱ्या लोकांनाही जीव मुठीत धरून पळ काढायला भाग पाडलं होतं. फरक एवढाच होता की, त्यांच्याकडे पासपोर्ट होता आणि त्यांना त्यांच्या देशात कधीही परतण्याचं स्वातंत्र्य होतं. पण आम्ही? सीमेच्या पलीकडे पाऊल टाकताच आमचं अस्तित्व पुसलं गेलं होतं.

पुन्हा एकदा परदेशी मातीतल्या अनधिकृत निर्वासितपणाचा ठप्पा आमच्या भाळी लागला होता.

पुन्हा एकदा निर्वासितपण

करेन लोकांवरील हल्ल्यांची जी नवी लाट उठली होती त्यानं हजारो, लाखो लोक निर्वासित झाले होते आणि ते सर्वच्या सर्व आता नोह पो नावाच्या थाई-करेन गावाच्या पट्ट्यात विखुरले होते. आम्हीही त्यांच्यापैकीच एक होतो. पहिल्या छावणीशी तुलना करायची झालीच तर या छावणीला यूएनची अधिकृत छावणी अशी ओळख तरी होती.

पुन्हा एकदा माझ्या आईनं तात्पुरतं बांबूचं घर बांधायला घेतलं. आम्ही यूएन निर्वासित यादीत आमच्या नावाची नोंद केली तशी आम्हाला धान्य आणि औषधं मिळाली आणि पुन्हा एकदा मे रा मोह छावणीतल्या आयुष्यासारखं आयुष्य सुरू झालं. अंधार पडल्यानंतर दिवे लावायचे नाहीत; गायचं नाही किंवा मोठे आवाज करायचे नाहीत आणि कोणालाही छावणीच्या सीमेबाहेर जायची परवानगी नव्हती. आणि अशाच काही इतर गोष्टी. आमची हकालपट्टी पुन्हा एकदा निर्वासितपणाच्या नरकात केली गेली होती.

यावेळी मात्र आम्हाला मदत करायला कोणीही पुरुष माणूस नव्हता. तर पे पे नाही किंवा मे रा मोहमध्ये आमच्याबरोबर होते ते दोन करेन सैनिकही नाहीत. आता आमचं आम्हालाच बघायचं होतं. मग आम्हीच बांबू कापले, झोपडीचा ढाचा तयार केला, आम्हीच भिंती, जमिनी बनवल्या आणि आम्हीच छप्पर शाकारलं. अशी किती तात्पुरती घरं किंवा निवारे बांधले होते आम्ही याआधी. हे सातवं की आठवं? आता तर मोजणंही सोडून दिलं होतं.

इथे आल्यावर दोनेक आठवड्यांनी एकदा रात्रीच्या सुमारास मला गोळ्यांच्या आवाजानं जाग आली. अरे देवा! पुन्हा तेच. नको आता. आईनं सर्वांना घराखालच्या जागेत लपायला सांगितलं. आम्ही सर्व जण भीतीनं थरथरत त्या जागेत दाटीवाटीनं उभे होतो. किती वेळ गेला काय माहीत पण त्या मिट्ट काळोखात आम्ही भीतीनं गळाठून उभेच होतो, ते पार छावणीचे आयोजक आमच्याशी बोलायला येईपर्यंत.

नंतर कळलं की मद्यपान करून धुंद झालेल्या एका थाई सैनिकानं अंदाधुंद बंदूक चालवली होती.

आम्ही घरात परतलो आणि पुन्हा एकदा झोपेच्या तयारीला लागलो. भीतीनं माझा इतका ताबा घेतला होता की मला झोप कशी ती येईना. आमच्या आयुष्याचं हे काय होऊन बसलं आहे याचा विचार करत मी पडले होते. पुन्हा एकदा निर्वासितपण! मला इथं राहायचं नव्हतं, अगदी अजिबात राहायचं नव्हतं. कुठंही राहिले असते, काहीही चाललं असतं पण इथं नको. इथून बाहेर कसं पडता येईल यावर मी माझं डोकं खाजवायला सुरुवात केली. पण आम्ही काय करू शकणार होतो? आम्हाला काहीच करता येण्यासारखं नव्हतं. माना किंवा न माना, आता तेच आमचं आयुष्य होतं. नरकात तुझं स्वागत असो झोया!

या सर्वाचे गंभीर परिणाम माझ्या आईवर झालेले दिसून येते होते. नव्या गावातून पळ काढतानाच्या दहशतीनं आणि धक्क्यानं त्याचं काम चोख बजावलं होतं. तिला निराशेनं घेरलं होतं. ती खूप अशक्त झाली होती आणि ती कोणाकडे काही बोलत नव्हती. मन मोकळं करत नव्हती, सर्वच्या सर्व मनातच दाबून ठेवत होती. आमची आयुष्यं पूर्वपदाला यावीत म्हणून ती दिवसा झपाटल्यासारखं काम करे पण रात्री ताप भरून झोपेविना तळमळत असे.

काय झालं, तुला काय होतं आहे? असं मी तिला सारखंसारखं विचारत असायचे. तिनं छावणीतील दवाखान्यात जावं असंही मी तिला सुचवून पाहिलं. अखेर ती राजी झाली. पण तिला नेमकं काय झालं आहे हे त्या डॉक्टरांनाही सांगता आलं नाही. त्यांनी तिला स्वस्थ होऊन विश्रांती घेण्याचा सल्ला दिला पण निर्वासितांच्या छावणीत ते जमणं कसं शक्य होतं? याचीच परिणती म्हणून आईची तब्येत अधिकच ढासळत गेली.

त्यानंतरच्या एका आठवड्यात बुलबुल आणि ए फ्यो पॉबरोबर माझी पुनर्भेट झाली. निर्वासितांच्या छावणीत होतो तरी त्यांना पाहून मला खूप बरं वाटलं. आम्ही तिथं नसलेल्या आमच्या मित्रमैत्रिणींबद्दल बोलत असू. आम्हाला सर्वांनाच मू मूची खूप आठवण येत होती पण कोणालाही ठाऊक नव्हतं ती आणि आमचे इतर मित्रमैत्रिणी कुठं आहेत ते. ते एकतर मारले गेले असावेत किंवा हल्ल्याच्या वेळी त्यांना पकडून नेलं गेलं असावं किंवा ते घनदाट जंगलात लपून बसले असले पाहिजेत किंवा थाई पोलिसांनी त्यांना पकडून त्यांची हकालपट्टी बर्मामध्ये केली असली पाहिजे.

या छावणीतलं आयुष्य आधीच्या छावणीपेक्षा खूप खडतर होतं कारण आमच्या आशा आता पूर्णपणे संपुष्टात आल्या होत्या. आम्ही सारे थकलो होतो, धक्क्यावर धक्के पचवत होतो. पण सर्वांत वाईट गोष्ट होती ती म्हणजे आमचा भविष्यकाळ

अंधकारमय होता. आम्ही रोजच आला दिवस कसाबसा ओढत होतो, निभावून नेत होतो पण त्यात जीव नव्हता, आनंद नव्हता. मी सोळा वर्षांची होते पण गेल्या तीन वर्षांमध्ये मी जे काही भोगलं होतं त्यानं माझ्या खांद्यावर एक प्रौढ डोकं आणून बसवलं होतं.

लोकांना होणाऱ्या त्रासाबद्दलही मला नव्यानं साक्षात्कार झाला. आमच्या बाबतीत म्हणायचं झालं तर प्रत्येक ठिकाणी आम्ही आमचं आयुष्य उभारायचा प्रयत्न केला पण प्रत्येक वेळी आम्हाला ते सोडून पळ काढावा लागला; पुन्हा शून्यातून सुरुवात करावी लागली. छावणीतील लोक त्यांच्याबरोबर काय घडलं याबद्दल बोलत असत. ते वेगवेगळ्या गावांतून आले होते पण सर्वांची कहाणी माझ्यासारखीच होती. शत्रूचा हल्ला; बॉंब आणि गोळ्यांच्या फैरी, पळ काढणं, जंगलात लपणं आणि आसरा शोधत इथवर येणं.

अत्याचार, जुलूम, जोरजबरदस्ती जसं काही सर्वदूर पसरलेलं होतं. करेन प्रदेशात आता कोणीही सुरक्षित असेल असं वाटत नव्हतं. कोणावरही हल्ले होत नसतील असं वाटत नव्हतं. हत्या, जाळपोळ, बलात्कार आणि दहशत हे धक्कादायक प्रमाणात वाढतच चाललं होतं.

युनायटेड नेशन्स आणि आंतरराष्ट्रीय समूह हे कसे होऊ देत होता? आणि यावेळी ब्रिटिश कुठं होते? आम्ही त्यांच्या बाजूनं लढलो होतो, दुसऱ्या महायुद्धात आमच्या सैनिकांनी त्यांच्याकरिता जीव दिला होता, आम्ही त्यांचे मित्र होतो मग त्यांनी आम्हाला असं वाऱ्यावर का सोडलं होतं? ते येतील आणि आमची सुटका करतील अशी स्वप्नं मला पडायची पण तसं कधी घडलंच नाही. ते आलेच नाहीत.

मला वाटायचं की, आम्ही गावातून केलेलं पलायन ही सर्वांत धक्कादायक गोष्ट होती पण इतरांच्या कथा याहून भयंकर होत्या. एके संध्याकाळी छावणीत आमच्या शेजारी राहणाऱ्या नांत थान तेनं तिच्याबरोबर काय घडलं ते सांगितलं. पहिल्यांदा तर त्याबद्दल बोलायलाही ती तयार नव्हती, तिच्या तोंडून शब्दही फुटत नव्हता.

नांत थान तेच्या गावावर हल्ला झाला तेव्हा तिनं आपल्या तीन छोट्या मुलांसह पळ काढला. त्यातलं एक मूल पाच वर्षांचं होतं, एक तीन वर्षांचं होतं, तर एक जेमतेम एक वर्षाचं होतं. सर्वांनी आपला जीव कसातरी वाचवून जंगलात पलायन केलं. काही दिवस ते तिथंच लपून बसले. आपल्याबरोबर आणलेल्या थोड्याशा अन्नावर आपली गुजराण करत राहिले.

आश्रय शोधण्यासाठी थायलंडपर्यंतचा प्रवास करताना एकदा ते एका मोकळ्या जागेमध्ये विश्रांती घेत थांबले होते आणि अचानक त्यांच्याभोवतीच्या गवताळ कुरणानं पेट घेतला आणि त्यांच्या सभोवताली आगीची भिंतच्या भिंत उभी राहिली.

नांत थान तेला कळेचना ती आग कशी लागली ते, पण आता जीव वाचवायचा असेल तर तिथून सुटका करून घ्यायला हवी होती. तिनं तिच्या सर्वांत छोट्या मुलाला खांद्यावर घेतलं आणि दोन मुलांना हाताशी घट्ट धरून पळायला सुरुवात केली. आग भडकत होती; तिच्यापासून लवकरात लवकर दूर जायचा तिचा प्रयत्न चालला होता.

थोड्याच वेळात त्या आगीचं लोण सर्वत्र पसरलं. तो अख्खा माळ भडकलेल्या ज्वाळांनी आणि दाट, कडवट धुरानं भरून गेला. त्यांना श्वास घेता येणं अशक्य झालं. आता मात्र नांत थान ते प्रचंड घाबरली, गोंधळली. तिला दिशेचा अंदाज येईना. तिच्या भोवतालची सुकलेली पानं, गवत चटाचट जळत होतं. तिची भेदरलेली मुलं भीतीनं किंचाळत होती, रडत होती. आता ती गुदमरणार आणि या ज्वाळांमध्येच तिचा अंत होणार याची तिला खातरीच पटली.

त्या वणव्यातून ते जिवंत बाहेर कसे आले हेही तिला माहीत नाही. पण ते जसे बाहेर आले तसे त्यांनी निकराचा प्रवास सुरू केला. त्यानंतर कुठंही न थांबता या छावणीपर्यंत प्रवास करत आले होते. तिच्या कथेनं मला माझ्या कहाणीवर विचार करायला भाग पाडलं. गावातून पळ काढण्याचा प्रसंग माझ्यासाठी दुःसह होता, कठीण होता अलबत! पण मी पुरेशी मोठी होते. तीन छोट्या छोट्या मुलांना एकट्यानं सांभाळत तिनं कसा पळ काढला हे तिलाच ठाऊक. ते सर्व खरोखरच खूप वाईट असलं पाहिजे, पण तरीही ती सुदैवी होती. तिचा आणि तिच्या बछड्यांचा जीव वाचला होता.

नोह पो छावणीत आल्यावर आईला आम्ही तिच्यापासून दुरावू की काय या भीतीनं पछाडलं होतं. सदा सर्वकाळ तिला आम्ही तिच्या नजरेसमोर हवे असायचो. सहानंतर सर्वांनी घरातच राहायचं फर्मान तिनं सोडलं होतं. छावणी उंचावर वसली होती आणि तिथली हवा खूप थंड होती. दिवसासुद्धा पुरेशी ऊब मिळावी इतके कपडे आमच्याकडे नव्हते मग रात्रीची बातच सोडा. यूएनच्या लोकांनी पुरवलेली दोन ब्लँकेट्स आम्हाला देऊन-देऊन किती ऊब देणार? त्यानं आईची प्रकृती ढासळत चालली. तिची त्वचा तडकली, त्यात भेगा पडल्या; तिला खोकताना ढास लागू लागली आणि रात्री ती तापाच्या ग्लानीत पडायला लागली.

आयुष्य चालूच राहिलं. मी नोह पो छावणीतल्या शाळेत दहावीत प्रवेश घेतला. आमच्यासारख्या निर्वासितांसाठी तिथं दहावी हेच उच्च शिक्षण होतं. ही मे रा मोह छावणीतल्या शाळेसारखीच शाळा होती. फक्त ही शाळा करेन निर्वासित समितीच्या स्वयंसेवकांमार्फत चालवली जात होती. वेगवेगळ्या एनजीओ प्राथमिक शिक्षण साधनांचा पुरवठा करत होत्या. पण इथं एक वेगळीच समस्या उद्‌भवली जी आम्ही जिथं जाऊ तिथं आम्हाला भेडसावत होती. आमचं संरक्षण करण्यासाठी

नेमलेले थाई सैनिक चेकाळले होते आणि करेन मुलींची छेड काढायला लागले होते. आम्हाला सतत सावध राहण्याचा इशारा दिला गेला होता.

एकदा मी छावणीतल्या बोअरवेलवर पाणी आणायला गेले होते. छावणीतल्या प्रत्येक विभागाकरिता एक अशा बोअरवेल खोदून देण्यात आल्या होत्या आणि प्रत्येक विभागात जवळपास ३०० लोक राहत होते. पावसाळ्यात एवढी अडचण व्हायची नाही. आम्ही पावसाचं पाणी बांबूच्या पन्हाळीतून एका मोठ्या भांड्यात साठवून ठेवत असू. पण उन्हाळ्यात पाण्यासाठी हीऽ रांग लागायची आणि ते उन्हाळ्याचे दिवस होते. मी काहीशी नाइलाजानं पाण्यासाठी रांगेत जाऊन उभी राहिले. असं झालं असतं तर काय... अशा दिवास्वप्नांमध्ये रमलेली मी रांगेबरोबर पुढे सरकत होते आणि तेवढ्यात मला कशाची तरी जाणीव झाली. कोणाच्या तरी नजरेची. मी पाहिलं तर एक थाई सैनिक माझ्याकडे टक लावून पाहत होता. तो पाहातच राहिला, पाहातच राहिला. त्याला माझ्यात रस आहे हे लपवायचा देखील तो प्रयत्न करत नव्हता. तो अतिशय काटकुळा, लुकडा होता आणि थोडासुद्धा देखणा नाही. मी पाहिलं तर त्याच्याकडे त्याची बंदूक नव्हती. मला थोडंसं हुश्श झालं. त्यानं अर्धवट गणवेश घातला होता; त्यामुळे मी तर्क लढवला की तो बहुधा सुट्टीवर असावा.

तो थाईमध्ये काहीतरी पुटपुटत होता, स्वत:शीच बोलल्यासारखं. मला त्यातलं काही ऐकू येईल तर शपथ; समजण्याची गोष्टच सोडून द्या. बहुतेक तो दारू प्यायलेला असावा. करेन मुलींवर हल्ला करणाऱ्या मद्यधुंद थाई सैनिकांबद्दल आम्हाला वारंवार इशारा दिला जात होता; त्यामुळे मी घाबरले होते. मी त्याच्याकडे दुर्लक्ष करायचा आटोकाट प्रयत्न केला पण त्यानं एकटक पाहणं आणि पुटपुटणं काही सोडलं नाही.

मी रांगेत पुढेपर्यंत पोहोचले. माझी पाणी भरून घ्यायची पाळी आली तशी मी माझी प्लॅस्टिकची बादली पटकन भरून घेतली आणि तिथून निघाले. मी घराकडे झपाझप चालत निघाले होते आणि मागे वळून पाहण्याची उबळ टाळत होते. मी मागे वळून पाहिलं असतं तर मी भ्यायले आहे हे सिद्ध झालं असतं. घरापर्यंत पोहोचेपर्यंत त्यानं पाठलाग करणं सोडून दिलं असावं याची मला खात्री होती.

पायऱ्या चढताना मी न राहवून एकदा मागे वळून पाहिलं आणि हाय रे माझ्या कर्मा! ते काय, तो तिथं माझ्या मागेच उभा होता. हातातलं पाणी सांडत सांडत मी घरात पळाले. तोही माझ्या मागोमाग चक्क घरात आला. माझ्या सुदैवानं आई घरीच होती. तिनं क्षणात ताडलं काय झालं असावं ते आणि मला आतल्या खोलीत जाण्यास फर्मावलं. मी आत पळाले, दाराला आतून कडी घातली आणि धप्पदिशी जमिनीवरच बसले. माझे पूर्ण शरीर थरथर कापत होतं.

तो सैनिक थाई भाषेत माझ्या आईशी वाद घालत होता, ते मी ऐकलं. तो बोलत आहे त्यातला एकही शब्द कळत नसल्याचं ती वारंवार त्याला सांगत होती आणि त्यानं घरातून तत्काळ निघून जावं हे देखील. त्याला अशा रीतीनं कोणाच्याही घरात घुसण्याचा काही अधिकार नव्हता हेही तिनं शूरपणे त्याला सुनावलं.

बाहेरचे आवाज वाढत चालले होते तेवढ्यात मला पायऱ्यांवर पावलांचे आवाज ऐकू आले. बहुधा ब्वा ब्वा स्लोनबरोबर परतली होती. कारण आई ब्वा ब्वाला देखील आतल्या खोलीत जाण्याविषयी फर्मावत होती. आता तो थाई सैनिक विरुद्ध माझी आई, लपलेल्या दोन किशोरवयीन मुली आणि माझा १५ वर्षांचा भाऊ स्लोन असा प्रकार झाला होता. मला घरात एकटीला गाठता येईल असा त्या सैनिकाचा कयास होता. मग वैतागत, बरळत तो आल्यापावली चालता झाला.

आई भयानक संतापली होती. "तो घरापर्यंत कसा काय आला?" तिनं विचारलं. नेमकं काय घडलं, त्या सैनिकानं माझा घरापर्यंत पाठलाग कसा केला हे मी तिला सांगितलं. पण तिथं थाई सैनिकांची सत्ता होती आणि निर्वासितांना कोणी कुत्रं विचारत नव्हतं. जरी आम्ही त्या सैनिकाची तक्रार छावणीतल्या अधिकाऱ्याकडे केली असती तरी त्याच्यावर कारवाई होण्याची शक्यता फार कमी होती.

आई आता आम्हाला कायम नजरेसमोर ठेवू लागली. तो सैनिक काय म्हणत होता हे जरी लक्षात आलं नाही तरी त्याचा हेतू तिच्या लक्षात आला होता. माझ्या बाबांची गैरहजेरी आता प्रकर्षानं जाणवायला लागली आणि त्यानं मला त्रास होत होता. बाबा घरापासून नेहमीच दूर का असतात? मी विचार करत असायचे. आमचं संरक्षण करण्याची वेळ येते तेव्हा ते आमच्याजवळ का नसतात?

एके दिवशी माझ्या बाबांचे एक मित्र घरी आले होते. बाबा ठीक असून, चळवळीच्या कामात व्यग्र आहेत, असा निरोप बाबांनी पाठवला होता. तेव्हाच माझा बाबांवरचा रोष उफाळून आला. तो माणूस माझ्या बाबांना लवकरच भेटणार होता हे पाहून मी त्याच्याकडे बाबांना लिहिलेलं एक पत्र दिलं. पत्रातला मजकूर असा होता-

प्रिय पा,

मला तरी वाटतं तुम्ही आम्हाला पूर्णपणे विसरून गेला आहात. खास करून तुमच्या लहानीला. पण ते ठीक आहे मी म्हणते... पण आता मला निर्वासित म्हणून राहायचं नाही. या निर्वासितांच्या छावणीतलं आयुष्य किती भयंकर आहे. तुम्हाला माहिती आहे ते कसं असतं? निर्वासित असणं म्हणजे काय ते? थाई सैनिक आमच्याशी इतकं वाईट वागतात...

हे पत्र लिहीत असताना मला राग आला होता, अपमानानं रडू येत होतं. थाई सैनिक करेन मुलींना इतकी वाईट वागणूक देऊ शकतात या गोष्टीचा मला राग आला होता. आम्ही त्यांना टाळण्याचा सर्वतोपरी प्रयत्न करत होतो पण तो त्रास आता रोजचीच गोष्ट झाली होती. मला माझ्या बाबांवर दोषारोप करायचा नव्हता, पण मला हे सर्व कोणाला तरी सांगायचं होतं. ते पत्र म्हणजे मदतीकरिता फोडलेला टाहो होता. बाबा आमच्याबरोबर कधीच नसायचे; त्यामुळे त्यांना किमान ही सत्यस्थिती कळायलाच हवी होती.

बाबांनी पत्राचं उत्तर पाठवलं पण ते पत्र आईला उद्देशून लिहिलं होतं आणि तिनं ते आम्हाला वाचून दाखवलं. त्यांनी लिहिलं होतं की आई आमची काळजी घेण्यास समर्थ आहे यावर त्यांचा विश्वास होता. आईला आणि आम्हाला उद्देशून त्यांनी चार प्रोत्साहनपर शब्द लिहिले होते. त्यांनी लिहिलं होतं की, सगळीकडेच सर्वच करेन लोक हालअपेष्टांमध्ये दिवस काढत आहेत आणि अशा परिस्थितीत खंबीर राहणं हाच एक पर्याय होता.

काही घडलंच नाही असं भासवत आम्ही आमची आयुष्यं जगत होतो. मला तरी स्वतःला गुंतवून घ्यायला दहावीचा अभ्यास होता पण बिचाऱ्या ब्वा ब्वाकडे तेही नव्हतं. दहावीचं वर्ष महत्त्वाचं होतं. शालेय जीवनाचं ते अंतिम वर्ष होतं. ए फ्यो पॉनं छावणीतल्या शाळेत प्रवेश घेतला होता आणि माझा बराचसा वेळ तिला गृहपाठात मदत करण्यात जाई. पण असं असूनही परीक्षेत उत्तम कामगिरी करून दाखवायचा निश्चय मी केला होता. मी अभ्यास करत गेले तशी माझ्यात आशेची पालवी फुटत गेली.

मला माहीत नव्हतं की भविष्यात काय वाढून ठेवलं आहे. निर्वासितांच्या छावणीतून बाहेर पडण्याचा एकही मार्ग मला दिसत नव्हता– करेन मुलखात परतण्याखेरीज अर्थात! पण आता आम्ही कुठंही सुरक्षित नव्हतो. आता तर मला असं वाटायला लागलं होतं की करेन लोकांना वेचून, टिपून ठार केलं जात आहे, त्यांची घरं जाळली जात आहेत, त्यांना हाकलून लावलं जात आहे. पण तरीही माझ्या मनात आशा पल्लवित झाल्या होत्या.

त्या छावणीत येऊन दहा महिने झाले असतील, तेव्हा आईनं ठरवलं की मी आणि ब्वा ब्वानं या छावणीतून गेलं पाहिजे. थाई सैनिकांचा त्रास आता सहन करण्यापलीकडे गेला होता. एखादा सैनिक आम्हाला एकटं गाठेल आणि आमचं संरक्षण करायला कोणी नसेल आणि पळून जायला जागाच नसेल असं कधीही घडू शकत होतं. ब्वा ब्वा आणि मी भीतीच्या दडपणाखाली वावरत होतो.

आमच्या कुटुंबाचे दीर्घ काळापासूनचे मित्र एकदा आम्हाला भेटायला आले. ते त्यांच्या कुटुंबाला छावणीतून बाहेर काढून ऑस्ट्रेलियात पाठवायचा मार्ग शोधत

होते. बहुतेक करेन कुटुंबं याच्याच मागं होती. जोपर्यंत सध्याच्या राज्यकर्त्यांच्या हातात सत्ता होती आणि आमच्यावरील हल्ले थांबवण्यात आंतरराष्ट्रीय समूह काही करत नव्हता तोपर्यंत बर्मामध्ये परतण्याची काहीच शक्यता दिसत नव्हती. असुरक्षितपणा आणि भीतीमध्ये आयुष्य कंठण्यापेक्षा परदेशी जाऊन राहणं हा सुटकेचा मार्ग त्यातल्या त्यात बरा होता. त्यांना जर ते शक्य झालं असतं तर ते ब्वा ब्वा आणि मलाही त्यांच्याबरोबर घेऊन जाणार होते.

आम्हाला आमचं शिक्षण सुरू ठेवण्याची संधी चालून आली होती, तेही ऑस्ट्रेलियामध्ये! नोह पो छावणीतून बाहेर पडण्याकरिता ते आमच्यासाठी पास मिळवू शकतील असा त्यांचा कयास होता. पण आम्हाला आई आणि स्लोनला सोडून जावं लागणार होतं. माझी मन:स्थिती द्विधा झाली होती. मला त्यांना सोडून तर जायचं नव्हतंच पण दहावीचं वर्ष कोणताही त्रास आणि सतत पाळतीवर असलेला धोका याच्याशिवाय पूर्ण करायचं होतं. आईला आमच्याबद्दल वाटणाऱ्या काळजीनं आम्हाला आमचा निर्णय घेणं भाग पडलं. कारण तिची खात्री पटून चुकली होती की या छावणीत आम्हाला धोका होता.

त्या ताटातुटीनं मात्र डोळ्यांत पाणी आलं. मी नुकतीच सतरा वर्षांची झाले होते आणि काही आठवड्यांचा अपवाद वगळता मी माझ्या आईपासून कधीही दूर राहिले नव्हते. पण आता पहिल्यांदाच आमची ताटातूट होणार होती आणि आम्हाला आई आणि स्लोनला मागे ठेवून जावं लागणार होतं. मी माझ्या मित्रमैत्रिणींना साश्रु नयनानं निरोप दिला आणि मला घेऊन जाणाऱ्या पिकअप ट्रकच्या मागं बसले. छावणी सोडताना कळत होतं की आपण किती किती आणि काय काय मागं सोडून जात आहोत. दहावीची परीक्षा सुरू व्हायला काही आठवडेच उरले होते. आपण योग्य निर्णय घेतला असावा अशी मी फक्त आशाच करू शकत होते.

नियमानुसार परदेशी पुनर्वसनाकरिता तुम्हाला बँकॉकमध्ये वैयक्तिकरीत्या अर्ज करावा लागतो. पण त्याआधी बँकॉकपर्यंत प्रवास करण्याची परवानगी देणारं अधिकृत ना हरकत पत्र थाई अधिकाऱ्यांकडून मिळवण्याकरिता आम्हाला मे सोतपर्यंत प्रवास करावा लागणार होता. बाबा मे सोतमध्ये त्यांच्या एका मित्राच्या घरी राहत होते. आम्हीही तिथंच राहायला गेलो. सीमेवर घडणाऱ्या भयानक कृत्यांच्या, निष्पाप नागरिकांच्या खुनांच्या, स्लॉर्कचं सैन्यबळ सर्व शक्तिनिशी करत असलेल्या हल्ल्यांच्या कहाण्यांचा तिथं नुसता ढीग पडला होता. करेन प्रतिकार आता खचायला लागला होता आणि शत्रूनं आमचा दुसरा बालेकिल्लाही सर केला होता. गावांमधली आयुष्यं नरकप्राय झाली होती. आम्ही सुदैवी होतो म्हणून तिथून निसटलो होतो. निदान आता तरी तसंच वाटत होतं.

एका रात्री जेवणानंतर बाबांनी बर्मी सैन्यानं पुन्हा हल्ल्याचं सत्र चालू केल्याचा

संदेश नुकताच मिळाल्याचं सांगितलं. ज्या गावात युद्धाचा लवलेशही नव्हता त्या अति उत्तरेच्या क्लेर ल्वी तु जिल्ह्यात हे हल्ले केले गेले होते. करेन गावांवर, बाँबगोळे टाकले गेले. गावं उभीच्या उभी जाळली गेली. त्यातून जे जगले, वाचले त्यांनी जंगलात आश्रय घेतला होता आणि हलाखीत दिवस काढत होते. ज्यांना पळून जाता आलं नव्हतं ते शत्रूच्या तावडीत सापडले. शत्रूनं त्यांना वेठबिगारीस जुंपलं. अधिक काम करता येईनासं झालं की त्यांना ठार मारलं जाई.

त्यानंतर काही दिवसांनी माझ्या बाबांनी एक पत्रकार परिषद घेतली. त्यांनी करेन मुलखात काय घडतं आहे याची इत्थंभूत कल्पना प्रसिद्धी माध्यमांना दिली. त्यांना बोलताना, पाहताना युद्धाचा त्यांच्यावर किती परिणाम झाला ते जाणवलं. त्याच्या खुणा बाबांच्या चेहऱ्यावर स्पष्टपणे दिसत होत्या. बाबा तरुण होते तेव्हा चळवळीत सामील होऊन लढा देण्याचं आणि बर्मातील लोकांना स्वातंत्र्य मिळवून देण्याचं त्यांचं स्वप्न होतं. पण आता जे काही घडत होतं त्याचा त्यांना खूप त्रास होत होता. कधी-कधी तो त्रास इतका हाताबाहेर जायचा की ते चिडचिडे आणि शीघ्रकोपी बनत. पण चळवळ पुन्हा उभारी घेईल ही आशा काही सुटत नव्हती.

मग मला मी छावणीत असताना बाबांना लिहिलेल्या पत्राची आणि त्यात बाबा आम्हाला पार विसरून गेले आहेत या तक्रारीची आठवण झाली. पण इथं त्यांना दररोज जे ऐकावं लागत होतं, आमच्या गावांच्या सर्वनाशाबद्दल किंवा आमच्या मायभूमीत चाललेल्या कत्तलींबद्दल, रोज ज्या भयानक गोष्टींचा सामना करावा लागत होता ते पाहून आम्हाला सोडून आल्याबद्दल मी त्यांना माफ करून टाकलं. मुळात माफ करण्यासारखं काही नव्हतंच. इतर जे करत होते ते न करण्याचा मार्ग त्यांनी निवडला होता. त्यांच्या कुटुंबाला वाचवण्यावर लक्ष केंद्रित करण्याऐवजी त्यांनी अतिशय धोकादायक आणि तणावपूर्ण परिस्थितीमध्ये राहून लोकांकरिता लढण्याचा पर्याय निवडला होता.

लोकांच्या वेदना, हालअपेष्टा त्यांना इतक्या खोलवर भिडायच्या की त्यांनी त्याच्यासाठी काहीतरी करता यावं म्हणून कुटुंब, कुटुंबाच्या गरजा यांना दुय्यम प्राधान्य दिलं होतं आणि एका महान कार्यासाठी आपलं आयुष्य वेचलं होतं. क्लेर ल्वी तु परगण्यातील अत्याचार आणि दहशतीच्या कहाण्या ऐकत असताना मला हे सर्व आपोआप समजत गेलं. हालअपेष्टांमध्ये दिवस काढणाऱ्या, तळमळणाऱ्या लोकांना मदत करण्याचा, त्यांच्यासाठी ठामपणे उभं राहण्याचा पर्याय त्यांनी स्वीकारला होता. बाबांना त्यांच्याबद्दल कळकळ वाटायची; त्यामुळे ते त्यांच्याकडे पाठ फिरवू शकले नाहीत.

करेन गावांमधून पळ काढलेल्या आणि थायलंडमध्ये अस्तित्वहीन परिस्थितीत दिवस काढताना लोकांचं काय होतं हे त्यांनी आम्हाला दाखवलं. तरुण मुली मे

सोतच्या रस्त्यांवर शरीरविक्रय करत होत्या. तरुण मुलं इमारतींच्या बांधकामावर मजूर म्हणून काम करत होती. अनधिकृतपणे थायलंडमध्ये राहत असलेल्या लोकांना गुलामापेक्षा जरा बरी वागणूक मिळत होती. जेव्हा 'काम' करत नसायचे तेव्हा त्यांना चार भिंतीमध्ये स्वत:ला बंद करू घ्यायला लागायचं कारण थायलंडच्या रस्त्यावर फिरताना पकडलं तर त्यांची हकालपट्टी थेट बर्मामध्ये व्हायची. ट्रक भरभरून तरुण स्त्री-पुरुष बर्मामध्ये परत आणून सोडले जात होते.

एके रात्री बाहेर बागेत बसलेलं असताना मला झाडांमध्ये काहीतरी विचित्र जाणवलं. माझ्या मणक्यातून भीतीची शिरशिरी दौडत गेली. धगधगत्या लाल रंगाचं शरीर आणि जळती शेपटी असलेलं काहीतरी झाडावरून सरकत होतं. ते जे काही होतं ते छोट्या पतंगाच्या आकाराचं होतं पण त्या प्रकाशात ते आहे त्यापेक्षा मोठं दिसत होतं. ते काय आहे याबद्दल माझ्या मनात तिळमात्रही संदेह नव्हता- ते भूत होतं किंवा राक्षस. ती कोणीतरी दुष्ट क्रूर छायाच होती, मला ती जाणवत होती.

मी भीतीनं गळाठून ब्वा ब्वाला हाक मारली. ती देखील माझ्या आवाजानं घाबरून धावत आली. पण ती येईपर्यंत ते जे काही होतं ते नारळाच्या झाडामागे अदृश्य झालं. मी काय बघितलं हे मी ब्वा ब्वाला सांगितलं. मी प्रचंड घाबरले होते हे ब्वा ब्वालाही कळलं. तिचा माझ्यावर विश्वास बसला की नाही हे काही मला कळलं नाही. तिनं मला घरात नेलं. अनेक करेन लोकांचा असा विश्वास आहे की काहीतरी अमंगल घडणार असेल तेव्हा पूर्वसूचना म्हणून असे राक्षस दिसतात. आम्ही ते विसरून जायचा प्रयत्न केला.

आम्हाला आमच्या दुर्दैवात आणखी भर नको होती.

मे ला छावणी

आमच्या एका मित्राला ऑस्ट्रेलियात त्याचं बस्तान बसवायला कित्येक वर्षं लागली होती. त्याला ज्या अडचणींना तोंड द्यावं लागलं होतं त्या मी आणि ब्वा ब्वा पुरत्या समजून चुकलो होतो. आम्ही आमचं नशीब मे ला नावाच्या निर्वासितांच्या छावणीत अजमावायचं ठरवलं. ही छावणी गेली २० वर्षं अस्तित्वात होती. करेन संघर्ष जितकी वर्षं धुमसत होता तितक्या वर्षांची ती साक्षीदार होती. वेगवेगळ्या एनजीओ आणि युनोच्या पाठिंब्यामुळे ती उत्तमरीत्या कार्यरत होती.

त्या छावणीत मे ला उच्च शिक्षण कार्यक्रम नावाचं वसतिगृह होतं. मुख्याध्यापकांचं नाव होतं पु टॉ म्हणजे प्रामाणिक म्हातारा. बर्मी सैन्यानं याआधी दोन वेळा छावणीवर हल्ला केलेला असल्यानं आम्हाला सावध राहणं गरजेचं आहे असं ते म्हणाले. पण त्या वसतिगृहात राहिल्यानं किमान थाई सैनिकांपासून संरक्षण मिळणार होतं. तिथं राहायला गेल्यानं एक चांगली गोष्ट घडली ती म्हणजे मू मू आणि ए प्यो पॉबरोबर झालेली पुनर्भेट. त्यांनी आमच्या अगोदरच त्या कार्यक्रमासाठी नाव दाखल केलं होतं.

निर्वासितांच्या छावणीत थाई लोक माध्यमिक शाळेनंतर कोणत्याही प्रकारच्या अधिकृत शिक्षणाला संमती देत नसत. माध्यमिक शाळेनंतर देऊ करण्यात आलेले विषय होते अळंबी उत्पादन आणि भाज्यांचे वाफे कसे तयार करावेत? आम्ही निर्वासित होतो. आम्हाला आमचा म्हणता यावा असा देश नव्हता; त्यामुळे आम्हाला असे विषय दिले जावेत हे अतिशय अयोग्य होतं. येत्या काळात अळंबीचं पीक घेण्याची किंवा भाज्यांचे मळे लावत बसण्याची शक्यता तरी कुठं होती?

या उच्च शिक्षण कार्यक्रमानं आमच्या पुढे संधींची अनेक दारं उघडून ठेवली होती. एके दिवशी एक अमेरिकन स्त्री आम्हाला भेट द्यायला आली. तिला आमच्याशी ओएसआय शिष्यवृत्ती कार्यक्रमाविषयी बोलायचं होतं. ओएसआय म्हणजे ओपन सोसायटी इन्स्टिट्यूट. ही संस्था मानवाधिकार आणि लोकशाहीकरिता

काम करणारी धर्मादाय संस्था होती. सोरोस नावाच्या गुंतवणूकदारानं या आंतरराष्ट्रीय संस्थेची स्थापना केली होती.

पदवीचं शिक्षण घेणाऱ्या आमच्यासारख्या निर्वासितांसाठी ही शिष्यवृत्ती खुली असल्याचं तिनं सांगितलं. एका विशिष्ट वयानंतर या शिष्यवृत्तीसाठी अर्ज करता येणार होता. विद्यापीठाच्या पातळीवरील पात्रतांची पूर्तता आम्ही करू शकतो आहोत की नाही हे दाखवायला आम्हाला एका प्रवेश परीक्षेला बसायला लागणार होतं. ओएसआयनं आम्हाला तीन निबंध लिहिण्यास सांगितले. त्यातील एक होता आम्ही आमच्या शिक्षणाचा उपयोग देशाकरिता कशा प्रकारे करणार आहोत. मी, ब्वा ब्वा, मू मू आणि ए फ्यो पॉनं या शिष्यवृत्तीकरिता अर्ज करायचं ठरवलं!

एप्रिल १९९९ मध्ये आम्ही ओएसआय परीक्षेला बसलो. आमच्या कॅंपमधील अजून डझनभर तरी मुलं परीक्षेला बसली होती. यावरूनच पूर्ण कॅंपमध्ये किती इच्छुक उमेदवार होते हे लक्षात यावं. काही कमी जागांसाठी मात्र तीव्र स्पर्धा होती; त्यामुळे काहीही चुकू नये याची दक्षता मी घेत होते. फक्त पाच जणच निवडले गेले होते. त्यात ब्वा ब्वा होती, मू मू होती पण माझं नाव नव्हतं.

मी परीक्षा उत्तीर्ण झाले होते पण सर्वांसाठी पुरेशा जागा उपलब्ध नव्हत्या. ते योग्यच होतं हे मला कळत होतं. ब्वा ब्वा आणि मू मू माझ्याहून वर्षानं किंवा त्याहून मोठ्या होत्या; त्यामुळे त्यांनी माझ्यापुढे जाणं उचितच होतं. ब्वा ब्वाबद्दल म्हणायचं झालंच तर ती फारसं काही न करता महिनोन्‌महिने नुसती बसून होती. पण तरीही माझी घोर निराशा झाली होती. आता निदान एक वर्षाकरिता छावणीत अडकून पडावं लागणार असं दिसत होतं.

ती शिष्यवृत्ती मिळवण्याकरिता मी माझे सर्व प्रयत्न पणाला लावले होते पण ती काही मला मिळाली नाही. आणि माझा उत्साह रसातळाला गेला. निराशा येऊन मी रडायला लागले. ब्वा ब्वानं माझी समजूत काढायचा प्रयत्न केला. मी अजून लहान आहे, माझ्या हातात अजून एक वर्ष आहे; त्यामुळे तिनं मला काळजी न करण्यास सांगितलं.

ब्वा ब्वा सप्टेंबरमध्ये बॅंकॉक विद्यापीठात पुढील शिक्षण घेण्यासाठी गेली. जेव्हा ती छावणीच्या बाहेर पडली तेव्हा मी तिच्याकरिता आनंदले होते, पण माझ्या स्वत:बद्दल असमाधानी होते. प्रवेशद्वारापाशी राहून तिला दूर-दूर जाताना पाहून माझ्यासमोर भविष्यात काय वाढून ठेवलं आहे याचा विचार मनात येत होता. गाडीनं उडवलेल्या धुळीच्या लोटात आणि जंगलाच्या हलणाऱ्या सावलीत तिचा हलणारा हात दिसेनासा होईपर्यंत मी हात हलवत होते.

शाळेतील माझ्या खोलीत परतल्यावर मला एकटं आणि निराश वाटू लागलं. मी खुर्चीत स्वत:ला झोकून दिलं. खुर्चीत बसले तशी माझे डोळे शाळेच्या भिंतीवर

रंगवलेल्या ब्रीदवाक्यावर स्थिरावले.

१. शिकण्यासाठी

२. जगण्यासाठी

३. मदत करण्यासाठी

त्या ब्रीदवाक्यानं मला उभारी दिली. माझ्यासाठी त्याचा अर्थ असा होता की, आमच्याबरोबर जे काही झालं त्यामधून आम्ही तरलो, जगलो, जिवंत आहोत. आणि जिवंत आहोत याचा अर्थ तर नक्कीच शिकू शकतो आणि जर शिकू शकलो तर जगाच्या कल्याणाकरिता काहीतरी करू शकतो, मग काहीही होऊ दे तिथं.

पण मला माझ्या बहिणीची खूप आठवण येत होती. कधी-कधी मी अख्खी रात्र रडून-जागून काढत असे. तिचं आवतीभोवती असणं इतकं सवयीचं होऊन गेलं होतं. तिलाही माझी आठवण येत असेल का? की बँकॉकला जाऊन ती मला विसरून गेली असेल यावर मी विचार करत असे. माझ्या आतापर्यंतच्या आयुष्यात पहिल्यांदाच असं घडलं होतं की, माझ्याबरोबर माझे कुटुंबीय नव्हते; त्यामुळे माझ्या आयुष्यात एक प्रकारची पोकळी निर्माण झाली होती. माझे कुटुंबीय पृथ्वीच्या कानाकोपऱ्यात विखुरले गेले होते. मला खूप उदासवाणं वाटायचं. मी दिवस काढत होते ते केवळ पुढच्या वर्षीच्या ओएसआय परीक्षेसाठी.

काही महिन्यांपूर्वी आईनं मला आणि ब्वा ब्वाला एक पत्र लिहिलं होतं. मला आता तिची पूर्वीपेक्षाही जास्त आठवण यायला लागली आणि मला तिची आता खरी गरज आहे असं वाटायला लागलं. मी ते पत्र काढून पुन्हा वाचलं,

'माझ्या प्रिय चिमण्यांनो,

'स्वत:कडे लक्ष द्या, तब्येतीची काळजी घ्या. तुम्हाला ऑस्ट्रेलियात जाता आलं नाही याबद्दल मला खेद वाटतो पण मे लामधील शिक्षण सुरळीत सुरू असेल अशी आशा वाटते.'

ते पत्र वाचल्यावर मला बरं वाटू लागलं. ती आणि स्लोन उत्तम आहेत हे वाचून पुन्हा एकदा आनंद झाला. निघून गेल्याच्या काही एक आठवड्यांनंतर ब्वा ब्वाचं पत्र आलं. तिचं उत्तम चालू आहे असं तिनं लिहिलं होतं. व्याख्यानं, कॉम्प्युटर्स, साहित्य अशा विद्यापीठात पुरवल्या जाणाऱ्या सुविधांमुळे ती खूपच प्रभावित झाल्याचं दिसत होतं. हे म्हणजे पूर्णतया वेगळ्या जगात आल्यासारखं होतं. त्या वर्गात विजेवर चालणाऱ्या काचेच्या लिफ्टबद्दल तिनं सांगितलं होतं. मी ते पत्र वाचत गेले तसं मला अधिकच बाजूला पडल्यासारखं, मागास असल्यासारखं वाटलं. मला ब्वा ब्वाची आधीपेक्षा जास्त आठवण येऊ लागली.

मग मी आईला एक पत्र लिहिलं. त्यात माझी ख्यालीखुशाली कळवली. मी आनंदात आहे, मी पुष्कळ नवे मित्रमैत्रिणी जोडले आहेत आणि पुढच्या वर्षी मी पुन्हा

एकदा ओएसआय शिष्यवृत्तीसाठी अर्ज करणार आहे, असंही त्यात लिहिलं. मला खरोखर कसं वाटतं आहे हे लिहून तिच्या चिंतेत भर घालायची नव्हती. ती आजारी आणि निराश असताना आम्ही तिला सोडून आलो होतो; मला त्यात आणखी भर घालायची नव्हती.

पण मी बाबांना हे सर्व प्रामाणिकपणे सांगू शकते असं मला मनोमन वाटलं. ओएसआय मिळण्यात मला आलेलं अपयश, माझी निराशा, मला किती उदास वाटतं आहे हे सारं मी त्यांना पत्रातून कळवलं. माझ्या सर्व आशा संपुष्टात आल्या आहेत असंही त्यात म्हटलं. त्यांनी उलट टपाली पत्र लिहून स्वत:कडून खूप अपेक्षा न करण्यास सांगितलं. त्यांनी म्हटलं की, मी पहिल्या ओएसआय परीक्षेकडे रंगीत तालीम म्हणून पाहावं; त्यामुळे परीक्षेत काय येणार आहे हे नेमकं कळेल आणि परीक्षेत चांगले गुण मिळवण्याची खातरी वाढेल.

त्यानंतर फार दिवस उलटले नाही तोच मी आजारी पडले. प्रथम मला वाटलं की थंडीताप असेल पण लवकरच माझा ताप वाढला. मी तापानं इतकी थरथरत होते की डॉक्टर सिंथियांच्या दवाखान्यात नेईतो मला माझ्या पायावर धड उभं राहता येत नव्हतं. आतापर्यंत मला इतकी थंडी कधीही वाजली नसेल. माझ्या अंगावर उबदार चादरींचा डोंगर असूनही ते थरथरत असायचं. माझा त्यावर काहीही ताबा राहिला नव्हता. माझ्या थरथरीनं तर पूर्ण पलंगच हलत असायचा. भिंतीला आपटत असायचा. ते सर्व प्रचंड भयावह असायचं.

डॉक्टरांनी मला मलेरिया झाल्याचं निदान केलं. हा प्रकार घातक असून, त्यात रुग्णाचा मृत्यू देखील ओढवू शकतो, नव्हे ओढवतोच. मी वेळेवर दवाखान्यात पोहोचल्याचं डॉक्टरांचं म्हणणं पडलं. थोडा उशीर झाला असता तर ताप डोक्यात जाऊन माझा मृत्युदेखील ओढवला असता. त्यानंतर तब्बल दोन आठवडे मी क्विनाईनच्या ड्रीपवर होते. मला फार काही खाता यायचं नाही. माझ्या शरीरातली शक्ती परतायला बराच वेळ लागला. डॉ. सिंथियांच्या दवाखान्यानं माझे प्राण वाचवण्याची ही दुसरी खेप होती.

शेकडो, हजारो करेन निर्वासित येऊन राहिल्यामुळे थाई सरकार नाराज होतं. त्यांनी आम्हाला निर्वासितांचा दर्जा देणं अधिकृतरीत्या नाकारलं. पण १९९९ मध्ये मे ला छावणीतल्या निर्वासितांची युनायटेड नेशन्समध्ये अधिकृत नोंदणी केली गेली. नोंदणीकृत निर्वासितांनाच अन्नधान्य मिळू शके. अधिक निर्वासितांनी छावण्यांमध्ये येऊ नये म्हणून थाई सरकारनं लढवलेली ही शक्कल होती. पण तरीही लोक येत राहिले– छावण्यांमध्ये मिळणाऱ्या अन्नधान्यामुळे नव्हे, तर सैन्य त्यांच्यावर हल्ला करत होतं म्हणून.

हल्ले वाढत गेले तसे अधिकाधिक लोक छावण्यांमध्ये येत गेले. लवकरच

मे ला छावणीत 'भुतावळी'सारखे हजारो निर्वासित जमा झाले. त्यांना शारीरिक अस्तित्व होतं पण अधिकृतरीत्या ते अस्तित्वातच नव्हते. छावणीमध्ये जवळपास वीस हजार निर्वासित असून, त्यातील एक चतुर्थांश भुतावळ आहे, असं करेन निर्वासित समितीचं म्हणणं होतं. पंधरा हजार अधिकृत निर्वासित पाच हजार भुतावळीसारख्या निर्वासितांना गुप्तपणे अन्न पुरवत होते. याचा अर्थ असा होता की, छावणीत कोणालाही पुरेसं अन्न मिळत नव्हतं.

निर्वासित छावणीतून येणाऱ्या लोकांमध्ये विद्यार्थ्यांचं प्रमाण जास्त होतं. एका रात्री बर्मी सैन्यानं त्यांच्या छावणीवर हल्ला करून जाळपोळ केली होती. बरेच जण त्यांच्या झोपड्यांमध्येच जळून कोळसा झाले. छावणी उद्ध्वस्त झाली आणि सर्वांना जीव वाचवण्यासाठी पळ काढावा लागला. बहुतेक छावण्यांवर नेमल्या गेलेल्या थाई सैनिकांना निर्वासितांचं रक्षण करण्याकरिता यूएनकडून पगार मिळत होता पण त्यांनी काय केलं? ते पळून गेले. मे ला छावणीपर्यंत जे हातीपायी धड पोहोचू शकले त्यांचं अधिकृतरीत्या स्वागत झालं नाहीच, भुतावळीसारख्या निर्वासितांमध्ये आणखी काही निर्वासितांची भर मात्र पडली.

मला शत्रूचा संताप यायचा पण त्यांच्याकडून तीच अपेक्षा होती. निरपराध लोकांवर हल्ला करणं, त्यांना ठार मारणं अगदी छावण्यांमध्ये घुसून देखील. मला थाई सैनिकांचा संताप येत होता कारण आमचं संरक्षण करण्याऐवजी ते पळून जात होते आणि हे काही पहिल्यांदाच घडत नव्हतं. पण युनायटेड नेशन्स? यांच्याकडे त्यांच्या अपयशाबद्दल काय स्पष्टीकरण होतं?

युनायटेड नेशन्सकडे पैसा आणि संसाधनं आहेत हे मला माहीत होतं. ते पृथ्वीतलावरील सर्व राष्ट्रांचं प्रतिनिधित्व करतं हेही मला ठाऊक होतं. आमची परिस्थिती किती बिकट आहे याची त्यांना कल्पना आहे हेदेखील मला ठाऊक होतं. मग ते थाई प्रशासन किंवा बर्मी सैन्याविरुद्ध उभे का राहू शकत नव्हते? माझे बाबा युनायटेड नेशन्सचा उल्लेख आमच्या आयुष्यात बदल घडवून आणू शकणारी संघटना असा करायचे. पण मला तरी ती काही न करता हातावर हात ठेवून स्वस्थ बसलेली संघटना वाटली. आमच्या अधिकाराकरिता युनायटेड नेशन्स उभं राहणार नव्हतं तर मग कोण राहणार होतं?

जून २००० मध्ये आई आणि स्लोन मे ला छावणीत दाखल झाले. त्यांनी असं करायचं कधीच योजलेलं होतं. अर्थातच ते भुतावळीसारखे निर्वासित झाले. अधिकृतरीत्या त्यांना अस्तित्व नव्हतं. स्लोनला शाळेत नाव नोंदवता येणार नव्हतं. त्याला काय किंवा माझ्या आईला काय, धान्य मिळणार नव्हतं. एवढं सारं होऊन देखील आमच्यातील एकी, बंधुभाव अद्याप शिल्लक होता; कुठलीही व्यक्ती कशातूनही वगळली जायची नाही. एखादं कुटुंब त्यांना थोडा तांदूळ द्यायचं, दुसरं थोडी माशाची

पेस्ट तर कोणी तरी खाद्यतेल आणून द्यायचं.

माझी आई आणि छोटा भाऊ यांना शेवटचं पाहिल्याला तब्बल दोन वर्षं उलटून गेली होती. आई खूप म्हातारी दिसायला लागली होती. तिला बघून मला धक्काच बसला. तिचे हात-पाय सुजले होते. तुम्ही त्वचेत बोट खुपसलं तर तो त्वचेतला खड्डा तसाच राहत असे. तिचे घोटे आणि मनगटं यांची परिस्थिती तर त्याहून वाईट होती. फक्त तिचे केस मात्र तसेच दाट आणि चमकदार राहिले होते. मला ताबडतोब जाणवलं, तिला अकाली म्हातारपण आलं होतं.

छावणीतील दवाखान्यात जेवढं करता येणं शक्य होतं तेवढं त्यांनी केलं. तिला यकृत आणि हृदयाचा त्रास असल्याचं त्यांनी सांगितलं. पाणी शरीरात राहिल्यानं तिच्या शरीराला सूज आली होती. तिचे हात-पाय भरून यायचे, खांद्यांमध्ये वेदना व्हायच्या, तिला चालताही येत नव्हतं. अत्यंत अवघड वेळी सुद्धा ती नेहमीच खंबीर, ताठ राहिली होती. ती जगातली सर्वोत्कृष्ट आई आहे, असं तिच्याकडे पाहताना नेहमी वाटायचं.

सुदैवानं थोडीशी का होईना मदत धावून आली. थु रे पॉ नावाची एक वर्षाची अनाथ मुलगी आणि सॉ नु नावाचा किशोरवयीन मुलगा आईबरोबर राहायला आले. दोघंही एकटे होते आणि दोघांनाही आई-वडिलांची गरज होती. आईनं त्यांना आनंदानं घरात घेतलं. तिनं अशा प्रकारे आणखी दोन आश्रित मुलांना देखील 'दत्तक' घेतलं. त्यातला एक होता से सेचा दहा वर्षांचा पुतण्या पोह थे दो म्हणजे बाल्यावस्थेतलं प्रचंड झाड. तो कुटुंबातील सर्वांत लहान अपत्य होता आणि माझ्या आईचा अत्यंत लाडका. कुटुंबातील शेंडेफळ असल्यानं त्याच्यावर प्रेमाचा वर्षाव होत असे.

हे माझ्या आईनं जमवलेलं कुटुंब होतं. तिच्यात असं खास काही तरी आईपण होतं ज्यामुळे निराधार लोकांना ती आधार वाटत असे. ते तिला तिच्या दैनंदिन कामात मदत करत, ती त्याच्या बदल्यात त्यांच्यावर प्रेमाचा वर्षाव करी, त्यांना हवा असणारा सुरक्षितपणा देई. बाबा जमेल तसं, शक्य तेव्हा आईला भेटायला येत. सारखं छावणीच्या आतबाहेर करणं शक्य नव्हतं. पण जेव्हा शक्य होई तेव्हा तिच्या दत्तक कुटुंबाला तिच्या सभोवताली बघून त्यांना हायसं वाटे.

थोड्या दिवसांनंतर आईला कळून चुकलं की, दवाखान्यातील गोळ्यांनी काही होण्यासारखं नाही. तेव्हा तिनं लो प्यो काकांना– जे पारंपरिक वैद्य होते– त्यांना बोलावणं धाडलं. लो प्यो काका पारंपरिक उपचार पद्धतीमध्ये जंगलात मिळणाऱ्या वनौषधींचा वापर करून लोकांना बरं करीत असत. त्यांनी आईकरिता तयार केलेलं खास औषध बाटलीत भरून दिलं होतं आणि ते तिला दर दिवशी घ्यायला सांगितलं होतं.

ते घरी बनवलेल्या सरबतासारखं दिसत होतं. एका रात्री न राहवून मी त्यात बोट बुडवून चाखलं तर ते कडूजहर लागलं. आई ते कशी पिते याचं मला आश्चर्य वाटलं. मी तिला वारंवार लघवी करायला लावत होते. पहिल्यांदा तिला बराच आराम वाटला. गोळ्या घ्यायला लागायच्या त्यापेक्षा ती या उपचारावर खूप खूश वाटत होती. थोड्या काळाकरिता असं वाटलं की ती काही प्रमाणात बरी झाली.

मे ला छावणीच्या प्रवेशद्वारासमोरून एक डांबरी रस्ता जात होता. प्रवाशांना घेऊन जाणारे कन्व्हर्टेड पिकअप तिथून ये-जा करीत असत. एकदा एक ट्रक मी छावणीच्या कुंपणापाशी येऊन थांबलेला पाहिला. त्या ट्रकच्या मागच्या भागात एक मुलगी बसली होती. माझ्या वयाचीच असेल आणि एका क्षणात मला काय वाटलं कुणास ठाऊक, मी तिच्याशी बोलायचं ठरवलं.

"हाय! तुला आम्हाला भेटायला आवडेल का?"

"का?" तिला खूप आश्चर्य वाटलेलं दिसलं, "काय आहे हे?"

"ही निर्वासितांची छावणी आहे." चेहऱ्यावर स्वागताचं हसू आणत मी म्हणाले, "आणि आम्ही करेन निर्वासित आहोत."

तिचा माझ्यावर विश्वास बसला असावा असं वाटलं. ती ट्रकमधून उतरली, आपली बॅग कुंपणावरून आत फेकली. तिला आत येता यावं म्हणून कुंपणाला एखादं भगदाड आहे का ते शोधलं. मी तिला शाळेतील मुलींच्या खोलीत घेऊन गेले. तिथं तिला लपवून ठेवता येणार होतं. छावणीत इतर परदेशी लोक देखील काम करत होते. पण कोणालाही तिथं राहायची परवानगी नव्हती. ते सकाळी यायचे आणि संध्याकाळी आपल्या घरी परत जायचे.

आम्ही शाळेतील मुलींच्या खोलीत पोहोचून स्थानापन्न झालो तशी तिनं तिची कथा मला सांगितली. तिचं नाव लिंडा होतं आणि ती हॉलंडहून आली होती. प्रवासी असून, मे हाँग साँगकडून मे लॉतकडे चालली होती. फारफार तर विशीची असेल पण एकटीच प्रवास करत होती.

माझ्या डोक्यात तिच्याशी बोलायची कल्पना येणं हे क्षणार्धात घडलं होतं. आम्ही कुठल्या हलाखीत दिवस काढतो आहोत हे जगाला कळावं म्हणून आम्ही परदेशी लोकांशी बोलण्यास इतके उत्सुक होतो. नेमकं काय घडतं आहे हे लोकांना सांगण्यास उत्सुक होतो. मी लिंडाला सांगितलं की, आम्ही बर्मामधील करेन निर्वासित होतो. आमची गावं बर्मी सैन्यानं उद्ध्वस्त केल्यानं आम्हाला छावणीत राहणं भाग पडलं होतं. या कुंपणापलीकडे एवढ्या मोठ्या प्रमाणात निर्वासित राहत असतील याची तिला अजिबात कल्पना नव्हती. मे ला छावणी हे एक गरीब लोक दाटीवाटीनं राहत असलेलं गाव आहे असंच तिला वाटत होतं.

लिंडाचं छावणीला भेट देणं इतर मुलांना आवडून गेलं. त्या दिवशीच्या

पंगतीचं जेवण मी बनवलं. भात आणि माशाची पेस्ट. एरवीपेक्षा काहीतरी वेगळं! त्या पंगतीनंतर आम्ही तिला एक बिछाना मिळवून दिला. लिंडा दोन दिवस राहिली. पण खंत एकाच गोष्टीची वाटली की, आम्ही तिला छावणीतून मोकळेपणानं हिंडवू शकलो नाही. थाई सैनिक तिला पकडण्याची भीती होतीच.

तिचा जाण्याचा दिवस उजाडला. तिची जाण्याची वेळ आली तशी आम्ही कुंपणातून एक-दोन बांबू हलवून तिला जायला जागा करून दिली. लिंडानं मला तिचा एक इ-मेल आणि फोन नंबर दिला होता. पण अर्थातच तिच्याशी संवाद साधता येण्याला कोणताही मार्ग आणि शक्यता नव्हती; त्यामुळे मला त्याचा काही उपयोग नव्हता. पण मी ते जपून ठेवलं; कधी गरज लागलीच तर या विचारानं. एके दिवशी मी छावणीच्या बाहेर पडेन आणि बाहेरच्या जगातली माझी एकमेव मैत्रीण लिंडाशी संपर्क साधेन.

मार्च २००० मध्ये मी दुसऱ्यांदा ओएसआयच्या परीक्षेला बसले. मला स्वत:बद्दल, मी पुढं काय करू इच्छिते आणि मी पदवी शिक्षण का घेऊ इच्छिते या विषयांवर निबंध लिहायचे होते. मी लिहिलं होतं की, मी बर्मामधील निर्वासित आहे पण तरीही मला यशस्वी व्यक्ती बनून दाखवायचं आहे; जेणेकरून मला माझ्या लोकांना जमेल तशी, शक्य तेवढी मदत करता येईल. माझं शिक्षण पूर्ण झाल्यावर मला हेच करायचं होतं.

आमच्या शाळेतले साठ विद्यार्थी या परीक्षेला बसले होते. मुख्याध्यापकांनी सांगितलं की, संपूर्ण सीमाप्रदेशातून अजून शंभर एक विद्यार्थी ही परीक्षा देणार आहेत. सर्व मिळून निर्वासितांच्या नऊ छावण्या होत्या; त्यामध्ये एक लाख निर्वासित राहत होते. पण भांडवलदारांकडे काही मूठभरच शिष्यवृत्त्या होत्या देण्यासाठी; त्यामुळे मी माझ्या अपेक्षा फार उंचावून ठेवल्या नव्हत्या कारण मला पक्कं ठाऊक होतं की, यावेळीही जर मला अपयश आलं तर माझ्या आत्मविश्वासाला मोठं भगदाड पडणार होतं आणि या अपयशाबरोबरच माझ्या सर्व आशा जळून खाक होणार होत्या.

परीक्षेनंतर दोन महिन्यांनी वर्गात निकाल वाटले गेले. प्रत्येक विद्यार्थ्याच्या हातात एक सीलबंद लिफाफा दिला गेला. मी थरथरत्या हातानं माझा लिफाफा उघडला, मला जागा मिळाली असण्याची शक्यता कमीच होती तरीही आशेत किंचित धुगधुगी होती आणि... मी उत्तीर्ण झाले होते आणि मला ओएसआय शिष्यवृत्ती मिळाली होती. हे पाहिलं तेव्हा क्षणभर माझा विश्वासच बसला नाही. आंग सान स्यू कींचा मित्रपरिवार आणि कुटुंबीयांनी स्थापन केलेल्या धर्मादाय निधीतून दिली जाणारी शिष्यवृत्ती देखील मला मिळाली होती. माझी भीती निष्फळ ठरली होती. पदवीचं शिक्षण घेण्यासाठी अखेरीस मला छावणीच्या बाहेर पडता येणार होतं.

बुलबुल आणि माझ्या इतर मित्रमैत्रिणींना देखील शिष्यवृत्ती मिळाली होती. सॉ

पो तू- श्री बालक सोनं आणि सॉ विनवर्ल्ड- श्री विनवर्ल्ड यांना धरून आमच्या शाळेतून एकूण पाच जणांची निवड झाली होती. इतर पंचावन्न जण अपयशी ठरले होते. माझ्या डोळ्यांत आमच्यासारख्या काही नशीबवंतांसाठी आनंदाश्रू होते, तर इतरांसाठी कणवही दाटून आली होती. या अपयशाचा अर्थ मला चांगल्याच रीतीनं ठाऊक होता. गेलं एक वर्षं मी याच अपयशाच्या खातेऱ्यात काढलं होतं. आशा हरपणं आणि निर्वासितांच्या छावणीतील सडक्या आयुष्याला शरण जाणं खूप सोपं होतं. मला पक्कं ठाऊक होतं ते.

त्या दुपारी आमचे मुख्याध्यापक पु तॉ आजोबा यांनी मला खासगीत बोलण्यासाठी म्हणून बाजूला नेलं. त्यांना माझा खूप अभिमान वाटत होता, असं ते म्हणाले. ओएसआय शिष्यवृत्तीसाठी बसलेल्या काही शेकडो विद्यार्थ्यांमध्ये मला सर्वांत जास्त गुण मिळाले होते.

२७ सप्टेंबर २००० रोजी मी मे ला छावणी सोडली. माझा विसावा वाढदिवस जवळ येत होता. ब्वा ब्वा ज्या विद्यापीठात शिकत होती त्या विद्यापीठात शिकण्यासाठी मी बँकॉकला निघाले. मी अजूनही कुठल्याही प्रकारची अधिकृत ओळख नसलेली निर्वासित असल्याने मला छावणीतून चोरट्या रीतीनंच बाहेर काढण्यात आलं. माझं नाव छावणीतील यूएनच्या यादीत समाविष्ट होतं फक्त.

आई आणि स्लोनचा निरोप घेताना माझ्या मनात संमिश्र भावना होत्या. माझ्यासमोर पसरलेलं विस्तीर्ण जग, त्यातील संधी मला खुणावत होत्या पण आईला सोडून जाताना अपराध्यासारखं वाटत होतं. ती खूपच आजारी दिसत होती. ती माझ्याकरिता आनंदी दिसायचा प्रयत्न करत असली तरी मी इतक्या दूर जाणार या विचारानं ती खचली होती. मला अशी संधी मिळाल्याबद्दल स्लोन मात्र खूप खूश होता. बहिणींच्या पावलावर पाऊल ठेवून छावणीतून सुटका करून घ्यायची त्याचीही योजना होती.

आईला सोडून जाणं खूप अवघड होणार होतं, विशेषत: तिला माझी सर्वांत जास्त गरज असताना. पण तिची तक्रार नव्हती. छावणीत अडकून पडण्याची निराशा आणि तडफड काय असते हे ती जाणून होती; त्यामुळे आम्ही सर्वांनीच छावणीतून सुटका करून घेण्याचा मार्ग शोधावा अशी तिची इच्छा होती. मी स्लोन आणि आईची शेवटची गळाभेट घेतली आणि निघाले.

मी कधी परत येईन याची खरंच कल्पना नव्हती.

नेत्रोद्दीपक बँकॉक

करेन जंगलामध्ये आणि निर्वासितांच्या छावण्यांमध्ये आतापर्यंतचं आयुष्य व्यतीत केल्यावर बँकॉकमध्ये येणं म्हणजे परग्रहावर आल्यासारखं वाटत होतं. मोठ्या शहरात येण्याची ही माझी पहिलीच वेळ. उंच, सुंदर इमारतींकडे, काँक्रीट आणि काचेच्या त्या विस्तीर्ण पसरलेल्या जंगलाकडे, त्याच्या झगमगाटाकडे मी भान हरपून बघत होते आणि स्वत:शीच म्हटलं, वॉव! हे अद्‌भुत आहे. माझ्या देशात कधी शांतता प्रस्थापित झालीच तर माझे लोक छावण्यांतील ओंगळवाणं जगणं सोडून अशाच जागांमध्ये राहतील.

पहिल्यांदा तो गोंधळ, सर्वत्र भरून राहिलेला वास, गाड्यांनी सोडलेला धूर आणि प्रत्येक जण किती व्यग्र दिसतो आहे हे माझ्या लक्षात आलंच नाही. बँकॉकमधील ट्रॅफिक जॅम, शहराची काळोखी बाजू याकडे मी सोईस्कररीत्या कानाडोळा केला होता. मी माझ्या सभोवार पसरलेली भरभराट पाहत होते. चकचकीत, गुळगुळीत आरसे लावलेल्या इमारती, डांबरी रस्त्यावरून सुळकन पळणाऱ्या आलिशान मोटारी, मोटरबाईक्स आणि स्कूटर्सवरून सतत कुठंतरी ये-जा करत असलेली माणसं.

जंगलातून आलेल्या माझ्यासारख्या मुलीसाठी एवढ्या भव्य शहराशी जुळवून घेणं म्हणजे एक दिव्यच होतं. सुदैवानं माझ्या मदतीसाठी ब्वा ब्वा तिथं होती. विद्यार्थ्यांचं प्रमाण जास्त असलेल्या एका भागात तिनं एक छोटी खोली भाड्यानं घेतली होती. त्या छोट्याशा खोलीत एक शॉवर होता, टॉयलेट क्यूबिकल होतं आणि दोघींना मिळून एक पलंग होता. आम्हाला इलेक्ट्रिक शेगडीवर अन्न शिजवावं लागे. भिंतीमध्ये प्लग खुपसून जेवण करण्यासाठी वापरण्यात येणारी ती रिंग म्हणजे फारच गमतीदार गोष्ट होती.

कॉलेजपासून चालत दहा मिनिटांच्या अंतरावर असलेल्या राचदा पिसेत नावाच्या भागात आमची खोली होती. इथे पर्यटकांची फारशी ये-जा नव्हती. या

भागात उद्योग, बँका, घरं, कार्यालयं यांचं मिश्रण झालं होतं. भिंतीवर माझा, ब्वा ब्वा आणि बाबांचा करेन चळवळीच्या दिवशी काढलेला फोटो टांगून ब्वा ब्वानं खोली सुशोभित केली होती. आणखी काही सजावटीला वाव नव्हताच.

ओएसआय शिष्यवृत्तीतून मिळालेले पैसे जेमतेम पुरत. विद्यापीठाची फी देऊन प्रत्येक महिन्याला पाच हजार थाई– सत्तर युरो उरत. त्यातच आम्हाला आमची सोय बघावी लागे. त्यात आम्हाला खाणं, कपडे, पुस्तकं हा सर्व खर्च बसवावा लागे. शिवाय आई आणि स्लोनला काही पैसे पाठवायचे होते. दोघींनी मिळून एकच खोली वापरली तर काही पैसे वाचवता येणं शक्य आहे, असं आम्हाला वाटत होतं.

बांबू आणि पानांनी शाकारलेल्या घरात राहायची सवय असलेल्या माझी काँक्रीटच्या खोलीत राहायची ही पहिलीच वेळ होती. खिडक्या उघड्या ठेवून देखील खोलीत हवाबंद डब्यासारखा गंध येत असे. पण अभ्यास करायचा असेल तर मला इथं राहणं क्रमप्राप्त होतं. प्रत्येक वेळी बाहेर जाताना त्या चिमुकल्या खोलीला देखील कुलूप लावून जावं लागे. निर्वासितांच्या छावणीमध्येही आम्ही घरांना कधी कुलूप लावलं नाही, ना कधी खिडक्या बंद करून ठेवल्या.

सुदैवानं ब्वा ब्वा आणि माझे काही मित्रमैत्रिणी जवळपासच राहत होते. बुलबुल बाजूच्याच इमारतीत तिची बहीण पॉ वॉ (पांढरे फुल) च्या सोबतीनं राहत होती. त्या दोघींनाही ओएसआय शिष्यवृत्ती मिळाली होती.

पण पॉ वॉनं दुसऱ्या छावणीतून परीक्षा दिली होती. नव्या गावातील माझी मैत्रीण मू मू व तिची बहीण यू यूच्या जोडीनं त्याच इमारतीत राहत होती. यू यू आणि मी नंतर खूप चांगल्या मैत्रिणी झालो.

मला पदवीचा विषय निवडताना जरा कष्ट पडले. शिष्यवृत्ती फक्त एकाच विषयासाठी उपलब्ध होती; त्यामुळे मला बिझनेस ॲडमिनिस्ट्रेशन हा विषय निवडणे भाग होते. त्या वर्गात ओएसआय शिष्यवृत्ती मिळालेले दहा विद्यार्थी होते आणि ते सर्व बर्मातील मूळ वांशिक पक्षाचं प्रतिनिधित्व करत होते. करेन, मोन, करेनी, अराकान आणि बर्मन, आम्ही सर्वच जुलमी बर्मी राजवटीचे बळी होतो आणि आम्ही सर्वच आमच्या देशाचा अवैधरीत्या ताबा घेतलेल्या जनरलचे शत्रू होतो. या गोष्टीनं आम्हाला एकत्र आणलं होतं.

आमच्या कॉलेजचं नाव सेंट टेरेसा इन्स्टिट्यूट ऑफ टेक्नॉलॉजी असं होतं. हे युनायटेड किंगडममधील ब्रॅडफोर्ड विद्यापीठाकडून प्रमाणित केलं गेलेलं आंतरराष्ट्रीय कॉलेज होतं.

बहुतेक विद्यार्थी सधन, प्रस्थापित थाई कुटुंबांतून आलेले होते. चीन, तैवान, कंबोडिया, श्रीलंका, भारत, युनायटेड स्टेट्स, कॅनडा आणि युनायटेड किंगडमसारख्या

देशांतून आलेले विद्यार्थी देखील होते. पहिल्या सत्रात मला मित्रमैत्रिणी बनवण्यासाठी अजिबात वेळ मिळाला नाही. जागं असताना मला क्षण न क्षण अभ्यास करायला लागायचा; कारण या पातळीच्या शिक्षणाशी जुळवून घ्यायचं म्हणजे एवढा अभ्यास करायला लागणारच होता.

कॉम्प्युटर वापरायला शिकणं हे माझ्याकरिता सर्वांत मोठं आव्हान होतं. त्याकरिता मला रात्रीपर्यंत सराव करायला लागायचा. मी जे मित्रमैत्रिणी जोडू शकले ते सर्व ओएसआय शिष्यवृत्तीचे विद्यार्थी होते. कॉम्प्युटर हॉलमध्ये पीसी कसा हाताळायचा हे शिकायचा प्रयत्न करत घालवलेल्या वैतागभरल्या तासांनी आमच्यात वेगळाच बंध प्रस्थापित केला.

कॉलेजमध्ये सर्वच गोष्टी कॉम्प्युटरच्या साहाय्यानं पार पाडल्या जात; त्यामुळे आम्हाला कॉम्प्युटरचा वापर करता आला नाही तर सर्वच अवघड घेऊन बसलं असतं. शिक्षक त्यांच्या व्याख्यानांच्या नोट्स इ-मेलनं पाठवत. आम्हाला आमचं संशोधन इंटरनेटचा वापर करूनच करायला लागणार होतं. आमचे निबंध टाईप करून, प्रिंटआउट काढून शिक्षकांकडे सोपवायचे होते. मी सर्वच गोष्टींत खूप मागं होते आणि सर्वांच्या बरोबरीनं यायला बरंच काही शिकणं बाकी होतं.

मला जर माझा पदवी विषय निवडण्याची संधी मिळाली असती तर मी आग्नेय अशियाचा अभ्यास हा विषय निवडला असता. पण बिझनेस ॲडमिनिस्ट्रेशन हा माझ्या नावडीचा विषय होता हे मात्र नक्की. मला तो अतिशय परका वाटायचा. त्यातल्या बऱ्याच प्राथमिक संकल्पना माझ्या लक्षात आल्या नव्हत्या. आंतरराष्ट्रीय व्यवसायातील प्रथांबद्दल मला सुतराम कल्पना नव्हती. किंबर्ली क्लार्कचा लोगो किंवा टोयोटा, टिस्को व्यवसाय चिन्हांचा फायदा काय? मला काही कळत नव्हतं. लोगो म्हणजे काय? सुपरस्टोअर काय असतं? टिस्को, टोयोटा प्रभृती कोण होते?

या सगळ्यांशी जुळवून घेताना कराव्या लागणाऱ्या अभ्यासाचा जो डोंगर माझ्यावर पडला होता त्यानं मला निराशा यायला लागली होती. करेन शाळांमध्ये आम्ही फळ्यांवरून धडे उतरवून घ्यायचो आणि तोंडपाठ करायचो. इथं व्याख्यान फक्त एक तास असायचं आणि त्यानंतर आम्ही वाचनालयातून किंवा इंटरनेटचा वापर करून आमचं स्वत:चं संशोधन करणं अपेक्षित होतं. पण हेच खरं आव्हान होतं हे मला लवकरच कळलं. अशा प्रकारे स्वत:ची विचारसरणी विकसित करायला आपल्याला आवडतं हेही माझ्या लक्षात यायला लागलं होतं. आम्हाला एसियान स्टडीज नावाचं एक मॉड्यूल होतं आणि हा माझा अतिशय आवडीचा विषय होता. एसियान ही युरोपियन युनियनसारखीच राष्ट्रांची युती होती जिचं पूर्ण नाव होतं असोसिएशन ऑफ साउथ-ईस्ट एशियन नेशन्स. एसियानमध्ये थायलंड, लाओस, कंबोडिया, व्हिएतनाम, सिंगापूर, मलेशिया, फिलीपाईन्स, इंडोनेशिया,

ब्रुनेई आणि बर्माचा समावेश होता. आम्ही कोणत्याही देशाच्या अर्थव्यवस्थेचा अभ्यास करण्याचा पर्याय निवडू शकत होतो. पण कोणीही बर्माची निवड केली नाही; कारण त्यात अभ्यास करण्यासारखं काही नव्हतंच. वाचनालयात बर्माच्या अर्थव्यवस्थेबद्दल एकही पुस्तक नव्हतं. दशकानुदशकं हुकूमशहांनी तो देश स्वत:च्या फायद्याकरिता हवा तसा चालवला होता. सर्वत्र अशांती आणि भ्रष्टाचार माजला होता. मी थायलंडची निवड केली आणि त्यामुळेच मूठभर सैनिकी अधिकाऱ्यांना मालामाल करण्यासाठी नव्हे तर सर्वांनाच लाभ मिळावेत अशा रीतीनं देशाची अर्थव्यवस्था कशी चालवतात हे मी शिकले.

पहिल्यांदा बँकॉक शहरानं मला भारून टाकलं होतं. पण काही आठवडे सरले तसं मला कळलं की ते इतकं काही खास नव्हतं. फक्त उत्तुंग इमारती आणि निऑन लाईट्स होते. कार, ट्रक, मोटारबाईकचे जथ्थेच्या जथ्थे रस्ता पार अडवून टाकत. त्यांच्यामधून निघणाऱ्या धुरानं वातावरण कोंडलं जाई, लोकांची गर्दी, कर्णकर्कश ट्रॅफिक, सतत बंद असलेली दारं. मला कळून चुकलं की गावातील आयुष्याचे स्वत:चे फायदे असतात.

एस्केलेटर, लिफ्ट किंवा विद्युत शेगडी कशी वापरावी याबद्दल मला काहीही ज्ञान नव्हतं. जंगलात काय किंवा छावणीत काय, ना वीज होती ना चढउतार करण्यासाठी कसली उपकरणं. वर्दळीचा रस्ता ओलांडणं म्हणजे मोठी कसरत असायची. खिडकीच्या आणि दरवाजाच्या काचा ओळखता येईपर्यंत तर युगं उलटायला लागली. जर आरपार पाहता येत असेल तर ती हवा असते. माझा मेंदू अशा रीतीनं प्रशिक्षित होत होता. कितीतरी वेळा मी काचेच्या दरवाजावर धाडकन आपटले होते. तो खरंच लाजिरवाणा प्रसंग होता.

या सर्वाला विनोदाची बाजू होती तशीच चिंताजनक बाजू सुद्धा होती. मी कुठल्याही अधिकृत कागदपत्राविना बँकॉकमध्ये राहत होते. इतरांपेक्षा ठळक उठून दिसू एवढंच थाई अधिकाऱ्यांचं लक्ष मी माझ्याकडे वेधून घेणार होते. पहिल्यांदा मला थाई भाषा बोलता येत नव्हती; त्यामुळे मी रस्त्यावरच्या लोकांशी बोलू शकायचे नाही. मी बेकायदेशीररीत्या घुसलेला परजीव होते. पोलिसांनी थांबवलं तर मोठ्या धर्मसंकटात पडले असते. पोलीस दिसला रे दिसला की मला गळाठून जायला व्हायचं.

सांगायचा मुद्दा असा की, पोलिसांनी अडवलं तर त्यांना दाखवायला कोणतंही कायदेशीर कागदपत्र किंवा ओळखपत्र माझ्याकडे नव्हतं.

रोजचा अभ्यास करताना देखील मला लपून बसावं लागे. पुढे पोलिसांना पाहिलं की इथंच वितळून जाता आलं तर बरं असं मला वाटे. मी जास्तीतजास्त वेळ कॉलेजच्या आवारात किंवा घरी अभ्यास करण्यात घालवे. कारण मला माहीत

होतं की मी तिथं पूर्णपणे सुरक्षित आहे. मी आणि ब्वा ब्वा छावणीत भुतावळीसारख्या निर्वासित होतो तर इथं थायलंडमध्ये भुतावळीसारख्या नागरिक.

बँकॉकमधील बहुतेक बर्मी लोकांकडे कागदपत्रं नव्हती. त्या सर्वांचं आयुष्य या ना त्या प्रकारे सारखंच होतं. सर्वच जण जीव मुठीत धरून जगत होते. थाई पोलीस बऱ्याचदा लोकांना थांबवत आणि त्यांच्याकडे कागदपत्रांची मागणी करत. जर त्यांच्याकडे ती नसतील तर त्यांची रवानगी सरळ बर्माला करत. ज्यांच्याकडे पैसा होता ते पैसे चारून थाई पोलिसांना मार्गी लावत. थायलंडमध्ये जवळपास दशलक्ष लोक अनधिकृतरीत्या स्थलांतर करून राहत होते. सर्वांवरच भीतीचं सावट होतं.

कधी-कधी थाई पोलीस रस्ता जाम करून टाकायचे किंवा रस्त्यावर टेहळणी करत पायीच फिरत असायचे. इतरांपेक्षा वेगळं कोणीही दिसलं तर त्याला तत्काळ थांबवायचे. थाई न बोलता येणं किंवा गबाळग्रंथी गावरान कपडे म्हणजे नजरेत भरण्याची शंभर टक्के खात्रीच. मी थाई दिसण्याचा प्रयत्न करत होते. मी पारंपरिक करेन लुंगी न घालता पँट घालायचे. मी केस कापून थाई पद्धतीचा बॉबकट केला होता. रस्त्यावर बोलायची वेळ आलीच तर रेटून आत्मसात केलेले काही थाई शब्द घडाघडा बोलायचे, नाहीतर एरवी रस्त्यावर काही न बोलणंच पसंत करायचे. माझ्यावर नजर पडू नये म्हणून जे जे शक्य ते सर्व करण्याचा मी आटोकाट प्रयत्न करत होते.

कॉलेजमध्ये मी आणि ओएसआय शिष्यवृत्ती घेऊन आलेले इतर विद्यार्थी बाकी सर्वांपेक्षा किती वेगळे आहेत याचा मला लवकरच उलगडा झाला. आम्ही सर्वच मनुष्यप्राणी होतो; पण आम्ही अत्यंत हालअपेष्टांमध्ये दिवस काढले होते, तर इतरांची आयुष्यं सुखासीन होती. कॉलेजमध्ये मी आपल्या आपल्यातच राहायचे. मी जास्त बोलले तर मी इथे अनधिकृतरीत्या राहते हे सर्वांच्या लक्षात येईल आणि त्यामुळे आणखी समस्या निर्माण होतील असं मला वाटे. पण इतर विद्यार्थी धनिक घरांतून आलेले आहेत इतकं मला ठाऊक होतं.

ते त्यांच्या आलिशान गाड्यांमधून कॉलेजला येत. ते महागड्या रेस्टॉरंटमध्ये जात, सिनेमाला जायच्या आणि गोल्फ खेळायला जायच्या गप्पा करत. ते डिझायनर कपडे घालायचे. त्यांचे आईबाप प्रतिष्ठित उद्योगपती, डॉक्टर्स वगैरे होते किंवा सद्भावना दूत होते. त्यांना हवं ते सर्व, हवं तेव्हा मिळत होतं, मनमुरादपणे स्वातंत्र्य अनुभवायला मिळत होतं आणि आम्ही गोळ्यांना चुकवत जंगलातून सैरावैरा धावत होतो. फक्त जन्म घेण्याच्या जागांमध्ये असलेल्या फरकामुळे आयुष्यात एवढे फेरफार होऊ शकतात?

मी करेन म्हणून जन्माला आले होते आणि मी आयुष्यभर भीती, दडपण आणि छळणूक यांचा सामना केला होता. थाई म्हणून जन्माला आल्यानं त्यांनी आमच्या

वाट्याला आलेल्या हालअपेष्टांपैकी एका अंशालाही तोंड दिलं नव्हतं. अशा पार्श्वभूमीच्या लोकांबरोबर मी यापूर्वी कधी राहिले नव्हते. त्यांच्या तक्रारीचे विषय म्हणजे त्यांनी त्यांच्या डिझायनर जीन्स कशा फाडल्या किंवा त्यांचे आई-वडील त्यांना नवीन मोबाईल घेऊन देत नव्हते किंवा त्यांची कार कुठंतरी जाऊन आपटली आणि मी स्वतःशीच विचार करायचे, 'अरे! हे तर काहीच नाही. याबद्दल कसल्या तक्रारी करत आहात तुम्ही?'

मला माझ्या मायभूमीतून हाकलण्यात आलं होतं आणि एका निर्वासित छावणीतून दुसऱ्या छावणीत उचलबांगडी करण्यात आली होती. कधी-कधी मी अशा लोकांमध्ये राहत होते जिथं काहीही नव्हतं, अक्षरशः काहीही नाही आणि इथं मी अशा लोकांमध्ये राहत होते ज्यांच्याकडे सर्व काही होतं, सर्व ऐशआराम, सोयीसुविधा हात जोडून उभ्या होत्या. तरी सुद्धा ते बारीकसारीक गोष्टींबद्दल तक्रारी करत होते. खरं तर त्यांना जे काही मिळत होतं त्याची किंमत त्यांना कळत नव्हती. कधी-कधी ते वर्गांना दांडी मारत किंवा उशिरा उगवत किंवा वेळेवर गोष्टी करत नसत आणि त्याची त्यांना काही फिकीर होती असंही वाटत नव्हतं.

लोक शिक्षणाचा इतका अनादर कसा करू शकतात, याबद्दल मला आश्चर्य वाटत असे. इथं येण्यासाठी, ओएसआय शिष्यवृत्तीसाठी आम्हाला किती झगडावं लागलं होतं, किती संघर्ष करावा लागला होता. हे शिक्षण, ही पदवी हे माझं स्वप्न होतं. पण त्यांच्याकरिता आयुष्यातील एक फारसं महत्त्व नसलेलं एक प्रकरण होतं. त्यांच्यासारखं काळजीमुक्त, फुलपाखरी आयुष्य जगण्याची संधी मिळावी म्हणून निर्वासितांच्या छावण्यांमधून आलेले हजारो लोक काय वाटेल ते द्यायला तयार झाले असते.

त्यांचे डिझायनर कपडे, गोल्फ किंवा पार्ट्या यांबद्दलच्या बोलण्यात कधी माझ्या देशाचा किंवा तिथल्या लोकांवरचे अत्याचार यांचा उल्लेख नसायचा. माझा देश काही फार दूर नव्हता, सीमेपलीकडेच तर होता. त्याबद्दल वर्तमानपत्रात छापून यायचं. टीव्हीवरील बातम्यांत मथळे झळकायचे. हे विद्यार्थी इंटरनेटचा देखील वापर करायचे. ती मुलं जागतिक माध्यमाच्या सतत संपर्कात होती; त्यामुळे त्यांना माझ्या देशाविषयी माहिती असण्याचं काहीच कारण नव्हतं. पण असं असलं तरी कॉलेजमध्ये या विषयावर एकदाही चर्चा झाली नाही.

कधी-कधी मला उपऱ्यासारखं वाटायचं. मी त्यांच्यासोबत राहायच्या योग्यतेची नाही, असं वाटायचं. अशा भावनांशी सामना करायचा एकच उपाय म्हणजे परीक्षेमध्ये यशस्वी होण्यासाठी अभ्यास करणं. जंगली करेन मुलगी आणि निर्वासित असले तरी मी कोणालाही पुरून उरू शकते मग ते कोणीही असो, हे मला सिद्ध करून दाखवायचं होतं.

आमच्या अभ्यासक्रमातील एक मॉड्यूल अर्थशास्त्राचं होतं आणि त्याचाच एक भाग म्हणून आम्हाला थायलंडमधील १९९७ मधील महामंदीचा अभ्यास करायचा होता. थाई अर्थव्यवस्थेतील महामंदीला अनेक घटक कारणीभूत होते आणि त्यातील एक होता चलन परिकल्पन. त्यासाठी अपराधी ठरवलेल्या पार्ट्यांचं जे नाव सांगितलं गेलं होतं त्यानं आमच्या आश्चर्याला पारावार उरला नाही. त्यातील एक नाव होतं जॉर्ज सोरोसचं. ओएसआय शिष्यवृत्तीच्या पुरस्कर्त्याचं. कोणालाही– प्राध्यापकांना, उर्वरित विद्यार्थ्यांना– माहीत नव्हतं की आम्ही ओएसआय स्कॉलर्स होतो आणि आम्हीदेखील त्या गावचेच नाही असा आव आणून माहिती नसल्याचं भासवलं.

जेव्हा आम्हाला वाटे की फक्त अभ्यास करण्यानं जास्त शीण आला आहे, तेव्हा ब्वा ब्वा, बुलबुल, मू मू आणि मी छोटीशी पार्टी करत असू. खिशात पैसे असतील तर सिनेमाला जात असू. बँकॉकमध्ये मी पाहिलेला सिनेमा म्हणजे ब्लॅक हॉक डाऊन. तो सिनेमा बघण्याची कल्पना माझी होती. तो सोमालिया नावाच्या एका देशाबद्दल आणि युनायटेड नेशनच्या तिथल्या शांतिकार्याबद्दल आहे हे मला ऐकून ठाऊक होतं. मी स्वत:शीच विचार केला, जर ते सोमालियामध्ये शांतिकार्य करू शकतात तर मग बर्मामध्ये काहीच का करू शकत नाहीत? सोमालियात करत असलेलं काम युनायटेड नेशन्स आमच्या देशासाठी का करत नाही?

पण तो सिनेमा युद्धाबद्दल होता. त्यामधून आम्हाला एवढंच कळलं की युद्ध म्हणजे नरक असतो. ते आम्हाला कधीचंच ठाऊक होतं. सगळ्यांत वाईट होतं ते म्हणजे त्या सिनेमानं आठवणींचा तळ पुरता ढवळून काढला होता. तो इतका खराखुरा आणि अंगावर येणारा होता की त्यामुळे सगळ्या काळ्या आठवणी माझ्यावर पुन्हा एकदा चाल करून आल्या. मानेरप्लॉमधील आठवणी, पेर हे लू गाव, निर्वासितांची छावणी, गोळ्या, बॉंबपासून जीव वाचवून पळणं हे सर्व काही आठवलं. सिनेमा पाहताना एक वेळ अशी आली होती की मी सिनेमा अर्धवट टाकून बाहेर पडणार होते. पण मी स्वत:ला बजावलं की मी त्याच्यासाठी पैसे मोजले आहेत; त्यामुळे मी तो शेवटपर्यंत बघायलाच हवा.

कॉलेजात प्रवेश घेतलेल्या पहिल्या वर्षी मला माझ्या कुटुंबाची खूप आठवण यायची. घराशी जोडणारा एकमेव दुवा होता तो म्हणजे बाबांचा फोन. ते आता बर्मा आणि थायलंड दोन्ही ठिकाणी आपला वेळ विभागून देत. ते थाई भागात असले म्हणजे काही वेळ आम्ही त्यांच्या मोबाईलवर त्यांच्याशी बोलत असू. ते बोलणं देखील कित्येक दिवसांनी झालेलं असे. शरीरानं मी कुटुंबापासून दूर होते पण या फोननं मात्र त्यांच्याशी जोडली गेली होते.

घराकडून आलेल्या बातम्या संमिश्र प्रकारच्या होत्या. स्लोनचं छान चाललं

होतं. मे ला छावणीतल्या शाळेत तो सातत्यानं पहिल्या क्रमाकांत उत्तीर्ण होत होता. आईला कामात मदत करता यावी म्हणून से से आपलं सैनिकी जीवन सोडून आईबरोबर राहायला आला होता. पण माझ्या आईची प्रकृती बरी नव्हती. बाबांची इच्छा तिला मे सोतमधील डॉ. सिंथियाज क्लिनिकमध्ये घेऊन जाण्याची होती. पण तिला तिथं घेऊन जायला कारची गरज भासली असती कारण दुसरा कोणताही प्रवास तिला झेपलाच नसता. गाडी भाड्यानं घेण्यासाठी, पेट्रोल भरण्यासाठी, छावणीतील सुरक्षारक्षकांना पैसे चारण्यासाठी त्यांना पैशाची गरज होती. मी त्यांना म्हटलं की मी आणि ब्वा ब्वा काही पैसे वाचवून मदत करू शकतो. पण ते म्हणाले की त्यांचे प्रयत्न चालू आहेत; ते बघून घेतील.

मला आईला भेटायची खूप इच्छा होती पण इतका लांबचा प्रवास करताना पकडले जाण्याचा धोका पत्करायचा नव्हता. माझ्या भीतीला खतपाणी घातलं ते आमची थाई शेजारी पाई दाओनं. एव्हाना ती आणि मी चांगल्या मैत्रिणी झालो होतो. बँकॉकमध्ये अवैधपणे स्थलांतर करून आलेल्या माणसांच्या कितीतरी दुर्दैवी कथा मला तिच्याकडून ऐकायला मिळाल्या. पाई म्हणाली की, प्रत्येक थाई व्यक्तीला या शहरात गुलामासारखं वागवला जात असलेला पण शारीरिक अस्तित्व नसलेला एक तरी निर्वासित माणूस माहीत होता.

खुद्द पाईला एका बर्मी निर्वासित मुलीबद्दल ठाऊक होतं. तिनं एका थाई कुटुंबाकरिता घरगुती नोकर म्हणून कित्येक वर्षं काम केलं होतं. तिला कधीही घराच्या बाहेर पडू दिलं जात नसे. तिला कधीही पगार दिला जात नसे. कालांतरानं त्या मुलीनं स्वत:ला संपवलं. जे काही चाललं आहे ते भयानक आहे असं पाई म्हणाली. बहुतेक थाई लोकांना याबद्दल माहीत होतं पण त्यांना त्याची फिकीर नव्हती. शहराची एक काळी बाजू आता समोर येत होती. लोक राहत होते, गुलामासारखे वागवले जात होते; हालअपेष्टा सहन करत होते पण त्यांच्याकडे कुणाचं लक्ष देखील जात नव्हतं.

अवैधरीत्या राहत आलेल्या बर्मी स्थलांतरितांना मुक्त करण्यासाठी एक भूमिगत संघटना स्थापन करण्यात आली होती. तिचं नाव होतं ओव्हरसीज करेन रेफ्युजी अँड सोशल ऑर्गनायझेशन (OKRSO). त्यांचं कार्यालय कुणाच्यातरी घरी होतं पण ते सतत थाई पोलिसांच्या भीतीच्या छायेतच काम करत. या स्थलांतरितांना मदत करणं थाई कायद्यानुसार गुन्हा होता, म्हणजे किमान थाई पोलिसांचं तरी असं म्हणणं होतं; त्यामुळे कार्यालय गुप्तपणे चालवावं लागत असे.

त्यांच्या कामाविषयी ऐकलं तेव्हा मी खूप प्रभावित झाले होते. ते स्थलांतरितांना योग्य काम मिळवून देण्यात, पोलिसांच्या ताब्यातून त्यांची सुटका करण्यात मदत करत. त्यांची सुटका करण्यासाठी मागितली जाणारी लाचही देत. थाई पोलिसांकरिता

हा कमाई करण्याचा एक मार्ग होता; त्यामुळे ते एकाच व्यक्तीला वारंवार अटक करत आणि जोपर्यंत त्याचं कुटुंबीय किंवा OKRSO येऊन त्यांच्या सुटकेकरिता पैसे देऊ करत नाही तोपर्यंत त्या व्यक्तीला ताब्यात ठेवत.

थाई पोलिसांकडून बर्मी मुलींची विटंबना होण्याचे प्रकार सर्रास घडत. पुरुषांना अर्धमेलं होईपर्यंत अघोरी मारहाण केली जाई. 'अवैधरीत्या' राहणाऱ्यांना वागवण्याची ही सर्वसाधारण पद्धत होती. ते त्यांची गणना मनुष्यप्राण्यापेक्षाही खालच्या दर्जात करीत असं वाटे. मला हे सर्व OKRSO, मित्रमैत्रिणींकडून आणि स्वत:च्या अनुभवातून कळलं. मला थाई पोलिसांचा तिरस्कार वाटू लागला.

थाई लोक चांगलेही होते आणि वाईटही. असे सगळीकडेच असतात. त्यापैकी काही जण खुलेपणे अधिक भेदभाव करत. बहुतेक लोक त्यांच्या आयुष्यात मग्न होते. कोणीही माझ्या बरोबर कधीही भेदभावाचं वर्तन केलं नाही, पण त्याचं कारण ते मला थाई समजत होते हे असावं. माझे मित्रमैत्रिणी मला 'पोझो' किंवा 'पोझा' या टोपणनावानं मारत ज्याचा अर्थ होतो 'छोटी झोया'. अशा प्रकारे थाई लोकांमध्ये सहज खपून जाईल असं नाव आणि रूप माझ्याकडे होतं. ते माझं सुरक्षाकवच होतं.

अंतिम वर्षात मी याआधी कधी केला नसेल इतका अभ्यास केला. वर्षाअखेरीस होणाऱ्या परीक्षेत मी ६० टक्के गुण मिळवले, ज्यामुळे वर्गात सर्वसाधारण म्हणून माझी सहज गणना झाली. मला सर्वांत कमी गुण माहिती तंत्रज्ञानात मिळाले होते. पण मी त्याच वर्षी कॉम्प्युटर वापरायला शिकले होते ही गोष्ट ध्यानात घेता माझी त्या विषयात दांडी उडाली नाही हा चमत्कारच म्हणावा लागेल. जंगल आणि छावणीतून आलेली मुलगी आता सावरत होती; ताठ राहायला शिकत होती.

शहरी पोरी

कॉलेजच्या दुसऱ्या वर्षात असताना ब्वा ब्वा, खू खू आणि मी ठरवलं की, थाई-बर्मा सीमेवरील हालअपेष्टा भोगणाऱ्या आपल्या लोकांसाठी आपण काहीतरी जास्त केलं पाहिजे. इतर करेन विद्यार्थ्यांबरोबर मिळून आम्ही करेन युनिव्हर्सिटी स्टुडंट ग्रुप (केयूएसजी) स्थापन केला. निर्वासितांच्या छावणीत अडकून पडलेल्या लोकांना मदत करणं हा त्या ग्रुपचा उद्देश होता. आमच्या पहिल्या केयूएसजीच्या बैठकीला वीस विद्यार्थी हजर होते. सदस्यत्वासाठी आम्ही पाचशे थाई बाहट शुल्क आकारलं होतं. या पैशातून उभारलेला निधी आम्ही छावणीतून सर्वांत जास्त गुण मिळवणाऱ्या विद्यार्थ्यांसाठी वापरणार होतो.

आम्ही एक पदक बनवायचं ठरवलं, ज्यावर केयूएसजीचा लोगो असणार होता. केयूएसजीचा लोगो म्हणजे एक मेणबत्ती, पुस्तक आणि करेन ड्रम होता. आमच्या सदस्यांपैकी एक असलेल्या सॉ एह था शी- श्री शुद्ध प्रेमळ हृदय यांनी सोने, चांदी आणि कांस्यामधील डिझाईन्स तयार केली होती. काही थाई लोहारांची मदत घेऊन आम्ही ती पदकं बनवून घेतली. छावणीतील माध्यमिक शाळांमधून उत्तीर्ण होणाऱ्या पहिल्या तीन विद्यार्थ्यांना पदकं आणि करेन-इंग्लिश डिक्शनरी घ्यायचा आमचा मानस होता.

आम्हाला त्यांना प्रत्यक्ष भेटून बक्षिसं देता येणार नव्हती पण आम्ही ती शाळेकडे पाठवू शकत होतो. मग तेथील शिक्षक ती मुलांना देऊ शकणार होते. पहिल्या वर्षी आम्ही ही बक्षीसप्रदान योजना चालवली तेव्हाच आम्हाला कितीतरी सकारात्मक प्रतिसाद मिळाला. आम्ही घेतलेल्या छोट्याशा पुढाकारामुळे विद्यार्थी खरंच प्रेरित झाले होते. त्यांनाही आमच्या पावलावर पाऊल टाकून आमचा कित्ता गिरवायचा होता. याचाच अर्थ असा की, ओएसआय शिष्यवृत्ती परीक्षेसाठी अधिक संख्येनं विद्यार्थी बसणार होते. कोणत्यातरी स्वरूपात अशी परतफेड करताना खूप आनंद होत होता, मग ती परतफेड कितीही छोटी का असेना.

२००२ मधील सप्टेंबरमध्ये ब्वा ब्वानं बँकॉक सोडलं. तिनं जे स्वप्न उराशी बाळगलं होतं ते अखेरीस पूर्ण झालं होतं. तिच्या शिक्षणाचं अंतिम वर्ष ती युनायटेड किंगडममधील ब्रॅडफोर्ड विद्यापीठात पूर्ण करणार होती. तिला जाताना पाहून मला दु:ख झालं खरं, पण ती तिचं स्वप्न प्रत्यक्षात आणण्याकरिता धडपड करत होती हे पाहताना खरंच खूप आनंद होत होता.

ब्वा ब्वा निघून गेली तशी खोली वाटून घेण्याकरिता था से- कुमारी चांदी आली. था से देखील ओएसआय शिष्यवृत्ती मिळवून इथं आली होती. तिनंही ती परीक्षा छावणीतूनच दिली होती. ती माझ्याहून दोन वर्षांनी मोठी होती. तिचं आयुष्य शोकांतिकांनी आणि भयप्रद स्वप्नांनी खच्चून भरलं होतं. अशाच एका संध्याकाळी तिनं तिची कहाणी सांगितली.

तिचा जन्म मानेरप्लॉच्या दक्षिणेला असलेल्या दयु प्ला जिल्ह्यातील एका गावात झाला. ती तिथंच लहानाची मोठी झाली. तिचं कुटुंब गरिबीनं गांजलेलं शेतकरी कुटुंब होतं. ते भाताची शेती करत. त्या गावात शाळा नव्हती. बर्मी सैनिक वारंवार यायचे आणि पैशाची मागणी करायचे. ज्यांची पैसे देण्याची ऐपत नव्हती त्यांना वेठबिगारी, सैन्याकरिता शस्त्रं आणि अन्नधान्य वाहून नेण्याची हमाली करणं अशा गोष्टींचा सामना करावा लागे. हे काम करू न शकणाऱ्या कमजोर व्यक्तींना किंवा काम करण्यात चुका करणाऱ्यांना मरेस्तोवर मारलं जाई. त्याची परिणती तो मनुष्य दगावण्यात होई.

तेरा वर्षांची असताना तिला एका करेन स्त्रीनं दत्तक घेतलं. माझा मोठा भाऊ से से सारखंच तिलाही तिच्या आई-वडिलांनी आपल्या मुलीला उत्तम भविष्य देण्याचा प्रयत्न म्हणून त्या स्त्रीकडे सोपवलं होतं. था सेच्या दत्तक आईनं तिच्यावर पोटच्या मुलीसारखं प्रेम केलं. गावातील इतर मुलांबरोबर तिचंही शिक्षण व्हावं म्हणून तिनं था सेला सीमेजवळील गावातील शाळेत भरती केलं होतं.

पण गावावर हल्ला झाला आणि त्यांना पळ काढायला लागला. जंगलातून मजल-दरमजल करत ते निर्वासितांच्या छावणीत येऊन पोहोचले होते. माझ्याबरोबरच था सेला देखील तिच्या मायभूमीतून हुसकावून लावण्यात आलं होतं.

था से माझ्याबरोबर राहायला आली त्यानंतर थोड्याच दिवसांनी माझी उमेदवारी सुरू झाली. तो अभ्यासक्रमाचाच एक भाग होता. टेलिकॉमेशिया कॉर्पोरेशन नावाच्या कंपनीत मी तीन महिने काम करणार होते. टेलिकॉमेशिया म्हणजे काचेची प्रचंड इमारतच होती आणि कॉलेजपासून फार दूरही नव्हती. मला अशा जागेत काम करायला मिळणार आहे या गोष्टीवर माझा विश्वासच बसला नव्हता पहिल्यांदा. लोक घोळक्यानं आत-बाहेर करत होते. त्यातल्या प्रत्येकानं स्मार्ट बिझनेस सूट घातला होता.

तिथं काम करणाऱ्यांचा तोच गणवेश होता आणि चारचौघांत वेगळेपणानं उठून दिसू नका या सर्वसाधारण धोरणाशी चिकटून राहत मी देखील त्यांच्यासारखंच दिसण्याचं ठरवलं. था से आणि बुलबुलनं खरेदीत माझी मदत करण्याची तयारी दर्शवली. मला माझ्यासाठी एक स्मार्ट जॅकेट, स्कर्ट, ब्लाउझ आणि उंच टाचांच्या चपला घ्यायच्या होत्या. टेलिकॉमेशियामधील सर्वच स्त्रिया उंच टाचांच्या चपला घालत; त्यामुळे मलाही तसं करणं भाग होतं.

मी पुष्कळ चपला घालून बघण्याचा प्रयत्न केला पण प्रत्येकीनं माझा पाय प्रचंड दुखावत होता. अशा चपला घालून कोणी चालूच कसं काय शकतं याची मला कल्पनाही करवत नव्हती– विशेषत: उंच टाचांच्या! माझी पावलं नदीत उड्या मारणारी, चिखलातून घसरगुंडी करण्याची सवय असणारी, बांबूला पायात पकडणारी पावलं होती. बऱ्याच वेळानं मला प्लॅटफॉर्म चपला मिळाल्या ज्यामुळे माझ्या उंचीतही भर पडत होती आणि मी मरेन की काय अशी भीतीही वाटत नव्हती.

सुदैवानं था सेला मेकअप कसा करावा ते माहीत होतं. फाउंडेशन क्रीम कसं लावावं, भडक वाटू न देता रूज, लिपस्टिक आणि आयलायनर कसं वापरावं हे तिनं मला शिकवलं. माझा रोजचा पोशाख निवडताना तिची खूप मदत होई. कोणत्या रंगाबरोबर कोणता रंग खुलून दिसेल हे ती मला सांगे. तिला अशा गोष्टींची चांगली जाण होती.

कामाचा पहिला दिवस. घरातून निघताना मी एकदा आरशात पाहिलं. आरशातल्या व्यक्तीला ओळखायला मला खूप कष्ट पडले. टापटीप कपड्यांमध्ये मी खूप स्मार्ट दिसत होते खरी, पण खरं सांगायचं झालं तर मला ते सर्व खूप अनैसर्गिक वाटत होतं. माझ्या कातडीवर नव्या कातडीचा थर उगवल्यासारखा वाटत होता. पण असं असलं तरी उत्सुकता मात्र अपार होती. मी तद्दन व्यावसायिक व्यक्तीसारखी दिसत होते. असं दिसण्याची मी कधी कल्पना देखील केलेली नव्हती. जंगलातून आलेल्या मुलीला इथवर येताना खूप लांबवर प्रवास करावा लागला होता.

पण मी दारातून बाहेर पडते ना पडते तोच मला जाणवलं की, या येडपट चपलांमध्ये चालणं किती अवघड होतं. मग मी गर्दीनं खचाखच भरलेली बँकॉक बस पकडली आणि टेलिकॉमेशियापर्यंतच्या चाळीस मिनिटांच्या प्रवासात माझं गर्दीत चेंबटून पार आंबवण झालं होतं. मी पेट्रोलच्या धुराच्या भपकाऱ्यानं गुदमरले होते. बहुतेक थाई बसचालक आज कसंही करून मरायचंच आहे अशी प्रतिज्ञा करून बस चालवतात असं नेहमी वाटे. आजचा दिवसही त्याला अपवाद नव्हता. मी साडेआठच्या ठोक्याला कार्यालयात पोहोचले. काम सुरू करण्याची वेळ आली होती आणि मला अजून गरगरत होतं.

मला जिला रिपोर्ट करायचा होता ती थाई स्त्री कंपनीच्या व्यवस्थापकांपैकी एक

होती. तिचं नाव होतं पाई माओ. टेलिकॉमेशिया इमारतीच्या अठ्ठाविसाव्या मजल्यावरील तिच्या कार्यालयात मी बसले होते आणि ती माझा सीव्ही चाळत होती. माझा सीव्ही चाळत असताना मी उत्तम इंग्रजी बोलू शकते या गोष्टीनं ती खूप खूश दिसली; त्यामुळे आंतरराष्ट्रीय ग्राहकांना हाताळताना तिला माझी मदत होणार होती. तिनं मला माझं टेबल दाखवलं आणि मला माझं काम समजावून दिलं. मला ती फारच खेळकर आणि मदतीस तत्पर वाटली.

माझं टेबल बाविसाव्या मजल्यावर इमारतीच्या बरोबर मध्यभागी होतं. कार्यालयाचा अंतर्भाग पूर्णपणे स्टील आणि काचेचा बनला होता आणि पूर्णपणे वातानुकूलितही होता. मला माझ्या टेबलावरून बाहेरचं फारसं काही दिसायचं नाही पण मला जेव्हा विश्रांती घ्यावीशी वाटायची तेव्हा मी खिडकीजवळ जाऊ शकायचे. जिथपर्यंत नजर पोहोचेल तिथपर्यंत शहर पसरलं होतं. एखादाही डोंगर, नदी किंवा जंगलाचा तुकडा नजरेच्या टप्प्यात येत नव्हता. लोक फक्त काँक्रीट, काच आणि डांबराच्या जगात कसं काय राहू शकतात याचं मला आश्चर्य वाटे.

पाई माओनं माझ्यासोबत काम करताना खूप धीरानं घेतलं. टेलिकॉम व्यवसायाबद्दल शिकत असताना तिनं मला कायम पाठिंबा दिला. पहिल्यांदा मला कार्यालयातच राहून बाजारपेठेतील कम्युनिकेशन सेवेबद्दल शिकवलं गेलं. मला ग्राहकांचा तपशील स्प्रेडशीटवर भरायचा होता.

त्यानंतर मला शॉपिंग मॉल्समध्ये लँडलाईन्सची सहा महिन्यांची कंत्राटं विकण्यासाठी पाठवलं गेलं. थायलंडमध्ये मोबाईल फोन्स खूपच लोकप्रिय होते; असं असताना लँडलाईन सेवा विकणं हे खूपच आव्हानात्मक काम होतं.

कंपनीत काम करणारी माणसं खूप चांगली होती पण तिथं काम करताना मौजमजा चालली आहे असं व्हायचं नाही. सगळे जण कामात गळ्यापर्यंत बुडालेले असायचे; त्यामुळे तसाही वेळ नसायचाच. हे सर्वसाधारणपणे कॉर्पोरेट कामाचं स्वरूप असतं. पण त्या कामातही कधी-कधी विरंगुळ्याचे क्षण यायचे; पाई माओ आणि मी जेवायला बाहेर जायचो तेव्हा. कोपऱ्यावरच्या एका थाई रेस्टॉरंटमध्ये आम्ही जेवायला जायचो. बहुधा मी फ्राईड राईस विथ एग्ज खायचे आणि ती नुडल्स मागवायची. ती आइस कॉफी घ्यायची तर मी आईस टी. ही माझ्यासाठी खरंच एक मेजवानी होती कारण मला आजतागायत कोणी असं रेस्टॉरंटमध्ये जेवायला नेलं नव्हतं.

जेवताना पाई माओ, टेलिकॉमेशियाला कोणत्या आव्हानांना तोंड द्यावं लागतं, टेलिकॉमेशियामध्ये कोणत्या संधी आहेत याबद्दल सांगे. सद्यस्थितीत लँडलाईन विक्रीमध्ये त्यांचं बाजारपेठेवर निर्विवाद वर्चस्व होतं पण २००६ मध्ये थायलंडमधील टेलिकॉम बाजारपेठेचे दरवाजे जागतिक कंपन्यांकरिता खुले होणार होते. ऑरेंजनं तर

आतापासूनच थायलंडमध्ये गुंतवणूक करण्यास सुरुवात केली होती आणि स्पर्धा दिवसागणिक वाढतच जाणार होती.

टेलिकॉमेशियाला भाषेवर प्रभुत्व असणारी माणसं हवी होती. विशेषत: इंग्लिशवर. ही उमेदवारी पूर्ण केल्यावर कदाचित एक नोकरीची संधी तिथं माझी वाट पाहात होती.

टेलिकॉमेशियामध्ये काम करताना मला खूप काही शिकायला मिळालं. थेट विक्री करण्याचं काम कंटाळवाणं होतं खरं, पण बाजारपेठेत वापरल्या जाणाऱ्या विक्रीविषयक धोरणांबद्दल शिकायला मला फार आवडे. या उद्योगात काम करणाऱ्या लोकांना जाऊन भेटणं आणि त्यांना आंतरराष्ट्रीय धोरणांवर चर्चा करताना ऐकणं मला आवडे. माझी उमेदवारी संपत आली तसं विभागप्रमुखानं मला त्याच्या ऑफिसमध्ये बोलावून घेतलं. मी माझं काम उत्तमरीत्या पार पाडलं आहे आणि कंपनीतील इतर सर्व माझ्या कामाबद्दल खूप समाधानी आहेत असं तो म्हणाला.

"तुला तुझा अभिमान वाटला पाहिजे झोया." तो म्हणाला, "जर तुला परत इथंच येऊन काम करण्याची इच्छा असेल तर आम्हाला त्याचा आनंदच होईल. आमच्या कंपनीचे दरवाजे तुझ्यासाठी सदैव खुले असतील; तेव्हा कळव."

माझा विश्वासच बसेना. तो मला नोकरी देऊ करत होता. ती मला सुवर्णसंधीच वाटली. मला इथं येऊन काम करता येणार होतं. टेलिकॉम उद्योगाला अंतर्बाह्य जाणून घेता येणार होतं. माझ्या देशाला स्वातंत्र्य मिळाल्यावर माझं ज्ञान माझ्या देशात नेता येणार होतं, माझ्या देशाच्या हितासाठी त्याचा फायदा करून घेता येणार होता. आम्हाला टेलिकॉम उद्योगाची गरज तर लागणार होतीच आणि त्यासाठी सर्व शिकून घ्यायचं तर याहून दुसरी चांगली जागा नव्हती. बर्मी टेलिकॉम उद्योगात काम करताना माझ्या गाठीशी हा अनुभव जमा असणार होता.

आपलं आयुष्य सर्वसाधारण असेल तेव्हा नेमकं कसं वाटेल याचा विचार करायचा मी प्रयत्न केला. माझ्याकडे व्यवस्थित नोकरी असेल, सुरक्षा असेल आणि उज्ज्वल भविष्य असेल. माझ्याकडे पैसा असेल आणि मला शांततेत राहता येईल. मला माझं आयुष्य घडवता येईल, कुटुंबाला आधार देता येईल आणि कदाचित माझी स्वत:चीही मुलं असतील. माझ्या स्वत:च्या भविष्यकाळात मला गुंतवणूक करता येईल आणि जेव्हा बर्मा स्वतंत्र होईल– जो एके दिवशी नक्कीच होणार होता– तेव्हा नवीन देशाची उभारणी करण्यासाठी मला माझ्या कौशल्याचा वापर करता येईल. दर दिवशी मी यावर विचार करायचे आणि वाटायचं की अरे! ही इतकी वाईट कल्पना नाही तर!

२००३ साल उजाडलं तेच एक वाईट बातमी घेऊन. बाबांनी फोन केला तो एक काळजीत पाडणारी बातमी देऊनच. माझ्या आईची तब्येत ढासळली होती

आणि तिला डॉ. सिंथियाज क्लिनिकमध्ये दाखल करण्यात आलं होतं. तिचं शरीर भयानक रीतीनं सुजलं होतं. यकृताचं काम पूर्णपणे थांबल्याचं आणि त्याचबरोबर हृदयही कमकुवत झाल्याचं निदान डॉक्टरांनी केलं होतं. बाबांच्या आवाजातून काळजी डोकावत होती आणि बाबांना एवढं काळजीत पडलेलं आम्ही याआधी कधीही पाहिलं नव्हतं. आयुष्यानं कोणतंही आव्हान भिरकावू देत त्यांच्यावर, त्यांनी ते खंबीरपणे झेललं होतं. कदाचित ही वेळ त्याला अपवाद होती.

एका आठवड्यानंतर बाबांनी पुन्हा फोन केला. आईला एका थाई इस्पितळात भरती केलं होतं. ते रोज तिला भेटायला जात होते. ती ठणठणीत बरी होऊ दे अशी प्रार्थना करीत होते. माझ्यावर आभाळच कोसळलं. मला तत्काळ तिथं जाऊन आईला भेटावंसं वाटायला लागलं. पण पार सीमेपर्यंत प्रवास करत जाण्यातले अगणित धोके मला ठाऊक होते. जर मी गेले आणि मला बसमधून बाहेर काढलं गेलं असतं आणि अटक केली असती तर पुढचे परिणाम माहीत नसायला मी आंधळी नव्हते, बहिरी नव्हते आणि खुळी तर मुळीच नव्हते.

दोन आठवड्यांनंतर बाबांचा पुन्हा फोन आला. आता काय ऐकायला मिळेल कुणास ठाऊक असा विचार करत मी घाबरत घाबरतच फोन उचलला. पण बाबांचा स्वर आनंदी वाटला. आई उपचारांना उत्तम प्रतिसाद देत होती आणि एव्हाना तिची सूज पूर्णपणे उतरली होती. डॉक्टरांनी तिला हॉस्पिटलमधून जाण्यास परवानगी दिली होती. उपचारातून सावरेपर्यंत ती थोड्या काळाकरिता बाबांबरोबर मे सोतमध्ये राहणार होती. नंतरच्या काही महिन्यांत आईकरिता हे जसं काही चक्रच होऊन बसलं होतं. ती हॉस्पिटलमधून बाहेर आली की तिचं शरीर हळूहळू सुजायला लागे आणि मग तिला पुन्हा हॉस्पिटलमधे भरती व्हावं लागे.

ते माझं कॉलेजचं अंतिम वर्ष होतं आणि आईची चिंता मनात घेऊन अभ्यास करणं हे माझ्याकरिता मोठं आव्हान होतं. तिच्या काळजीनं मला पुरतं पोखरून टाकलं होतं. मला सर्वांत मोठी भीती भेडसावत होती ती म्हणजे मी तिला सीमेवर भेटायला जाण्याआधीच ती मरणार तर नाही ना याची. मी अभ्यास करत नसायचे तेव्हा हे असले भीतीप्रद विचार माझ्या डोक्यात थैमान घालायचे.

पदवी शिक्षण पूर्ण केल्यावर माझ्यासमोर दोन पर्याय होते. एक पर्याय होता सीमेकडे परतून करेन लोकांकरिता छावण्यांमध्ये काम करणं. याचा अर्थ होता छावणीत पुन्हा एकदा निर्वासितपणाचा शिक्का बसणार, किंबहुना अधिक दृश्यमान होणार. पण किमान मला माझ्या आजारी आईबरोबर राहता आलं असतं.

दुसरा पर्याय होता टेलिकॉमेशियात नोकरी करणं. त्याचा अर्थ होता संपन्न आणि स्वतंत्र आयुष्य, चांगलंचुंगलं खायला, पैसा आणि सुंदर कपडे. मला एक 'दर्जा' मिळणार होता. एखाद्या स्मार्ट 'थाई' टेलिकॉम कर्मचाऱ्याला अटक करण्याचं

थाई पोलिसांच्या स्वप्नात देखील आलं नसतं. दारिद्र्य, मृत्यूचं थैमान, हालअपेष्टा आणि एका निर्वासिताच्या वाट्याला येणारं अवहेलनेचं आयुष्य या सगळ्याकडे मी पाठ फिरवू शकणार होते. लढा, कधीही संपणार नाही असं वाटणारी चळवळ यांना पूर्ण रामराम ठोकून मी आयुष्य उपभोगू शकणार होते. भरपूर पैसा कमवून मी माझ्या आई-वडिलांना छावणीतून बाहेर काढू शकणार होते.

मार्च २००३ मध्ये माझ्या अंतिम वर्षाच्या परीक्षेला बसले. मी खूप मेहनत केली होती आणि निकाल उत्तम लागावा अशी आशा होती. निकाल लागल्याचं जाहीर झालं तशी तो बघायला मी घाईघाईनं कॉलेजच्या सूचना फलकाकडे गेले. माझी उत्सुकता शिगेला पोहोचली होती पण त्याच वेळी भीतीदेखील वाटत होती. मला यादीत माझा निकाल दिसला आणि मी त्या फलकाला मिठीच मारायचं बाकी ठेवलं होतं. मला २.१ गुण मिळाले होते! था सेला देखील २.१ मिळाले होते, ती सुद्धा माझ्यासारखीच उड्या मारत होती. बुलबुलला २.२ मिळाले होते. तिचे हात तर जणू स्वर्गाला टेकले होते.

ही बातमी सांगायला मी बाबांना फोन केला. त्यांना माझा किती अभिमान वाटतो हे त्यांनी पुनःपुन्हा सांगितलं. कोणताही औपचारिक पदवीदान समारंभ नव्हता. कॉलेजचे अधिष्ठाता प्रत्येकाच्या हातात पदवी प्रमाणपत्र देत होते. त्यावर माझं नाव होतं, ब्रॅडफोर्ड विद्यापीठाचा लोगो होता आणि बॅचलर ऑफ आर्ट्स इन बिझनेस ॲडमिनिस्ट्रेशन असे शब्द देखील होते.

आता मला निवड करणं भाग होतं. ओएसआय शिष्यवृत्तीतून मिळणारं अनुदान आता बंद झालं होतं आणि बॅंकॉकमध्ये राहणंही महागडं वाटायला लागलं होतं. मला माझी खोली हातातून जाऊ द्यायची नसेल तर टेलिकॉमेशियामध्ये नोकरी करणं भाग होतं. पण या सर्वांच्याही आधी मला एक गोष्ट करायची होती, ती म्हणजे परत सीमेपाशी जाऊन आईला भेटायचं होतं. अधिक काळ थांबण्यात अर्थ नव्हता. आता मला पदवी मिळाली होती. मला जायला लागणार होतं.

सीमा प्रदेशापर्यंत पोहोचण्यासाठी मी बसनं प्रवास केला. मी माझ्याकडे असलेला अत्युत्तम पोशाख परिधान केला होता. मेक-अप, प्लॅटफॉर्म चपला अशा सर्व तयारीनिशी मी बसमध्ये बसले होते. पहिल्या तपासणी नाक्यावर बस थांबली आणि एक थाई पोलीस आत आला. बाहेर व्हा! करेन आणि बर्मी आताच्या आता बाहेर व्हा! त्यानं करवादतच आदेश दिला.

मी जिथं होते तिथंच बसून राहिले पण मी भीतीनं थरथर कापत होते. बसमध्ये उतरायला लावलेल्या प्रवाशांपुढे काय वाढून ठेवलं आहे हे मला माहीत होतं. त्यातले बरेच जण बऱ्याच वर्षांनी घरी परतणार होते. बॅंकॉकमध्ये जमा केलेल्या पुंजीसह आणि आता थाई पोलीस त्यांना हाकलून लावायच्या बेतात होते. बऱ्याच

जणांनी पोलिसांना पैसे चारले आणि पुन्हा बसमध्ये येऊन बसले. ज्या दुर्दैवी लोकांकडे पुरेसे पैसे नव्हते त्यांना बर्मामध्ये धाडण्यात येणार होतं.

पुढे वेगवेगळ्या ठाण्यांच्या तपासण्यांचे अडथळे पार करत आम्ही एकदाचे मे सोतला पोहोचलो. प्रत्येक ठिकाणी मी चढवलेला चेहरा आणि उसना आव माझ्या मदतीला धावून आला होता. बाबांनी मे सोतमध्ये एक घर भाड्यानं घेतलं होतं. जिथं ते आणि आई राहत होते आणि ज्याचा वापर बाबांच्या कार्यालयासारखा देखील होत होता. इथूनच ते प्रसारमाध्यमांना सीमेवर काय चाललं आहे याचा हालहवाल देत, राजकारण्यांना आणि इतर महत्त्वाच्या पदाधिकाऱ्यांना भेटत.

माझ्या बाबांनी मला आधी कल्पना देऊन ठेवली होती तरीही आईची अवस्था बघून मला धक्का बसला. ती खूपच हडकली होती. तिचं पोट सोडून बाकी सर्व शरीरावरील सूज उतरली होती पण तिचं पोट एखाद्या ड्रमसारखं बाहेर आलं होतं. कडक झालं होतं. तिचा चेहरा सुरकुतलेला होता आणि आयुष्यात पहिल्यांदाच तिनं केसाला कात्री लावली होती. तिच्या सुंदर केसांची काळजी घेण्याइतपतही त्राण तिच्यात उरलं नव्हतं हे पाहूनच ती किती आजारी आहे याची कल्पना येत होती.

ती बागेत फिरत असे पण हळूहळू आणि कोणाची तरी मदत घेऊनच. ती आताशा जेवण बनवीत नसे. तिच्यासाठी जेवण तयार केलं जात असे आणि ती तिच्या खोलीत बसून ते खात असे. ती वाचू शके; त्यामुळेच ती तासन्तास पुस्तकांमध्ये हरवून गेलेली असे. तिच्या आयुष्यात तेवढा एकच विरंगुळा उरला होता. इथं भाजीचा मळा नव्हता की कोंबड्या आणि बदकं नव्हती. आई खूपच नाराज झाली असली पाहिजे.

जेव्हा परिस्थिती अधिकच चिघळली तेव्हा तिचा श्वासोच्छ्वास चालू राहावा म्हणून तिला ऑक्सिजनवर ठेवण्यात आलं होतं. अशा प्रकारचे उपचार मिळू शकतील अशा ठिकाणी तिनं असणं गरजेचं होतं. ती जागा छावणी नव्हती नक्कीच. माझ्या बाबांना कळत होतं की तिनं हॉस्पिटलच्या आसपास असणं गरजेचं होतं आणि तसंच झालं होतं. ती जिवंत होती ती केवळ हॉस्पिटलच्या आधारानं.

मी घरी येण्यानं, तिच्या आवतीभोवती राहण्यानं आईच्या प्रकृतीत थोडा उतार पडल्यासारखा वाटला. माझ्या पदवी परीक्षेतील गुणांबद्दल तिला किती अभिमान वाटत होता हे तिनं मला सांगितलं. एकदा तर तिला खळखळून हसायला लावण्यातदेखील मी यशस्वी झाले. आम्ही दुपारी बागेत जात असू. तिथं मी तिला माझ्या बँकॉकमधल्या आयुष्याबद्दल सांगत असे. मी काचेच्या दारातून कशी चालत गेले होते, कशी अडकून पडले होते आणि पार वेड्या थाई ड्रायव्हरच्या बसमध्ये कशी चिरडून जात असे याबद्दलचं वर्णन करत असे.

यावर ती स्मित करत असे. ती म्हणे की बँकॉक एखाद्या पागलखान्यासारखंच

आहे वाटतं. बराच वेळ गप्पा झाल्या की मी तिच्यासाठी लिंबू सरबत घेऊन येत असे. ताज्या लिंबापासून बनवलेलं ते पेय माझ्या आईचं अतिशय लाडकं पेय होतं. बाबांच्या ऑफिसमधले पेले उसने घेऊन आम्ही बागेत ते मजेत पीत बसत असू. झोपण्यापूर्वी मी तिच्या खांद्यांना मालिश करून देत असे, तिची पाठ दाबून देत असे. हे सर्व हळुवारपणे करावं लागे इतकी ती बारीक आणि हुळहुळी झाली होती. तिच्या खोलीत एक मेणबत्ती पेटवून, मच्छरदाणी लावून मी तिच्या झोपेची तयारी करून देत असे.

सकाळी मी कढत पाण्यानं तिला अंघोळ घालत असे किंवा स्पंजनं अंग पुसून देत असे. मग ती तिचे करडे केस उपटून देण्याचा आग्रह करे. आणि तिच्या खोलीत तिचे करडे केस उपटण्यात तासन्‌तास निघून जात, त्यातच तिचा डोळा लागे.

तिचे करडे केस उपटताना मला माझ्या लहानपणीची आठवण येई. लहान असतानाही मी हे काम करत असे पण तेव्हा तिच्या दाट काळ्या केशसंभारात करडे केस खूप कमी होते. अपवादानंच एखादा असायचा तोही शिताफीनं शोधायला लागायचा. मग मी करायचे काय, तर तो एक करडा केस उपटायचे, तिला दाखवायचे आणि मग काही मिनिटांनंतर एक काळा केस उपटायचे आणि पुन्हा पहिलाच करडा केस तिला दाखवायचे आणि थोड्या वेळानं सर्व करडे केस उपटले गेल्याचे जाहीर करायचे.

मला घरी येऊन एक महिना होत आला होता तेव्हाच निर्वासितांच्या छावणीत करेन विद्यापीठ विद्यार्थी संघाच्या बक्षीस वितरणाची वेळ येऊन ठेपली होती. पूर्वी आम्ही पदकं आणि डिक्शनरी छावणीत पाठवून द्यायचो पण या वेळी आम्हाला वैयक्तिकरीत्या भेटून ते द्यायची इच्छा होती. तसेच या वेळी फक्त पुरस्कार प्रदान करण्याशिवाय वेगळं काहीतरी करण्याची आमची इच्छा होती. केयूएसजीचे बरेच सदस्य सीमेपलीकडे जाऊन ज्या भागातून निर्वासित येत होते त्या भागातील सत्य जाणून घेण्याच्या मोहिमेवर जाण्यास उत्सुक होते.

गेल्या काही आठवड्यांमध्ये सीमेपलीकडील बर्मामधल्या चिघळलेल्या परिस्थितीबद्दल बाबांकडून ऐकायला मिळतच होतं. मला धक्का बसायचा तो बसलाच. मला माझा देश सोडून पळून जावं लागलं तेव्हा मी १४ वर्षांची होते. पुन्हा एकदा पळ काढला तेव्हा सोळा वर्षांची होते. आज माझं वय बावीस होतं तरीही परिस्थितीत तिळमात्रही फरक नव्हता. बँकॉकमध्ये व्यतीत केलेल्या तीन वर्षांनी माझ्यात आणि सीमेपलीकडील भयाण वास्तवात अंतर पडल्यासारखं झालं होतं; पण आता मी परतले तर ते सर्व दाणदिशी माझ्यावर येऊन आदळलं होतं. पुन्हा जैसे थे.

गेली कित्येक वर्षं मी बर्मामध्ये गेले नव्हते. कदाचित तिथं जायच्या नुसत्या विचारानंच मला भीती वाटत असावी. कारण काहीही असो पण मी गेले नव्हते.

माझ्या बाबांनी निर्वाळा दिला की आम्ही ज्या लोकांना भेटणार होतो त्यांना स्वत:ची काळजी कशी घ्यावी हे उत्तमरीत्या माहीत होतं आणि स्टेट पीस अँण्ड डेव्हलपमेंटच्या काउन्सिलच्या (एसपीडीसी) सैनिकांना गुंगारा कसा द्यावा हेही माहीत होतं.

बर्मात जायच्या विचाराला बाबांनी पाठिंबा दर्शविला तेव्हा मला एक प्रकारे आश्चर्य वाटलं, अमान्य का करू? मी पापुन जिल्ह्यात चालले असल्याचं बाबांनी सांगितलं आणि ते किती आत आहे, थेट बर्माच्या अंतरंगात, हे त्यांनाही ठाऊक होतं. आम्हाला हरघडी सैनिकांना चकवत, त्यांचा बुजबुजाट असलेल्या प्रदेशातून प्रवास करावा लागणार होता. पण इतके सारे धोके असूनही या निर्णयात ते माझ्या पाठीशी उभे राहिले.

माझ्या काही सहकारी विद्यार्थ्यांच्या पालकांनी त्यांच्या जाण्यावर बंदी घातली. हा प्रवास खूप धोकादायक असल्याचं त्यांचं म्हणणं होतं, जे एका परीनं खरंही होतं. त्याच वेळी माझे बाबा मात्र त्यांनी पूर्वीच्या प्रवासांमध्ये वापरलेली मच्छरदाणी आणि टांगता बिछाना मला देऊ करत होते. बर्माच्या अंतरंगात या आधी कित्येकदा प्रवास केल्यानं नेमक्या कोणत्या गोष्टींची गरज लागते हे त्यांना नेमकेपणानं ठाऊक होतं. तो टांगता बिछाना त्यांच्यासाठी खूप मौल्यवान होता. त्या बिछान्यानं दशकानुदशकं बाबांची साथ दिली होती. कोणते कपडे आणि औषधं न्यावीत यावर त्यांनी त्यांचा सल्ला दिला.

...आणि माझ्या सुरू होणाऱ्या प्रवासाकरिता शुभाशीर्वादही!

क्रूरकर्मांची भूमी

मदतनिधी जमवणाऱ्या उद्योगाच्या भाषेत म्हणायचं झालं तर आम्ही अंतर्गतरीत्या विस्थापित लोकांना (आयडीपी) भेटायला चाललो होतो. ते आपल्या घरादाराला दुरावलेले लोक होते. त्यांना पुनर्वसनासाठी एकही स्थायी ठिकाण नव्हतं. त्यांनी जर आंतरराष्ट्रीय सीमा पार केली असती तर ते निर्वासित म्हणवले गेले असते पण ते बर्मामध्ये होते तोवर आयडीपीच असणार होते. जगानं त्यांच्याकडे साफ दुर्लक्ष केलं होतं. आमचं उद्दिष्ट होतं त्यांना कोणत्या परिस्थितीला तोंड द्यावं लागतं आहे त्या परिस्थितीचा अभ्यास करणं. त्यांना सर्वांत जास्त कशाची गरज आहे आणि आम्ही त्यांना कशी मदत करू शकतो ते पाहणं.

सीमेवर जाणाऱ्या १३ मुलांच्या गटामध्ये माझ्या मैत्रिणी खु खु आणि बुलबुल देखील होत्या. सा खे मू– पूर्ण तारा आयुष्य; नावाचा करेन माणूस आम्ही ज्या प्रदेशात चाललो होतो त्या पापुन परगण्याचाच होता; त्यामुळे त्याला प्रदेशाचा कानाकोपरा माहीत होता. तो देखील ओएसआय शिष्यवृत्ती मिळवून आला होता. पण वेगळ्या विद्यापीठात शिकत होता. तिथं तो पर्यावरणशास्त्राचा अभ्यास करत होता. त्याला तो प्रदेश खडानूखडा ठाऊक होता; त्यामुळे गटाच्या नेतेपणाची माळ आपसूकच त्याच्या गळ्यात पडली.

लांब नाकाच्या बोटीनं लपतछपत सीमा पार करण्यात आम्हाला यश मिळालं आणि आमचा साल्वीन नदीवरचा प्रवास सुरू झाला. अखेरीस आम्ही पुन्हा आमच्या मायभूमीकडे परतत होतो. साल्वीन नदीवरचा प्रवास चार तास चालणार होता आणि त्यात आम्हाला शत्रूचे अनेक तपासणी नाके लागणार होते. हे तपासणी नाके म्हणजे सैनिकांच्या पूर्ण तुकडीनं सुसज्ज अशा बर्मी ध्वज फडकत असलेल्या झोपड्या असायच्या. सा खे मूनं बोटीच्या करेन चालकाला कुठंही न थांबण्याच्या स्पष्ट कल्पना देऊन ठेवल्या होत्या. तपासणी नाक्यावर तर नाहीच नाही. त्यांनी जर आम्हाला थांबण्याच्या सूचना केल्या असत्या तर आम्हाला वेगानं पळून जायचं होतं.

आम्हाला नदीतून अजून साठ मैल प्रवास करायचा होता आणि दोन दिवस जंगलातून पायीच प्रवास करायचा होता. आमचा एकूण प्रवास जवळजवळ शंभर मैलांचा होता, ज्यामध्ये आम्ही शत्रूच्या हातात सापडण्याच्या शक्यता खूप होत्या. ज्या प्रदेशाचं नियंत्रण करेन सैनिकांच्या हातात आहे त्या प्रदेशाची निवड आम्हाला करता आली असती, पण मग ज्या ठिकाणी खरंच जास्त गरज आहे अशा ठिकाणी आम्हाला जाता आलं नसतं आणि आमच्या मोहिमेचं मुळात तेच उद्दिष्ट होतं. ज्या ठिकाणी प्रसारमाध्यमं, मानवाधिकार कार्यकर्ते फार क्वचित पोहोचले आहेत अशा प्रदेशात प्रवास करून तिथली परिस्थिती डोळ्यांखालून घालणं.

आमच्या बोटीच्या चालकानं तपासणी केंद्रांना गुंगारा देण्याचं मान्य केलं. पाठलाग होण्याची, गोळीबार होण्याची शक्यता होती किंवा त्याहूनही अधिक वाईट होऊ शकलं असतं. पण त्या चालकाचा आमच्या मोहिमेवर विश्वास होता आणि या कामासाठी आम्ही त्याला पैसे देऊ केले होते. सा खे मूनं दिलेला सल्ला मानून आम्ही स्थानिक गावकऱ्यांसारखे पोशाख केले होते; त्यामुळे आम्ही नदीतून ये-जा करणाऱ्या इतर लोकांसारखेच वाटलो असतो. आमचे कॅमेरे आणि रेकॉर्डिंगची उपकरणं बोटीच्या तळाशी व्यवस्थित लपवून ठेवण्यात आली होती.

नदीतून अर्धा-एक तास प्रवास केल्यावर आम्हाला एका थाई तपासणी नाक्यावर थांबवलं गेलं. बोटीचा चालक तिथल्या रजिस्टरमध्ये आपलं नाव नोंदवायला गेला. इतर बोटीही तिथं होत्या. पण म्हशींना वाहून नेणारी एक प्रचंड बोटही तिथं आली होती. त्यावर चालकाला राहण्यासाठी एक छोटीशी झोपडी बांधली होती. मला त्या प्रचंड बोटीबद्दल विलक्षण कुतूहल वाटलं.

एकमेकांना सैलसर बांधलेल्या बोटींवरून उड्या मारत मारत मी त्या बोटीवर पोहोचले. खु खु लाही त्या म्हशींमध्ये भयंकर रस वाटला असावा कारण तीही माझ्या मागोमाग येऊन पोहोचली. बोटीत भरभरून असलेल्या त्या पाणम्हशींना मनसोक्त न्याहाळून झाल्यावर आम्ही आमच्या बोटीकडे परत यायला निघालो. शेवटच्या बोटीवर उडी घेतली, खु खु माझ्या मागे होतीच पण माझ्या उडीनं बोटींमध्ये अंतर पडलं आणि खु खु बदकन पाण्यात पडली. बोटीचा आधार घेण्यात तिला यश मिळालं. बोटीला धरून ती तशीच पाण्यात हातपाय झाडत होती.

बोटीच्या एका बाजूवर दिसणारं तिचं मुंडकं आणि पाण्यात धडपड करणारे पाय हे दृश्य इतकं विनोदी होतं की प्रत्येकालाच हसू फुटलं; पण काही क्षणांतच खु खुचं घाबरून ओरडणं ऐकायला आलं; अरे हो! तिला पोहताच येत नव्हतं. मुलांनी पाण्यात उड्या घेतल्या आणि तिला पाण्यातून बाहेर काढलं. पाण्यानं निथळत, जोरजोरात श्वास घेत ती बोटीत पडून राहिली. ती आमच्यावर खूपच भडकली होती.

“मी तिथं पाण्यात पडले होते, घाबरले होते.” ती उपहासानं म्हणाली, “आणि तुम्ही काय करता, तर हसता. थोडासा उशीर झाला असता तर मी प्रवाहाबरोबर वाहून गेले असते, बोटीखाली दाबले गेले असते आणि तुम्ही हसा!”

मी तर या सर्वांवर कडी होते असं तिचं म्हणणं होतं. बोटी दूर करायला मीच कारणीभूत होते; त्यामुळे हे घडलं होतं. त्यामुळे तिची माझ्यावर खप्पा मर्जी झाली होती.

माझ्याकडे रागारागानं बघत ती बडबडत होती. “तू... तूच, जिच्यामुळे हे झालं आणि तुझं खिकाळणं तर सर्वांहून जोरात होतं.” यावर काय बोलावं ते मला कळेना. लोक असे अडचणीत आले की करेन लोकांना मजा वाटते हे खरं होतं. त्याला काय करणार! हेही तेवढंच खरं होतं की, जर मी पाण्यात पडले असते तर मला देखील लोक तसेच हसले असते जसे खुखुला हसले. पण प्रसंग अगदी गंभीर आहे असं लक्षात येताच मात्र गंमत वगैरे सगळं विसरून लोक त्या व्यक्तीला मदत करण्याच्या मागे लागतात. आम्ही खुखुला असतील नसतील तेवढ्या सर्व टॉवेलांमध्ये गुंडाळून ठेवलं आणि आम्हाला तिची खरंच काळजी वाटते हे तिला समजावं म्हणून परोपरीनं प्रयत्न करू लागलो.

आमचा प्रवास पुन्हा सुरू झाला. अर्ध्या तासानंतर आम्हाला पहिला बर्मी तपासणी नाका लागला. आमची आमची डोकी खाली केली आणि बोटीच्या तळाकडे डोळे लावून बसलो. कोणीही चकार शब्द तोंडातून काढत नव्हतो. बोटीचा चालक बोट पार दुसऱ्या किनाऱ्याला नेऊन अतिशय मंद गतीनं बोट चालवत होता. बर्मी सैनिकांना आमच्या बोटीचा आवाजही ऐकू जाऊ नये अशी त्याची इच्छा होती. तो ताण निव्वळ असह्य होता पण आम्ही मुंगीच्या गतीनं किनाऱ्या किनाऱ्यानं पुढे सरकत होतो आणि एकदाचा आम्ही तो तपासणी नाका मागे टाकला.

बोटीच्या चालकानं पुन्हा एकदा इंजिनला गती दिली आणि प्रवासाला वेग आला तशी आमची भीती आणि ताण पळून गेला. जर आम्ही या तपासणी नाक्याला चकवू शकतो तर पुढच्या नाक्यांना का नाही? दुसऱ्या नाक्यावर पोहोचलो तर दिसलं की बर्मी सैनिक कपडे उतरवून नदीत डुंबत होते. आमचं नशीब जोरावर होतं! ते त्यांच्या स्नानात मग्न होते. आम्हाला थांबवायचा विचारही त्यांना शिवला नाही.

आम्ही तिसऱ्या नाक्यापर्यंत पोहोचेपर्यंत नदीची पातळी वाढली होती आणि ती दोन्ही बाजूला ५०० यार्डांपर्यंत फुगली होती. आम्ही शत्रूला दिसणं अशक्य व्हावं अशा रीतीनं पार किनाऱ्याजवळून बोट नेत होतो. सैनिकांनी आम्हाला पाहिलं होतं पण त्यांनी गोळीबार केला नाही. कारण आम्ही बंदुकीच्या टप्प्यात नव्हतो. खूप दूर होतो आणि त्यांनी गोळीबार केला असता तरी लाटांनी हेलकावणाऱ्या बोटीवर नेम साधणं खूप कठीण होतं. तसंच आमचा पाठलाग करण्यासाठी त्यांच्याकडे बोट

होती असंही दिसत नव्हतं.

अर्ध्या-एक तासात आम्ही चौथ्या नाक्यावर पोहोचलो आणि त्या नाक्यावर करेन ध्वज फडकताना पाहून आमच्या जिवात जीव आला. आपण आता सुरक्षित करेन प्रदेशात येऊन पोहोचलो आहोत असं सा खे मूनं जाहीर केलं. आम्ही नाक्यावर बोट थांबवली पण तिथं एक चिंतेत पाडणारी बातमी आमची वाट पाहत होती. करेन सैनिकांना नुकतीच खबर मिळाली होती की बर्मी सैनिक पुढच्याच गावावर हल्ला करण्याची योजना आखत होते. त्यांच्या मते आम्ही आमचा प्रवास पुढे चालू ठेवायला हरकत काहीच नव्हती पण आम्ही कदाचित थेट युद्धजन्य परिस्थितीत जाऊन धडकलो असतो.

पण प्रवास थांबवू नये, चालूच ठेवावा यावर कोणाचंही दुमत नव्हतं. आम्ही याचसाठी तर आलो होतो; देशाच्या पार आतवर असलेल्या गावातल्या लोकांची अवस्था काय आहे हे बघायला! काही मिनिटांतच टेकडीवरचं एक गाव आमच्या दृष्टीपथात आलं. बायका-मुलांना सांभाळत नदीपाशी आणणारे करेन सैनिक दिसू लागले. त्यांना साल्वीन नदीच्या पलीकडे सुरक्षित स्थळी घेऊन जाणारी एक लांब नाकाची बोट किनाऱ्याला लागली होती. आम्ही आमची बोट किनाऱ्याला लावली.

सर्वत्र गोंधळाचं आणि घबराटीचं वातावरण होतं. बायकांच्या हातात त्यांची कच्ची बच्ची होती. आपल्याबरोबर आणलेलं, होतं नव्हतं ते सामान त्यांनी डोक्यावर घेतलं होतं. आया वारंवार आपल्या मुलांकडे वळून त्यांना घाई करायला, पळत राहायला सांगत होत्या. लहान मुलं नदीपर्यंत येताना सारखी अडखळून पडत होती, धाय मोकलून रडत होती. करेन सैनिक लहान मुलांना उचलून बोटीत ठेवत होते आणि आपल्या सर्व सामानसुमानासह स्त्रियांना बोटीत चढण्यास मदत करत होते.

माझ्या हृदयाचं पाणी पाणी झालं. कित्येक वर्षांपूर्वी माझ्याबाबत देखील थेट असंच घडलं होतं. या आधी मला थोडं भ्यायल्यासारखं वाटत होतं पण त्या भीतीचं रूपांतर आता संतापात झालं. मला असहाय वाटलं. या घाबरलेल्या कुटंबांसाठी आम्ही काय करू शकत होतो? नेमकं कसं ते ठाऊक नाही, पण हे घडू द्यायचं नाही असा मी निर्धारच केला.

एकीकडे मला माझ्या आईसारखं वागावसं वाटत होतं. उचलावी बंदूक आणि लढ्यात सामील व्हावं. पण या दहशतीचं, हालअपेष्टांचं साक्षीदार असण्यातील आणि ते उर्वरित जगापर्यंत पोहोचवण्यातील ताकद मला माहीत होती आणि चळवळीत सैनिक होऊन लढण्यापेक्षा मला माझ्या मार्गानं बरंच काही साध्य करता येऊ शकणार होतं. पण लढायची आणि माझ्या लोकांवर अशी वेळ आणणाऱ्यांना ठार मारायची उबळ अनावर होत होती.

त्यापैकी एका करेन सैनिकाला मी कुठंतरी पाहिलं असल्याचं मला जाणवलं. त्याचं नाव होतं सॉ लाह दोह– श्रीयुत पूर्ण चंद्र. मी त्याला हाताला धरून थांबवलं तेव्हा त्यानं मला तत्काळ ओळखलं. आम्ही कशासाठी आलो आहोत हे मी त्याला घाईघाईत समजावून सांगितलं.

"अरे! हे तर चांगलंच आहे!" तो उत्साहात म्हणाला, "तुम्ही जे काही करत आहात ते अतिशय उत्तम काम आहे. हे सर्व पाहण्यासाठी तुम्ही तुमचा जीव धोक्यात घालून इथवर आलात त्याबद्दल खूप आभार! आपल्या लोकांसोबत काय घडतं आहे हे तुम्ही जगाला सांगितलंच पाहिजे."

येणारा संदेश ऐकण्यासाठी सॉ लाह दोहनं रेडिओ कानाला लावला तेव्हा मी त्याचं निरीक्षण करत होते. तो खूप थकलेला दिसत होता. त्याला शेवटचं पाहिल्याला तीनच वर्षं झाली होती पण परिस्थितीनं त्याला वीसेक वर्षांनी वृद्ध केलं होतं. सर्वांना भराभर सूचना देताना मी त्याला पाहत होते. सैनिकांनी गावकऱ्यांना भराभरा नदीकाठापर्यंत घेऊन जावं अशा अर्थाच्या सूचना तो सैनिकांना देत होता. इतर तुकड्या शत्रूला थोपवून ठेवायचं काम करत होत्या. गावकऱ्यांना पळायला वेळ मिळावा म्हणून सैनिक स्वतःला पणाला लावत होते आणि गेली कित्येक वर्षं केएनएलए तेच काम करत होती.

रेडिओवरचा संदेश ऐकून तो माझ्याकडे वळला आणि म्हणाला, "तू आता निघालं पाहिजेस. आता वेळ घालवू नकोस. शत्रू जवळजवळ येत चालला आहे. निघ आता."

आम्ही एकमेकांचा निरोप घेतला. "तू खूप चांगलं काम करतो आहेस" मी न राहवून म्हटलं "तू माझा हीरो आहेस सॉ लाह दोह. माझ्या मनात कायम तुझं स्थान राहील."

मग आम्ही घाईनंच आमच्या बोटीपाशी आलो. बोटीच्या चालकानं बोटीला गती दिली आणि आम्ही बर्माच्या आणखी आत-आत सरकू लागलो.

पुढे पुढे जात असताना मी विचारात हरवून गेले होते. करेन मुलूख सोडल्याला किती वर्षं झाली होती? सहा की जास्त? पण मला काय पाहायला मिळालं? काहीही बदललं नव्हतं. काहीही! इतक्या वर्षांनंतरही खुनाचं सत्र, दहशत आणि भीतीचं साम्राज्य आजही तसंच होतं. या लोकांना आजही शांततेत जगू दिलं जात नाही यावर विश्वास ठेवणं कठीण होतं.

अंधार पडायला लागला तरी आमचा प्रवास चालूच होता. थोड्याच वेळात आम्ही एका करेन गावात पोहोचलो जिथं लोकांनी आमचं खुल्या दिलानं स्वागत केलं. दिवसभराच्या दगदगीनं मी इतकी थकले होते की तत्काळ झोपी गेले.

दुसऱ्या दिवशी पहाटे पाचला आम्हाला जाग आली. आम्हाला त्या पूर्ण

दिवसाच्या प्रवासाची तयारी करायची होती. जेवण बनवायचं होतं. एवढ्या पहाटे पहाटे खायची मला सवय नव्हती; त्यामुळे मी माझी भाताची न्याहारी माझ्यासोबतच न्यायचं ठरवलं.

प्रवासाच्या पुढच्या टप्प्यात आम्हाला एक उंच डोंगर चढून पार करायचा होता. माझी जंगलात पायी वणवण करायची सवय सुटली होती. तीन वर्षं शहरात काढल्यानंतर मी फोफशी झाले होते. थोड्याशा चालण्यानंही माझे पाय थरथरत होते. सतत येणारा घाम टिपण्यासाठी मला मानेभोवती टॉवेल गुंडाळूनच चालावं लागत होतं. सतत घाम आल्यानं मला आणखी थकायला होत होतं. माझ्या पाठीवरच्या बॅगेत थोडासा भात होता, पाणी होतं आणि थोडे कपडे होते पण ते इवलसं वजन देखील मला मणामणाचं वाटत होतं. सुदैवानं एका विद्यार्थ्यानं ते पाठीवर घ्यायची तयारी दर्शवली आणि मी आनंदानं होकार दिला.

नऊ-साडेनऊपर्यंत मला इतकी भूक लागली की मला थांबून भाताची न्याहारी करणं भाग पडलं. आमच्याबरोबर आम्हाला दिशा दाखवायला, मार्गदर्शन करायला करेन चळवळीतील दोन सैनिक होते. ते तिथं आमचं संरक्षण करण्यासाठी नव्हते हे आम्हाला माहीत होतं. केवळ दोन सैनिक आमचं संरक्षण करण्यास असमर्थ होते हे आम्हालाही कळत होतं. जर हल्ला झालाच तर कुठल्या दिशेनं पळून जायचं हे सांगू शकले असते.

पहिल्यांदा आम्ही गप्पा मारत होतो, जंगलाचं सौंदर्य न्याहाळत होतो. सा खे मूनं आपल्याबरोबर एक छोटंसं पुस्तक आणलं होतं ज्यात बघून तो आम्हाला झाडांची, पक्ष्यांची नावं सांगत होता. पण जसजसे आम्ही बर्मी सैन्याच्या ठाण्याजवळ आलो तसं करेन सैनिकांनी आम्हाला एकही शब्द न उच्चारण्यास सांगितलं. आता सर्व व्यवहार शांतपणे पार पडत होते. आम्ही एका रांगेत एकमेकांत किमान यार्डाचं अंतर ठेवून चालत होतो. शत्रूला आमचा सामूहिकरीत्या वेध घेणं अशक्य व्हावं याकरिता ती योजना होती. रस्त्यापासून अजिबात भटकू नये अशा सक्त सूचना होत्या कारण भूसुरुंगांचा धोका होता.

आम्ही अजिबात आवाज न करता ठाण्यावरून सटकलो. प्रत्येक दोन मिनिटांनी करेन सैनिक आम्हाला थांबायला सांगत होते आणि झुडपांमध्ये लपायला सांगत होते. मग आम्ही मिनिट-दोन मिनिटं तसंच लपून राहत असू. धोका टळल्याची खात्री होताच ते थोडासाही आवाज न करता आम्हाला पुढे व्हायला सांगत असत. आम्ही घाबरतच पुढे होत असू पण अधूनमधून काही सावल्या आमचा पाठलाग करताहेत असं आम्हाला कायम वाटत राहायचं.

पर्वताच्या माथ्यावर पोहोचताच मात्र आम्ही एका सर्वांपासून गुप्त असलेल्या अतिशय सुंदर जागेत प्रवेश केला. तो उंचच उंच झाडांच्या दाट जंगलांनी वेढलेला

पर्वतराजीचा प्रदेश होता. शत्रूनं इथूनही लोकांना हाकलून लावलं होतं; त्यामुळे वस्तीही तशी विरळच होती. जे तिथं टिकून राहिले होते त्यांना भेट द्यायला आम्ही चाललो होतो. डोंगराच्या पायथ्याशी असलेल्या स्वच्छ, खळखळत्या झऱ्यातून आम्ही पाणी भरून घेतलं. एका विद्यार्थ्यानं झाडावर चढून फळं तोडून आणली. ती आंबटगोड फळं खाताना थकवा कुठल्याकुठं पळाला.

त्या रात्री आम्ही त्या घनदाट जंगलातल्या एका गावात राहिलो. त्याही गावात आमचं मनापासून स्वागत केलं गेलं. त्यांच्याकडे अगोदरच इतक्या कमी गोष्टी होत्या पण त्याही त्यांनी आमच्याबरोबर वाटून घेतल्या. आम्ही आमच्याबरोबर आणलेलं थोडंसं जेवण उरलं होतं. पण त्यांनी आम्हाला त्यांच्या हातानं केलेलं जेवण खाऊ घातलं. हाच अनुभव आम्ही पुढे ज्या ज्या गावी गेलो त्या त्या गावी आला.

दुसऱ्या दिवशी सकाळी मी त्या घरातल्या स्त्रिला शौचालय कुठं आहे ते विचारलं तेव्हा तिनं टेकडीवरच्या शौचालयात जायला सांगितलं. टेकडीवरची झुडपं म्हणजे टेकडीवरचं शौचालय!

मला सोबत म्हणून बुलबुल आली आणि आम्ही गावाच्या बाहेर जाणाऱ्या वाटेनं जायला लागलो. थोड्या वेळानं आम्ही बघितलं तर डुकरांचा एक कळप आमच्या मागून येत होता. आता थोड्यानं वेळानं काय होणार हे माहीत असल्यासारखी ती आनंदानं ओरडत होती. आता घरं मागे पडली होती आणि झुडपांचं राज्य सुरू झालं होतं. आम्ही एका झुडपामागं आमचा कार्यभाग आटपून घेतला. ते करताना सावधगिरी म्हणून सर्व बाजूंनी येणाऱ्या डुकरांना परतवून लावण्यासाठी हुडकून आणलेल्या काठ्या होत्याच.

एक, दोन, तीन म्हणताच उठावं आणि धूम पळत सुटावं असं आम्ही ठरवलं आणि आम्ही तसंच केलं. गावात पोहोचेपर्यंत हसून-हसून पुरेवाट झाली होती. जेव्हा इतर विद्यार्थ्यांनी शौचालय कुठं आहे हे विचारलं तेव्हा आम्ही त्यांना एवढंच म्हणालो, डुकरांचा पाठलाग करा. पण विनोदामागचं कारुण्य आणि त्यामागे झाकलं गेलेलं अठराविश्वं दारिद्र्य आमच्या लक्षात यायला लागलं होतं.

तिसऱ्या दिवशी संध्याकाळी आम्ही तिसऱ्या गावात, म्हणजे आमच्या गंतव्य स्थळी पोहोचलो. दुसऱ्या दिवशी गावात कुठला तरी महोत्सव होता आणि आम्हा सर्वांना आमंत्रित करण्यात आलं. महोत्सवाच्या शाही पंगतीत काय वाढलं गेलं असेल? पोर्क! टेकडीवरच्या शौचालयाचा अनुभव डोक्यात अजून ताजा असताना मला ते खाववेना. बळेच मी ते पोटामध्ये ढकलत होते. बहुधा मी खरंच शहरी पोरगी बनले होते.

गावकऱ्यांनी आम्हाला त्यांची कथा सांगितली. काही महिन्यांपूर्वीच त्यांच्या

गावावर चौथ्यांदा हल्ला झाला होता. गावाची पार धूळधाण उडवली गेली होती, घरं जाळली गेली होती. धोका टळेपर्यंत ते जंगलातच लपून बसले होते. प्रत्येक हल्ल्यानंतर त्यांनी त्यांची घरं पुन्हा बांधली होती. हेही माहीत नसताना की, आता पुढचा हल्ला कधी होणार आहे आणि त्यांची घरं पुन्हा एकदा जमीनदोस्त होणार आहेत.

इथल्या सर्व करेन गावांची कथा इथूनतिथून सारखीच होती. बाजूच्या गावांवर देखील नुकतेच हल्ले होऊन गेले होते. त्यांनाही त्यांचं गाव नव्यानं वसवावं लागलं होतं. तिसरं गाव त्यातल्या त्यात खास होतं, कारण त्या गावात शाळा होती. प्रत्येक हल्ल्यानंतर त्यांनी शाळादेखील नव्यानं उभारली होती. पण तुम्ही शाळा तब्बल चार वेळा पुन्हा नव्यानं कशी काय उभारू शकता? मला आश्चर्य वाटलं. पुन्हा हे सर्व जमीनदोस्त कधी होणार आहे याची तिळमात्रही कल्पना नसताना तुम्हाला ते पुन्हा उभारण्याचं बळ कुठून मिळतं?

ती शाळा म्हणजे बांबूनं बांधलेला आणि पानांनी शाकारलेला गोठा होता. त्यात जुना, रंग उडालेला फळा होता आणि पुस्तकंही जीर्णशीर्ण झालेली होती. दूरदूरच्या गावांतून मुलं तिथं शिकायला येत असत. शिक्षकांना ज्ञान देण्याच्या ईर्ष्येनं झपाटलेलं होतं तर मुलांना शिकण्याच्या!

आम्ही शाळेत एक छोटसं संमेलन घेतलं ज्यात आम्ही गायलो, छोटसं नाटक सादर करून दाखवलं. त्या मुलांची कळी खुलवण्यासाठी आम्ही शक्य ते सर्व केलं. मग आम्ही त्यांना त्यांच्या कहाण्या सांगायला आमंत्रित केलं. आमच्या माकडचेष्टांनी वातावरणात जो काही आनंद पसरला होता तो क्षणात मावळला. त्यातलं जवळपास प्रत्येक मूल गावावर झालेल्या हल्ल्यांमधून कितव्यांदा तरी वाचलं होतं.

त्यातली बरीच मुलं अनाथ होती. बऱ्याच जणांनी आपले एक किंवा दोन कुटुंबीय हल्ल्यात गमावले होते. त्यांनी पचवलेले जबर धक्के त्यांच्या चेहऱ्यावर स्पष्ट दिसत होते. एवढ्याशा आवाजात त्यांची कहाणी सांगणारी ती मुलं पाहताना माझ्या काळजात तुटत होतं.

मुख्याध्यापक म्हणाले की, एक संपूर्ण शालेय वर्ष सुरळीतपणे पार पडलं, असं कधीही झालेलं नव्हतं. शत्रू प्रत्येक वेळी शाळा शोधून काढायचा आणि उद्ध्वस्त करायचा. कित्येकदा सैनिक शाळेत भूसुरुंग पेरून जायचे; त्यामुळे जर कोणी उद्ध्वस्त शाळेतून वाचलेलं काहीबाही– फळा, न जळलेली पुस्तकं आणायला गेला तर अपंग होऊनच परतायचा.

आम्हाला खासगीरीत्या बोलता यावं म्हणून त्यांनी दहा निवडक मुलं आमच्याकडे पाठवली. त्यात एक गरीब शेतकरी कुटुंबातून आलेला दहा वर्षांचा मुलगा होता.

त्याच्या घरातला तांदळाचा साठा संपुष्टात आला होता आणि ते शेतात उगवणाऱ्या तांदळाच्या कोवळ्या कोंबांवर आपली गुजराण करत होते. कधी-कधी खायला काहीच नसायचं. पोटात येणाऱ्या भुकेच्या कळा त्या दहा वर्षांच्या पोरासाठी असह्य असल्या पाहिजेत. त्या कुटुंबाकडून पाच थाई बाहट म्हणजे दहा पेनीहूनही कमी शाळेचं शुल्क आकारलं जात होतं. पण येत्या वर्षी त्यांना तेही देता येणार नव्हतं असं दिसत होतं.

त्याची कहाणी ऐकताना माझ्या डोळ्यांत पाणी तरळलं होतं. तो मुलगा शांत, सौम्य आवाजात बोलत होता. त्याच्या बोलण्यात स्वत:बद्दलची कीव, सहानुभूती यांचा लवलेशही नव्हता आणि द्वेष किंवा रागही नव्हता. हे फार विस्मयजनक होतं. तो फारच स्पष्टपणे बोलत होता, जसं काही त्याच्या कहाणीत काही खास आहे असं त्याला वाटत नव्हतं. त्याचं आणि त्याच्या कुटुंबीयांचं आयुष्य आजवर असंच चालत आलं होतं आणि प्रत्येक मुलाच्या बाबतीत हेच घडत नव्हतं का?

पापुन जिल्ह्याची शोकांतिका हीच होती की हो! इतर कित्येक मुलांचं आयुष्य त्या मुलाच्या आयुष्यासारखं होतं; त्यामुळे त्यांच्या कहाणीत खास असं काहीच नव्हतं. काहीच नाही.

इथं प्रत्येक मूल असंच किंवा याहून दारुण आयुष्य जगत होतं.

जाग

थोड्या दिवसांनंतर आम्ही आमच्या त्रिकोणाकृती प्रदेशातील प्रवासासाठी बाहेर पडलो. जिथून आम्ही आमच्या प्रवासाला सुरुवात केली होती त्या साल्वीनच्या टप्प्यावर आम्हाला जाऊन पोहोचायचं होतं. पहाटे कडाक्याच्या थंडीत आणि बोचऱ्या वाऱ्यात आम्ही आमच्या प्रवासाला सुरुवात केली. गावकऱ्यांकडे फारच थोडे कपडे होते आणि त्याहून थोडी ब्लँकेट्स. त्यांना ऊब मिळण्याचा एकमेव स्रोत होता तो म्हणजे शेकोटी. मेणबत्त्या किंवा तेलाचे दिवे त्यांना परवडण्याजोगे नव्हते; त्यामुळे सूर्यानं वर येऊन त्यांची घरं प्रकाशमान करेपर्यंत त्यांना मिट्ट काळोखात राहणं क्रमप्राप्त होतं.

दाट जंगलांनी वेढलेल्या पर्वतराजीमधून फिरत एका गावाकडून दुसऱ्या गावाकडे मजल दरमजल करत असताना अचानक एका कुटुंबाशी आमची भेट झाली. त्यांना बर्माच्या अगदी आतवर वसलेल्या एका गावातून पळ काढायला लागला होता. शत्रूनं त्यांच्या गावावर हल्ला करून जाळपोळ केली होती. कित्येक आठवडे ते पळतीवर होते, प्रत्येक रात्री वेगवेगळ्या आश्रयस्थानांचा आधार घेत.

गरीब बिचाऱ्या भेदरलेल्या आईनं तिच्या दोन छोट्या मुली दाखवल्या. त्यांना कांबळ्यात गुंडाळलं होतं. एक मांडीवर झोपली होती, तर दुसरी पानांनी तयार केलेल्या बिछान्यावर झोपली होती. मग तिनं सांगितलं की त्यातल्या एकीला मलेरियाचा ताप होता तर दुसरीला बऱ्याच काळापासून अतिसाराचा त्रास होत होता. तो कॉलरा असण्याचीही शक्यता नाकारता येत नव्हती. त्यांच्याकडे औषधं नव्हती आणि थायलंडमधील निर्वासितांच्या छावणीत पोहोचेपर्यंत त्यांना औषधोपचार मिळतील अशी शक्यताही दिसत नव्हती. त्यांची तूटपुंजी मालमत्ता आणि मृत्युपंथाला लागलेली मुलं घेऊन ते ज्या गतीनं प्रवास करत होते ते बघता तिथं पोहचायला कित्येक आठवडे लागले असते. दरम्यान शत्रूकडून पकडले जाण्याची भीती होतीच. कोणी काही बोललं नाही; पण मला त्या आईच्या डोळ्यांत लख्ख वाचता आलं.

तिचे डोळे हीच विचारणा करत होते की, त्या दोन्ही मुलींपैकी एक किंवा दोघी मृत्युमुखी पडण्याआधी ते तिथं पोहोचू शकतील का?

मी माझ्याकडे असलेली सर्वच्या सर्व औषधं त्यांना देऊन टाकली. त्यांना अधिक काहीतरी देता यावं म्हणून मी आणि माझ्या सहकाऱ्यांनी आमच्याकडे असलेले पैसे जमवले. ते फक्त १०० थाई बाहट भरले. पण ते त्यांच्यासाठी अमूल्य खजिन्यासारखे होते. आमच्याकडे जेवढे काही देण्यासारखे कपडे होते तेवढे सगळे कपडे आम्ही त्यांना देऊन टाकले.

ते इतके गरीब, नाडलेले आणि गांजलेले होते की ते ज्या कपड्यांत आमच्यासमोर उभे होते त्या कपड्यांच्याही पार चिंध्या झाल्या होत्या. बायको त्यांची हृदयद्रावक कथा सांगत असताना कुटुंबप्रमुख जागोजागी फाटलेली पँट एका हातानं सावरत, वर ओढत लज्जारक्षणाचा प्रयत्न करत होता. आम्ही ओहोळाशेजारी त्यांच्याकरिता तात्पुरता निवारा बांधून दिला.

मी मागे वळून पाहिलं तेव्हा त्या आईला ओहोळाशेजारी उकिडवं बसलेलं पाहिलं. जंगलातल्या काळोखाचा आडोसा घेऊन तिनं तिच्या लहान मुलीला आपल्या सुकलेल्या स्तनांशी लावून पाजायला घेतलं होतं; सर्वांत लहान मुलगी– जी कॉलऱ्यानं मृत्यूपंथाला लागली होती.

तेवढ्यातच माझ्यात काहीतरी बदलल्याचं मला जाणवलं. मला जाणवलं की आपल्या डोळ्यांतून अश्रू ओघळताहेत. मला कळलं की हाच तो क्षण– तो उपरतीचा क्षण. मला माझ्या सुखासीन आयुष्याकडे परत जाता येणार नव्हतं, टेलिकॉमेशियासाठी काम करता येणार नव्हतं. माझे लोक कोणतीही प्रतिष्ठा, आराम, सुखसोयींशिवाय इतक्या हालअपेष्टा सहन करत असताना, जंगलात कोणीतरी निर्घृणपणे शिकार करावी अशा रीतीनं मारले जात असताना तर नाहीच नाही. या कुटुंबांच्या दाहक वस्तुस्थितीनं माझं लक्ष सुखासीन, पैशात लोळणाऱ्या आणि आरामदायी भविष्यावरून विचलित केलं होतं आणि माझ्या लोकांमध्ये, त्यांच्या लढ्यात आणि चळवळीत आणून ठेवलं होतं.

अशा हालअपेष्टांच्या पार्श्वभूमीवर आता थांबायला वेळ नव्हता. स्वत:ला अडवून धरणं शक्य नव्हतं. गरजेला जसा काही अंतच नव्हता. ती काही केल्या संपतच नव्हती. आम्ही ज्या कुटुंबाला मागं सोडून आलो होतो त्या कुटुंबाच्या कथेसारख्याच हृदयद्रावक कथा असलेली अनेक कुटुंबं पुढच्या गावात होती. मी एका झोपडीत शिरले आणि गरज जशी आक्रोशत माझ्या अंगावर धावून आली. त्यांच्याकडे काहीच नव्हतं- अक्षरश: काहीच नव्हतं. भांडी नव्हती, पातेली नव्हती, पांघरुणं नव्हती, खाण्यासाठी काही तरी, घास दोन घास होते, औषधं नव्हती (अर्थात!) आणि त्यांच्या मुलांकरिता शाळाही नव्हत्या. त्यांची छोटीछोटी मुलं

आजारी होती आणि अल्प आहार मिळाल्यानं फिकुटली होती. त्यांच्या डोळ्यांत शून्य, भकास भाव साचून राहिला होता. ते जिवंत तरी कसे राहिले होते? मी विचार करत होते. एवढ्या दैन्यातही ते कसे काय तग धरून राहू शकले असतील?

त्यांच्या दैन्यावस्थेनं माझ्या हृदयाचं एवढं पाणी पाणी झालं की माझ्याकडे जे जे काही होतं ते ते सर्व काही त्यांना देऊन टाकावंसं वाटायला लागलं. त्यांची वेदना थोडी फार तरी दूर करता यावी म्हणून त्यांच्यापैकी प्रत्येकाला मला काहीतरी द्यायचं होतं. पण या कुटुंबासारखी शेकडो कुटुंबं होती- त्या गावातच ३०० होती. बर्मी सैन्यापासून जीव वाचवून पळ काढताना, काळोखात आणि निव्वळ दहशतीनं जंगलात लपून बसताना काय काय भोगावं लागलं याच्या एकेक कथा ऐकल्या तरी मणक्यातून शिरशिरी जात होती. तिथल्या शेतकऱ्यांनी त्यांच्या उपासमारीबद्दल सांगितलं. बर्मी सैन्यानं त्यांची धान्याची कोठारं उद्ध्वस्त केली होती.

मी ज्या कुटुंबाला भेट दिली होती त्यांना मी बाबांचा टांगता बिछाना दिला. माझ्याकडे उरलेल्या काही शेवटच्या वस्तूंपैकी तो एक होता आणि तो नसला तरी मला चालण्यासारखं आहे असं मला वाटलं.

इथं कोणत्याही प्रकारच्या आशेला वावच नव्हता जसा काही. निर्वासितांच्या छावणीत आयुष्य व्यवस्थित चालावं म्हणून किमान सुविधा तरी होत्या : अन्न, स्वच्छ पाणी, निवारा, थोडीशी औषधं. पण इथं? इथं काहीच नव्हतं. माणसं एकतर उपासमारीनं किंवा सहज उपचार होऊ शकले असते अशा आजारांनी मरत होती किंवा मग त्यांची शिकार करणाऱ्या सैनिकांच्या गोळ्यांनी किंवा संगिनींनी.

औषधोपचार घेऊन येणाऱ्या स्वयंसेवकांचं पथक अधूनमधून येत असे पण शेवटचं पथक येऊन गेल्याला तब्बल एक वर्ष उलटून गेलं होतं आणि ते आता लवकर येण्याची काही शक्यता दिसत नव्हती. आम्ही आलो तेव्हा गावकऱ्यांना वाटलं की औषधोपचार करणाऱ्यांचा गट आला आहे. पण आम्ही ते नाही, आम्ही फक्त माहिती गोळा करायला आलो आहोत हे ऐकून त्यांची घोर निराशा झाली होती. त्यांनी तसं आम्हाला सांगितलं नाही अर्थात, पण आम्हाला ते खात्रीलायकरीत्या माहीत होतं. त्यांच्या डोळ्यांतील आशा मावळलेली आम्ही खुद्द आमच्या डोळ्यांनी पाहिली होती.

तिथल्या एका स्त्रिला तर मी कधीच विसरणार नाही. त्या तरुण स्त्रिला तीन लहान मुलं होती. इतक्या निराशाजनक, हालअपेष्टांच्या वातावरणात देखील ती तिचं जग उभं करण्याचा प्रयत्न करत होती. ती अजूनही सुंदर होती, मात्र अपार कष्ट उचलायला लागल्यानं अकाली प्रौढ झाली होती. उन्हामध्ये काम करून-करून तिची त्वचा रापली होती. फक्त एक क्षणभर मी स्वत:ला तिच्या जागी कल्पून पाहिलं. तिचं आयुष्य, तिच्या हालअपेष्टा आणि कुटुंब उभं करण्यासाठी चाललेली

तिची धडपड; अशा परिस्थितीमध्ये मी काय केलं असतं असा मनातल्या मनात विचार केला. तेव्हा अशा रीतीनं जगण्याची कल्पना देखील त्या क्षणी मला सहन झाली नाही.

"माझे पती बहुतांश वेळ शेतावरच असतात." ती सांगत होती, "पावसाळ्यात जरा जिवात जीव तरी असतो पण उन्हाळा आला की दिवसातलं प्रत्येक मिनिट जीव मुठीत धरून राहावं लागतं."

मी तिचा हात गच्च पकडून ठेवला होता. बर्मी सैन्यानं हल्ला केला तर काय, या भीतीमध्येच ती दिवसातला प्रत्येक क्षण जगत होती. मी काय बोलू शकणार होते यावर!

"आम्हाला खरंच तुमच्या मदतीची गरज आहे." ती बोलतच होती, "इथल्या हालअपेष्टा, दैन्याबद्दल तुम्ही काहीतरी करा, जा आणि जगाला ओरडून सांगा इथं काय चाललं आहे ते!"

ती स्त्री आणि तिनं जे काही सांगितलं ते मी कधीच विसरू शकणार नाही. ती तळमळीनं, मनापासून बोलत होती आणि तिचे शब्द माझ्या डोक्यात जळत्या रेषांनी कोरले जात होते.

पुन्हा एकदा मला यूएन आणि ते इथं कसे अपयशी ठरले आहेत याची आठवण झाली. कुठं होते ते? ते बर्मामध्ये कार्यरत आहेत, हे मला माहीत होतं पण इथं नाही. इथं तर त्यांची सर्वांत जास्त गरज होता; अगदी तातडीची गरज होती. ज्यांना मदत हवी आहे त्यांना ती पुरवली जायला हवी होती. राज्यकर्त्यांनी त्यांना सांगितलं की, त्यांना इथं येता येणार नाही आणि त्यांनी ते अगदी सहजरीत्या मान्य केलं होतं.

या लोकांना मदत मिळणं थांबवणं हा देखील वांशिक उच्चाटनाच्या धोरणाचाच एक भाग होता आणि ते त्यांना गोळी घालून ठार करण्याइतकंच क्रूर होतं.

आम्ही प्रवासाच्या शेवटच्या टप्प्यात होतो- साल्वीन नदीकडे परतण्याच्या. परतीच्या मार्गावर आम्हाला थायलंडकडे मार्गक्रमणा करणारी, आणखी धूळधाण उडालेली, पार दैन्यावस्था झालेली कुटुंबं भेटली. ते सर्व पाहून हृदयाचं पाणी पाणी होत होतं, संताप उसळ्या मारून वर येत होता, आत कुठंतरी प्रतिकाराची भावना जन्म घेत होती.

साल्वीनपर्यंत पोहोचण्यासाठी आम्हाला एक उंच पर्वत चढून पार करायचा होता. चढायला तीन तास लागणार होते आणि उतरायला दोन तास. आणि बर्मी सैन्य आमच्या मागावर आहे हे आम्हाला कळून चुकलं होतं. आम्ही काळोखात चढायला सुरुवात केली. मूठभर करेन सैनिक शत्रूचा वास घेत आमच्या पुढं चालत होते. कोणत्याही प्रकारचा अपघात न होता आम्ही सुखरूप पर्वतमाथ्यावर पोहोचलो

तेव्हा मी घामानं निथळत होत; अतिशय थकव्यानं माझे पाय लटालटा कापत होते.

आम्ही उतरणीला लागलो. साल्वीनच्या तुलनेत सुरक्षित प्रदेशात पोहोचण्यासाठी आम्ही आतुर झालो होतो. त्यात करेन सैनिकांनी बर्मी सैन्य आमचा पाठलाग करत असल्याची खबर आणली होती आणि ते आम्हाला घाई करण्यास सांगत होते. पण पुढच्याच क्षणी कोणत्याही प्रकारची पूर्वसूचना न देता आमच्यासमोर आगीच्या लपलपत्या ज्वाळांची एक भिंतच उभी राहिली. तिनं आमचा रस्ता पूर्णपणे अडवून धरला होता. भाताच्या पेरणीआधी शेत तयार करण्यासाठी एका करेन शेतकऱ्यानं सुकलेल्या, साफ केलेल्या जंगलाचा एक पट्टाच पेटवून दिला होता.

शत्रू मागावर असताना त्या धुमसत्या ज्वाळांना चुकवत मार्ग काढण्यावाचून आमच्यापुढे पर्याय उरला नव्हता. आम्ही तसेच पुढं निघालो. सा खे मू आणि इतर त्या अंग पोळणाऱ्या उष्णतेतून वाट काढत पुढं जात होते. जळणाऱ्या त्या उतारावर अर्ध्यात आल्यावर आम्हाला कळून चुकलं की पलीकडे सुखरूप पोहोचायचं असेल तर पळतच जायला हवं. उशीर केला असता तर धुरानं जीव गुदमरून आमची शुद्ध हरपली असती. मी ज्वाळांना चुकवत, धुरातून वाट काढत पळायला सुरुवात केली.

एकदाचं पलीकडे पोहोचलो आणि जमिनीवर गलितगात्र होऊन कोसळलो. पर्वताच्या पायथ्यापर्यंतचे शेवटचे काही मैल कसेतरी खुरडत, अडखळत पार केले. आमच्यासमोर पसरलेला साल्वीन नदीचा पट्टा पाहून मला याआधी कधीही वाटलं नसेल इतकं हायसं वाटलं. ज्या गावातून आम्ही आमचा प्रवास सुरू केला होता ते इथून जवळच होतं. आमचा प्रवास १५ दिवसांहूनही कमी वेळ टिकला पण मला मात्र युगं उलटल्यासारखी वाटत होती. साक्षात नरकात प्रवास करून आलो होतो, ज्यासाठी आमच्या मनाची बिलकूल तयारी नव्हती.

मला हे पक्कं कळून चुकलं होतं की, या प्रवासाच्या भयानक, क्लेशदायक आठवणी माझ्याबरोबर कायम राहणार आहेत, माझ्या मानगुटीवर बसून माझा पिच्छा कधीच सोडणार नाहीत आणि तिथंच मी शपथ घेतली की आपण साक्षात या नरकात परतणार आहोत आणि जेव्हा केव्हा परतू तेव्हा या लोकांना खरोखरच मदत करता येईल अशी पात्रता अंगी बाणवूनच परतू. ते कशा प्रकारे साध्य करता येईल हे मला अद्याप ठाऊक नव्हतं, ते केव्हा साध्य होईल याबद्दल मला यत्किंचितही कल्पना नव्हती; पण एक गोष्ट माहीत होती ती म्हणजे, मला हे करायचंच होतं. माझे डोळे कोणीतरी खाडकन उघडल्यासारखे झाले होते. हा प्रवास मला खऱ्या अर्थानं जाग आणणारा ठरला.

थायलंडपर्यंतचा परतीचा प्रवास येतानाच्या प्रवासाचीच पुनरावृत्ती होती. कोणीही न अडवता लपतछपत आम्ही काही ठाणी पार केली पण पुढच्याच ठाण्यापाशी आम्हाला काही सैनिक हात हलवत थांबण्याची सूचना करताना दिसले. आम्हाला

वाटलं, बोटीचा चालक इंजिनाला अधिक गती देऊन बोटीला पळवायला सुरुवात करील. पण झालं भलतंच. त्यानं बोटीचा वेग कमी केला आणि ते सैनिक थांबले होते त्या किनाऱ्याकडे बोटीचं नाक वळवलं.

मी सा खे मूला धोक्याची सूचना देताना ऐकलं पण तोपर्यंत उशीर झाला होता. आम्ही किनाऱ्याच्या खूपच जवळ आलो होतो आणि त्यांच्या बंदुकींच्या टप्प्यात होतो. मी भीतीनं गळाठून गेले होते. काय चाललं होतं? सा खे मूनं घाईघाईनं काही सूचना दिल्या. काही वाकडंतिकडं घडलंच तर आम्ही नदीत उड्या मारायच्या होत्या आणि जीव वाचवण्यासाठी पोहायला सुरुवात करायची होती. काहीही होवो, आम्ही शत्रूच्या हातात पडायला नको होतं.

बोट किनाऱ्याला लागल्याचा धप्प असा सौम्य आवाज झाला. आमच्यासमोर काय ताट वाढून ठेवलं आहे याचा अंदाज घेत आम्ही कोणीतरी काहीतरी बोलण्याची वाट पाहत होतो. सर्वांत जवळचा सैनिक बोटीच्या चालकाशी काहीतरी बोलला. त्यांना नदीतून कुठंतरी जायचं होतं त्याकरिता लिफ्ट हवी होती. ते बोटीच्या नाकावर जाऊन आमच्याकडे पाठ करून बसले. त्यांच्या बंदुका त्यांनी मांडीत धरल्या होत्या. चालकानं बोट मागं घेतली आणि आम्ही पुन्हा एकदा नदीच्या प्रवाहाला लागलो.

ते दोन सैनिक तिथंच बसून राहिले. त्यांच्या डोळ्यांत कोणतेही भाव नव्हते. त्यांच्या सैनिकी टोप्या वाऱ्यानं फडफडत होत्या. काही मिनिटांचाच प्रश्न होता. त्यानंतर ते आमच्यावर प्रश्नांची सरबत्ती करणार होते. आम्ही संख्येनं त्यांच्यापेक्षा जास्त होतो पण त्यांच्याकडे शस्त्रं होती. माझ्यावर भीतीचा इतका पगडा बसला होता की मी त्यांच्याकडे बघणं, त्यांच्यात मला किंचितसादेखील रस आहे हे दाखवणं टाळत होते. आम्ही त्यांच्याकडे दुर्लक्ष केलं तर ते निघून जातील असं मला वाटत असावं बहुधा.

आणि अचानक सा खे मूनं माझ्याकडे बघून खो खो हसायला सुरुवात केली. त्याचं डोकंबिकं फिरलं होतं की काय? मला वाटलं. तो अशा प्रकारे आमच्याकडे लक्ष का वेधून घेत होता? बर्मी सैनिकांच्या तोंडावर हसणं! त्याचे परिणाम काय होतात हे कोणाहीपेक्षा त्याला जास्त चांगलं ठाऊक असायला हवं होतं.

"तू इतकी काळजीत पडल्यासारखी का दिसते आहेस?" आपलं हसू दडवण्याचा प्रयत्न करत तो म्हणाला, "त्यांच्या बाहीवरचे बिल्ले बघ! ते एबीएसडीएफ आहेत. फक्त एबीएसडीएफ- बाकी कोणी नाहीत."

एबीएसडीएफ म्हणजे ऑल बर्मा स्टुडण्ट्स डेमॉक्रॅटिक फ्रंट- ८/८/८८ च्या उठावानंतर हाती शस्त्रं घेतलेल्या विद्यार्थ्यांचा गट होता तो. ते बर्मी सैनिक होते अलबत! पण आमच्या बाजूचे. ते सुद्धा चळवळीचा एक भाग होते. विनाकारण दाटून आलेल्या भीतीमुळे ती साधीसुधी लक्षणंदेखील माझ्या ध्यानात आली नव्हती,

जसं की एबीएसडीएफच्या गणवेशाच्या बाहीवर असलेला लढणारा पिवळा मोर आणि लाल पार्श्वभूमीवरील पांढराशुभ्र तारा. छळणुकीतून आमच्या भूमीला मुक्त करण्यासाठी तेही आमच्या खांद्याला खांदा लावून लढत होते.

माझी भीती अशा प्रकारे सुटकेच्या सुस्काऱ्यात आणि अवर्णनीय आनंदात रूपांतरित झाली. या सर्वांशी अनभिज्ञ असे ते दोन सैनिक– एबीएसडीएफचे सैनिक बर्मीमध्ये गप्पा छाटत बसले होते. ते पार बोटीच्या नाकावर बसले होते. घोंघावत्या वाऱ्यात आणि इंजिनच्या घरघरीत आमचे शब्द विरून जात होते. मला खात्री आहे की आम्ही (म्हणजे मी!) त्यांना किती घाबरले होते याबद्दल त्यांना अजिबात कल्पना नसावी.

पुढे काहीही उलटसुलट न होता आम्ही थाई सीमेवर पोहोचलो. तिथं आम्हाला समजलं की एसपीडीसीचे सैनिक आमचा सुगावा लागल्यापासून आमच्या आणि जंगलात लपून बसलेल्या लोकांच्या पाठलागावर होते. सैनिकांना आम्हाला ठार करायचं होतं याला कारण होतं आम्ही करत होतो ते काम. माझ्या मायभूमीत चाललेल्या अत्याचारांचे साक्षीदार होणं, ते प्रत्यक्ष डोळ्यांनी पाहणं– ते यापुढे आणखी कोणी केलेलं त्यांना नको होतं; त्यामुळे मी यावेळीही माझा देश नेहमीप्रमाणेच सोडला– शत्रू माझ्या पाळतीवर असताना, त्याला माझ्या मागावर घेऊनच.

मी घरी पोहोचले तेव्हा आई-बाबांना आणि से सेला मी काय काय पाहिलं, सीमेवर काय काय अनुभवलं ते सारं काही सांगितलं. त्यांना किंचितसं देखील आश्चर्य वाटलेलं दिसलं नाही. सीमेपलीकडच्या लोकांच्या आयुष्यातील ते एक दाहक वास्तव होतं आणि ते आजपर्यंत नेहमी तसंच, त्याच प्रकारचं राहिलं होतं असं त्यांचं म्हणणं होतं. ते कधी का बदललं असतं? आणि का बदलायला हवं होतं?

पण मी जेव्हा बाबांना त्यांचा टांगता बिछाना देऊन टाकल्याचं सांगितलं तेव्हा मात्र ते जाम वैतागले. त्यांच्याकडे तो टांगता बिछाना तब्बल १० वर्षं होता आणि तो त्यांच्याकडून आतापर्यंत कधीही हरवला नव्हता किंवा त्यांनी तो कोणाला देऊनही टाकला नव्हता. ते लोक इतके त्रासात असताना मला सर्व काही देऊन टाकणं भाग पडलं हे मी त्यांना सांगायचा प्रयत्न केला आणि मला हेही मान्य करणं भाग पडलं की मी त्यांनी दिलेले उबदार पांघरुण आणि सर्वच्या सर्व औषधं देखील देऊन टाकायला मागंपुढं पाहिलं नसतं.

काळोखाची पिल्ले

त्या प्रवासावरून परतल्यावर मला एक मोठा निर्णय घेणं भाग होतं. मार्केटिंगमध्ये मास्टर ऑफ आर्ट्स पदवीच्या शिक्षणासाठी मला ब्रॅडफोर्ड विद्यापीठात जागा देऊ केली गेली होती. पण त्यासाठी लागणारा पैसा मला स्वतःच जमा करायचा होता. पण हो, या विद्यापीठाची दारं माझ्यासाठी खुली होती. पण त्याच वेळी आईची प्रकृती झपाट्यानं खालावत होती आणि मला तिला सोडून जाता येणार नव्हतं. मी तसं करूच शकणार नव्हते हे देखील मला ठाऊक होतं. मी आई-बाबांबरोबर मे सोतमधील घरी राहायला गेले. उच्च शिक्षणाचा विचार तात्पुरता तरी पुढं ढकलला गेला होता, भविष्यात संधी मिळालीच तर करू म्हणत.

आमच्याबरोबर दोन दत्तक मुलंही राहत होती. यात वेगळं वाटावं असं काहीच नव्हतं. आधाराची गरज असलेल्या मुलांना आपल्या पंखांखाली घेत आई-बाबांनी त्यांचं आयुष्य व्यतीत केलं होतं. पण हे दोघं एका अर्थानं वेगळे होते. हे दोघंही बालसैनिक होते. दोघांनाही वयाच्या ११ व्या वर्षी पळवून नेण्यात आलं होतं. त्यातील एकाला सिनेमागृहाच्या वाटेवरच उचलून लष्करी वाहनामध्ये कोंबण्यात आलं होतं आणि तिथंच त्याचं बालपण सुटलं.

आघाडीवर पाठवण्याआधी त्यांना पुरतं प्रशिक्षणही देऊ केलं गेलं नव्हतं. त्यांना त्यांच्या उंचीइतकी शस्त्रं वाहून न्यायला लावायचे. जे लढायला नकार द्यायचे त्यांना गोळ्या घालून ठार मारण्याची धमकी दिली जायची. ते लढत नसायचे तेव्हा त्यांना हमाली करायला लागायची, वेठबिगारीला जुंपलं जायचं. त्यांच्या आक्रमकतेला उत्तेजन देणारी अफेटामाईन्स आणि तत्सम मादक द्रव्यं देऊन वांशिक गटाच्या स्त्रियांवर– करेन, शान इत्यादी– बलात्कार करण्याचे आदेश दिले जायचे आणि नंतर ठार मारायला सांगितलं जायचं.

त्या मुलांपैकी एकानं सैनिकांना ही निर्घृण कृत्यं करताना पाहिलं होतं. त्या बाईच्या आर्त किंकाळ्या अजूनही त्याच्या कानात घुमत होत्या. जगात कोणत्याही

सैन्यात नसतील इतके बालसैनिक बर्मी सैन्यात आहेत. या मुलाच्या पलटणीत बालसैनिकांचाच भरणा होता. काही जणांनी पळून जायचा प्रयत्न केला होता पण त्यांनी पेरलेल्या सुरुंगांवर धडपडून काहींनी जीव गमावला तर काहींना सुरक्षारक्षकांनी गोळ्या घालून ठार केलं होतं.

एके दिवशी या दोघांनी पळून जायचं ठरवलं. ते छावणीतून कसेतरी सटकले आणि जंगलांमधून वाट काढत-काढत करेन सैनिकी तळावर येऊन पोहोचले. कालांतरानं करेन सैनिकांनी त्यांना माझ्या बाबांकडे आणून सोडलं.

माझ्या बाबांनी त्यांना पदरात घेतलं आणि घरी आणलं. त्यांनी त्या मुलांना आपल्या नातवंडांसारखंच वागवलं. ती मुलंही त्यांना 'आजोबा' म्हणूनच हाक मारत असत. ती मुलं साधारण पंधरा वर्षं वयाची असतील आणि गतायुष्य सैन्यात घालवलेल्या इतक्या जाणत्या मुलांना घरात घेण्याचे परिणाम काय होऊ शकतात याचीही कल्पना बाबांना होती. त्यांना जीवे मारण्याचा कट शिजत होता याची कुणकुण त्यांना लागली होती पण त्याबद्दल त्यांनी कधी चकार शब्द काढला नाही. त्यांच्या मित्रांनीही त्यांना इशारा देऊन ठेवला होता की बर्मी गुप्तहेर संघटना त्या मुलांचा मारेकरी म्हणून उपयोग करून घ्यायची शक्यता खूप जास्त होती.

पण त्यांना बर्मामध्ये परतायला लावलं तर त्याचे काय विपरित परिणाम होतील हे देखील बाबांना माहीत होतं. सगळी मुलं वागतील तशी तीही वागतील आणि आपल्या कुटुंबांचा शोध घेतील आणि पोलिस व गुप्तहेर संघटनांकडून पुन्हा एकदा पकडले जातील. ते कसे निसटले, त्यांना कोणी मदत केली ही माहिती काढून घेण्याकरिता त्यांचा छळ केला जाईल आणि त्यांना पुन्हा सैन्यात भरती होण्यास भाग पाडलं जाईल. त्यांनी अगोदरच खूप काही भोगलं होतं; त्यामुळे बाबांनी त्यांना मदतीचा हात दिला होता.

आम्ही नेहमीच एका मोठ्या कुटुंबाप्रमाणं एकत्र न्याहारी करायचो. पण एके दिवशी सकाळी ही दोन मुलं कुठंही दिसेनात. माझे बाबा काळजीत पडले. आम्ही सर्वांनी त्यांचा शोध घ्यायला सुरुवात केली पण ती दोघं जशी हवेत विरून गेली होती. बर्मामध्ये परत आपल्या कुटुंबांचा शोध घेण्यासाठी ती मुलं निघून गेली असावीत याची बाबांना खात्रीच पटली. माझे बाबा त्यांना आपली नातवंडं मानत पण खऱ्या कुटुंबांचे पाश आणि ओढ वेगळी ती वेगळीच!

दोन आठवड्यांनंतर बाबांना एक फोन आला, तो त्या दोन मुलांपैकी एकाचा होता.

तो म्हणाला, "आजोबा, मी परतलो आहे. मी पळून गेलो त्याबद्दल मला माफ करा. मी पुन्हा घरी आलो तर चालेल ना?"

"अर्थातच!" एका क्षणाचाही विलंब न लावता बाबा उत्तरले, "तुला माहीतच

आहे हे घर जेवढं आमचं आहे तेवढंच तुझंही आहे, तुझं स्वागतच आहे."

बाबा अजूनही काळजीतच होते. त्यांना संशय होता की बर्मी गुप्तहेरांनी त्या मुलांना पकडलं असावं आणि थायलंडमध्ये काही घातपात करण्याकरिता पाठवलं असावं. नाहीतर परत येण्याचं कारणच काय होतं? आतापर्यंत त्याचा त्यांच्या कुटुंबीयांचा शोध चालूच असायला हवा होता किंवा तो पकडला जायला हवा होता. जेव्हा तो मुलगा घरी परतला तेव्हा काहीच घडलं नसल्याचं भासवत बाबांनी त्याचं स्वागत केलं. त्यांनी एकही प्रश्न विचारला नाही की कसले आरोपही केले नाहीत. आजोबांनी आपल्या खोडकर नातवाचं कसं केलं असतं, तसंच स्वागत बाबांनी त्या मुलाचं केलं.

तीन दिवसांनंतर त्या मुलानं बाबांसमोर बसून सगळ्या घटनेचा उलगडा केला. माझ्या बाबांचा संशय खरा ठरला होता. त्यानं आणि दुसऱ्या मुलानं त्यांच्या कुटुंबांचा शोध घेण्यासाठी सीमा ओलांडून बर्मामध्ये प्रवेश मिळवला होता. पण बर्मी गुप्तहेरांना ते फार काळ चकवू शकले नाहीत. त्यांना चौकशीकरिता आत घेतलं पण त्यांनतर थेट मारहाणच सुरू झाली. एकाला दुसऱ्याचा आत्यंतिक वेदनेनं किंचाळण्याचा आवाज येत होता.

चौकशी करणाऱ्यांनी त्यांना दोन फोटो अल्बम दाखवले होते. त्यांना बाबांचे असंख्य फोटो दाखवण्यात आले. ते मे सोतला कारमध्ये बसलेले असताना, शासकीय कार्यक्रमात बोलत असताना आणि मग त्यांनी दुसरा अल्बम त्यांना दाखवला आणि... त्यात माझे फोटो होते. बाबांच्या कारमध्ये बसलेले असताना एकदम जवळून घेतलेला फोटो, मे सोतच्या रस्त्यावर चालत असताना काढलेला फोटो.

त्या गुप्तहेरांनी ती मुलं मला ओळखतात का याची विचारणा केली होती पण त्या मुलांनी स्पष्टपणे नाही सांगितलं होतं. त्यांनी त्या मुलांना डोक्यावर मारहाण करायला सुरुवात केली. तू तिला ओळखतोस का, असं त्यांनी विचारलं होतं. त्यानं कबूल केलं की त्यानं मला बाबांच्या घरात पाहिलं होतं. त्यांनी पुन्हा एकदा मी कोण आहे हे त्यांना विचारलं होतं. त्यानं उत्तर द्यायला नकार दिला तेव्हा त्यांनी दोन चाप काढले आणि ते विजेच्या प्रवाहाशी जोडून त्याच्या उघड्या दंडांना लावले.

त्यांनी पुन्हा विचारलं- मी कोण आहे हे त्याला ठाऊक होतं का? त्यानं उत्तर द्यायला नकार दिला तर ते त्यातला विजेचा प्रवाह सुरू करायला मागंपुढं पाहणार नव्हते. तो नकारावर ठाम राहिला तेव्हा त्यांनी विजेचा प्रवाह सुरू केला होता. त्या मुलानं मान्य केलं, की तो धक्का इतका जीवघेणा, भयंकर होता की त्याला फार काळ शांत राहता आलं नाही. मी बाबांची मुलगी आहे आणि त्यांच्या घरात राहते आहे हे त्यानं त्या गुप्तहेरांना सांगून टाकलं होतं. हे आठवताना त्या मुलाच्या

डोळ्यांत पाणी आलं होतं.

त्यांना आमचा निकाल लावायचा होता. त्यांनी त्या मुलासमोर दोन पर्याय ठेवले. एक- त्यानं थायलंडला परतायचं आणि बाबांचा खात्मा करायचा, किंवा सैन्यातून पळून गेल्याबद्दल तुरुंगात जायचं. त्याला फक्त माझ्या बाबांनाच नव्हे तर मलाही संपवून टाकण्यास सांगण्यात आलं होतं. जर त्यानं हे करायला नकार दिला तर ते त्याला फक्त तुरुंगातच टाकणार होते असं नव्हे तर त्याच्या कुटुंबाचा अनन्वित छळ करणार होते.

कुटुंबाला धोका निर्माण झालेला पाहताच मात्र त्या मुलानं निर्णय घेऊन टाकला. तो आम्हाला मारण्याकरिता थायलंडला परतणार होता. त्यांनी त्या मुलाला बायोनेट किंवा पिस्तूल यापैकी एक शस्त्र निवडायला सांगितलं. मुलानं पिस्तूल घेण्यास साफ नकार दिला कारण उघडच होतं. थाई पोलिसांनी त्याला थांबवलं असतं तर तो अडचणीत आला असता. सुरा कदाचित चालून गेला असता. त्यानंतर बर्मी गुप्तहेरांनी त्याला सीमेच्या पलीकडे मे सोतमध्ये सोडलं.

त्याला उतरवल्यानंतर आम्हाला कसं आणि कुठे ठार करावं याबद्दल त्याला सूचना देण्यात आल्या होत्या. त्यानं आम्हाला न्याहारीच्या वेळी ठार करायचं होतं कारण तीच अशी एक वेळ होती जेव्हा आम्ही एकत्र असायचो. त्यानं आधी माझ्या बाबांना छातीत सुरा भोसकून ठार करायचं आणि मग मला ठार करायचं होतं. मला ठार करता आलं नाही तर माझ्यावर बलात्कार करायच्या सूचना देण्यात आल्या होत्या. जर माझ्या बाबांनाही मारता आलं नसतं तर माझ्यावर बलात्कार करून मलाही जिवंत सोडून देण्याचे आदेश त्याला दिले गेले होते. मी माझ्या बाबांचा प्राण होते, ते त्याला म्हणाले. माझ्यावर बलात्कार झाला असता तर बाबा खचले असते. ते त्यांचा जीव घेतल्यासारखंच झालं असतं.

त्या बर्मी अधिकाऱ्यांनी त्याला मे सोतच्या केंद्रस्थानी सोडलं होतं. ते त्या मुलावर कायम पाळत ठेवून असणार होते. तो फोनदेखील त्यांनीच करायला लावला होता. पण तो हे भयंकर कृत्य कधीच करू शकला नसता. त्याला मदत केल्याबद्दल, त्याला आश्रय देऊ केल्याबद्दल तो माझ्या बाबांचा ऋणी होता आणि त्याचं माझ्या बाबांवर जिवापाड प्रेम होतं.

आता त्या मुलाला एकाच पद्धतीनं वागवणं शक्य होतं ते म्हणजे सहानुभूतीनं. तो त्याच्या मोहिमेत अयशस्वी ठरला होता याचा अर्थ होता, बर्मी गुप्तहेर संघटना त्याचा सूड त्या मुलावर किंवा त्याच्या कुटुंबावर किंवा दोघांवरही उगवणार होत्या. बाबांनी सैन्यातून पळून आलेल्या अशा डझनभर मुलांना मदत केली होती. त्या मुलानं जे काही सांगितलं, त्यात बाबांना नवीन काहीच वाटलं नाही पण त्यांच्या मुलीला म्हणजे मला मारायचा कट शिजतो आहे हे कळून त्यांना धक्का जरूर बसला.

आतापर्यंत माझे बाबा करेन नॅशनल युनियनमध्ये सेक्रेटरी जनरल या पदापर्यंत पोहोचले होते. ज्याचा अर्थ होता, ते चळवळीतील अत्युच्च पदावर होते आणि अर्थातच त्यांच्या या स्थानामुळे त्यांना लक्ष्य करण्यात आलं होतं. पण त्यांच्या कुटुंबालादेखील? जुंता आमच्यावरही लक्ष ठेवून असेल हा विचारही माझ्या मनाला शिवला नव्हता. पण तरीही त्या मुलानं जे काही सांगितलं त्यात तथ्य होतंच. जर त्यांनी ब्वा ब्वा, स्लोन, से से किंवा मी यांच्यापैकी एकाला इजा पोहोचवली असती तरी माझ्या बाबांना अतोनात यातना झाल्या असत्या. असं करून बाबांना पुरतं मोडून पाडायचं असा त्यांचा डाव होता.

त्यानंतरच्या काही महिन्यांत आईची तब्येत खूपच ढासळली. २००४ च्या उन्हाळ्यात तिला पुन्हा एकदा मे सोत हॉस्पिटलमध्ये दाखल केलं. तिथल्या डॉक्टर्सनी तिला यकृत आणि हृदयाच्या गंभीर समस्या असल्याचं सांगितलं. त्यांनी सर्वांत प्रथम हे स्पष्ट केलं की तिला सदासर्वकाळ हॉस्पिटलमध्ये राहावं लागणार होतं. एक महिना ती ऑक्सिजनचं एक नळकांडं बाजूला वागवत पडून राहिली. तिच्या पाठीवर गळवं झाली होती आणि तिचं शरीर पुन्हा एकदा भयंकर सुजलं होतं. जागी असतानाचा प्रत्येक क्षण ती आत्यंतिक वेदनेत काढत असे.

प्रत्येक रात्री मी हॉस्पिटलमधील तिच्या खोलीत झोपे. अर्धी रात्र मी तिची पाठ चोळून देत असे. तिच्या वेदना दूर करायचा तेवढाच प्रयत्न! तिची पाठ चोळून देत असताना मला ती करेन सैन्यात असतानाच्या गोष्टी सांगे. आपल्या आई-वडिलांच्या म्हातारपणात त्यांच्याकडे पाहता आलं नाही म्हणून तिला अपराध्यासारखं वाटत होतं. मी तिला काळजी न करण्यास सांगे. तिला जरी काही गोष्टी करता आल्या नसल्या तरी तिनं तिच्या आयुष्यात एवढं कमावलं आहे त्याबद्दल तिला स्वतःचा अभिमानच वाटायला हवा असं मी तिला सांगितलं. मी, माझी बहीण आणि माझे भाऊ तिची नीट काळजी घेऊ याबद्दल खात्री दिली.

कधी-कधी से से आणि त्याचे मित्र येऊन भेटून जात, कधी-कधी रात्री ते वस्तीलाही असत. बाबा नेहमीच येत असत पण त्यांना सतत मिळत असलेल्या धमक्यांमुळे ते राहू शकत नसत. तिथल्या नर्स आईला सतत खायला, औषधं वेळेवर घ्यायला सांगत असत पण आईच्या पोटात काही ठरतच नसे. ती त्या जसं सांगत आहेत तसं करायचा प्रयत्न करत होती. मला स्वच्छ दिसत होतं की तिला मरायचं नव्हतं. ती जगण्याची प्राणांतिक धडपड करत होती. पण सतत होणाऱ्या वेदनांमध्ये तिला असं तळमळताना पाहून जीव तीळतीळ तुटायचा.

कालांतरानं तिला थेट अन्न आणि औषधं देता यावीत म्हणून तिच्या नाकात नळी खुपसली. आईला ते असह्य होई. ती सारखी ती नळी खेचून काढत असे. ते किती महत्त्वाचं होतं ते तिला सांगायचा आटोकाट प्रयत्न मी करत होते. कधी-कधी

ग्लानीत असतानाही तिच्या नकळत ती नळी उपसून टाके. मग डॉक्टरांनी तिला ड्रीपवर ठेवलं.

शेवटी एके दिवशी एका डॉक्टरनं मला बाजूला नेलं आणि म्हणाले, "हे तुम्हाला कसं सांगावं हेच कळत नाही, पण तुमच्या आईची तब्येत आता सुधारण्याच्या पलीकडे गेली आहे. आता आमच्याकडे त्यांच्यावर करता येण्यासारखे कोणतेही उपाय शिल्लक नाहीत. जर तुम्हाला तुमच्या कुटुंबीयांना, नातेवाइकांना बोलावून घ्यायचं असेल तर तुम्ही बोलावून घेऊ शकता."

माझी आई फक्त ड्रीप आणि ऑक्सिजन यामुळे जिवंत आहे पण तिचं शरीर केव्हाच मरण पावलं आहे, असं त्या डॉक्टरांनी मला सांगितलं; हे ऐकून माझ्यावर आभाळच कोसळलं. मी हॉस्पिटलबाहेर जाऊन पोटभर रडून घेतलं.

मी स्लोनला फोन केला. स्लोन तेव्हा ओएसआय शिष्यवृत्तीवर बँकॉकमध्ये शिकत होता. मी ब्वा ब्वाला इंग्लंडमध्ये फोन केला. ते दोघंही हातातलं काम सोडून तत्काळ निघाले. स्लोन आणि ब्वा ब्वा येत असल्याचं मी आईला सांगितलं. तोपर्यंत तरी आईनं तग धरावा अशी मी मनोमन प्रार्थना करत होते.

मी खात्रीनं सांगू शकत होते की, आईला ती बातमी ऐकून आनंद झाला आहे पण ते बोलून दाखवण्याइतकी शक्तीच तिच्या कुडीत नव्हती. तिची मुलं तिला भेटेपर्यंत तरी तिला जिवंत ठेवता येईल का? असं मी डॉक्टरांना विचारलं. त्यांनी आणखी दोन आठवडे तिला जिवंत ठेवू असं आश्वासन दिलं. मात्र, त्यानंतर त्यांना करता येण्यासारखं काही नव्हतं. तिला जिवंत ठेवणारी सर्व उपकरणं नंतर बंद करण्यात येणार होती. त्यांनी मला एका अर्जावर स्वाक्षरी करण्यास सांगितलं. त्यानुसार ती सर्व उपकरणं बंद करण्यास आमची संमती आहे अशा अर्थाचा तो 'ना हरकत' अर्ज होता.

मी सर्वांशी बोलले. आम्हा सर्वांचंच यावर एकमत झालं की, तिला जाऊ देण्यातच शहाणपणा होता. यावरही बाबा आणि ब्वा ब्वाचा हात स्वाक्षरी करण्यास धजावेना. अशा रीतीनं आईला जाऊ देताना बाबांना मरणयातना होत असणार. त्या दोघांनी स्वाक्षरी केली नाहीच. मग मी आणि से सेनं आमच्या आईला मरू देणाऱ्या त्या अर्जावर स्वाक्षऱ्या केल्या.

जिनं अनेक लढाया लढल्या आणि जिंकल्या होत्या त्या माझ्या आईच्या हातात फक्त काही दिवसच उरले होते. माझी बहीण आणि भाऊ येईपर्यंत मी तिला धीर धरायला सांगितलं पण तिची प्राणज्योत मंदावत चालली होती हे स्पष्ट कळत होतं. बऱ्याच वेळी ती बेशुद्ध असे. माझ्या बहिणीला आणि भावाला अखेरचं पाहता यावं म्हणून तिचे जिवंत राहण्याचे शर्थीचे प्रयत्न चालू होते.

तिला जिवंत ठेवणारी सर्व उपकरणं बंद करण्याच्या चार दिवस आधी स्लोन

येऊन धडकला. त्यानंतर दोन दिवसांनी ब्वा ब्वा आली. ते आल्याचा आईला आनंद झाला होता. तिला खूप काही बोलायचं असावं पण ती खूप अशक्त झाली होती. तिनं त्यांच्याकडे पाहून स्मित केलं फक्त.

ब्वा ब्वा आली ती आईच्या शेजारीच येऊन बसली. तिनं आईला हलकेच साद घातली, "आई, ऐकतेस का? मी आहे."

आईनं डोळे उघडले, ब्वा ब्वाकडे पाहिलं. ती आल्याचं आईला समजलं. "बघ, मी आले आहे." ब्वा ब्वानं आश्वासक सुरात सांगितलं, "आता अजिबात काळजी करू नकोस. अजिबात नको."

आई फक्त मंद हसली अणि तिनं मान डोलावली.

३१ जुलै २००४ ला तिला जिवंत ठेवणारी सर्व उपकरणं बंद करण्यात आली तिनं अखेरचा श्वास घेतला तेव्हा माझ्या भावाच्या हातात तिचे हात होते आणि तिच्या तोंडून निघालेलं नाव होतं- 'से से'! आम्ही सर्व आमच्या स्वप्नांमागे पळत पळत कुठे कुठे निघून गेलो होतो तेव्हा से सेच तिच्या बाजूला सदासर्वकाळ उभा राहिला होता. से से- तिचं दत्तक मूल.

थाई-बर्मा सीमेवर असलेल्या एका बुद्धिस्ट धर्मशाळेत आम्ही तिच्यावर अंत्यसंस्कार केले. बौद्ध भिक्खूंनी सकाळी, तर ख्रिस्ती धर्मगुरूंनी दुपारी प्रार्थना केली. जात्या जिवाला निरोप देताना चैतन्यवादी पुन:पुन्हा याच संदेशाचा पुनरुच्चार करतात, "तुम्ही आता मानवी जगात राहू शकत नाही, तेव्हा तुम्ही तुमचा मार्ग शोधला पाहिजे." अशा रीतीनं माझ्या आईला निरोप देण्यात आला. तिला अखेरचा निरोप द्यायला आलेल्या लोकांची गर्दी पाहून मला मला प्रचंड विस्मय वाटला. अक्षरश: हजारोंच्या संख्येनं लोक आले होते. त्यातले बरेच करेन निर्वासित, अनाथ, अनधिकृत स्थलांतर करून आलेले आणि निराधार- सर्व काही गमावलेले असे बरेच लोक होते, ज्यांना मदत करण्यात माझ्या आई-बाबांनी पूर्ण हयात खर्च केली होती. तिच्या जाण्याबद्दल शोक व्यक्त करण्यासाठी ते आले होते.

आईला जरी मरणयातना भोगाव्या लागल्या असल्या तरी तिनं जावं असं मला कधीच वाटलं नव्हतं. आता ती आमच्यात नव्हती. तिच्याबरोबर पुरेसा वेळ घालवता आला नाही याबद्दल मला अपराध्यासारखं वाटायला लागलं. तिनं माझ्याकरिता जे जे काही केलं त्याची शतांशानंही परतफेड करण्याची संधी मला मिळाली नव्हती. तिच्या आयुष्यातील शेवटची काही वर्षं हालअपेष्टा, गरिबी, आजारपण सहन करण्यात गेली होती. तिच्या वृद्धपणात देखील ती ताठ राहिली होती. तिनं खंबीरपणे किल्ला लढवला होता. आता मला असं वाटायला लागलं होतं की, मला तिच्या हालअपेष्टा कमी करण्याचे प्रयत्न करण्याची संधी कधीच मिळाली नव्हती.

आईच्या मृत्यूनंतर दोन आठवड्यांनी आम्ही करेन शहीद दिन साजरा केला. तो

दरवर्षी १२ ऑगस्टला साजरा केला जायचा आणि दशकानुदशकं चाललेल्या अस्तित्वाच्या संघर्षात ज्यांनी प्राणार्पण केलं होतं त्यांचं स्मरण केलं जायचं. आम्ही सर्व आईच्या अस्थी घेऊन मोई नदीवर गेलो. त्यातील काही राख आम्ही एका विस्तीर्ण वृक्षाच्या पायथ्याशी पसरून ठेवली आणि काही नदीत सोडली.

चैतन्यवाद्यांचा असा विश्वास आहे की मनुष्याच्या मृत्यूनंतर त्याचा आत्मा या जगात रेंगाळत राहतो. आम्हाला खात्री होती की आईच्या आत्म्याला इतक्या सुंदर जागेत राहताना नक्कीच आनंद होणार होता. मोई नदीच्या काठावर, त्या नदीवर तिचं जिवापाड प्रेम होतं.

आम्ही आईच्या अस्थींचं विसर्जन केलं त्याच महिन्यात स्लोनला कॅनडाच्या वर्ल्ड युनिव्हर्सिटी सर्व्हिसची शिष्यवृत्ती मिळाली. ब्वा ब्वा युनायटेड किंगडमला परतणार होती त्याचवेळी तोही कॅनडाला जाण्यासाठी निघणार होता. माझ्यापुरतं बोलायचं झालं तर मी युनायटेड किंगडममधील ईस्ट आँग्लिया विद्यापीठात एम. ए. करण्याची संधी स्वीकारायचं ठरवलं होतं.

ब्वा ब्वा आणि स्लोन निघून जाणार होते. अशा परिस्थितीत माझी द्विधा मन:स्थिती झाली होती. माझ्या आईच्या जाण्यानं बाबांच्या आयुष्यात जी उलथापालथ झाली होती त्यातून सावरता यावं याकरिता माझ्या बाबांना माझी गरज होती हे मला कळत होतं पण सप्टेंबरपर्यंत– जेव्हा माझा अभ्यासक्रम सुरू होत होता– तोपर्यंत मी ईस्ट आँग्लिया विद्यापीठात दाखल झाले नाही तर माझी संधी हुकणार होती; त्यामुळे ती संधी काहीही करून स्वीकारायचीच अशी मी मनाची तयारी केली आणि युनायटेड किंगडमकडे प्रस्थान केलं.

ब्वा ब्वाबरोबर लंडनमध्ये

दोन आठवड्यांनंतर मी लंडनमधील ब्वा ब्वाच्या चिमुकल्या खोलीत होते. बँकॉकपासून लंडनपर्यंतचा प्रवास मी कसा केला हे माझं मलाच माहीत! देशाला पारखं झालेल्या कोणत्याही माणसाला करावा लागेल तसा मी देखील माझा युनायटेड किंगडमपर्यंतचा प्रवास बनावट कागदपत्रांवर केला. पण ते मला कसं साध्य करता आलं ही कहाणी मात्र पडद्याआडच राहणार आहे. त्यामागे अनेक कारणं आहेत. मला मदत केलेल्या लोकांचं संरक्षण करणं हेही त्यातील एक.

कॉलेजचा खर्च भागवण्याकरिता ब्वा ब्वा एका फार्मसीमध्ये काम करत होती. मी आल्याच्या पहिल्या दिवशी ब्वा ब्वा कामावर निघून गेली. इतक्या मोठ्या प्रवासावरून आल्यानं मला अंघोळ करावीशी वाटायला लागली पण त्या नळाच्या तोट्या योग्य तापमानाला फिरवता आल्या तर शप्पथ! मी बरीच खटपट केली नंतर नाद सोडला. मग मला चहाची तल्लफ आली होती पण चहाची किटली कशी वापरावी याबद्दल मला धड काही माहीत नव्हतं. थायलंडमध्ये आम्ही इलेक्ट्रिक रिंगवर पाणी उकळत असू.

ब्वा ब्वा घरी परतली तेव्हा माझी कर्मकथा ऐकून हसायला तिला कारणच मिळालं. आता आताच जंगलातून आलेली मुलगी म्हणे! दुसऱ्या दिवशी मी निर्धारच केला की, आपण कालच्यासारखा अडाणीपणा करायचा नाही. वॉशिंग मशीन नीट वापरायचं ठरवलं. त्यात माझे मळलेले कपडे टाकले, काही बटनं फिरवली, इकडली तिकडली बटनं दाबली आणि सर्व काही सुरळीत पार पडू देत अशी मनोमन प्रार्थना करू लागले. मशीनची मंद घरघर सुरू झाली. पाणी मशीनमध्ये पडल्याचा आवाज ऐकू यायला आणि मशीन फिरल्याचा आवाज ऐकू यायला लागला. मी हुश्श केलं.

तासाभरानं त्या मशिनची हिसफिस थांबली आणि मी मशिनचं दार उघडलं. पहिला कपडा माझ्या हाती लागला तो चक्क बाळाला घालायच्या कपड्याइतका

इटुकला झाला होता. माझे बहुतेक कपडे असेच आटले होते. या वेळी ब्वा ब्वा घरी आली तेव्हा माझे पराक्रम पाहून हसून गडाबडा लोळायचीच बाकी राहिली. माझा प्रत्येक कपडा चिमटीत घेऊन असलं कधी काही बघितलं नाही बुवा करत, नीट न्याहाळत ती मजा घेत होती.

तिचं हसू ओसरलं तसं तिनं सांगितलं की मी उच्च तापमानाच्या सेटिंगचं बटन दाबलं होतं. तिनं माझी टर उडवल्याची भरपाई म्हणून तिचे स्वत:चे काही कपडे घालायला दिले. माझ्याकडे तसंही घालण्यासारखं काही उरलं नव्हतंच. तिनं मला नॉर्विकला जाणाऱ्या ट्रेनमध्ये बसवून दिलं. नॉर्विकला एक बर्मी मुलगी मला भेटेल आणि सुरक्षितपणे विद्यापीठात पोहोचवेल याची व्यवस्था तिने केली होती.

मी राजकारण आणि विकास या विषयात एम. ए. करायचं ठरवलं होतं. हा विषय मला मनापासून प्रिय होता. माझ्या देशात नक्की काय घडतं आहे आणि माझ्या लोकांना मदत करण्यासाठी मला माझ्या कौशल्यांचा वापर कसा करता येईल हे मला समजून घ्यायचं होतं. पापुन जिल्ह्यात केलेल्या त्या प्रवासात भेटलेल्या लोकांनी माझ्या काळजात घर केलं होतं. त्या प्रवासात भेटलेल्या तरुण आईनं सांगितल्याप्रमाणं तिथल्या हालअपेष्टा, छळणूक जगापर्यंत प्रभावीरीत्या कसे पोहोचावेत याबद्दल मला शिकून घ्यायचं होतं.

विद्यापीठाच्या वसतिगृहात माझी राहण्याची व्यवस्था झाली होती. खोली तशी छोटीशीच होती पण साफ आणि नीटनेटकी होती. पार तळ्यापर्यंत पसरलेल्या हिरव्यागार गवताळ मैदानाचा देखावा खोलीच्या खिडकीतून पाहता यायचा. खोलीत एक पलंग होता, एक सिंक आणि एक लिहिण्याचं टेबल. मी ते टेबल बाहेरचा देखावा जास्तीतजास्त दिसावा अशा रीतीनं लावून घेतलं. स्नानगृहं आणि स्वयंपाकघर मात्र सर्वांना मिळून वापरायला लागे.

बँकॉकमधल्या कॉलेजमध्ये होत्या त्यापेक्षा या कॉलेजमधल्या गोष्टी पार वेगळ्या होत्या. मला माझ्या आयुष्याविषयी इथं मनमोकळेपणानं बोलता येई. मला गावातून काढावा लागलेला पळ, निर्वासितांची छावणी; तिथं चाललेल्या छळवणुकींची मालिका आणि त्यामुळे नाडले गेलेले लोक या सगळ्याबद्दल बर्मामध्ये काय सुरू आहे याबद्दलची वृत्तपत्रांतील कात्रणं आणि अहवाल मी माझ्यासोबत घेऊन आले होते. मला जितकं शक्य होईल तितक्या लोकांशी याबाबतीत बोलायचा मी निश्चयच केला होता.

अभ्यासक्रमाची सुरुवात झाल्या दिवसापासूनच माझा विषय मला अतिशय आवडू लागला होता. त्यातल्या एका मॉड्यूलचं नाव होतं- 'सरकार लोकशाही आणि विकास'. साहजिकच आहे, मी माझा मायदेश बर्माची निवड केली. यात मला उत्तम प्रशासनाच्या प्राथमिक पैलूंबद्दल शिकायला मिळालं : पारदर्शकता, विश्वसनीयता,

कायद्याचं राज्य, जनेच्छा (एक व्यक्ती, एक मत), उदरनिवार्हाच्या संधी पुरवणं (पिण्याचं स्वच्छ पाणी, आरोग्यविषयक सुविधा, शिक्षण), मानवी अधिकारांबद्दलचा आदर आणि धार्मिक स्वातंत्र्य; तसंच अभिव्यक्ती स्वातंत्र्य.

हे ऐकायला कदाचित विचित्र वाटेल पण बर्मातून पळ काढून युनायटेड किंगडमला येईपर्यंत माझ्या देशात नेमकं काय चाललं आहे याबद्दलचं सत्य जाणून घ्यायची संधी मला कधीच मिळाली नव्हती. बर्मामध्ये सर्व बातम्या राजसत्तेच्या गाळणीतून गाळून बाहेर यायच्या. शिक्षण मर्यादित होतं, भाषण स्वातंत्र्याच्या नावानं आनंदीआनंद होता; सरकारबद्दल एक शब्द जरी उणादुणा काढला तरी कवी, विनोदी नटांना तुरुंगाची हवा खायला लागायची. मी ज्या वांशिक जमातींचं वास्तव्य असणाऱ्या प्रदेशातून आले होते त्या प्रदेशापर्यंत बातम्या पोहोचायच्याच नाहीत. सरकारमुळे नव्हे तर आत्यंतिक गरिबी आणि भौगोलिक दुर्गमता यामुळे.

माझ्या देशाचा इतिहास वाचून मानवी अधिकारांचं होत असलेलं उल्लंघन, आंतरराष्ट्रीय संस्थांची भूमिका हे सर्व माझ्यासाठी एक नवा शोध लागल्यासारखंच होतं.

बर्माच्या तुरुंगांमध्ये कैद्यांचा कसा छळ केला जायचा याबद्दलही मला वाचायला मिळालं. कातडी, चरबी पार सोलून निघेपर्यंत, लोखंडाचा दंडुका पार हाडांचा चुरा होईपर्यंत शरीरावरून वरखाली घासत न्यायचा ही त्यांची छळाची एक पद्धत होती. लोकांना नमवण्यासाठी पाच वर्षांच्या लहान मुलींवरही बलात्कार करायचं धोरण राजसत्तेनं अव्याहत चालू ठेवलं होतं.

लोकशाही लढ्याच्या नेत्या आंग सान स्यु की, ज्यांनी अनेक वर्ष आपल्याच घरात स्थानबद्धतेत काढली होती, त्यांच्याबद्दलही मला इथंच कळलं. त्यांच्या इंग्लिश पतीला कॅन्सरनं मरण्यापूर्वी शेवटचं पाहूसुद्धा दिलं नव्हतं. यावरून बर्मी राजसत्तेच्या क्रूरकर्मा वृत्तीचा सहज अंदाज येत होता.

माझ्या डोळ्यांदेखत झालेलं मानवाधिकारांचं उल्लंघन हा देशभरात जे काही घडत होतं त्यातला फक्त काही अंश होता.

अभ्यासक्रमामध्ये बर्माविषयक विविध बाबींवर सखोल अभ्यास करण्यासाठी आम्हाला चार-चार जणांच्या गटात विभागलं गेलं. माझ्या गटात ह्यू नावाचा कॅनेडियन मुलगा, माईक नावाचा जर्मन मुलगा आणि आमच्या ए फ्यो पॉइतकीच सुंदर दिसणारी सायप्रसची मुलगी राना होती.

आम्ही माझ्या देशातील आंतरराष्ट्रीय संस्थांच्या भूमिकेचा विचार करायचं ठरवलं. त्यातून जे काही समोर आलं ते धक्कादायक आणि संतप्त व्हायला लावणारं होतं. बर्मातील परिस्थिती विरोधात काय काय केलं जात आहे याबद्दल खूप हवा होती पण सत्य परिस्थिती अशी होती की, ब्रिटिश, युरोपियन आणि इतर

कंपन्यांचे बर्माच्या जनरलबरोबर वर्षानुवर्षांचे व्यावसायिक संबंध होते. बर्मी सैन्यानं माझ्या गावावर हल्ला केला तेव्हा ब्रिटिशांचं व्यावसायिक प्रतिनिधी मंडळ माझ्या लोकांच्या शिरकाणाचे आदेश काढणाऱ्या जनरलबरोबर रंगूनमध्ये पाहुणचार झोडत होतं. आता तिथल्या जुलमी राजसत्तेचा ब्रिटन हा प्रधान टीकाकार बनलेला असला तरी इतर कंपन्या अजूनही जनरलबरोबर व्यावसायिक संबंध राखून होत्या.

वाढलेला व्यवसाय आणि गुंतवणूक पाहता जनरलकडे अधिकाधिक शस्त्रं खरेदी करण्यासाठी आणि सैन्याचा आकार वाढवण्यासाठी पैसा कुठून येत होता हे आता कुठं आम्हाला कळलं आणि बर्माचं युद्ध कोणाही बाह्य शत्रूबरोबर नव्हतंच, ते माझ्यासारख्या लोकांवर हल्ले करत होते.

याबद्दल काहीही करण्यास असमर्थ ठरलेल्या युरोपियन युनियन आणि युनायटेड नेशन्सची मला घृणा आली. यूएनचं एकही सशस्त्र कृती दल बर्मात कसं काय नव्हतं? बर्मातील सर्व लोकांना माझ्यासारखाच सत्याचा साक्षात्कार व्हावा असं मला मनोमन वाटू लागलं. मला हे सर्व माहीत करून घेण्याचं स्वातंत्र्य आणि संधी मिळण्याकरिता माझा देश सोडून हजारो मैल दूर असलेल्या या देशात यावं लागलं होतं ही खरोखरच दुर्दैवाची गोष्ट होती.

पुन्हा एकदा माझ्या शिक्षणाचा खर्च दोन शिष्यवृत्त्यांमधून चालला होता. त्यातील एक होती प्रॉस्पेक्ट बर्मा आणि दुसरी बर्मा एज्युकेशनल स्कॉलरशिप ट्रस्ट. पण विद्यापीठाचं शुल्क आणि माझ्या राहण्या-खाण्याचा खर्च शिष्यवृत्तीमधून भागत नव्हता.

मी एखाद्या थाई रेस्टॉरंटमध्ये वेट्रेसचं काम बघावं असं ब्वा ब्वानं सुचवलं. कल्पना काही वाईट नव्हती. म्हणून मी नॉर्विक शहरातील सर्व थाई रेस्टॉरंट्सना भेट देऊन काही काम मिळतं का हे पाहून आले. अनेक रेस्टॉरंट्सच्या व्यवस्थापकांनी माझा फोन नंबर घेऊन ठेवला होता. माझी गरज भासेल तेव्हा ते मला कळवतील असं त्यांनी सांगितलं. दुसऱ्याच दिवशी मला एकाचा कॉल आला.

शुगर हट नावाच्या एका रेस्टॉरंटमध्ये मी मुलाखतीकरिता गेले. तिथल्या व्यवस्थापकानं मला वेट्रेसिंगचा अनुभव आहे का हे विचारलं. मला काहीच अनुभव नसल्याचं पण शिकण्याची इच्छा असल्याचं मी त्याला सांगितलं. मला लोकांशी बोलायला आवडतं; त्यामुळे मी चांगली वेट्रेस बनू शकते हेही मी त्याला सांगितलं. त्यानं मला एक संधी देऊन बघायचं ठरवलं. त्यानं मला वाईनची बॉटल कशी उघडावी हे शिकवलं जे मी उभ्या आयुष्यात कधी केलं नव्हतं. ती व्यवस्थित कशी ओतावी, जेणेकरून पिणाऱ्याला तिचा स्वाद घेऊन ती पिण्याकरिता उत्तम आहे ते ठरवता येईल, हे देखील शिकवलं.

पहिल्याच संध्याकाळी मी एक वाईनची बाटली उघडायचा प्रयत्न केला पण

ती माझ्या हातातून निसटून एक ग्लास मात्र फुटला. मला प्रचंड शरमल्यासारखं झालं. पण ते ग्राहक अतिशय चांगले होते आणि रेस्टॉरंटच्या मालकानं देखील इतकी माफी मागायची गरज नसल्याचं सांगितलं. "चुका तर काय, आपल्या सगळ्यांकडूनच होतात." मी वाईन्सची यादी घोकायचा प्रयत्न केला पण त्यातील निम्मी नावं मला उच्चारता देखील यायची नाहीत. पण मला ग्राहकांशी बोलणं, विनोद करणं आवडत असे. ते सुद्धा माझ्या सर्व चुका पोटात घालायचे आणि भरघोस टीपही द्यायचे.

विद्यापीठात मला शिक्षणाचा एक अभिनव पद्धतीचा अनुभव आला. आम्ही स्वत:लाच आव्हानं देणं, वादविवाद आणि प्रश्नमंजुषा या सर्वांचा समावेश त्या पद्धतीत होता. पहिल्या पहिल्यांदा मला ते जमायचं नाही. या सर्वांची मला उपजत देणगी नव्हती. हे शिक्षण अधिक प्रगल्भ, गोष्टीचा सर्वंकष विचार करणारं आणि सखोल होतं. आम्हाला करेन शाळांमध्ये ज्या पद्धतीनं शिकवण्यात आलं होतं, त्याच्या बरोब्बर उलटी पद्धत होती ही. पण माझं नशीब बलवत्तर की, मला माझ्या अभ्यासक्रमातील सहकाऱ्यांचा पाठिंबा मिळाला आणि या सर्वांतून तरून जाण्यासाठी त्यांनी माझी हरतऱ्हेने मदत केली.

एखाद्या राष्ट्राच्या दडपशाहीला बळी पडलेल्या एका पीडिताबरोबर त्या राष्ट्राबद्दल जाणून घेणं हा माईक, ह्यू आणि रानासाठी एक आगळावेगळा अनुभव होता. याआधी त्यांना बर्माबद्दल काहीही माहिती नव्हती. माझ्या लोकांवरच्या अत्याचारांबद्दल सोडूनच द्या, त्यांना करेन कोण हे देखील माहीत नव्हतं. मला त्यांना पहिल्यापासून सर्व समजावून द्यावं लागलं. हे म्हणजे बाराखडीपासून सुरुवात करण्यासारखं होतं. माझ्या देशात चाललेला सर्वनाश आणि गुलामगिरी यांच्याबद्दल मी त्यांना पद्धतशीरपणे सांगितलं. हे सर्व ऐकून वाचून त्यांना बसलेला धक्का त्यांच्या चेहऱ्यावर स्पष्ट वाचता येत होता.

एम. ए.चा अभ्यासक्रम सुरू होऊन दहा महिने झाले असतील नसतील तोच ब्वा ब्वानं मला फोन केला आणि लंडनमधील एका ठिकाणी निदर्शनं होणार होती त्यासाठी आमंत्रित केलं. १९ जून २००५ ला नॅशनल लीग ऑफ डेमॉक्रसीच्या प्रमुख नेत्या आंग सान स्यू की यांचा वाढदिवस साजरा करण्याकरिता लोक जमणार होते. लोकशाहीचे समर्थक आणि बर्मामधून पळ काढून लंडनमध्ये आश्रय घेतलेले बर्मी डॉ. विन नेंग यांनी ब्वा ब्वाला या वाढदिवसाला आमंत्रित केलं होतं आणि येताना मलाही घेऊन यायला सांगितलं होतं.

या कल्पनेनं मी खूप उत्साहित झाले होते. ती निदर्शनं नेमकी कशाकरिता आहेत याबद्दल काही कल्पना नव्हती. मी आतापर्यंत कधीही, कोणत्याही निदर्शनाला गेले नव्हते. ते काहीसं १९८८ मध्ये रंगूनमध्ये लोकांनी रस्त्यावर उतरून केलेल्या

निदर्शनांसारखं असावं. माझ्या कल्पनेची धाव फक्त इथवरच पोहोचू शकली. बर्मी राज्यसत्तेच्या विरोधात घोषणा देत लंडनच्या रस्त्यावर चालत निघालेल्या विद्यार्थ्यांची आणि बौद्ध भिक्खूंची मी कल्पना करून पाहिली. आम्ही लंडनमधील बर्मी दूतावासाच्या बाहेर जमणार होतो हे मला माहीत होतं. पण तिथं जमून काय करणार हे माहीत नव्हतं. यावर ब्रिटिश पोलिसांची प्रतिक्रिया कशी असेल? बर्मामध्ये अशा निदर्शकांना गोळ्याच घातल्या असत्या किंवा बेदम मारहाण केली असती.

७ जूनच्या सकाळी मी लंडन शहराकडे निघाले. ब्वा ब्वानं प्रवासाच्या सर्व सूचना दिल्या होत्या. नॉर्विक स्टेशनवरून मला लंडनकडे जाणारी ट्रेन पकडायची होती आणि लेडन लिव्हरपूल स्ट्रीट स्टेशनला पोहोचेपर्यंत गाडीतून उतरायचं नव्हतं. माझ्या ट्रेनच्या वेळेअगोदर एक ट्रेन स्टेशनला लागली. मी ट्रेनमध्ये चढले आणि छान स्थानापन्न होते न होते तोच माझ्या मोबाईलवर ब्वा ब्वाचा फोन आला.

"हाय! मी ट्रेनमध्ये चढले." मी आनंदानं जाहीर केलं.

"कसं शक्य आहे? अजून काही मिनिटं तरी तुझी ट्रेन येणं अपेक्षित नाही!"

"काळजी नको करूस गं! मी ट्रेनमध्ये आहे. मी लंडन प्लॅटफॉर्मवरून सुटलेल्या ट्रेनमध्ये आहे."

"हे बघ! लंडन प्लॅटफॉर्म वगैरे काही नसतं. सगळ्या ट्रेन्स एकाच प्लॅटफॉर्मवरून सुटतात. झोया, तू योग्य ट्रेनमध्ये बसली आहेस का याची खात्री करून घे. कोणाला तरी विचार ही ट्रेन कुठं चालली आहे ते."

मी वळून माझ्या शेजारी बसलेल्या वयस्कर माणसाला विचारलं, "माफ करा, तुम्ही मला सांगू शकाल का ही ट्रेन कुणीकडे चालली आहे?"

"हो तर, हिचं अंतिम स्थानक पीटर बोरो आहे. का? तुला कुठं जायचं आहे मुली?"

"अरे देवा! लंडनला. मला वाटलं की ही लंडनला जाणारी ट्रेन आहे."

मी ब्वा ब्वाला ती वाईट बातमी सांगितली. "अगं! ते म्हणताहेत ही ट्रेन पीटर बोरो का कुठंतरी चालली आहे. मी काय करू आता?"

"ट्रेनच्या गार्डला शोध आणि त्याला विचार लंडनला कसं जायचं ते," माझ्या शेजारच्या माणसानं गार्डकडे बोट दाखवलं. मी इथंही कशी काय वेंधळेपणा करू शकते याचा विचार करत मी गार्डकडे निघाले. आता मला कसं माहीत असणार होतं की ट्रेन एकाच प्लॅटफॉर्मवरून विविध दिशेनं निघून जातात ते! मी टापटीप गणवेश असलेल्या गार्डला हुडकून काढलं आणि त्यानं मला खूप मदत केली. त्यानं मला पुढच्या स्टेशनवर उतरून, लगेच येणाऱ्या ट्रेनची वाट पाहायला आणि गाडीत चढण्याआधी एकदा दर्शनी फलक पाहण्यास सांगितलं. ती गाडी लंडनला जाणारी असेल तरच मी गाडीत चढावं, असंही त्यानं सुचवलं.

दोन तासांनी मी लंडनला पोहोचले. रस्त्यावरच्या लोकांना पत्ता विचारत विचारत एकदाची मी 'व्हाईट हॉल' नावाच्या जागी पोहोचले. तिथे आंग सान स्यू कींचे फोटो हातात घेतलेल्या शंभर एक लोकांचा समूह दिसला. ब्वा ब्वाला कामावरून निघता आलं नव्हतं; त्यामुळे डॉ. विन नेंगनंच मला सर्व परिस्थिती समजावून दिली. आम्ही पंतप्रधान टोनी ब्लेअर यांच्या निवासस्थानापासून- नं १०, डाउनिंग स्ट्रीटपासून- काही रस्तेच अलीकडे होतो.

'वॉव!' मी स्वत:शीच म्हटलं, 'आम्ही थेट ब्रिटिश पंतप्रधानांच्या घराबाहेरच शक्तिप्रदर्शन करत आहोत!'

पंतप्रधानांना राहण्याकरिता ती खूपच लहान मजेदार वास्तू होती, असं मला वाटलं. मी टीव्हीवर व्हाईट हाउसची छायाचित्रं पाहिली होती. अमरिकेच्या राष्ट्राध्यक्षांना शोभावी अशीच ती भव्य आणि देखणी वास्तू होती. पण इथं मात्र पंतप्रधान इतरांसारख्याच घरात राहत होते. ते देखील त्यांच्या घरासारख्याच दिसणाऱ्या घरांच्या रांगेतील एका घरात. मी मोबाईल काढला आणि थायलंडमध्ये बाबांशी बोलता येतं का ते बघू लागले. फोन लागला एकदाचा आणि मी फोनमध्येच किंचाळले, "पा! तुमचा विश्वासच बसणार नाही मी कुठं आहे त्यावर. मी आंग सान स्यू की यांच्या वाढदिवसाप्रीत्यर्थ आयोजित केलेल्या निदर्शनांत आहे आणि आम्ही टोनी ब्लेअरना बर्मामधील समस्यांबद्दल सांगण्याचा प्रयत्न करणार आहोत. आम्ही थेट त्यांच्या घराबाहेरच उभे आहोत!"

"अगं माझी लहानी!" त्यांच्या बोलण्यातून आनंद ओसंडत होता. "माझी शहाणी मुलगी ती!"

आम्ही चार्ल्स स्ट्रीटपासून मोर्चाला सुरुवात केली. तिथं बर्मी दूतावास होता. त्याला जुंता म्यानमार दूतावास म्हणत असे. १९८९ मध्ये सैनिकी एकाधिकाराशाहीनं बर्माचं नामकरण म्यानमार असं केलं होतं. पण हे नाव जगातल्या बहुतेक राष्ट्रांमध्ये प्रचलित नाही, ज्यामध्ये यूएसए आणि युरोपियन युनियनचा देखील समावेश आहे. तिथे अजूनही 'बर्मा' हेच नाव वापरलं जातं. लोकशाहीचं समर्थन करणाऱ्या कोणत्याही चळवळीनं ते नाव स्वीकारलेलं नाही.

आम्ही चालत असताना दोन पोलीस मोर्चाच्या दोन्ही टोकांना उभे राहिले. पहिल्यांदा ते काय करत आहेत याबद्दल आम्ही जरा अस्वस्थच झालो होतो. पण त्यांचं लक्ष वेगवेगळ्या ठिकाणची वाहतूक अडवून आम्हाला सहज जाता यावं याची व्यवस्था करण्याकडे लागलं होतं. त्यांनी आम्हाला अडवायचा कोणताही प्रयत्न केला नाही. कुणालाही अटक केली नाही आणि कुणालाही पळवून लावण्यात आलं नाही.

लोकशाहीवर चालणारा स्वतंत्र देश असाच असला पाहिजे असं त्यावेळी मला

प्रकर्षानं वाटलं. जसजसा मोर्चा पुढेपुढे जात होता तसे अधिकाधिक लोक आमच्यात सामील झाले. त्यात बर्मी लोक होते, करेन होते तसेच इतर वांशिक गटांचे लोक देखील होते आणि काही गोरे लोक देखील होते. मला भारावल्यासारखं झालं होतं. या गोऱ्या युरोपियन लोकांना आमच्या देशाची इतकी काळजी आहे हे मला ठाऊकच नव्हतं. त्यांना आमच्याच खांद्याला खांदा लावून निदर्शनं करताना पाहून मला खूप बरं वाटत होतं.

मी पारंपरिक करेन पोशाख परिधान केला होता, जो निर्वासितांच्या छावणीत असताना हातानं विणला होता. तो आकाशी रंगाचा होता आणि त्यातून निघणाऱ्या लाल-पांढऱ्या ओढण्या माझ्या खांद्यापासून पार घोट्यापर्यंत पोहोचत होत्या. मी तोच पोशाख परिधान करण्याचा निर्णय घेतला होता कारण माझ्या मायदेशी जर असा कार्यक्रम झाला असता तर मी हाच पोशाख घातला असता. पण इथं असताना मला कळून चुकलं की पारंपरिक पोशाखात आलेली मी एकमेव करेन होते आणि सर्वांमध्ये उठून दिसत होते.

आम्ही पुढे-पुढे जात असताना एका तरुण मुलानं मला गाठलं. त्यानं साधे पण आकर्षक कपडे घातले होते आणि त्याच्या गळ्याभोवती कॅमेरा लटकत होता. तो पत्रकारच असावा.

त्यानं माझ्याकडे पाहून स्मित केलं, ''हाय, मी एक फ्रीलान्स फोटोग्राफर आहे, तू कोण आहेस?''

''माझं नाव झोया आणि मी बर्मामधून आलेली करेन निर्वासित आहे.''

''अच्छा! मी तुझा फोटो काढला आणि तुला काही प्रश्न विचारले तर तुझी काही हरकत?''

माझी काही हरकत नसल्याचं मी त्याला सांगितलं. मायदेशातून पळून युनायटेड किंगडमला येण्याइतकं काय घडलं होतं हे त्यानं मला विचारलं. मी त्याला माझी कथा सांगायला सुरुवात केली. मी कथा सांगत असताना तो फटाफट फोटो काढत होता. पहिल्यांदा ते विचित्र वाटलं, विशेषत: गर्दीतील लोक ही कोण आहे बुवा? अशा आविर्भावानं माझ्याकडे पाहत होते तेव्हा. पण मी नेहमीसारखंच वागायचा प्रयत्न केला आणि पुढे चालत राहिले.

आम्ही दूतावासापाशी येऊन पोहोचलो. मी वर पाहिलं तर दूतावासावर बर्मी झेंडा फडकताना दिसला. आमचा ध्वज फारच साधा आहे. पूर्ण लाल रंगाच्या ध्वजावर एका कोपऱ्यात निळा चौरस आहे, ज्यामध्ये चौदा पांढऱ्या चांदण्या आहेत. (सात विभाग आणि सात राज्ये यांचं प्रतिनिधित्व करणाऱ्या) मी शेवटचा बर्मी ध्वज पाहिला तेव्हा आम्ही साल्वीन नदीतून, आमच्या लांब नाकाच्या बोटीतून बर्मी सैन्यापासून लपतछपत पळ काढत होतो.

मला माझ्या खांद्यावर टकटक जाणवली, ते विन नेंग होते. "झोया, तुला एमसी व्हायला आवडेल?" त्यांनी विचारलं.

"काय? एमसी?"

"मास्टर ऑफ सेरेमोनिज" त्यांनी स्पष्टीकरण दिलं.

हा एमसी काय करतो याबद्दल मला काहीही कल्पना नव्हती पण मी म्हटलं की ते करण्यात मला आनंदच वाटेल. मग मी पुढे म्हटलं, "हा एमसी काय करतो याबद्दल थोडी कल्पना देऊ शकाल का तुम्ही?"

"तो वक्त्यांची ओळख करून देतो आणि व्यासपीठावर अशाच काही इतर गोष्टी. तसंच, डॉ. आंग सान स्यू कींच्या वाढदिवसाप्रीत्यर्थ काही शब्द-दोन शब्द बोलणं देखील अभिप्रेत आहे."

त्या क्षणी मला त्यांच्या आयुष्याबद्दल फार थोडीच माहिती होती पण तरीही मी म्हटलं, "ठीक आहे."

त्यांनी माझ्या हातात नरसाळ्यासारखं काहीतरी उपकरण दिलं. फारच जड होतं ते.

"हा कर्णा आहे. हे बटन दाबलंस की तू या टोकाकडून बोललेलं समोर उभ्या असलेल्या प्रत्येकाला ऐकू जाईल, अगदी दूतावासात बसलेल्यांना सुद्धा!"

मला यावर प्रचंड उत्तेजित व्हायला झालं. मी या आधी असलं काही केलं नव्हतं आणि ही विनंती अगदीच अनपेक्षितरीत्या आली होती. अर्थातच डॉ. नेंग माझ्या बाबांना ओळखत होते; त्यामुळे त्यांची मुलगी म्हणून देखील सभा, निदर्शनं असल्या प्रकारांना सरावलेली असेन असं त्यांना वाटलं. मी तो कर्णा तोंडापाशी नेऊन बटन दाबलं आणि सुरुवात केली.

"बंधू आणि भगिनींनो," माझे बाबा देखील अशा प्रसंगी अशीच सुरुवात करीत असत. "बंधू आणि भगिनींनो, आज डॉ. आँग सान स्यू की यांचा साठावा वाढदिवस आहे. आपण इथं जमलो आहोत कारण आपणा सर्वांना त्यांच्याबद्दल आणि त्या ज्या कारणाकरिता नेटानं लढा देत आहेत त्याबद्दल आदर वाटतो. आपण इथं जमलो आहोत कारण त्या स्वतंत्र नाहीत, त्यांना त्यांच्याच घरात डांबून ठेवण्यात आलं आहे. आपण इथे जमलो आहोत कारण त्या स्वत: इथं येऊ शकत नाहीत आणि मला माहीत आहे तुम्ही सर्व लोक इथं जमले आहात कारण तुम्हाला बर्मा, लोकशाही आणि मानवाधिकारांची चाड आहे. आपले पहिले वक्ते आहेत युनायटेड किंगडममधील बौद्ध भिक्खूंचे नेते यू उत्तरा"

यू उत्तरा बोलण्यासाठी उठले. केशरी वस्त्रांमध्ये आणि मुंडन केलेल्या डोक्यानं ते अतिशय तेज:पुंज दिसत होते.

"आजचा दिवस खूप महत्त्वाचा आहे." त्यांनी त्यांच्या सौम्य, गंभीर आवाजात

सुरुवात केली, "तो महत्त्वाचा आहे कारण आपण इथं स्मरण करण्याकरिता जमलो आहोत..."

ते बोलत असताना मी सभोवार नजर टाकली. आम्हाला फोटोग्राफर्स, व्हिडिओ पत्रकार आणि वहीत नोंद टिपून घेणारे पत्रकार यांचा वेढा पडला होता. मला वाटलं हे कसलं अद्भुत आहे, यालाच तर लोकशाही म्हणतात आणि हेच तर आहे भाषण स्वातंत्र्य आणि पत्रकारिता स्वातंत्र्य. याच त्या गोष्टी ज्या बर्मामध्ये नाहीत.

यू उत्तरा यांचं भाषण संपलं तसा मी कर्ण्याचा ताबा घेतला. "आम्हाला काय हवं?" मी कर्ण्यात ओरडले, "लो-क-शाही! लो-क-शाही !"

"लो-क-शाही ! लो-क-शाही !" गर्दीनं त्या मंत्राचं उच्चारण केलं.

"आणि ती आम्हाला कधी हवी?" मी ओरडले.

"आत्ता! आत्ता!" गर्दीतून आरोळ्या आल्या.

हाच घोष काही काळापर्यंत सुरू राहिला तशी दूतावासातील वरच्या मजल्यावरील पडद्यांमागे हालचाल जाणवली. अचानक त्या खिडकीतील व्यक्तींनी गर्दीचे फोटो आणि चित्रीकरण घ्यायला सुरुवात केली. पण गर्दी बधली नाही. त्यांनी लोकशाहीचा जयजयकार सुरूच ठेवला. कोणालाही भीती वाटत असल्याचं दिसत नव्हतं. मी विचार केला, 'जेवढं शक्य आहे तेवढ्या मोठ्यानं ओरडून जगाला सांगू या. कारण असलं काहीतरी बर्मामध्ये करता येणं शक्य नव्हतं. अगदी थायलंडमध्येही नाही.'

त्यानंतर त्या कार्यक्रमाचं 'एमसी'पद सांभाळण्याच्या कल्पनेनं आलेलं दडपण कठल्या कुठं पळून गेलं. खरं सांगायचं झालं तर मला त्यात मजा वाटायला लागली होती. कार्यक्रमानंतर माझ्याभोवती पत्रकारांचा गराडा पडला. सर्व जण तेच ते प्रश्न विचारत होते. तुम्ही इथं किती काळ राहत आहात; बर्मामध्ये तुमच्याबरोबर काय घडलं; तुम्ही युनायटेड किंगडमला का आलात? बर्मी जुंत्याकरिता तुमचा काय संदेश आहे?

त्यांच्या प्रश्नांची उत्तरं देताना शब्द जसे आपसूक येत गेले. ते इतकं नैसर्गिकपणे झालं होतं की तेव्हाच मला जाणवलं, ही देणगी मला माझ्या बाबांकडून मिळाली असावी. मी माझ्या बाबांना बोलताना पहिल्यांदा पाहिलं होतं तो क्षण आठवला. नव्या गावातल्या प्रभातफेरीमध्ये ते भाषण करत असतानाच त्यांच्या निसर्गदत्त देणगीचं महत्त्व लक्षात आलं होतं; आणि आज मी इथं होते, त्यांच्याच पावलावर पाऊल ठेवून.

सगळ्या मुलाखती संपल्यावर सुटबुटातल्या एका गोऱ्या माणसानं मला गाठलं. मला तो तत्काळ आवडून गेला. त्याचे डोळे अत्यंत हसरे होते आणि चेहरा मैत्रीपूर्ण. त्यानं स्वत:ची ओळख करून दिली. तो मार्क फार्मनेर होता. तो लंडनमध्ये बर्मा कँपेन यूके नावाची संस्था चालवीत होता.

"तू अत्यंत उत्तम बोललीस." तो म्हणाला, "आम्हाला करेन लोकांच्या सद्य परिस्थितीबद्दल काही माहीत नाही. तुला आमच्या ऑफिसमध्ये येऊन आम्हाला माहिती द्यायला आवडेल का?"

"मी ईस्ट ऑँग्लिया विद्यापीठात एम. ए. करते; त्यामुळे माझं वेळापत्रक खचाखच भरलेलं आणि लंडनला येणं-जाणं तसं अडचणीचंच आहे; पण मी प्रयत्न करेन."

त्या संध्याकाळी घरी येण्यासाठी मी ट्रेनमध्ये बसले. यावेळी मात्र मी काही चूक केली नाही आणि दिवसभर घडलेल्या घटनांचा आढावा घेतला. याआधी मला इतका उत्साह देणारी अशी कोणतीच गोष्ट मी केली नव्हती. मी माझ्या बहिणीला फोन लावला आणि मला आठवत असलेली प्रत्येक बारीकसारीक गोष्ट तपशिलासह सांगितली. मग मी बाबांना फोन केला आणि मी काय करून आले ते सांगितलं.

"आता माझी मुलगी शोभतेस बघ!" ते उद्‌गारले त्यांच्या स्वरात अभिमान डोकावत होता. "बाबांच्या पावलावर पाऊल टाकणारी माझी शहाणी मुलगी."

त्यांच्या त्या शब्दांत किती तथ्य होतं हे मला माहीत नव्हतं पण त्या दिवसानं माझं आयुष्य आमूलाग्र बदलून टाकलं आणि माझ्या लोकांना मदत करण्याच्या एका नव्या रस्त्यावर मी मार्गस्थ झाले. त्या रस्त्यावर कित्येक धोके माझी वाट पाहत उभे होते, पण मला त्याची क्षिती नव्हती.

आयुष्यात पहिल्यांदाच माझ्या देशावर टोळधाडीसारखी धाड घालणाऱ्या, माझ्या माणसांची हत्या करणाऱ्या आणि मला माझ्या मायदेशापासून पारखे करणाऱ्या लोकांविरुद्ध मी आवाज उठवू शकले होते. मी आतापर्यंत आयुष्यात कायम बळी ठरत होते पण प्रति-संघर्ष म्हणजे काय याची प्रचिती मला आली.

आणि तो जगातला सर्वांत सुंदर अनुभव होता.

बाबांच्या पावलांवर पाऊल टाकत...

एका आठवड्यानंतर मी माझ्या छोट्या खोलीत निबंध लिहीत बसले होते तेव्हा माझ्या मोबाईलवर एक कॉल आला. तो कॉल मार्कचा होता. मार्क, तोच तो बर्मा कँपेनचा माणूस जो मला निदर्शनाच्या दिवशी भेटला होता. पहिल्यांदा मला आठवलंच नाही मार्क कोण ते आणि मी पडले फारच भिडस्त; मला तसं सांगताही येईना. इतके लोक होते की कोण काय आहे हे मला वारंवार विसरायला होत होतं.

त्यानं मला सांगितलं की ब्रिटिश मानवाधिकार संशोधक गाय हॉर्टन यानं करेन लोकांविरुद्ध पार पडणाऱ्या जेनोसाईड्सवर 'डाईंग अलाईव्ह' नावाचा नवा अहवाल प्रसिद्ध केला होता. बीबीसीची न्यूजनाईट त्या अहवालावर आधारित एक कथा तयार करत होती.

"त्यांना मुलाखत घेण्याकरिता करेन लोकांचा प्रतिनिधी म्हणून कोणीतरी हवं आहे." त्यानं स्पष्ट केलं, "असं कोणीतरी जे तिथं काय चाललं आहे हे सांगताना व्यक्तिगत अनुभवांची जोड देऊन सांगू शकेल. तू हे करू शकशील का?"

"हो!" मी एका क्षणाचाही विचार न करता उत्तर दिलं, "अर्थात! मला काय करावं लागेल?"

न्यूजनाईट काय किंवा कोण होते याबद्दल मला काहीएक कल्पना नव्हती. पण अर्थातच बीबीसी हे नाव मला माहीत होतं. हे नाव मी माझ्या लहानपणापासून ऐकत आले होते. माझ्या आईची संध्याकाळ तिच्या चिमुकल्या, दीर्घलहरींवर चालणाऱ्या रेडिओवर वर्ल्ड सर्व्हिस ऐकतच व्यतीत व्हायची. मला कळून चुकलं की, हीच ती संधी जेव्हा आपण बोललंच पाहिजे आणि अर्थातच ती मी हातून जाऊ देणार नव्हते. मला बीबीसीतून लवकरच फोन येईल, असं मार्कनं सांगितलं आणि लवकरच तो आलाही.

"हाय, मी बीबीसीकडून टीम हेवेल बोलतो आहे," माझ्या कानावर आवाज पडला. "मला तुझा नंबर मार्ककडून मिळाला."

"हो, मला माहीत आहे." मी त्याला म्हटलं, "मी काय करावं अशी तुमची इच्छा आहे?"

"पहिल्यांदा मी फोनवरूनच तुला काही प्रश्न विचारू इच्छितो. मला तुझी कथा थोडक्यात सांगशील का?"

मी त्याला गोषवारा दिला.

"ठीक, आता तुला आम्हाला मुलाखत द्यायला आवडणार असेल तर तुला आज रात्री स्टुडिओत यावं लागेल, ठीक आहे?"

"ठीक. पण तिथं कसं यायचं?"

काही तासांनंतर मी टॅक्सीनं व्हाईट सिटीतील बीबीसीच्या कार्यालयाच्या बाहेर होते. मी टीमला भेटले. त्यानं स्टुडिओच्या बंदिस्त वातावरणात मुलाखत न घेता, बाहेरच्या मोकळ्या हवेत माझी मुलाखत घेतली. ते सर्व इतकं औपचारिक होतं की मला खूपच बेचैन वाटायला लागलं. पण मी त्यांना माझी कथा सांगणं अपेक्षित होतं आणि त्यांना माझ्याकडून तेवढंच हवं होतं. त्यावेळी मला अजिबात कल्पना नव्हती की हा इतका प्रभावी कार्यक्रम असेल म्हणून- जो लाखो, करोडो लोक पाहतात. मला फक्त एवढंच माहीत होतं की, बीबीसी करेन लोकांच्या जेनोसाईड्सवर अहवाल तयार करीत आहे आणि मला बोलायचं असेल तर ही नामी संधी आहे. मुलाखत संपली तसं मला वाटलं की ती उत्तमपणे पार पडली आहे.

दोन दिवसांनंतर मला मार्ककडून दुसऱ्यांदा फोन आला. त्यानं तो कार्यक्रम प्रसारित झालेला पाहिला होता. माझ्या खोलीत टीव्ही नव्हता; त्यामुळे मला तो पाहायला मिळाला नव्हता.

"अभिनंदन झोया!" त्यानं म्हटलं, "तू उत्तम बोललीस. एकंदरच कार्यक्रम उत्तम झाला. तू बर्मा कँपेन यूकेबरोबर काम केलेलं आम्हाला आवडेल. यावर चर्चा करण्यासाठी तुला भेटायला आवडेल का?"

मला सर्वप्रथम माझं एम. ए. पूर्ण करायचं होतं. पण तरीही या विषयावर सविस्तर बोलता यावं याकरिता मी मार्कला भेटायचं ठरवलं.

याशिवाय मला अजून एक निर्णय घेणं भाग होतं. शिष्यवृत्तीचे पैसे संपत आले होते. लवकरच घरी परतायची वेळ येणार होती. प्रश्न हा होता की, घर नक्की होतं तरी कुठं? माझ्यासाठी ते नेमकं कुठे अस्तित्वात होतं? बर्मामध्ये तर नक्कीच नाही. मग थायलंडमध्ये? निर्वासितांच्या छावणीत? बँकॉकमध्ये?

तो जुलै २००५ होता. माझ्या व्हिसावर ६ महिने उरले होते आणि ते संपेपर्यंत मला काय तो निर्णय घेणं भाग होतं. महिन्याच्या सुरुवातीला मला थायलंडमधून एक बातमी मिळाली. मे ला निर्वासितांच्या छावणीत त्यांनी पुन्हा एकदा यू एन नोंदणी कार्यक्रम आयोजित केला होता.

अधिकृतरीत्या म्हणायचं झालं तर माझा निर्वासित दर्जा त्या छावणीतील माझ्या नोंदणीवर अवलंबून होता. मी युनायटेड किंगडममध्येच राहिले तर छावणीतील निर्वासितांच्या यादीतून माझं नाव खोडलं जाणार होतं.

मला परत जाता येणार नव्हतं, तिकिटासाठी मी एकवेळ कसाबसा पैसा जमवलाही असता पण युनायटेड किंगडममध्ये माझ्याकडे सिंगल एण्ट्री व्हिसा होता. नावनोंदणीसाठी मी थायलंडमध्ये गेले असते तर युनायटेड किंगडममध्ये परतण्याची परवानगी नाकारली जाणार होती. शिवाय मला एम. ए.चा अभ्यासक्रम पूर्ण करायचा होता; त्यामुळे यूएनमधील माजी निर्वासित म्हणून नोंद रद्दबातल होऊ देण्यावाचून माझ्याकडे दुसरा पर्याय नव्हता. तसं झालं असतं तर मी अधिकच ओळख नसलेली देशहीन व्यक्ती झाले असते. पण करणार काय?

मी लंडनमध्ये मार्कला भेटायला गेले तेव्हा माझ्या डोक्यात इतके सारे विचार सुरू होते. आम्ही एका पबमध्ये गेलो आणि तिथं मार्कनं माझ्याकडे एक भलं मोठं मेन्यूकार्ड सरकवलं. नेहमीप्रमाणेच मी सॉसेजेस आणि मॅश मागवले. हा माझ्या इंग्लिश मित्रमैत्रिणींच्या विनोदाचा विषय होता. त्यांना वाटायचं की ते माझे आवडते खाद्यपदार्थ आहेत. आम्ही जेव्हा जेव्हा खाण्यासाठी बाहेर जायचो तेव्हा मी हेच मागवायचे आणि मग त्यांच्या विनोदाला ऊत येत असे. "झोया, तुझं बँगर्स आणि मॅशवर प्रेम जडलं आहे असं वाटतं."

खरं तर, मला ते इतकेही काही आवडायचे नाहीत, पण एक तर दुसरे खाद्यपदार्थ काय काय आहेत हे मला ठाऊक नव्हतं आणि अजूनपर्यंत मी काटा, सुरी नीट चालवायला शिकले नव्हते. सॉसेजेस कापायला अतिशय सोपी होती आणि मॅश तर काय कापावं लागतच नसे.

बर्मा कँपेन यूकेमध्ये काम करण्याविषयी मार्क सांगत असताना मी मॅशवर चमचा चालवत होते. पण माझं मन माझ्या लोकांकडे ओढ घेत होतं. कसं ते मला माहीत नाही पण मला सीमेवर जाऊन त्यांची मदत करायची होती. मी हे सर्व मार्कला विस्तारानं सांगितलं तेव्हा एका क्षणाचाही विलंब न करता त्यानं मला सांगितलं की सीमेवर जाऊन करू शकते त्यापेक्षा त्यांची कितीतरी जास्त मदत मी लंडनमध्ये राहून करू शकते.

'हा गोरा माणूस पार मॅड दिसतो आहे' मी विचार करत होते, 'तो काय बोलतो आहे हे त्याला कळतं का? हजारो मैल दूर राहून मी त्यांची मदत कशी काय करू शकते?' पण मी यावर विचार करण्याचं मान्य केलं.

मार्कला भेटून आल्यावर सीमेवरून आणखी एक काळजीत पाडणारी बातमी आली. बाबांनी मला फोन केला होता. बर्मी सैन्याचा एक रेडिओ संदेश केएनयूनं मिळवला होता. ती एक हिट लिस्ट होती आणि माझं नाव त्यावर होतं. कदाचित

बीबीसीवर जाहीररीत्या बोलल्यानं मी बर्मी गुप्तहेर संघटनांचं लक्ष माझ्याकडे वेधून घेतलं होतं. या आधीही एकदा असं घडलं होतं. मला आणि माझ्या बाबांना मारण्याकरिता त्यांनी बालसैनिकांना पाठवलं होतं आणि आता हा प्रकार!

मी ब्वा ब्वाबरोबर याबाबतीत चर्चा केली. तिचं मत असं पडलं की, अशा परिस्थितीत थायलंडमध्ये राहायला जायचा धोका पत्करण्यात काहीच अर्थ नव्हता. मी इथंच युनायटेड किंगडममध्ये निर्वासित दर्जासाठी अर्ज करावा. तिनंही तेच केलं होतं आणि तिच्या ब्रिटनमधील निर्वासितपणाच्या अस्सलपणाबद्दल खात्री पटवणारी अधिकृत कागदपत्रं तिला दिली गेली होती. याचा अर्थ असा होता की, गरज भासेल आणि वाटेल तोवर ती युनायटेड किंगडममध्ये सुरक्षिततरीत्या राहू शकणार होती.

थायलंडमधील माझा यूएन निर्वासित दर्जा संपुष्टात येण्याच्या बेतात आला असताना बर्मी सत्ता जशी काही मला मारायचा निश्चयच केल्यासारखी टपून बसली होती. माझ्याकडे फार कमी पर्याय उरले होते. ७ जुलैला माझ्या निर्वासितपणाचा दावा दाखल करण्यासाठी लंडनमधील अधिकृत निर्वासित केंद्राकडे जायचा प्रयत्न मी केला पण भूमिगत रेल्वेत स्फोट घडवून आणायच्या दहशतवादी धमक्यांमुळे संपूर्ण शहर खिळखिळं झालं होतं. २१ जुलैला मी पुन्हा एकदा प्रयत्न करून पाहिला पण पुन्हा एकदा दहशतवादी धमक्यांनी खो घातला. त्या दिवशी भूमिगत रेल्वे बंद होत्या. त्यानंतर ५ ऑगस्टला मी पुन्हा एकदा प्रयत्न करून पाहिला आणि यावेळी मात्र मी अधिकृत निर्वासित केंद्रातील वकिलाशी बोलण्यात यश मिळवलं. माझ्या दाव्यासाठी लागणारी कागदपत्रं सुपूर्द करण्यासाठी तिनं मला क्रॉयडॉनमधील गृह कार्यालयाकडे पिटाळलं. तिथं पोहोचले तेव्हा तिथली रांग पाहून मला खूप आश्चर्य वाटलं. कितीतरी राष्ट्रीयत्वाचे, धर्मांचे लोक तिथं होते. सर्वच जण छळवणूक होण्याच्या भीतीनं ब्रिटनमध्येच राहू देण्याचा दावा करण्यासाठी तिथं आले होते.

निर्वासितांना आश्रय आणि सुरक्षा देण्याची संकल्पना मी समजू शकते पण तिथल्या लोकांची संख्या पाहून मला चकित व्हायला झालं. कितीतरी लोक छळणुकीचा बळी झालेले दिसत होते. ते चित्र ब्रिटिश राष्ट्राच्या आणि तिथल्या लोकांच्या सहिष्णुतेबद्दल बरंच काही सांगून गेलं. खरोखरच त्यांनी जगाच्या कानाकोपऱ्यातील इतक्या साऱ्या लोकांना मदतीचा हात देऊ केला होता.

मी माझ्या दाव्याचा अर्ज करायला गेले तेव्हा प्रचंड घाबरले होते. माझ्या सर्व संवेदना एकवटून गोळा झाल्या होत्या. माझ्या खोट्या कागदपत्रांचं कारण सांगून गृह खात्याचे लोक मला अटक करतील किंवा मला अडकवून ठेवतील, अशी भीती मला वाटत होती. त्यांनी असं केलं असतं तर माझी हकालपट्टी बर्मामध्ये व्हायचा अवकाश, मी संपले असते. राज्यसत्तेला माझं नाव ठाऊक झालं होतं. मी त्यांच्यावर बिनदिक्कत टीका केली होती, शिवाय मी त्यांच्या हिट लिस्टवर होते. ते मला

जराही दया-माया दाखवणार नाहीत याबद्दल माझ्या मनात तिळमात्र संदेह नव्हता.

मी माझ्या क्रमांकाचं तिकीट घेतलं आणि माझ्या नावाचा पुकारा होण्याची वाट पाहू लागले. दुपारपासून संध्याकाळी सहापर्यंत मी तिथं होते पण कोणीही माझी भेट घेतली नाही. अखेरीस मला एका बूथवर बोलावण्यात आलं. मी भरलेल्या फॉर्मबद्दल मला काही प्रश्न विचारण्यात आले आणि मला सोमवारी परत येण्यास सांगितलं गेलं. ती होती शुक्रवारची संध्याकाळ. त्या आठवड्यापुरतं कार्यालय बंद होण्याची वेळ झाली होती.

सोमवारी परत जाऊ तेव्हा काय होईल हा विचार करण्यात मी शनिवार-रविवार घालवला. सोमवारी सकाळी ७ वाजता मी गृह कार्यालयात जाऊन थडकले. माझ्या बोटांचे ठसे घेण्यात आले, छायाचित्रं घेण्यात आली. ब्रिटनमध्ये आश्रय शोधणारी अशा अर्थाचं ओळखपत्र देण्यात आलं. पण दिवस संपत आला तरी कोणी मला भेटणार आहे अशी चिन्हे दिसेनात. मला दुसऱ्या दिवशी पुन्हा येण्यास सांगितलं गेलं.

तो सर्व एकंदरच वैतागवाणा प्रकार होता. मी ब्वा ब्वाबरोबर लंडनबाहेरील शहरात राहत होते आणि क्रॉयडॉनपर्यंतचा प्रवास करण्यासाठी मला कित्येक तास खर्च करायला लागायचे. शिवाय रेल्वेचं भाडं मला परवडण्याजोगं नव्हतं ती गोष्ट अलाहिदा! पण मला सांगितलं गेल्याप्रमाणं दुसऱ्या दिवशी देखील मी परत गेले. कार्यालय उघडण्याआधीच मी तिथं जाऊन पोहोचले, तसं शेकडो लोकांच्या रांगेनं माझं स्वागत केलं. ही रांग कधी संपायची नव्हती असं मला वाटायला लागलं होतं. कधीही या, ती आपली आहेच.

जेवणाच्या वेळेच्या सुमारास मला मुलाखतीसाठी एका खोलीत बोलावलं गेलं. मुलाखतकर्त्याकडे तोंड करून मी टेबलाच्या एका बाजूला बसले. त्यानं मला मी पासपोर्ट कसा मिळवला हे विचारलं. तो बनावट असल्याचं मी त्याला सांगितलं शिवाय या सर्वाची नोंद माझ्या फॉर्ममध्ये असल्याचं सांगितलं. माझा तो फॉर्म अधिकृत निर्वासित केंद्रातील वकिलानं भरला होता.

बनावट पासपोर्ट बाळगणं हा गंभीर स्वरूपाचा गुन्हा असल्याची तंबी त्यानं मला दिली.

"तुला काही कळतं का तू कोणत्या संकटात सापडली आहेस ते?" तो म्हणाला, "तू जे काही केलं आहेस त्याबद्दल तुला २० वर्षांच्या तुरुंगवासाची शिक्षा होऊ शकते. तुला हे माहीत नाही का?"

"नाही, मला हे माहीत नव्हतं." मला एवढंच बोलायला सुचलं. आणखी काय बोलणार?

त्यानं मुलाखतीच्या फॉर्मवर काही नोंदी केल्या आणि तो जाण्यासाठी उठला.

त्यानं त्या फॉर्मवर काय लिहून ठेवलं आहे याची एक प्रत मी त्याच्याकडे मागितली. अधिकृत निर्वासित केंद्रातील माझ्या वकिलानं मला तसंच करायला सांगितलं होतं.

त्यानं मान हलवली, "तुला त्या प्रतीची गरज लागणार नाही."

आणि तो निघून गेला. थोड्याच वेळात मी ताळ्यावर आले. मला निव्वळ सहानुभूतीची अपेक्षा होती पण तो माझ्याशी उद्धटपणे वागला होता. निदर्शनाच्यावेळी भेट झाली होती तशा चांगल्या पोलिसांना घेऊन तो परतेल अशी अपेक्षा करणं देखील मूर्खपणाचं होतं. का कोण जाणे आता भेटतील ते पोलीस कडक दिसणारे असतील आणि मला अटक करायला येतील असंच मला वाटत होतं.

आता २० वर्षं तुरुंगात घालवायला लागणार असल्यानं मला माझी स्वप्नं चूर चूर होताना दिसायला लागली. मी इतक्या साऱ्या खडतर प्रसंगांतून जाऊनही माझ्याबरोबर हे घडतं आहे यावर माझा विश्वासच बसेना. मी अश्रू थोपवायचा प्रयत्न केला. मला इतकं निराश कधीच वाटलं नव्हतं. मला तरी वाटतं, मला आताइतकं भयंकर मला माझं गाव सोडून पळ काढायला लागला होता तेव्हाच वाटलं होतं. मी ज्या ज्या गोष्टींसाठी संघर्ष केला होता त्या व्यर्थ होत्या का?

अचानक खाडकन खोलीचं दार उघडलं गेलं आणि एक नवा माणूस आत आला. त्याच्याबरोबर एक चिंताग्रस्त दिसणारी बाई होती. मी तत्काळ ओळखलं की ती बर्मी बाई होती. ओळख वगैरे करून देण्याच्या भानगडीत न पडता त्यानं माझ्यावर प्रश्नांचा मारा सुरू केला. तो मनुष्य इंग्रजीमध्ये बोलत होता आणि त्यावर काही उत्तर देण्यासाठी मी तोंड उघडण्याआधीच ती बर्मी बाई तो काय बोलतो आहे याचं भाषांतर बर्मी भाषेत करत होती. पूर्णपणे वेडाचार चालला होता. मला बर्मी भाषा येत नव्हती. मला इंग्रजी तर पूर्णपणे कळत होतं पण ती काय बोलत होती त्यातलं अर्धमुर्धच समजत होतं.

"हे बघा, मी आधीच सांगितलं आहे की मला अनुवादकाची गरज नाही." निषेधाच्या सुरात मी म्हटलं.

"मी बर्मी भाषा बोलत नाही. मी करेन आहे. क रे न. आमची स्वतःची करेन भाषा आहे."

त्या स्त्रीनं प्रश्नाची पुनरावृत्ती बर्मी भाषेत केली. "हे बघा" यावेळी मी तिला उद्देशून बोलले, "मी तुम्हाला पुनःपुन्हा सांगते की मी बर्मी बोलत नाही."

आता मी त्या मनुष्याकडे वळले, "मला अनुवादकाची गरज नाही. मला बर्मी भाषा बोलता येत नाही आणि तिला करेन भाषा बोलता येत नाही. तेव्हा आपण इंग्रजीमध्येच संभाषण करूया."

तो कुत्सित हसला. "तू म्हणतेस तू बर्मामधून आली आहेस पण तुला बर्मी भाषा बोलता येत नाही. हे कसं काय बुवा, जरा सांगतेस का?"

''मी या आधी म्हटल्याप्रमाणं आणि माझ्या फॉर्मवर तसं स्पष्टपणे लिहिलेलं आहे की मी वेगळ्या वांशिक गटाची आहे. मी करेन आहे. आम्हा करेन लोकांची वेगळी संस्कृती, वेगळ्या परंपरा आणि वेगळी भाषा आहे. करेन भाषा ही बर्मी भाषेसारखी नाही; त्यामुळे आम्ही दोघी काय बोलतो आहोत ते एकमेकींना कळणार नाही. खरं तर, बर्मामध्ये डझनभर असे वांशिक गट आहेत. जे ही भाषा बोलतात.''

प्रश्नोत्तरांचं हे सत्र एक तासभर तरी चाललं, पण यावेळी इंग्रजीमध्ये.

''ठीक आहे तर, एवढं पुरेसं व्हावं'' त्यानं अखेरीस घोषित केलं. ''मला वाटतं की मला तुला अडकवून ठेवावं लागणार आहे.''

त्या अनुवादक स्त्रीच्या चेहऱ्यावर सरकन चिंतेचे भाव फिरून गेले. माझ्यापुरतंच बोलायचं झालं तर मी प्रचंड घाबरले होते. 'अडकवून ठेवणं' याचा अर्थ मला माहीत होता. माझी हकालपट्टी सुरू होत असल्याचा पहिला टप्पा होता तो.

''पण का?'' मी अक्षरश: बरळले, ''मला अडकवून का ठेवणार आहात तुम्ही? असं काय केलं आहे मी?''

''तू परदेशात अवैध रीतीनं प्रवेश मिळवलास.' तो तत्काळ उत्तरला, ''तू इथं बनावट पासपोर्टवर आली आहेस, हो नं?''

''आणि याचा अर्थ होतो मला अडकवून ठेवायला लागेल?'' मी पृच्छा केली.

मी घाबरले होते, वादच नाही. मला अशीच वागणूक मिळणार होती तर इथं येऊन काय साधलं याचा विचार मी करत होते.

''ठीक आहे, ठीक आहे; यावर कदाचित वेगळा उपाय असू शकेल.'' तो म्हणाला, ''कदाचित आम्ही तुला अडकवून ठेवणार नाही. पण तुला प्रत्येक आठवड्याला स्थानिक पोलिस ठाण्यात हजेरी द्यावी लागेल. मी तुझ्यासाठी फार फार तर एवढं करू शकतो.''

त्या खोलीतून बाहेर पडताना प्रचंड मानसिक थकवा आल्यासारखं झालं होतं पण मला अडकवून ठेवण्यात आलं नव्हतं हीच काय ती समाधानाची बाब होती. तिथून बाहेर पडताना मी हाच विचार करत होते. घरी परतले तशी मी ब्वा ब्वाला जे काही घडलं ते सर्व सविस्तर सांगितलं. तो सर्व किती भयंकर प्रकार होता हे देखील सांगितलं. तिनं मला जवळ घेतलं, थोपटलं. तिनं पण मला आश्वस्त केलं की, तिला निर्वासित दर्जा मिळू शकला तेव्हा मलाही मिळेल. तो दर्जा मिळण्यास माझ्याइतकं लायक कोणीच नसल्याचं तिचं म्हणणं होतं कारण सार्वजनिकरीत्या धीट वक्तव्य करून मी बर्मी जुंत्याचं शत्रुत्व ओढवून घेतलं होतं.

मी आश्रयासाठी अर्ज केल्यानं आता मला युनायटेड किंगडममध्ये काम करण्यास बंदी होती. पण मला बर्मा कँपेन यूकेबरोबर काम करायचं होतं, स्वयंसेवक म्हणून सामील व्हायचं होतं.

मोहिमेत सामील होण्यासाठी ती उत्तम वेळ होती. बर्माच्या प्रश्नाविषयी जागरूकता निर्माण करण्याच्या जागतिक प्रयत्नांचा एक भाग म्हणून बर्मी दूतावासावर केलेल्या निदर्शनास मी गेले होते. ते निदर्शन इतकं यशस्वी ठरलं की युनायटेड स्टेट्सनं बर्माचा प्रश्न युनायटेड नेशन्सच्या सिक्युरिटी काउन्सिलमध्ये उचलून धरला. याआधी असं कधीही घडलं नव्हतं.

पण रशिया आणि चीननं बोलण्यांमध्ये मोडता घातला. त्यांच्या मते आंतरराष्ट्रीय शांतता आणि सुव्यवस्थेला बर्माकडून काहीही धोका नव्हता आणि त्यामुळेच सिक्युरिटी काउन्सिलला हस्तक्षेप करता आला नाही.

या घटनांनी आर्चबिशप डेसमंड टूटू आणि झेकचे माजी अध्यक्ष वाक्लाव हवेल यांना लक्ष घालण्यास प्रवृत्त केलं. त्यांनी यूएसमधील कायदेविषयक फर्म डीएलए पायपरकडून या समस्येवर कायदेशीर अभ्यास मागवला. हा अहवाल सप्टेंबर २००५ मध्ये प्रसिद्ध झाला आणि त्यात असं आढळून आलं की खरोखरच सिक्युरिटी काउन्सिलनं लक्ष घालावं अशी परिस्थिती होती. काउन्सिलनं इतर देशांमध्ये ज्या कारणांकरिता हस्तक्षेप केला होता त्यापैकी कितीतरी समस्या बर्मामध्ये होत्या ज्यामध्ये लोकांनी निवडून दिलेलं सरकार उलथून टाकणं, एचआयव्ही / एड्स, वांशिक अल्पसंख्याकांवर होत असलेल्या हल्ल्यांमुळे निर्माण झालेली संघर्षमय परिस्थिती, मानवाधिकारांचं टोकाचं उल्लंघन, निर्वासितांचा प्रश्न, अमली पदार्थांचा व्यापार अशा बऱ्याच समस्यांचा समावेश होता.

बर्मामध्ये लोकशाही पुन:स्थापित व्हावी आणि वांशिक गटाच्या नागरिकांवर होत असलेले हल्ले थांबावेत याकरिता सिक्युरिटी काउन्सिलनं एक ठराव मंजूर करून घ्यावा अशी शिफारस या अहवालात केली होती. तो ठराव मंजूर झाला असता तर सत्तेला करेन लोकांवरील हल्ले थांबवणं भाग पडलं असतं आणि गंभीर परिणामांना तोंड द्यावं लागलं असतं.

हा अहवाल प्रकाशित झाल्यानंतर दोन दिवसांनी युनायटेड स्टेट्सनं घोषित केलं की ते ठरावाला पाठिंबा देणार आहेत. मला इतका आनंद झाला- जगातील सर्वांत शक्तिमान देश माझ्या देशावर कारवाई करणार होता.

पण यूके अजूनही तळ्यात-मळ्यात होतं. आम्हा बर्मा कँपेन यूकेवाल्यांचं काम होतं या ठरावाला यूकेचा पाठिंबा मिळवून देणं. मोहीम कशी राबवावी, खासदारांबरोबर सदिच्छा भेटी कशा ठरवाव्यात, त्यांचं मन कसं वळवावं, प्रसिद्धीमाध्यमांद्वारे सरकारवर दडपण कसं आणावं, सार्वजनिक ठिकाणी भाषणं देणं हे सर्व मी शिकत गेले. हे सर्व खूप आव्हानात्मक होतं आणि शिकण्यासारखं तर खूप काही होतं.

एका संध्याकाळी मी आणि मार्क ऑक्सफर्डहून एकत्र परतत होतो. त्या दिवशी आम्ही विद्यापीठातील विद्यार्थ्यांशी संवाद साधला होता. प्रवासात मार्कनं मला

सांगितलं की, तो माझ्या शब्दांनी इतका भारावून गेला होता की त्याच्या डोळ्यांत अश्रू उभे राहिले. प्रेक्षकांशी संवाद साधत असताना माझा त्यांच्यावर किती प्रभावी परिणाम होत होता हेही त्यानं सांगितलं; त्यामुळे माझ्या देशात काय चाललं आहे हे सांगायची कोणतीही संधी मी दवडू नये हेही त्यानं हिरिरीनं सांगितलं. त्याच्या या शब्दांनी मला खूप धीर आला, उत्तेजन मिळालं. काहीतरी बदल घडवून आणता यावा याकरिता अखेरीस कोणता तरी मार्ग गवसल्यासारखं वाटलं मला.

तीन महिने अथक मोहीम राबवल्यानंतर कुठं ब्रिटिश सरकारनं बर्माला पाठिंबा द्यायचं मान्य केलं आणि युनायटेड नेशन्स सिक्युरिटी काउन्सिलमध्ये बर्माचा प्रश्न उचलून धरणार असल्याचं सांगितलं. आता कुठे मला कळू लागलं होतं की अशा मोहिमा राबवल्यानं खरोखरच गोष्टींमध्ये बदल घडवून आणता येऊ शकतो. अखेर डिसेंबर २००५ मध्ये बर्माच्या प्रश्नावर चर्चा व्हावी यासाठी सिक्युरिटी काउन्सिलमधील नऊ देशांची मान्यता मिळवण्यात आम्हाला यश मिळालं.

इतिहासात पहिल्यांदाच, जगातील सर्वशक्तिमान गट माझ्या देशाच्या प्रश्नावर चर्चा करत होता. ही चर्चा अनौपचारिक स्वरूपाची होती, पण ते सकारात्मक दिशेनं पडलेलं पहिलं लक्षणीय पाऊल होतं. आम्ही दबाव कायम ठेवला आणि त्याची परिणती म्हणून सप्टेंबर २००६ मध्ये या प्रश्नावर पहिलीवहिली अधिकृत चर्चा घडली. आणखी एक लक्षणीय पाऊल! जानेवारी २००७ मध्ये युनायटेड स्टेट्स आणि युनायटेड किंगडमनं बर्मावरील ठरावाचा प्रस्ताव ठेवला. सत्तेला बोलणी करण्यास भाग पाडणे हा या प्रस्तावाचा उद्देश होता. पण चीन आणि रशियानं हा प्रस्ताव फेटाळून लावला. सर्वांत धक्कादायक बाब अशी की, हा प्रस्ताव फेटाळून लावण्यात दक्षिण कोरियानंही त्यांची साथ दिली. त्यांच्या स्वत:च्या वर्णसंकरविरोधी लढ्यासाठी लागणाऱ्या आंतरराष्ट्रीय पाठिंब्यावर स्वत: इतके अवलंबून असताना ते आमच्यासोबत असं कसं वागू शकत होते?

सदा सर्वकाळ, प्रत्येक क्षण; मी बर्मामधला माझा तो प्रवास आणि तिथं मला भेटलेली ती माणसं कधीही विसरू शकले नाही. २००७ च्या सुरुवातीलाच बर्मी जुंत्यानं करेन लोकांवरील हल्ले अधिक तीव्र केले. हजारो, लाखो लोकांना त्यांची घरंदारं सोडून पळ काढणं भाग पडलं, गावांची धूळधाण उडवली गेली. त्यांच्यावर होणाऱ्या अमानवी अत्याचारांच्या भयानक कहाण्या एकामागून एक समोर येत होत्या. स्त्रियांवर, लहान मुलींवरदेखील बलात्कार केले जात होते. गावकऱ्यांचे हातपाय अमानुष रीतीनं तोडले जात होते, त्यांना अपंग केलं जात होतं. कान, हात, स्तन कापून त्यांना विद्रूप बनवलं जात होतं. शिरकाणाच्याही बातम्या येत होत्या.

जे काही चाललं होतं त्याकडे दुर्लक्ष करण्यात जसं ब्रिटिश सरकार समाधानी होतं, तसंच युनायटेड नेशन्सही. जुलमी सत्तेचे माझ्या लोकांवरील अत्याचार वाढत

असताना युनायटेड नेशन्सचे नवे दूत इब्राहिम गांबारी यांनी माझ्या देशाला भेट दिली. पण हे खुनांचं सत्र थांबवा अशी मागणी करण्याऐवजी (या खुनांचं वर्णन युनायटेड नेशन्सनं नंतर जिनीव्हा कराराचा भंग असं केलं.) त्यांनी हसत जनरल्सबरोबर फोटो वगैरे काढून घेतले. जागतिक समाजात त्यांनी त्यांच्या संबंधांचं नवं पर्व सुरू केलं आहे यांवर त्यांच्या गप्पाही झडल्या. मला इतका संताप आला होता, एकंदरीत असं वाटत होतं की गांबारींचा जनरल्सच्या कांगाव्यावर विश्वास बसला होता.

आपली घरंदारं सोडून पळ काढायला लागणाऱ्या लोकांना मदत मिळत नव्हती आणि मला अधिकाधिक अस्वस्थ व्हायला होत होतं. काहीतरी करायलाच हवं होतं. एका शुक्रवारी मी घरी आले, माझ्या सीमेवरील मित्रांकडून आलेल्या गावकऱ्यांवरील अत्याचार, त्यांच्या खुनांबद्दलच्या मेल्स वाचल्या आणि याबद्दल बर्मा कॅंपेन यूके काय करू शकते हे पाहायला थेट मार्कला फोन लावला. मी किती उशिरा फोन करते आहे याची मला जराही कल्पना नव्हती. मी त्याला झोपेतून उठवलं होतं. रात्रंदिवस काम करून तोही दमला होता, दुसऱ्या दिवशी सुट्टीवर जाणार होता. त्याला पहाटे चारला उठायचं होतं. पहिल्यांदा तो झोपेतून उठवल्याबद्दल नाराज वाटत होता पण त्यालाही हे मान्य करायला लागलं की बर्मा कॅंपेन यूकेनं काहीतरी केलं पाहिजे. विमानात बसल्या बसल्या त्यानं योजनेचा आराखडा बनवला आणि हॉटेलमध्ये पोहोचल्या पोहोचल्या मला फोन केला. त्यानं करायच्या कामांची एक यादीच माझ्याकडे दिली. त्यामध्ये अनेक लोकांना कृती करण्याविषयी सांगण्यात आलं होतं. ज्यात वेते माहोन म्हणजे बर्मा कॅंपेन यूकेच्या संचालिकेचाही समावेश होता. तिला मी माझ्याकरिता अमुक एक गोष्ट कर म्हणून कसं सांगू शकणार होते? माझ्या पहिल्यावाहिल्या मोहिमेचा मुख्य पदभार मार्कनं मला दिला होता. मी खूप तणावाखाली होते, कारण मला माहीत होतं की जर मला यात अपयश आलं तर आणखी लोक मृत्युमुखी पडणार होते.

आमचं प्राधान्य होतं जंगलातील बेघर लोकांपर्यंत मदत पोहोचवणं. ती पोहोचवण्याचा एकमेव मार्ग होता तो म्हणजे सीमांतर्गत भाग. कारण राज्यसत्तेनं देशातून मदत कधीच जाऊ दिली नसती. पण आंतरराष्ट्रीय विकास खातं (डीएफआयडी) म्हणजे यूकेचं मदत खातं अशा कोणत्याही मदतीसाठी निधी पुरवायला साफ नकार देत होतं. देशाअंतर्गत मदत पुरवायला त्यांची कधीही ना नव्हती पण समस्या ही होती की देशातून मदत लोकांपर्यंत पोहोचली नसती. मला हेच कळत नव्हतं की मदतीची अगदी निकड आहे त्यांना हे लोक मदत का करत नव्हते? दुसऱ्या एका खात्यानं त्याच भागातील जंगली वटवाघळांचं सर्वेक्षण करण्यासाठी निधी मंजूर केला, तेव्हा मात्र मला माझ्या संतापाला आवर घालता आला नाही. लोकांसाठी मदत नाही पण जंगली वटवाघळं मात्र मोजणार.

माझ्याइतकाच न्यूजनाईटवाल्यांना धक्का बसला होता. त्यांनी डीएफआयडीतील मंत्र्यांची मुलाखत घेतली. त्यानंतर त्या मंत्र्यानं धोरणाचा पुन्हा एकदा आढावा घेण्याचे आदेश दिले. महिन्यांमागून महिने गेले पण आढावा काही प्रसिद्ध झाला नाही आणि त्या कालावधीत माझी कितीतरी लोकं मृत्युपंथाला लागली.

ऑक्टोबर २००६ मध्ये घडामोडींना जरा वेग यायला सुरुवात झाली. 'ख्रिश्चन सॉलिडॅरिटी वर्ल्डवाईड' या मोहीमकारांबरोबर काम करणारा मानवाधिकार कार्यकर्ता बेनेडिक्ट रॉजर्स यानं माझ्याशी संपर्क साधला. त्यानं सांगितलं की, प्रति परदेशी सचिव विल्यम हॉग यांना युनायटेड किंगडममधील प्रमुख पक्षांपैकी एक असलेल्या हुजूर पक्षाच्या या वर्षीच्या परिषदेत बोलण्याकरिता आंग सान स्यू कींना आमंत्रित करायचं होतं. पण त्यांना रंगूनमध्ये त्यांच्याच घरात स्थानबद्ध करून ठेवल्यानं त्यांच्यापर्यंत आमंत्रण पोहोचवणं देखील दुरापास्त झालं होतं. त्यांच्या घराची फोन लाईन कापली होती, त्यांची पत्रं उघडून वाचली जात होती, कोणालाही त्यांना भेटायची परवानगी नाकारण्यात आली होती आणि त्यामुळेच त्यांनी परिषदेत बोलण्याकरिता मला निमंत्रित करायचं ठरवलं.

खरं तर मी बेनेडिक्ट रॉजर्सला या आधीही एकदा थाई-बर्मा सीमेवर भेटले होते. २००३ मध्ये तो माझ्या बाबांना भेटायला आला होता तेव्हा त्याच्याबरोबर मानवाधिकार मोहीम चालवणाऱ्या बॅरोनेस कॉक्स आणि खासदार जॉन बेर्को होते. तेव्हापासूनच मी आणि बेनेडिक्ट कायम संपर्कात होतो. नुकतंच त्यानं मला मुलाखती देताना पाहिलं होतं. अनेक उच्चाधिकारी हजर असणाऱ्या त्या परिषदेत मला सहा मिनिटं बोलायचं होतं. मी नीट तयारी केली तर मला बोलायला काहीच अडचण आली नसती, असं मला वाटलं म्हणून मी रुकार दर्शवला.

माझी साधीसुधी ओळख प्रस्थापित करण्यासाठी मी परिषदेला साधा पांढरा करेन पोशाख घालून जाणं पसंत केलं. भाषणाच्या आदल्या दिवशी मी ट्रेननं बॉर्नमाउथला पोहोचले. मी माझा परिषदेचा पास घ्यायला गेले पण तो तयार नसल्याचं मला सांगण्यात आलं. ब्रिटनमध्ये आश्रयासाठी अर्ज केलेली निर्वासित असल्यानं परिषद होणार असलेल्या भागात जाण्यासाठी परवानगी मिळायला वेळ लागणार होता. दुसऱ्या दिवशी सकाळपर्यंत ते शक्य होईल असं वाटत नव्हतं.

मला राहायला मिळालेली खोली परिषद होणार असलेल्या भागात असल्यानं माझी गैरसोय झाली होती. मी थकले होते, तणावाखाली होते आणि दुसऱ्या दिवशी होणाऱ्या मोठ्या कार्यक्रमाचा विचार करकरून अस्वस्थही होत होते आणि अचानक मला रडू फुटलं. परिषदेचे आयोजक वारंवार माझी माफी मागत होते पण तेही नियमांनी बांधले गेले होते. नियमांचं पालन करणं त्यांना भाग होतं. माझ्या सुदैवानं, बेनेडिक्ट रॉजर्स तिथं हजर होता. तो परिषदेच्या आयोजकांशी बोलला आणि मला

हॉटेलमध्ये एक खोली मिळवून द्यायची त्यानं व्यवस्था केली.

दुर्दैवानं मी हॉटेलमध्ये पोहोचेपर्यंत हॉटेलच्या स्वयंपाकघरात झाकपाक झालेली होती; त्यामुळे मी उपाशीच राहिले. माझ्या आयुष्यातील सर्वांत मोठ्या सार्वजनिक कार्यक्रमाची सुरुवात अशी अत्यंत वाईट प्रकारे झाली.

दुसऱ्या दिवशी सकाळी माझा पास तयार होता. मला थेट परिषद होणार होती त्या सभागृहातच नेण्यात आलं आणि अचानक आपण काय करायला जाणार आहोत त्याची व्याप्ती माझ्या लक्षात आली. ते सभागृह प्रचंड मोठं होतं आणि अक्षरश: हजारो लोक तिथं आधीच स्थानापन्न झाले होते. मला चकित व्हायला झालं पण आज काहीही, कुठलीही गोष्ट मला नाउमेद करू शकणार नव्हती.

मला ग्रीनरूममध्ये पाठवण्यात आलं. तिथं माझा थोडाफार मेकअप करून, माझ्या पोशाखावर एक माईक चिकटवण्यात आला. वक्त्यांसाठी असलेल्या पहिल्या रांगेतील खुर्चीवर बसण्याची सूचना मला देण्यात आली. त्यानंतर मला विल्यम हॉग यांनाही भेटायचं होतं. त्या सकाळचे दुसरे वक्ते होते जॉन मॅककेन- जे लवकरच होणाऱ्या यूएस राष्ट्राध्यक्षपदाच्या निवडणुकीतील उमेदवार होते. पण या गोष्टीची चिंता करत बसायला माझ्याकडे वेळ नव्हता.

व्यासपीठावर येण्यासाठी माझं नाव पुकारलं गेलं. मी प्रेक्षागाराकडे तोंड वळवलं. चेहऱ्यांचा जणू समुद्रच माझ्याकडे बघत होता. सभागृहात सर्वत्र खूप शांतता होती.

"शुभ दुपार बंधू-भगिनींनो!" मी सुरुवात केली. मी ग्रीनरूमच्या हिरव्या भिंतीकडे बोट दाखवून म्हटलं, "या हिरव्या पार्श्वभूमीवर मला बर्मामधल्या जंगलात परतल्यासारखं वाटतं आहे-"

प्रेक्षकांमध्ये मंद खसखस...

"आज तुमच्याशी बोलण्याची संधी मिळाली हे मी माझं भाग्य समजते. मी फक्त चौदा वर्षांची असताना सैनिक आमच्या गावात आले. मॉर्टर बॉम्बचे स्फोट केले गेले, गोळीबार झाला; कोणतीही पूर्वसूचना न देता. आम्ही आमचा जीव वाचवण्यासाठी पळ काढला पण अनेक लोक मृत्युमुखी पडले. जे काही थोडंफार आपल्याबरोबर घेता येईल ते पाठीला लावून माझ्या कुटुंबानं पळ काढला. आम्हाला आमचं घर सोडावं लागलं. आम्ही आमचं सर्व काही मागे सोडून आलो. आमचं गाव उद्ध्वस्त होताना येणाऱ्या त्या काळ्या धुराचा वास मला आज आत्ताही येतो आहे. माझ्या देशावर जगातील आतापर्यंतची सर्वात जुलमी राज्यसत्ता राज्य करते आहे. माझ्या गावावर हल्ला झाल्याला आता तब्बल ११ वर्षे उलटून गेली पण अजूनही काही बदललेलं नाही. या वर्षाच्या सुरुवातीला, राज्यसत्तेनं करेन नागरिकांवरील हल्ल्यांचं सत्र पुन्हा एकदा सुरू केलं. लहान मुलांना गोळ्या घातल्या गेल्या,

लोकांचे अवयव छाटण्यात आले, शिरच्छेद करण्यात आला. वीस हजार लोक आपल्या घरादारांना मुकले आणि तरीही, बर्मामध्ये कंपन्यांना गुंतवणूक करण्यापासून रोखण्यासाठी ब्रिटिश सरकारनं काहीही केलं नाही. जग आमच्याकडे बघायचं नाकारत असताना आणखी किती पिढ्यांना हे भोग भोगावे लागणार आहेत?''

माझा प्रश्न विरतो न विरतो तोच टाळ्यांचा कडकडाट झाला आणि लगेचच शांतता प्रस्थापित झाली.

''अनेक देशांमध्ये व्यापार आणि गुंतवणूक यांचे सकारात्मक परिणाम बघायला मिळतात; त्यामुळे रोजगार निर्मिती होते, समृद्धी येते. देशाला नवीन संकल्पनांचा अंगीकार करता येतो. बर्मामध्ये याच्या अगदी उलटं घडतं आहे. राज्यसत्तेनं व्यापार आणि गुंतवणुकीचा वापर सैन्य दुप्पट करण्यासाठी केला तसेच आरोग्य आणि शिक्षणावरील खर्च एकदम कमी करून टाकला. अगदी याच कारणांमुळे लोकांना लक्ष्य गाठणारा आर्थिक निधी हवा आहे आणि या राज्यसत्तेला तग धरून राहायला मदत करणारी आर्थिक मदतीच्या रूपातील आयुष्यरेषा कापून टाकली तरच हे होणं शक्य आहे.''

आणखी टाळ्यांचा कडकडाट झाला. मी योग्य तेच बोलते असं वाटत होतं.

''शांततेत, कोणत्याही प्रकारच्या भीतीविरहित वातावरणात राहायला मिळण्याच्या मूलभूत अधिकारापेक्षा महत्त्वाचं आणखी काय असू शकतं? बर्मामध्ये निरागस मुलांवर गोळ्या झाडल्या जात असताना, पाच-पाच वर्षांच्या मुलींवर सैनिक बलात्कार करत असताना, हजारो राजकीय कैद्यांचा दररोज अमानुष छळ होत असताना, आंग सान स्यू कींना स्थानबद्धतेत ठेवलं जात असताना, त्यांचं आयुष्य धोक्यात असताना सरकारं स्वस्थ तरी कशी बसू शकतात?''

मी बोलतच राहिले. भाषणाचा समारोप करताना मी एका साध्यासुध्या मुद्याला हात घातला जो पार मुळापासून आला होता.

''जुलमी राज्यसत्तेनं देशोधडीला लावलेले माझ्यासारखे लाखो लोक जगात आहेत. आम्हाला फक्त आमच्या घरी परतायचं आहे; पण तुमच्या मदतीशिवाय आम्हाला ते करता येणं शक्य नाही. तेव्हा आम्हाला घरी परतण्यासाठी मदत करा. धन्यवाद!''

मी बोलायचं थांबले तसं संपूर्ण प्रेक्षागार उठून उभं राहिलं. तीन हजार प्रतिनिधी मला, जंगलातून आलेल्या एका करेन मुलीला उभं राहून मानवंदना देत होते. अखेर मी हे करून दाखवलं होतं तर! मी पाच मिनिटं अगदी मनापासून बोलले होते. शेवटी-शेवटी तर मला भाषणाच्या कागदांचीही गरज पडली नाही. ते एकदाचं संपलं होतं. मला सुटल्यासारखं वाटत होतं आणि समोर दिसत असलेल्या परिणामांनी आनंदी झाल्यासारखंही वाटत होतं. इतक्या सकारात्मक प्रतिसादाची

मला अजिबात अपेक्षा नव्हती. मी फक्त एक कळकळीची विनंती केली होती, जी थेट हृदयातून आली होती.

विल्यम हॉग बोलायला उठले. “सभ्य स्त्री-गृहस्थहो, बर्मामधून आलेल्या या तरुण मुलीनं काय वेधक भाषण केलं...”

परिषद संपल्यावर माझ्याभोवती पत्रकारांचा गराडा पडला. मला अनेक मुलाखती द्याव्या लागल्या. दुसऱ्या दिवशी 'द टाइम्स'मध्ये माझ्या भाषणावर स्तुतिसुमनं उधळली गेली होती. घरी जाण्याबद्दलाचा माझा टाहो 'मिरर'नं ठळक मथळ्यात छापला होता. टॅक्सीनं रेल्वे स्टेशनकडे परतत असताना ड्रायव्हरनं मला ओळखलं. स्थानिक वृत्तपत्रांनी माझं पूर्ण भाषण छापलं होतं ते दाखवलं. बर्मामधील लोकांना मदत करण्यासाठी गरजेच्या असलेल्या कृतीचा संदेश आता सर्वदूर पसरला होता, असं मला वाटलं.

पण ओळख मिळण्याचे धोकेही तितकेच पत्करावे लागतात. माझ्यावर धोक्याचं मळभ पूर्वीपेक्षाही अधिक दाटून आलं होतं.

आक्रमण!

मला अजूनही प्रत्येक आठवड्याला पोलीस ठाण्यात जाऊन हजेरी द्यावी लागत होती. पण निर्वासित दर्जाच्या माझ्या दाव्यावर काहीही हालचाल होत असल्याची लक्षणं दिसत नव्हती. गृह खात्यानं माझ्या वकिलाला थायलंडमधील माझी निर्वासित दर्जाची कागदपत्रं घेऊन यायला सांगितलं होतं. पण एव्हाना मे ला छावणीतील यूएन यादीतील माझं नाव खोडलं गेलं असणार होतं; त्यामुळे माझ्या चिंतेत आणखी भर पडली. ते माझी रवानगी बर्मात करतील की काय अशी भीती वाटे. कित्येकदा, रात्री उठून मी आपली मूक अश्रू ढाळत बसलेली असायचे.

फेब्रुवारी २००७ मध्ये मी लंडनमध्ये माझ्या एका मैत्रिणीच्या घरी राहत होते. एका संध्याकाळी मी माझी विद्यापीठातील जपानी मैत्रीण सातोको हिच्याबरोबर घरी परतत होते. ब्वा ब्वा तिथं येणार होती. खूप दिवस तिला भेटले नसल्यानं भेटायची ओढ लागली होती. सातोको अणि मी तो काळोख असलेला, ओलसर रस्ता पार केला आणि घरापाशी पोहोचलो. सातोकाला आत जाऊ देण्यासाठी मी मागे राहिले इतक्यात रस्त्यावरचे दोन आकार फोन बूथपासून दूर झालेले मला दिसले आणि काही कळायच्या आतच त्यांनी माझ्यावर झडप घातली.

त्यातल्या एकानं माझे केस धरून मला रस्त्यावरून दरादरा फरपटत न्यायला सुरुवात केली. मी आत्यंतिक वेदनेनं किंचाळत होते. जितकं शक्य तितक्या जोरानं किंचाळत होते. माझी पर्स अजूनही माझ्या खांद्यालाच होती. पण ती हिसकावून घेण्याचा प्रयत्न अजून त्यांनी केला नव्हता. त्याऐवजी ते मला घरापासून दूर रस्त्याच्या दिशेनं नेत होते. माझ्या किंचाळ्यांनी रात्रीच्या शांततेवर ओरखडे उठत होते. मी सातोकोला माझ्या मदतीसाठी धावत येताना पाहिलं. मी मदतीसाठी आणखी जोरजोरात हाका मारायला सुरुवात केली. अचानक त्या हल्लेखोरांनी मला सोडलं आणि सूंबाल्या केला.

मी थरथर कापत होते. मला प्रचंड धक्का बसला होता. माझ्या मैत्रिणींनी आधार

देत मला घरापर्यंत आणलं. माझे केस झुबक्या-झुबक्यानं उपटले गेले होते आणि खूप दुखत होते. थोड्या वेळानं मी सावरले तेव्हा माझ्यावर कोणी हल्ला केला असावा याचा विचार करायला सुरुवात केली. पण मला काहीच कळलं नव्हतं. त्यांनी डोकं झाकणारी जॅकेटस घातली होती आणि त्यांचे चेहरे अंधारात होते. त्यांच्या शरीर वैशिष्ट्यांबद्दलही काही सांगता येत नव्हतं. मला लुबाडलं गेलं नव्हतं याबद्दल मला खात्री वाटत होती; कारण माझा मोबाईल आणि हँडबॅगला त्यांनी स्पर्शही केला नव्हता.

दुसऱ्या दिवशी मी पोलीस ठाण्यात जाऊन तक्रार नोंदवली. मजेदार गोष्ट अशी की त्या दिवशी १४ फेब्रुवारी- म्हणजे व्हॅलेंटाईन डे होता. साधारण मधल्या सुट्टीच्या वेळी फुलांचा एक गुच्छ कुरियरनं आमच्या ऑफिसमध्ये आला. तिथं काम करणाऱ्या सर्व मुली हसू लागल्या आणि आपापसांत विनोद करू लागल्या.

तो गुच्छ कोणासाठी आला आहे हे जाणून घ्यायची अनिवार उत्सुकता त्यांना लागून राहिली होती. 'फुलं कोणासाठी आलीत?' 'किती सुंदर आहेत, माझ्यासाठी आहेत का?' मी या सर्व गोष्टींकडे लक्ष देण्याच्या मनःस्थितीत नव्हते. माझं डोकं प्रचंड ठणकत होतं. 'आई शप्पथ, हे किती दुखतं आहे!' सुजलेल्या, रक्त साकळलेल्या डोक्यातील जखमांवरून हात फिरवताना मी हाच विचार करत होते.

पण झालं असं की, ती फुलं चक्क माझ्याकरिता पाठविली गेली होती! तो गुलाबाचा गुच्छ होता, कोणीतरी अज्ञात व्यक्तीनं पाठवलेला. कोणीतरी आपली काळजी करणारं आहे हे पाहून आनंद निश्चितच झाला, पण मी स्वतःबद्दल वाईट वाटून घेण्यात मग्न होते. त्यावेळी मला फक्त माझं भणभणणारं डोकं दिसत होतं. पण अखेरीस मी त्या वेदनांवरचं लक्ष काढून घेऊन ते फुलांवर केंद्रित करण्याचा प्रयत्न केला.

"आहाहा! लाल गुलाब!" एका मुलीनं चिडवलं, "कोण आहे हा रहस्यमय अज्ञात चाहता, झोया?"

"कोणी का असेना! केसाला धरून रस्त्यावरून फरपटत नेणं आणि फुलं मिळणं या दोहोंमध्ये फुलं मिळणं नक्कीच चांगलं!" मी त्रासिक सुरात म्हटलं.

त्यामुळे हशा उमटला पण तरीही मुलींचं चिडवणं काही कमी झालं नाही. विशेषतः मला पोस्टातून अज्ञात व्यक्तीनं पाठविलेली दोन कार्ड्स देखील मिळाली तेव्हा तर फारच!

मी निर्वासितपणाच्या दर्जासाठी दावा केल्याला तब्बल दोन वर्षं उलटून गेली तेव्हा कुठे मला गृह खात्यानं काम करण्याची परवानगी दिली. आता माझा उदरनिर्वाह चालवण्यापुरते पैसे देऊ करणाऱ्या बर्मा कँपेन यूकेसाठी मी पूर्ण वेळ काम सुरू करू शकत होते. मला त्यांची कँपेन ऑफिसर म्हणून नेमण्यात आलं.

विधिमंडळाचं कामकाज ही खास माझी जबाबदारी होती.

त्या ऑगस्टमध्ये मी माझं बस्तान उत्तर लंडनमधील एका दोन बेडरूमच्या फ्लॅटमध्ये हलवलं. आम्ही तो एका विवाहित जोडप्याबरोबर वाटून घेतला होता. ते दोघंही करेन होते. त्या जोडप्यातील स्त्री डॉक्टर होती. तिचं नाव होतं पासॉ ती- धुक्यानं वेढलेलं पाणी. तिचा नवरा सॉ तु था- श्रीयुत सोनेरी फळ. त्यांच्याकडे युनायटेड किंगडममधील निर्वासित दर्जा होता. तो पूर्ण वेळ नोकरी करत होता. माझ्या कामाला त्यांचा १०० टक्के पाठिंबा होता आणि या कामात मी नेमके कोणत्या प्रकारचे धोके पत्करते आहे याची त्यांना कल्पना होती. माझ्या सुरक्षेला निर्माण झालेला धोका त्यांना माहीत होता आणि फ्लॅटवर वातावरण अधिक सुरक्षित करण्यासाठी त्यांनी स्वत:हून काही पावलं उचलली होती.

माझे थायलंडमधील निर्वासितपणाचे पुरावे त्यांना का हवे आहेत याबद्दलचं कोणतंही कारण गृह खात्यानं दिलेलं नव्हतं पण माझ्या दाव्याचा पडताळा होण्यास जो विलंब होत होता त्याला हेच कारणीभूत होतं हे नक्की! मी त्यांना माझ्या बाबांचा फोन नंबर दिला होता, जेणेकरून ते माझ्या बाबांशी बोलतील आणि माझी कहाणी पडताळून पाहू शकतील. पण बाबांशी बोलताना कळलं की त्यांना याबाबत कोणाचाही फोन कधीही आला नव्हता.

माझ्या दाव्याच्या पार्श्वभूमीवर माझ्या वकिलांनी न्यायिक पुनरावलोकनासाठी अर्ज केला होता. ज्याद्वारे न्यायालय गृहखात्याला काहीतरी निर्णय द्यायला भाग पाडू शकतं. शेवटी न्यायिक पुनरावलोकनाच्या धमकीनं ते नमले होते.

अखेरीस, ऑगस्ट २००७ मध्ये मला युनायटेड किंगडममधील 'निर्वासित' दर्जा प्राप्त झाला. माझ्या आनंदाला पारावार उरला नव्हता. माझ्या डोक्यावरून खूप मोठा भार उतरल्यासारखं वाटलं मला. किमान आता तरी, निव्वळ सूडबुद्धीतून कोणीही माझी हकालपट्टी बर्मामध्ये करू शकणार नव्हतं.

बर्मा कँपेन यूकेमधील माझ्या मित्र-मैत्रिणींनी हा प्रसंग साजरा करायचं ठरवलं. मार्कनं एक कॅरट केक आणला होता, ज्याला पांढऱ्या आयसिंगनं सजवलं होतं आणि वर गाजराच्या आकाराची बिस्किटं लावली होती. प्लॅस्टिकच्या कपांमधून शँपेन पिऊन आम्ही तो प्रसंग साजरा केला. शँपेन होती की चमचमणारी वाईन? इथं मरायला कोणाला फरक कळत होता! मार्कनं सर्वांनाच ग्लास उंचावायला सांगितलं.

"अभिनंदन झोया, निर्वासित दर्जा मिळवल्याबद्दल! तब्बल दोन वर्षांनंतर!"

"झोयासाठी!" सर्वांनी ग्लास उंचावले, "अभिनंदन!"

"बऱ्याच काळानंतर खऱ्याखुऱ्या जगातील अस्तित्वात असलेली एक अधिकृत व्यक्ती म्हणून वावरताना मला किती आनंद होतो आहे तुम्हाला काय सांगू," मी

म्हटलं, ''आजचा दिवस मी कधीच विसरू शकणार नाही.''

चौदाव्या वर्षापासून मी भुतावळीसारखी नागरिक म्हणूनच वावरत होते. मी एक प्रकारची निर्वासितच होते म्हणा ना, पण अनधिकृत. एवढंच काय, तर माझ्या यूएनमधील निर्वासित नोंदणीलाही फारसा अर्थ नव्हता. माझ्याकडे कोणत्याही प्रकारचं ओळखपत्र नव्हतं, पासपोर्ट नव्हता; माझी कागदोपत्री काही ओळखच नव्हती असं म्हटलं तरी चाललं असतं. ही पहिलीच वेळ होती जेव्हा मी खरीखुरी 'होते', अधिकृतरीत्या माझं अस्तित्व मान्य केलं गेलं होतं. आता मी सव्वीस वर्षांची होते. माझं अस्तित्वात नसलेलं अस्तित्व तब्बल बारा वर्षं टिकलं होतं.

या निर्वासित दर्जानं मला खूप सुरक्षित वाटायला लागलं. इतकं सुरक्षित वाटण्याला बहुतेक करून एक दशकाहूनही अधिक काळ लोटला होता. आता मी माझ्या सभोवतालच्या माणसांसारखीच 'माणूस' होते. मी बँकेत खातं उघडू शकत होते, काम करू शकत होते; घर भाड्यानं घेऊ शकत होते. मला लवकरच परदेशी प्रवास देखील करता येणार होता. किती लहानसहान गोष्टी होत्या या. सगळे जण किती सहजपणे या गोष्टी गृहीत धरतात.

त्या शनिवार-रविवारी माझी बहीण मला भेटायला आली होती. ती, पॉसा ती, सॉ तु था आणि मी मेजवानी झोडली. मिरच्या, मिरी, मीठ, लसूण, कोथिंबीर आणि हळद घालून चिकनचा रस्सा केला होता. आता या गोष्टी करणं, मित्र-मैत्रिणींना पार्टी देणं मला परवडण्यासारखं होतं आणि अर्थातच, एक मोठा वाडगा भरून माशांची पेस्ट सोबतीला होतीच.

आयुष्य आता सुरळीत होऊ लागलं होतं ही गोष्ट आम्हाला साजरी करावीशी वाटली. आता माझ्याकडे सामाजिक दर्जा होता, ज्याला माझा म्हणता येईल असा देश होता, फ्लॅट होता, फ्लॅटमधील लोक चांगले होते, नोकरी होती, उत्तम मिळकत होती आणि बँक खातं होतं. लवकरच मला माझी प्रवासी कागदपत्रं मिळणार होती. ब्वा ब्वालाही निर्वासित दर्जा मिळाला होता. स्लोन फन यूएन सेटलमेंट कार्यक्रमाअंतर्गत अभ्यासासाठी कॅनडात गेला होता, जे काही काळाकरिता त्याचं घर बनलं होतं. गेल्या दहा वर्षांत कधीही नसू तितके आम्ही तिघं सुरक्षित होतो.

से से आणि बाबांपुरतंच बोलायचं झालं तर त्यांच्याकरिता गोष्टी होत्या तशाच राहिल्या होत्या. त्यांच्याकडे कोणतंही अधिकृत ओळखपत्र नव्हतं, मायदेश नव्हता आणि थायलंडबाहेर प्रवास करण्याचा कोणताही मार्ग उपलब्ध नव्हता. से सेचं लग्न झालं होतं आणि त्याला एक छोटा मुलगा आणि मुलगी होती. त्याची करेन पत्नी यूएनच्या पुनर्वसन कार्यक्रमाअंतर्गत आलेला प्रस्ताव स्वीकारून मुलांसह नॉर्वेला स्थायिक होण्यासाठी निघून गेली पण से से मात्र थाई-बर्मा सीमेवर बाबांच्या बरोबरीनं

काम करण्यासाठी मागं राहिला होता.

ज्या सीमांतर्गत मोहिमेचं काम माझ्यावर सोपविण्यात आलं होतं त्यात वेगानं प्रगती होत होती. ब्रिटिश सरकारच्या आंतरराष्ट्रीय विकास संस्थेला या परिस्थितीत लक्ष घालण्यास प्रवृत्त करण्यात आम्ही यश मिळवलं होतं. अंतर्गतरीत्या विस्थापित लोकांपर्यंत मदत पोहोचली पाहिजे आणि सीमांतर्गत त्यांचं वितरण झालं पाहिजे या मागण्यांना त्यांनी पाठिंबा दर्शवला होता. डीएफआयडीनं त्यांच्या धोरणाचं पुनरावलोकन केलं. अखेरीस त्यांनी ब्रिटननं बर्माला देऊ केलेली दुप्पट मदत स्वीकारून सीमांतर्गत मदतीकरिता पाठवून देण्यास स्वीकृती दर्शवली. मला खूप आनंद झाला. मदतीत झालेली वाढ म्हणजे मदतीची आत्यंतिक गरज असलेल्यांना मदत मिळणार होती. हजारो जीव वाचणार होते. पण माझ्या देशावर आणखी एक शोकांतिका कोसळायची होती. ऑगस्ट २००७ मध्ये बर्मा सरकारनं इंधनाचे दर पाचशे टक्क्यांनी वाढवले. आधीच अठराविश्वे दारिद्र्यात जगणाऱ्या लोकांचं तर कंबरडंच मोडल्यासारखं झालं. सरकारनं या धोरणात बदल घडवून आणावा म्हणून जनता रस्त्यावर उतरली. अटकसत्र आणि दडपशाहीचं धोरण अवलंबूनही निषेध वाढत गेला. शेकडो, हजारो लोक रस्त्यावर उतरले. केशरी वस्त्रं धारण केलेले बौद्ध भिक्खू या निदर्शनांचं नेतृत्व करत होते. लोकांच्या हाल-अपेष्टांकडे त्यांना काणाडोळा करता येत नव्हता.

प्रसारमाध्यमांनी या उठावाचं नामकरण केशरी क्रांती असं केलं. ती बातमी मुख्य मथळ्यात छापून आली. बर्मा कँपेन यूकेकडे प्रसारमाध्यमांच्या चौकशीचा ओघ सुरू झाला. त्यानंतर कित्येक दिवस मी पहाटे चारला उठायचे, तयार होऊन बाहेर पडायचे आणि पहिली मुलाखत द्यायचे आणि मग दिवसभर माझ्या वेगवेगळ्या स्टुडिओच्या वाऱ्या सुरू असायच्या. आम्ही आंतरराष्ट्रीय समूहाकडून फक्त सहानुभूतीचीच नव्हे तर कृतीचीही अपेक्षा करत होतो. निषेधाची लाट आली तशी आम्हाला आशा वाटायला लागली की, हाच तो– हाच तो बर्मी राज्यसत्तेचा अंत. आता तरी ते सरकार कोसळेल– पण नाही! जुंत्यानं आपलं ठेवणीतलं अस्त्र बाहेर काढलं होतं. त्यांनी जमावावर गोळीबार केला आणि रस्त्यावर धरपकड सुरू केली होती.

बर्मी जुंत्यांचं क्रूर धरपकड सत्र पाहून माझं हृदय मात्र तीळतीळ तुटत होतं. पण याला कोणीतरी वाचा फोडणं गरजेचं होतं; त्यामुळे मी माझ्या अंगात होतं नव्हतं तेवढं बळ एकवटून उभी राहिले होते. रंगूनच्या रस्त्यावरील हत्या आणि अटकसत्र चालूच राहिलं तशी प्रसारमाध्यमांची बर्मामधील उत्सुकता कळसाला पोहोचली होती. बुद्ध धर्मशाळांवर हल्ले केले जात होते, हजारो भिक्खूंना तुरुंगवासात टाकलं जात होतं आणि त्याचबरोबर माझी एका मुलाखतीवरून दुसरीकडे पळापळ सुरू होती. जगानं याविरुद्ध काहीतरी करण्याची गरज होती त्यासाठीच हा सर्व अट्टाहास सुरू होता.

रंगूनमध्ये हा प्रकार सुरू होता तेव्हा कन्झर्वेटिव्ह पक्षानं त्याच्या २००७ परिषदेचं आयोजन केलं होतं आणि त्यांनी मला तिथं बोलण्यासाठी निमंत्रण दिलं होतं. त्यावेळी मी लोखंडाचे साखळदंड उंचावून धरले होते. अशा साखळदंडांनी रंगूनमध्ये कैद्यांना बांधून घालतात. बर्मी जुंत्यांची कृष्णकृत्यं एक-एक करून समोर आणायचा मी चंगच बांधला होता. त्या आठवड्यातील शुक्रवारी बर्मा सरकारनं बर्माला बाह्य जगापासून पूर्णपणे तोडण्यासाठी फोन लाईन्स आणि इंटरनेट लिंक्स कापून टाकल्या; त्यामुळे देशातून काही खबर मिळणं पूर्णपणे अशक्य झालं होतं.

एके दिवशी मी कार्यालयात बसले होते आणि मार्कनं मी एक फोन कॉल घेणार का असं विचारलं.

''कोणाचा आहे?'' मी विचारलं.

''पंतप्रधान गार्डन ब्राउन.'' तो उत्तरला.

माझे डोळे पांढरे व्हायचेच बाकी होते. माझा विश्वासच बसेना. ''ते माझ्याशी बोलू इच्छितात?''

मार्कनं मान डोलावली, ''हो, त्यांनी या समस्येबद्दल चीन, फ्रेंच अध्यक्ष आणि यूएसचे अध्यक्ष यांच्याबरोबर बोलणी केली आहेत. आता त्यांना बर्माच्या वतीनं बोलणाऱ्या कोणाशी तरी बोलायचं आहे. ते तुझ्याशी बोलू इच्छितात.''

मला प्रचंड आश्चर्य वाटलं आणि माझा गौरव झाल्यासारखं देखील. मी त्यांच्याशी बोलताना युनायटेड नेशन्स सिक्युरिटी काउन्सिलला हस्तक्षेप करण्याची गरज असल्याचं सांगितलं आणि बर्मामधील जनरल्सकडे पैसा जाण्यापासून थांबवण्यासाठी लक्ष्य गाठणाऱ्या आर्थिक तरतुदी कराव्यात, असं सुचवलं. युरोपियन गुंतवणुकीतून आलेला पैसा बंदुकीच्या गोळ्या खरेदी करण्यासाठी वापरला जात होता. याच गोळ्यांनी रंगूनच्या रस्त्यावर बौद्ध भिक्खूंना ठार केलं जात होतं.

रविवारी सकाळी पंतप्रधानांनी बर्माविषयी एक धोरण जाहीर केलं. त्यांनी त्यात म्हटलं होतं की, ते या समस्येत युनायटेड नेशन्स सिक्युरिटी काउन्सिलला लक्ष घालायला लावण्यासाठी प्रयत्न करणार असून, युरोपियन युनियनला आर्थिक धोरणात फेरबदल करण्यास प्रवृत्त करणार आहेत. मी बर्माविषयी त्यांना नेमकं हेच करायला सांगितलं होतं. अखेर जग जनरल्सच्या विरोधात उभं ठाकतं आहे हे पाहून माझा उत्साह दुणावला होता.

त्यानंतरच्या आठवड्यात गॉर्डन ब्राउन यांनी एक प्रतिनिधी मंडळ बोलावलं, ज्यामध्ये मायदेशातून पळ काढून ब्रिटनमध्ये आश्रय घेतलेल्या बौद्ध भिक्खूंचा आणि माझा समावेश होता. आम्ही बर्माच्या समस्येवर चर्चा केली. अगदी दोनच वर्षांपूर्वी याच घराबाहेरच्या फुटपाथवर मी घोषणा देत उभी होते. बाबांना फोन करत होते. आता त्याच नं. १०, डाउनिंग स्ट्रीटवरील घरात बसल्यावर मला मजेशीर वाटायला

लागलं होतं. त्यांनी आम्हाला त्यांच्याकडून जेवढं शक्य आहे ते ते सर्व करायची तयारी दर्शविली आणि त्यांचा सूर अगदी सच्चा होता.

त्या बैठकीनंतर मी बर्मा मोर्चाच्या जागतिक दिनानिमित्त ट्रॅफलगार स्क्वेअरमध्ये जमलेल्या दहा हजार लोकांच्या समूहासमोर बोलण्यासाठी गेले आणि त्या रात्री वेम्बली भागात डेमियन राईस या संगीतकाराच्या कॉसर्न्टमध्ये बोलले. माझ्या आयुष्यातील काही अविस्मरणीय दिवसांपैकी तो दिवस होता. घरी पोहोचेपर्यंत माझ्या अंगातलं त्राण निघून गेलं होतं. दिवसभरात घडलेल्या घटनांनी डोक्यात पिंगा घातला होता; त्यामुळे झोप लागेपर्यंत युगानुयुगं लोटल्यासारखी वाटत होती.

बर्मातील जंगलं ते जागतिक व्यासपीठावरील माझा प्रवास लांबलचक आणि दम काढणारा होता. पण मौन सोडल्याचे सकारात्मक परिणाम दिसत होते. वर्षानुवर्षं हतवीर्यासारखी बसून काढल्यावर आताच्या घडामोडींनी बरं वाटत होतं. अन्यायाला अखेर वाचा फुटली होती.

नोव्हेंबर २००७ मध्ये मला ब्रिटिश सरकारकडून अधिकृत प्रवासी कागदपत्रं मिळाली. ती पासपोर्टसारखीच दिसत होती पण त्यावरचा 'प्रवासी कागदपत्रं' हा शिक्का ठळकपणे चमचमत होता. जानेवारी २००८ मी थायलंड आणि सीमाविभागात दौरा करण्याचं ठरवलं. बर्मा कॅंपेन यूके राजकारण्यांचं आणि प्रसारमाध्यमाच्या प्रतिनिधींचं मंडळ तयार करण्यात गुंतली होती. या साऱ्या कार्यक्रमाचं आयोजन करण्याची जबाबदारी माझ्याकडे देण्यात आली होती आणि मला खरंच मायदेशात परतण्याचे वेध लागले होते. तिथली परिस्थिती मला, माझ्यापुरती माझ्या डोळ्यांनी पाहायची होती आणि अर्थातच सर्वांत जास्त ओढ लागली होती से से आणि बाबांना भेटण्याची!

माझी जुनी निर्वासितांची छावणी मे ला आणि डॉ. सिंथियांचं क्लिनिक या दोन जागांना भेट द्यायचीच, असं मी मनात योजत होते आणि माझ्यासारख्याच काही जणांनी सीमा भागापाशी लपतछपत येऊन ज्यांना सर्वांत जास्त गरज होती त्या आयडीपीजबरोबर वेळ घालवण्याचा घाट घातला होता. माझ्यासोबत येणाऱ्या प्रतिनिधी मंडळात कार्मेन गॉर्सिया नावाच्या स्पॅनिश खासदार; त्यांच्याबरोबर आलेला स्पॅनिश टीव्ही क्र्यू आणि एनजीओचे प्रतिनिधी, सिल्व्हर मेकार नावाचे इस्टोनियन खासदार, बीबीसीचे रेडिओ पत्रकार आणि अर्थातच मार्क यांचा समावेश होता.

मी या दौऱ्याविषयी बाबांशी बोलले तेव्हा बर्मामधली सुरक्षाव्यवस्था कोलमडत चालल्याचं त्यांनी सांगितलं. बर्मी जुंत्याच्या हिटलिस्टवर बाबांचं नाव सर्वांत वर होतं आणि त्या अनुषंगानं माझ्याही जिवाला धोका निर्माण होणार होता. मी याबद्दल मार्कशी बोलले आणि त्यानं आमच्या सुरक्षेत अधिक वाढ करण्याचा निर्णय घेतला. त्यानं जॉन रोवे नावाच्या माजी रॉयल मरीनला ऑफिसमध्ये बोलावलं. जॉननं

आम्हाला प्रतिकाराची प्राथमिक तंत्रं शिकवली. आपल्यावर पाळत आहे हे कसं ओळखावं, त्यांना गुंगारा कसा द्यावा, प्रथमोपचार कसे करावेत आणि स्वसुरक्षेच्या काही पद्धतीही त्यानं शिकवल्या.

शेवटचा भाग खूपच विनोदी होता. मला जर कोणी मागून पकडलं तर मी काय करावं हे जॉन मला शिकवू इच्छित होता पण मार्कनं मला एक युक्ती आधीच शिकवून ठेवली होती. पकडणाऱ्याच्या पायावर आपल्या पायाची टाच इतक्या जोरात आदळायची होती की तो पकडणारा कळवळलाच पाहिजे. मार्कला नक्कीच हे अपेक्षित नसावं. तो वेदनेनं ओरडायलाच लागला. उघडच होतं की, एका छोट्या करेन मुलीकडून त्याला इतक्या जोराच्या प्रतिक्रियेची अपेक्षा नसावी. पण या सर्वाला गंभीर बाजूही होतीच. मी पुन्हा एकदा काळोखाच्या, गर्तेच्या दिशेनं चालले होते. पण आता माझी भूमिका पूर्वीपेक्षा खूप वेगळी होती. माझ्या देशातील जनतेला नाडणाऱ्या आणि त्यांना हालअपेष्टांच्या खाईत लोटून देणाऱ्या सरकारविरुद्ध बोलणारी मुलगी म्हणून मी तिथं परतत होते.

आणि आम्हाला थांबवण्यासाठी ते शक्य ते ते सर्व करून पाहणार होते.

पुनश्च घराकडे

जॉननं स्वसंरक्षणाच्या सूचना दिल्याच्या दोन आठवड्यांनंतर आम्ही थायलंडच्या मे सोत शहरात दाखल झालो. आम्ही पाहुण्यांना हॉटेलमध्ये उतरवलं आणि मी स्वत: से सेबरोबर बाबांच्या घरी आले. से सेला पाहून मला आधी धक्काच बसला. त्याला शेवटचं पाहून फक्त तीन वर्षं उलटली होती पण तो कितीतरी म्हातारा दिसत होता. कामाच्या सततच्या व्यापानं आणि ताणानं तो अशक्त, हडकलेला आणि क्लांत दिसत होता.

बाबा माझी वाट बघत दारातच उभे होते. मला पाहताच त्यांच्या चेहऱ्यावर हसू उमटलं. त्यांच्या डोळ्यांतलं स्वागत आणि आश्वासकता मी स्मित करून परतवायचा प्रयत्न केला पण ते कितीतरी म्हातारे आणि थकल्यासारखे दिसायला लागले होते या गोष्टींचा नाही म्हटलं तरी धक्का बसलाच. त्यांचे केस पार करडे झाले होते. पहिल्यांदाच माझे बाबा मला वृद्ध भासले.

त्यांनी मला घट्ट मिठी मारली. त्यांची मुलगी कित्येक वर्षांनी घरी परतली होती.

ते किती वृद्ध दिसायला लागले होते, इतर गोष्टी नजरेआड करून मी आताही त्यांच्या मांडीवर जाऊन बसले. मी सत्तावीस वर्षांची स्त्री असल्यानं या गोष्टीत कधी फरक पडणार नव्हता. मला असं करण्यापासून कोणीही टोकू शकणार नव्हतं.

पण लख्ख कळत होतं की ते ज्या जबर ताणाखाली जगत होते त्या ताणाचं काम फत्ते झालं होतं. त्यानं आपला प्रभाव बाबांवर दाखवायला सुरुवात केली होती. त्यांच्यावर मारेकरी घातले जाण्याचा धोका तर होताच. त्यांना लोकांच्या वेदना आणि हालअपेष्टा सहन होत नसाव्यात आणि करेन समूहाचं जगासमोर प्रतिनिधित्व करण्याची जबाबदारी केएनयूचे जनरल सेक्रेटरी म्हणून त्यांच्यावरच येऊन पडली होती. त्यांना दररोज मुलाखती द्याव्या लागायच्या, प्रसारमाध्यमांना सामोरं जायला लागायचं. ते सर्वांत आदरणीय नेत्यांपैकी एक होते. सर्वांनाच त्यांचा सल्ला आणि पाठिंबा हवा होता.

त्या रात्री त्यांनी पूर्ण मंडळाला आपल्या घरी पारंपरिक करेन जेवणाकरिता बोलावलं. जेवण झाल्यावर मंडळ निघून गेल्यावर त्यांनी माझं नामकरण 'झोया' असं का केलं याची कथा सांगायला सुरुवात केली. ती कथा मी या आधी शंभरदा तरी ऐकली असेल पण यावेळी ती सांगताना त्यांच्या स्वरात डोकावणारा माझ्याबद्दलचा अभिमान स्वच्छ कळत होता. त्या दिवशी मी इंटरनेटवरून मूळ झोया– रशियन कार्यकर्तीबद्दल माहिती मिळवली. मला असं पहिल्यांदाच करावंसं वाटलं.

मी झोयाची कथा वाचत असताना तिच्या साहसामुळे चकित होऊन गेले. चळवळीत सामील होताना तिचं वय अवघं सतरा वर्षं होतं. अठरा वर्षांची होईपर्यंत तिच्या झळझळीत पराक्रमानं तिचं नाव अजरामर करून ठेवलं होतं. तिच्या शौर्याच्या कथा पुढील कित्येक पिढ्यांना सांगितल्या जाणार होत्या. झोयाच्या कहाणीवर विचार करत असताना बाबांनी माझं नाव झोया का ठेवलं असावं याचा अंदाज मला आला. तिच्या लढ्यापासून मीदेखील प्रेरणा घ्यावी, असं त्यांना वाटत असावं.

सकाळी आम्ही दोन आयडीपी छावण्यांना भेट देण्यासाठी निघालो. दोन्ही छावण्या साल्वीन नदीच्या काठावर वसल्या होत्या आणि बर्माच्या सीमेलगत होत्या. आम्हाला बर्मी तपासण्यांना सामोरं जायला लागलंच. छावण्यांमध्ये शेकडो लोक नव्यानं दाखल झाले होते. त्यांनी आम्हाला चाललेल्या छळाच्या कितीतरी कहाण्या सांगितल्या.

पहिल्या छावणीत आम्हाला नवजात अर्भक असलेलं एक जोडपं भेटलं. त्यातल्या बापानं आईने मुलाला जन्म देताना मदत केली होती. कोणतीही वैद्यकीय मदत, कोणताही डॉक्टर हाताशी नसताना; ते सर्व त्यातून जिवंत वाचले होते हेच सर्वांत मोठं आश्चर्य होतं. त्या आईनं बाळाचं नामकरण करण्याची विनंती केली. मी म्हटलं, असं करायला मला आनंदच होईल पण हा मान पहिल्यांदा आपल्या परदेशी पाहुण्यांना मिळायला हवा. आमच्यातील स्पॅनिश खासदारानं त्या इटुकल्या मुलीचं नामकरण केलं. तिनं त्या बाळासाठी कॅटलान भाषेतील नाव निवडलं. ज्याचा अर्थ होतो 'स्वातंत्र्य' आणि नाव होतं 'लिवेर्ताड'.

आम्ही अजून एका तरुण आईला भेटलो. गावावर झालेल्या हल्ल्यात तिच्या पतीला गोळी लागून मरण आलं होतं. तिनं आपला आणि आपल्या मुलांचा जीव कसाबसा वाचवून जंगलात पळ काढला होता. ती आता विधवा होती पण ना तिच्याकडे पाहणारं कोणी होतं ना तिच्या मुलांकडे. आम्ही छावणीतील मुलांना देण्यासाठी हवाबंद मासे आणि बिस्किटं आणली होती. एवढे साधे, प्राथमिक खाद्यपदार्थ देण्यानंही कोणाला आनंद होऊ शकतो हे त्या छावणीतील अर्धपोटी मुलांच्या खुललेल्या चेहऱ्यांकडे बघताना कळलं.

आणखी करेन लोक छावणीच्या वाटेवर होते असं आम्हाला सांगण्यात आलं होतं. त्यांना सुरक्षितपणे छावणीपर्यंत आणण्यास करेन सैनिक मदत करत होते.

पण छावणीतही हे लोक सुरक्षित होते असं नाही. बर्मी सैन्याचं एक ठाणं तिथून फारसं दूर नव्हतं. कोणत्याही क्षणी हल्ल्याची शक्यता होती. गेल्या वर्षात असे अनेक हल्ले झाले होते. निघण्यापूर्वी आम्ही तिथल्या शाळेला भेट दिली. एका बांबूच्या झोपडीत दोन शिक्षक आणि शंभरेक मुलं खच्चून भरली होती.

परदेशी पाहुणे हे सर्व पाहून हादरलेले आहेत हे त्यांच्या चेहऱ्यावर स्पष्ट लिहिलं होतं. त्यांच्या शाळांशी तुलना करून पाहा असं सांगण्याची मला गरज देखील पडली नाही. त्या मुलांपैकी प्रत्येकाकडे त्याची / तिची स्वत:ची शोकांतिका होती पण दुर्दैवानं त्यातलं सर्वच रेकॉर्ड करून घेण्याइतका वेळ आमच्याकडे नव्हता.

दुसऱ्याच दिवशी आम्ही मे ला छावणीकडे कूच केलं. २००४ नंतर मी तिथं पहिल्यांदाच जाणार होते. त्या छावणीच्या प्रवेशद्वारातून पुन्हा एकदा प्रवेश करताना यावेळी आपल्याला तिथं अडकून पडावं लागणार नाही हे खात्रीलायकरीत्या माहीत असतानाही खूप विचित्र वाटत होतं. आता मी अस्तित्वात नसलेली व्यक्ती नव्हते. कोणाच्या दानधर्मावर जगणारी हतप्रभ निर्वासित नव्हते. तिथं बऱ्याच जणांची भर पडलेली दिसत होती आणि त्यातील बहुतेक जण 'भुतावळीसारखे नागरिक' होते. ती भयानक व्यवस्था– ज्याखाली माझी आई, स्लोन आणि इतर अनेक जण भरडले गेले होते, वर्षानुवर्षं तशीच चालत राहिली होती.

मे ला छावणीत आम्हाला अधिकृतरीत्या प्रवेश मिळाला नव्हता. थाई अधिकारी फार कमी वेळा राजकारणी किंवा पत्रकारांना निर्वासितांच्या छावणीत सोडायचे. पण आम्ही आत प्रवेश मिळवलाच आणि नव्यानं दाखल झालेल्या अनेक निर्वासितांनाही भेटलो. अनेकांची गावं उद्‌ध्वस्त केली गेली होती, गावांत जाळपोळ केली गेली होती. अनेकांनी छावणीत येण्यापूर्वी महिनोन्‌महिने जंगलात लपूनछपून दिवस काढले होते आणि इथं आल्यावरही भुतावळीसारख्या नागरिकांत भर पडली होती.

एका माणसानं आम्हाला त्याची कथा सांगितली. त्याच्या गावात तो शिक्षक होता. एके दिवशी बर्मी सैनिक आले आणि त्याला घेऊन गेले. त्यांनी त्याचा अतोनात छळ केला आणि तो चळवळीचा कार्यकर्ता असल्याची कबुली द्यायला लावली. पहिल्यांदा त्याला बांबूच्या दांडक्यानं मारहाण केली. नंतर त्याला एका झाडाला बांधून ठेवण्यात आलं आणि त्याला तसंच सोडून ते सैनिक निघून गेले. प्रत्येक दिवशी त्याला मारहाण केली जाई. तो मरणपंथाला लागला होता. ज्या जागेवर त्याला मारहाण करण्यात आली होती तिथले व्रण त्यानं दाखवले. ज्यांनी कोणी त्याच्याबरोबर असं वर्तन केलं होतं त्यांना तो कधीही माफ करणार नाही, असं तो म्हणाला.

त्या गावच्या मुखियानं त्याला वाचवलं होतं. त्यानं छावणीपर्यंत जाऊन त्या माणसाची बाजू मांडली होती. तो माणूस एक प्रामाणिक, साधासुधा शिक्षक होता असं त्या सैनिकांना परोपरीनं सांगितलं. शेवटी बर्मी सैनिकांनी त्याला जाऊ दिलं होतं. तो अक्षरशः मरायला टेकला होता. त्याच्या मित्रांनी त्याला उचलून गावात आणलं होतं. चालता येण्याइतपत त्याची तब्येत सुधारली तेव्हा त्या शिक्षकानं आपल्या कुटुंबीयांना घेऊन जंगलात पळ काढला आणि मार्गक्रमणा करत मे ला छावणीत आला.

करेन स्त्री संघटनेच्या एका कार्यकर्तीनं छावणीतल्या तद्दन ढिसाळ कारभारावर चांगलाच प्रकाश टाकला. काही लोक तिथं तब्बल २० वर्षांपासून राहत होते. डॉक्टर्स, नर्सेस आणि शिक्षक ज्यांच्याकडे काही ना काही कौशल्यं होती ते सर्व यूएन पुनर्वसन कार्यक्रमाअंतर्गत कुठल्या ना कुठल्या देशात जाऊन स्थायिक झाले होते. तिथं जे लोक उरले होते ते अशिक्षित शेतकरी, गावकरी होते. तसं पाहिलं तर बर्मातून येणाऱ्या निर्वासितांपैकी बरेच लोक याच वर्गवारीतले होते.

जोपर्यंत बर्मी जुंता राज्य करणार होता तोपर्यंत ही परिस्थिती अधिकाधिक भयावह होत जाणार होती, अधिकाधिक लोक छावणीत येत राहणार होते; हे दुष्टचक्र चालूच राहणार होतं, जे कोणीतरी भेदायला हवं होतं आणि ते भेदण्याचा एकमेव मार्ग म्हणजे सत्ता उलथून टाकणं आणि बर्माला स्वातंत्र्य मिळवून देऊन लोकशाही आणणं.

डॉ. सिंथियांच्या क्लिनिकमध्ये आम्ही एका आजारी छोट्या मुलाला आणि त्याच्या आईला भेटलो. बर्माच्या अगदी आतवर वसलेल्या गावातले ते सर्वसाधारण गावकरी होते. पण तिथं आरोग्यविषयक सुविधांचा इतका तुटवडा होता की त्या मुलाला क्लिनिकपर्यंत घेऊन येण्यासाठी मैलोन्‌मैल जंगल तुडवत इथवर यायला कित्येक आठवडे लागले होते. ते इथं येऊन पोहोचेपर्यंत त्या मुलाला सणकून ताप भरला होता आणि तो वाचण्याची काही शक्यता दिसत नव्हती. कित्येक दिवस तो बेशुद्धावस्थेतच होता. डॉ. सिंथिया क्लिनिकमध्ये निर्वासितांवर आणि आयडीपींवर मोफत उपचार केले जातात असं तिनं ऐकलं होतं आणि त्यामुळे आपल्या शुद्ध हरपलेल्या मुलाला हाताच्या पाळण्यात वागवत, जंगल तुडवत शोधत-शोधत ती इथवर येऊन पोहोचली होती. त्याला वाचवता येणार होतं की नाही, ती वेळेत पोहोचली होती की नाही हे तिला माहीत नव्हतं. फक्त आशा करणं आणि प्रार्थना करणं तिच्या हातात होतं.

तिच्या कहाणीनं मला मी मरता-मरता वाचले होते त्याची आठवण झाली. फरक फक्त एवढाच होता की, क्लिनिकपर्यंत पोहोचायला माझ्या आईला एकच जंगल पार करावं लागलं होतं. ही स्त्री शान नावाच्या वांशिक गटातून आली होती

आणि शान पर्वतराजीमधून डॉ. सिंथियांच्या क्लिनिकपर्यंत तिनं केलेला प्रवास हा अभूतपूर्व असाच होता. आणि त्या प्रवासातदेखील ती कायम चिंतेनं पोखरलेली, आपला मुलगा मदत मिळण्यापूर्वीच मरणार तर नाही ना, या कल्पनेनं धास्तावलेली होती.

त्या आठवड्याच्या अखेरीस मी प्रसारमाध्यमांच्या समोर एक मुलाखत दिली. ''मी १४ वर्षांची असताना बर्मातून पळ काढला. आणि १३ वर्षांनंतर काहीही बदललेलं नाही. अजूनही परिस्थिती जशी होती तशीच आहे. माणसं अजूनही गोळ्या आणि बॉंब हल्ल्यांना चकवताहेत. अजून पळताहेत, जसं मी कित्येक वर्षांपूर्वी केलं होतं. आम्ही निर्वासितांच्या छावणीत पाहिलेलं आहे की, लोकांना हालअपेष्टांमध्ये दिवस काढायला लागत आहेत, जसे मी आणि माझ्या कुटुंबीयांनी काढले होते. काहीसुद्धा बदललेलं नाही. या खुनी राज्यसत्तेमध्ये गुंतवणूक करणं थांबवलं पाहिजे. आपण त्यांचं लाकूड, गॅस, तेल विकत घेणं थांबवलं पाहिजे आणि आपण त्यांना करत असलेली हत्यारांची विक्री देखील थांबली पाहिजे. त्या शस्त्रांनी ते आपल्याच माणसांचा जीव घेत आहेत.''

थोड्या दिवसांनी प्रतिनिधी मंडळ निघून गेलं पण मी काही दिवस आणखी थांबले. मला बाबांबरोबर काही वेळ घालवायचा होता आणि काही मित्रमंडळींना भेटायचं होतं.

आम्ही मे सोतमध्ये येऊन पोहोचलो त्या आधीच ब्रिटिश आंतराष्ट्रीय विकासाचे सचिव तिथं येऊन मे ला छावणीला आणि डॉ. सिंथिया क्लिनिकला भेट देऊन गेले होते. एवढ्या ज्येष्ठ अधिकाऱ्यानं काळाच्या पडद्याआड गेलेल्या या जागांना भेटणं हे आमची मोहीम किती यशस्वी झाली आहे आणि किती सर्वदूर पसरली आहे याचं प्रतीक होतं. मला यातूनच कळलं की आता आपण सतत सीमेलगतच्या लोकांच्या संपर्कात असलं पाहिजे आणि बर्मा कँपेन यूकेनं त्याच्या अधिक निकट राहून काम केलं पाहिजे.

ब्रिटिश सरकार आता बर्मी जुंत्यांचे कडवे टीकाकार बनले होते. युरोपियन युनियनमधील राष्ट्रांकडून बर्माला जास्तीतजास्त मदत मिळावी म्हणून प्रयत्न करणाऱ्या काही राष्ट्रांपैकी ते एक होते. युनायटेड नेशन्स सिक्युरिटी काउन्सिलनं बर्माविरुद्ध धोरण जाहीर करावं म्हणून आवाज उठवणाऱ्यांपैकीदेखील एक आणि बर्माला भरघोस मदत पाठवणाऱ्यांपैकी ते एक राष्ट्र होते.

पंतप्रधान गॉर्डन ब्राउन यांच्याबरोबर झालेल्या बैठकीतून एक बाब तरी स्पष्टपणे कळली की, बर्मामध्ये काय चाललं आहे याची दखल ते घेत होते आणि मदत करायची इच्छा बाळगत होते.

मी या पुस्तकाचं काम सुरू केल्याचं बाबांना सांगितलं. या पुस्तकाच्या

विक्रीतून उभ्या राहणाऱ्या पैशामधून मला आईच्या स्मरणार्थ एक धर्मादाय संस्था स्थापन करायची होती. त्या निधीचा वापर करेन लोकांना व्यवस्थित शिक्षण घेता यावं म्हणून करता येणार होता. माझ्या बाबांना कितीतरी आनंद झाला. त्यांनी माझी हरकत नसेल तर प्रस्तावना लिहून देण्याची इच्छा प्रकट केली. त्यांचा लटका मानभावीपणा बघून मला हसूच आलं.

"या पुस्तकातून करेन लढ्याला वाचा फुटू देत." त्यांनी कळकळीनं सांगितलं, "स्वतंत्र होण्यासाठी बर्मानं केलेल्या संघर्षाला शब्द मिळू देत."

एके सकाळी आम्ही करेन नॅशनल युनिटी सेमिनारच्या बैठकीला चाललो होतो. बर्मामधील करेन व परदेशात स्थायिक झालेले करेन या सर्वांनी एकत्र येऊन माहितीचं आदानप्रदान करणं, एकत्रितरीत्या काम कसं करावं याबद्दल योजना आखणं गरजेचं होतं. मात्र, आता सुरक्षेच्या अधिकाधिक खबरदाऱ्या बाळगाव्या लागणार होत्या. काही दिवसांपूर्वीच माझ्या बाबांना आणि मला जीवे मारण्याचा कट उघडकीस आला होता आणि आता युनिटी सेमिनारच्या वाटेवर असताना आम्हाला गोळ्या घालण्याचे आदेश असलेला दुसरा मारेकरी पकडला गेला होता. सुदैवानं तो कट वेळीच उधळला गेला होता. पण बाबांच्या जीवाला इथं किती धोका आहे हे माझ्या प्रकर्षानं लक्षात आलं होतं.

३१ जानेवारीला आम्ही करेन चळवळ दिवस साजरा करण्यासाठी एका समारंभाला गेलो होतो पण कार्यक्रमाच्या आयोजकांना बाबा ज्या खुर्चीवर बसणार होते त्या खुर्चीखाली बाँब ठेवलेला आढळून आला. तो बॉम्ब एका ट्रान्झिस्टर रेडिओमध्ये पेरून ठेवलेला होता. माझ्या बाबांनी भाषण केलं आणि पत्रकार परिषदेसमोर करेन लोकांवर सातत्यानं होत असलेल्या जुलमांचा लेखाजोखाच मांडला. त्यानंतर बाबांना एक फोन आला. पलीकडच्या व्यक्तीनं बाबांना सांगितलं की तो लवकरच येऊन बाबांना ठार करणार होता.

माझ्या बाबांनी मला खबरदारी घ्यायला सांगितलं. मी इथं त्यांच्यासोबत आहे हे शत्रूला माहीत झालं होतं; त्यामुळे शत्रू मलाही लक्ष्य करणार होता. मी स्वतःकडे बघेन आणि सर्व शक्य तेवढी सर्व काळजी घेईन असं वचन त्यांनी माझ्याकडून घेतलं. मी एकदा का युनायटेड किंगडमला परतले की अधिक सुरक्षित असेन असं त्यांचं म्हणणं होतं.

"त्यांना मला घेरायला वेळ लागणार नाही लहाने," त्यांनी इशारावजा स्वरात सांगितलं, "ते मला गाठू शकले नाहीत तर तुला गाठतील नक्कीच."

पाकिस्तानच्या अध्यक्षपदासाठी उभ्या राहिलेल्या उमेदवार बेनझीर भुट्टोंची नुकतीच हत्या करण्यात आली होती. सुरक्षेची पुरेशी खबरदारी न घेणे त्यांना महागात पडले होते. बाबांच्या सुरक्षिततेबद्दल आता मला खरंच काळजी वाटू

लागली होती.

"हे पाहा पा! तुम्ही हे समजून घेतलं पाहिजे की, बेनझीर भुट्टो स्वत:च्या सुरक्षेविषयी गाफील राहिल्या म्हणून मारल्या गेल्या." मी त्यांना म्हटलं, "तुमच्याबद्दलही तसंच काहीतरी घडेल अशी काळजी वाटते मला."

"मला ते माहीत नाही असं वाटतं का तुला?" बाबा उत्तरले, "जुंता मला मारण्याचे सर्वतोपरी प्रयत्न करीत आहे. कदाचित मी फार काळ जगणार नाही."

"पा, कृपया असं काहीतरी अभद्र बोलू नका."

"लहाने, एक सेकंद असं मानूया, ते मला मारण्यात यशस्वी होतील पण मी ज्या गोष्टीसाठी लढतो आहे ती गोष्ट ते कशी संपवू शकणार आहेत? त्यांना ते शक्य होईल का?"

"तरीही, तुम्ही असलं काहीतरी बोललेलं मला अजिबात आवडत नाही. तुम्ही मला नेहमी माझ्या आवतीभोवती हवे आहात आणि मला तुम्ही छान म्हातारे व्हायला हवे आहात."

बाबांनी माझ्या शेवटच्या टिप्पणीकडे संपूर्ण दुर्लक्ष केल्याचं दिसलं. "तू लढ्यात इतका सक्रिय सहभाग घेते आहेस हे पाहून मला खूप अभिमान वाटतो आहे लहाने. मी जेव्हा लोकांना भेटतो तेव्हा ते तुझ्याबद्दल इतकं काही बोलतात, ते म्हणतात, ओह! तुमची धाकटी मुलगी ना? ती तंतोतंत तुमच्यासारखीच आहे."

मग बाबांनी ते थकत चालले असल्याचं सांगितलं. ते गेली कित्येक वर्षं लढत होते, संघर्ष करत होते. आपण वृद्ध होत चाललो असल्याची जाणीव एव्हाना त्यांना प्रकर्षानं होऊ लागली होती. आणखी काही वर्षांनी निवृत्त होण्याची त्यांची इच्छा होती. त्यानंतर ते आत्मचरित्र लिहिणार होते आणि फुलांच्या बागेची देखभाल करण्यात वेळ घालवणार होते. येत्या जुलैमध्ये होणाऱ्या एमएच्या पदवीदान सोहळ्याला त्यांनी यावं अशी इच्छा मी प्रदर्शित केली. त्यांनी तिथं असण्याचा प्रयत्न करू असे आश्वासन दिलं.

त्यांनी जास्त काही नाही सांगितलं तरी मला मनोमन माहीत होतं की, त्यांचे लोक जोपर्यंत हालअपेष्टांत दिवस काढताहेत तोपर्यंत ते स्वस्थ बसूच शकणार नाहीत. त्यांनी जरी मला सांगितलं नसलं आणि मी विचारलं नसलं तरी मला अनेकांकडून असं कळलं होतं, या वर्षाखेरीस होणाऱ्या केएनयूच्या अध्यक्षपदासाठी होणाऱ्या निवडणुकीत बाबांचं नामांकन होण्याची शक्यता होती आणि ते सहज निवडून येऊ शकले असते.

फेब्रुवारी सुरू होता-होता मी लंडनमध्ये परतले. ब्वा ब्वा आणि मला रॅम्बो ४ चित्रपटाच्या प्रिमियरचं आमंत्रण आलं होतं. त्या चित्रपटात सिल्व्हेस्टर स्टॅलननं साकारलेला रॅम्बो बर्मी सैनिकांनी अपहरण केलेल्या काही ख्रिस्ती धर्मगुरूंना सोडवण्यासाठी

करेन प्रदेशांतून प्रवास करतो. खूप रक्तपात आणि हिंसा यानंतर अखेरीस रॅम्बो करेन सैनिकांच्या मदतीनं विजय मिळवतो. सुष्टांचा जय होतो आणि दुष्टांचा पराजय.

मी जेव्हा लोकांना सांगते तेव्हा लोकांचा विश्वास बसत नाही, पण माझ्या मायभूमीत चाललेल्या अमानुष छळाचं मूर्तिमंत चित्रण रॅम्बो ४ मध्ये केलं आहे. मला प्रिमियरचं आमंत्रण आल्याचं मी बाबांना सांगितलं तेव्हा ते खूश झाले. चित्रपट कसा आहे ते सांगण्यासाठी नंतर फोन करण्याचं आश्वासन देऊन मी फोन ठेवला.

जेव्हा मी आणि ब्वा ब्वा रेड कार्पेटवर अवतरलो तेव्हा आमच्याभोवती लोकांचा मोठा गराडा पडला.

"तुम्ही कुठली भूमिका करत आहात?" कोणीतरी ओरडलं.

"स्वाक्षरी प्लीज!"

"आम्हाला रॅम्बोला भेटायला घेऊन जाल?"

लोक स्वाक्षरीसाठी वह्या पुढे करत होते. फटाफट कॅमेऱ्याचे फ्लॅश उडत होते. तो सर्वच विचित्र कारभार होता. आम्ही स्वाक्षऱ्या केल्या आणि ते करताना बर्मामधील करेन लोकांच्या दुरवस्थेबद्दल सांगायला विसरलो नाही.

"आम्ही चित्रपटात नाही आहोत." मी म्हटलं, "पण आम्ही करेन आहोत आणि हा चित्रपट आम्हा लोकांवर आधारलेला आहे. दशकानुदशकं..."

प्रिमियर संपला तसं मी बाहेर येऊन बाबांना फोन लावला पण ते कामासाठी बर्मात गेले होते, त्यांच्यापर्यंत पोहोचता आलं नाही.

त्यांना चित्रपटाविषयी सांगण्याची संधी मला नंतर कधीच मिळाली नाही.

अंतिम पर्व

चित्रपटाच्या प्रिमियरनंतर दोनच दिवसांनी मला भल्या पहाटे फोन आला. फोनवर ब्वा ब्वा होती. बीबीसी वर्ल्ड सर्व्हिसवरील एका पत्रकारानं तिला फोन केला होता. माझ्या बाबांवर गोळीबार झाला ही बातमी तुम्ही ऐकली आहे का? असं तो तिला विचारत होता. मी ब्वा ब्वाचं बोलणं ऐकत होते तोच माझ्या मोबाईलवर देखील मेसेजचे बीप्स ऐकू आले. आणखी एका पत्रकाराचा मेसेज होता तो. बाबांवर गोळीबार झाल्याचं माहीत आहे का याची विचारणा करणारा.

मी सुन्न होत फोन खाली ठेवला. माझ्या बाबांना गोळी लागली? हे कसं शक्य होतं? पत्रकारांना चुकीची खबर मिळालेली असू देत आणि बाबा सुखरूप असू देत, अशी मी मनोमन करुणा भाकत होते. मी त्यांच्या मोबाईलवर त्यांना फोन लावायचा प्रयत्न केला. मला अधिकाधिक चिंता वाटायला लागली. मी से सेशी संपर्क साधायचा प्रयत्न केला पण त्याचा फोनही उपलब्ध नव्हता. काय करावं ते न कळल्यानं मी आमच्या कुटुंबाचे स्नेही पी ला सीन यांना फोन केला.

पी ला सीन यांनी त्या बातमीला दुजोरा दिला. ती बातमी खरी होती. बाबांना गोळ्या लागल्या होत्या आणि त्या जखमांनीच त्यांचा मृत्यू ओढवला होता.

मी इतक्या जोरात किंचाळले की घरातले इतर सर्व धावत आले. ही बातमी ऐकून मला रडूच आवरेना; मी हमसून हमसून रडायला लागले. मी ब्वा ब्वाला फोन केला. ती बिचारी फोनवरच धाय मोकलून रडायला लागली. मग कॅनडात स्लोनला फोन केला. ऐन मध्यरात्री फोन केला म्हणजे काहीतरी ठीक नाही हे त्याला तत्काळ कळलं. मी अर्धवट रडत, अर्धवट हमसत, गळा दाटून आलेल्या अवस्थेत कशीतरी त्याला ती बातमी सांगितली; आमच्या बाबांची हत्या झाल्याची.

ज्या माणसाची हत्या करण्याचा कट वर्षानुवर्षं शिजत होता, त्या माझ्या बाबांची- पादोह मन शा यांची हत्या करण्यात आली होती. मे सोतमधल्या आपल्या घराच्या व्हरांड्यात ते शांतपणे बसले होते. तोच बर्मी राजसत्तेचे तीन एजंट्स

पिकअप ट्रकमधून आले, त्यातल्या दोघांनी पायरीपर्यंत येऊन त्यांच्यावर गोळ्या झाडल्या.

पण साऱ्या गोष्टीचा गोषवारा पाहायचा झाला तर बाबांची हत्या झाली कारण बर्मी जुंत्याला त्यांचं भय वाटत होतं. आयुष्यभर आपल्या तत्त्वांचा पाठपुरावा करत आलेल्या, लोकनेते असलेल्या माझ्या बाबांना जनतेचा प्रचंड पाठिंबा होता. आणि फक्त करेन लोकांचाच नव्हे, तर बर्मी लोकशाही चळवळीतील सर्व लोकांचा आणि स्वातंत्र्याचा पुरस्कार करणाऱ्या सर्वच लोकांचा.

ही बातमी वाऱ्याच्या वेगानं पसरली आणि माझ्या घरी भेटायला येणाऱ्या करेन लोकांची रीघ लागली. ते सर्व लोक सर्वस्व हरपल्यासारखे दिसत होते आणि मला कळून चुकलं ते माझ्याकडे आधाराकरिता पाहत होते. मी माझ्या बाबांच्या दृढनिश्चयाचं मनोमन स्मरण केलं आणि मोठ्या मुश्किलीनं रडणं थांबवलं. आता मला खंबीर बनणं आवश्यक होतं. त्यांनी माझ्या बाबांना संपवलं कारण बाबा ज्या तत्त्वांसाठी आयुष्यभर लढत आले त्या तत्त्वांचाच त्यांना खातमा करायचा होता आणि मी ते कदापिही होऊ देणार नव्हते.

वरवर मी कितीही खंबीर, अढळ दिसण्याचा प्रयत्न केला तरी मी आतून पार मोडून पडले होते. माझे बाबा फक्त वडीलच नव्हे तर माझा सर्वोत्तम मित्र, माझे प्रेरणास्थान आणि अंधारात मार्गदर्शक ठरावी अशी प्रकाशाची तिरीप होते. मला जेव्हा केव्हा हतबल वाटायचं, धीर गळून गेल्यासारखं वाटायचं तेव्हा मी बाबांना आठवायचे आणि मला स्फुरण चढायचं, धीर गोळा व्हायचा. पण आता तेच राहिले नव्हते.

दुसऱ्याच दिवशी ब्वा ब्वा आणि मी थायलंडला रवाना झालो. अंत्यसंस्कारांच्या आदल्या रात्री आम्ही त्यांच्या पार्थिवाचं दर्शन घ्यायला गेलो. मी माझा चेहरा ओंजळीत झाकला आणि तीनदा वाकून प्रणाम केला. मृत शरीराप्रती आदर व्यक्त करायची ही परंपरागत पद्धत आहे. माझे बाबा फुलांनी वेढलेल्या बिछान्यावर शांतपणे पहुडले होते. याच फुलांवर त्यांनी आयुष्यभर प्रेम केलं. त्यांचा चेहरा फिकटलेला पण शांत दिसत होता. अखेर त्यांना शांती गवसली होती तर!

अंत्यसंस्कारांकरिता आमचं उपस्थित राहाणं म्हणजे स्वत:हून धोक्याला निमंत्रण दिल्यासारखं झालं असतं. करेन नेते आणि लोकशाहीवादी कार्यकर्त्यांवर मारेकरी सोडण्यात आल्याची बातमी आली होती. माझी बहीण आणि मी द्विधा अवस्थेत होतो. आम्हाला अंत्यसंस्कारांकरिता उपस्थित राहायची इच्छा होती, आमचे लोक तिथं आमची वाट पाहणार होते हे आम्हाला माहीत होतं पण ते आपणहून जोखीम पत्करल्यासारखं झालं असतं आणि आता आम्ही सुद्धा काहीही होवो तिथं- जिवंत राहून बाबांचं कार्य आमच्या परीनं पुढं न्यायचा आम्ही चंगच बांधला होता. पहाट

उजाडली तसा आम्ही त्यांचा निरोप घेतला. मला आतापर्यंत घ्यायला लागलेल्या निर्णयांपैकी हा सर्वांत अवघड निर्णय होता.

आम्ही शक्यतोवर अंतिम क्रिया लांबवायचा प्रयत्न केला होता पण स्लोनला सीमेपर्यंत वेळेवर पोहोचता आलं नव्हतं. आमच्या बाबांकरिता अंतिम भोजन बनवण्याची जबाबदारी एकट्या बिचाऱ्या से सेवर येऊन पडली. त्यानं माझ्या बाबांच्या अंतिम चिरनिद्रेसाठी एक जागा निश्चित केली आणि अनंतात विलीन झालेल्या बाबांना अखेरचं येऊन त्याच्याबरोबर भोजन करण्याचं आवाहन केलं.

माझे मित्र त्या अंत्यसंस्कारांचं वर्णन अतिशय दु:खद अंत्यसंस्कार असं करतात. त्यांना अखेरची आदरांजली वाहण्यासाठी हजारोंच्या संख्येनं लोक आले होते. चैतन्यवादी लोकांमध्ये केला जातो तसा तो पारंपरिक अंत्यसंस्कार होता पण ख्रिस्ती आणि बौद्ध विधी देखील पार पाडण्यात आले. केएनएलएनं बंदुकीच्या फैरी झाडून बाबांना अखेरची सलामी दिली आणि मग बाबांच्या शरीराचं चितेवर दहन करण्यात आलं आणि तिथं त्यांचं स्मारक उभारलं गेलं. त्यांच्या अस्थी मोई नदीत विसर्जित करण्यात आल्या आणि काही अस्थी झाडांच्या खाली आणि पर्वताच्या पायथ्याशी विखरून टाकण्यात आल्या.

स्लोन येऊन पोहोचल्यानंतर थोड्याच वेळानं आम्ही बाबांचं स्मारक बघायला गेलो. स्लोननं तरी कित्येक वर्षं बाबांना पाहिलं नव्हतं. शेंडेफळ असल्यानं बाबांना त्याची नेहमीच चिंता वाटत असे.

त्यानंतर आम्ही बाबांच्या कागदपत्रांची जमवाजमव करण्याच्या कामाला लागलो. त्यामध्ये मी सोळा वर्षांची असताना नोह पो छावणीतून बाबांना लिहिलेलं पत्र होतं. ते मी ते पुन्हा एकदा वाचलं.

प्रिय पा,

मला तरी वाटतं तुम्ही आम्हाला पूर्णपणे विसरून गेला आहात. खास करून तुमच्या लहानीला... पण ते ठीक आहे मी म्हणते... पण मला आता निर्वासित म्हणून राहायचं नाही. या निर्वासितांच्या छावणीतलं आयुष्य किती भयंकर आहे. तुम्हाला माहिती आहे ते कसं असतं? निर्वासित असणं म्हणजे काय ते? थाई सैनिक आमच्याशी इतकं वाईट वागतात...

काही महिन्यांनंतर मी त्यांची डायरी चाळत असताना बर्मातील सर्व स्त्रियांना उद्देशून लिहिलेली एक कविता माझ्या वाचण्यात आली.

माझ्या प्रिय मुलीस,
यिन सान (पादोह मन शा यांचं टोपणनाव)
माझ्या प्रिय मुली,
आयुष्याच्या दीर्घ प्रवासात
प्रखर सूर्यप्रकाशात, सूर्य डोक्यावर तळपत असताना
उत्तर कुठे आहे आणि दक्षिण कुठे हे ओळखणे
कठीण असतानाही
काही व्यक्ती अचल असतात.
ऐन मध्यरात्री
रस्ता पाहणं अशक्य होतं
पण उत्तर कोणती आणि दक्षिण कोणती हे माहीत असता
काही माणसांची वाटचाल लक्ष्याच्या दिशेनं सुरू असते.
वादळवाऱ्यात
लाटांचे तांडव चालू असता
त्या गर्जत आणि रोंरावत असता
एकटेपणाने हरून
दुराचरणाला कवटाळलेले लोकही असतात
हिंस्त्र वादळात
आणि खवळलेल्या समुद्रात
लाटांशी आणि उफाणलेल्या वाऱ्याशी
दोन हात करत प्रवास करणारे सुद्धा असतात
माझ्या प्रिय मुली,
तळमळ आणि सदसद्विवेकबुद्धी
सतर्कता आणि नीतिमत्ता
व्यासंग आणि विजिगिषु वृत्ती
विश्वास आणि खंबीरपणा
सदैव तेवत ठेव
त्याच्या पायावर आपला प्रवास चालूच ठेव
निर्भयपणे
थोर कारणाकरिता

- करेन चळवळीच्या पन्नासाव्या वर्धापन दिनानिमित्त
३१ जानेवारी, १९९९ ला थानू तू मासिकात प्रकाशित झाली.

माझ्या बाबांना कधीही शांततेत आयुष्य जगता आलं नाही. त्यांनी उभं आयुष्य त्याग आणि संघर्ष करत व्यतीत केलं- माझ्या आईनं सुद्धा. मरणानंतर त्यांनी आमच्याकरिता कोणत्याही प्रकारची संपत्ती, मालमत्ता मागं ठेवली नव्हती. पण माझ्याकरिता घर किंवा वारसाहक्क याहीपेक्षा महत्त्वाची गोष्ट ते आमच्याकरिता ठेवून गेले होते. तत्त्वे आणि बळ.

आणि त्यांनी माझ्या बाबांना मारलंही असेल, पण त्यांच्या स्वप्नांचा गळा ते कधीच घोटू शकणार नाहीत. ते स्वप्न होतं करेन आणि बर्मामधील सर्व लोकांना स्वतंत्र झालेलं पाहण्याचं.

◆

आपल्या वडिलांच्या अंत्यसंस्कारांच्या वेळी झोया फन, तिची बहीण आणि भाऊ यांनी केलेले निवेदन

आम्ही, आपण एक महान पिता आणि महान नेता गमावला आहे.

आमची एवढी काळजी घेणारा प्रेमळ पिता आम्हाला लाभला याबद्दल आम्ही स्वत:ला भाग्यवान समजतो. त्यांनी आम्हाला सदैव मार्गदर्शन केले, गरज पडल्यास पाठिंबा दिला. त्यांनी आम्हाला सहिष्णुतेचे धडे दिले आणि अन्यायाच्या विरोधात पाय रोवून उभे ठाकायला शिकवले. त्यांनी त्यांच्या मागे कोणत्याही प्रकारची संपत्ती किंवा पैसाअडका ठेवलेला नाही पण त्यांनी आम्हाला शिकवून मोठे केले आणि आमच्या क्षमतांना पूरक अशा संधी मिळतील अशी व्यवस्था केली.

ते नम्र तरीही खंबीर आणि शूर नेते होते. त्यांनी आपले संपूर्ण जीवन लढ्याला वाहून घेतले होते आणि त्यांनी आपल्या लोकांच्या आणि राष्ट्राच्या कल्याणाला नेहमीच प्राधान्य दिले. आपल्याला स्वातंत्र्य मिळवून द्यायच्या त्यांच्या निश्चयामुळे त्यांना फक्त करेन लोकांचाच नव्हे, तर लोकशाही चळवळीतील आणि जगभरातील स्वातंत्र्यप्रेमी लोकांचे भरभरून प्रेम आणि आदर मिळाला.

फक्त प्रेरणादायी नेतृत्व म्हणून नव्हे तर ज्यांना मदतीची गरज होती अशांकरिता वैयक्तिक पातळीवर मदतीचा हात देऊ करण्याच्या त्यांच्या कृतीमुळे ते प्रात:स्मरणीयच राहतील. सर्व करेन लोक आणि बर्मामधील स्वातंत्र्याकरिता तळमळणाऱ्या लोकांना त्यांचा आदर वाटतो, त्याचप्रमाणे त्यांची मुले असल्याचा आम्हाला अधिक आनंद वाटतो.

बाबा आयुष्यभर स्वातंत्र्य आणि लोकशाही या तत्त्वांकरिता जगले. एकाच शत्रूविरुद्ध उभे ठाकताना करेन आणि बर्मी लोकांच्या एकजुटीवर त्यांचा विश्वास होता कारण त्यांना कळून चुकले होते की, केवळ एकीनेच आपल्या मातीवर

स्वातंत्र्यसूर्य उगवू शकतो.

बाबांना मारून जुंत्यानं काय साध्य करायचा प्रयत्न केला? तर ते ज्या तत्त्वांकरिता उभे ठाकले होते त्या तत्त्वांना गाडून टाकायचा प्रयत्न. आपण त्यांना यशस्वी होऊ देता कामा नये. जुंत्याने बाबांची हत्या करून आंतरराष्ट्रीय समाजाला हेच दाखवून दिले की, सध्याची त्यांची 'आम्ही लोकशाहीकरिता राजमार्ग आखून ठेवला आहे' इत्यादी बोलणी या केवळ गप्पाच आहेत. बाबांनी त्यांचे आयुष्य स्वतंत्र बर्माच्या लढ्याला वाहून घेतले होते आणि त्यामुळेच त्यांची हत्या करण्यात आली.

आम्हाला माहीत आहे की, बाबांच्या मृत्युमुळे अनेक लोक दुःखी आहेत, उदास आहेत. पण बाबा असते तर त्यांना हे बिलकूल आवडले नसते. त्यांना तुम्हाला खंबीरपणे आणि एकजुटीने उभे राहताना पाहायला आवडले असते. आमच्या बाबांवर तुमचे प्रेम आहे हे दाखवायचा उत्तम मार्ग म्हणजे त्यांचे स्वातंत्र्याचे स्वप्न पूर्ण करण्यासाठी लढायचे. ते ज्याकरिता पाय रोवून उभे राहिले होते त्या तत्त्वांना त्यांच्याबरोबर विलीन होऊ देऊ नका.

बाबांच्या मृत्यूने आपण खिळखिळे झालो नाही. यातून हेच दिसते की, आपण अजूनही उभे आहोत. त्यांनी बाबांना ठार केले कारण ते बाबांना आणि ते ज्या तत्त्वांचे खंदे पुरस्कर्ते होते त्या तत्त्वांना घाबरत होते. आपले लोक स्वतंत्र झालेले पाहायला बाबा जगले नाहीत पण त्यांचे एक स्वप्न अजूनही जिवंत आहे. करेन आणि बर्मी लोक स्वतंत्र झालेले पाहण्याचे.

◆

उपसंहार

हा उपसंहार लिहीत असताना राहूनराहून माझ्या मनात माझ्या घराचा, पर्वतांचा आणि नद्यांचा, माझ्या लोकांचा आणि वेगवेगळ्या खाद्यपदार्थांचा विचार येतो आहे! पण या सर्व विचारांबरोबरच तिथे जे काही भयंकर चालले आहे याचाही विचार येणे अपरिहार्य आहे. आज २७ ऑक्टोबर २००८ आहे. माझा वाढदिवस! आणि मला आताच थाई-बर्मा सीमेवरून एक कॉल आला होता. करेन लोकांच्या स्वतंत्र प्रदेशात बर्मी सैन्य पुन्हा एकदा सैनिकांची जमवाजमव करत आहे आणि पावसाळा संपल्याने सर्व शक्तिनिशी सैनिकी हल्ला केला जाण्याची भीतीही तितकीच आहे. जनरल्स लाख म्हणतील की, चिथावणीखोर बंडखोरांना कह्यात आणण्यासाठी केली जाणारी ही कृती आहे, पण पूर्वीप्रमाणेच केएनएलए तळांना सोडून निरपराध, निःशस्त्र गावकऱ्यांवर हल्ला करणार आहेत.

२००५ मध्ये मी मार्कबरोबर पहिल्यांदा बोलले होते आणि तो म्हणाला होता की, सीमेवर राहण्यापेक्षा लंडनमध्ये राहून माझ्या लोकांना मदत करता येणे जास्त शक्य आहे तेव्हा मला वाटले की याचे डोके तर ठिकाणावर आहे ना! पण माझ्या बाबांच्या अंत्यसंस्कारांनंतर मी युनायटेड किंगडमला परतले तेव्हा मला अशी बातमी मिळाली, ज्यामुळे लंडनमध्ये राहिल्याने मला खरेच नव्या संधी मिळत होत्या हे सिद्ध झाले. २००७ मध्ये सुरुवात झालेल्या मोहिमेने आता जोर धरला होता. ब्रिटिश सरकारने थायलंडच्या सीमेवरील छावण्यांतून राहत असलेल्या निर्वासितांकरिता देत असलेल्या निधीत वाढ करण्याचे मान्य केले होते. तसेच डॉ. सिंथियाज क्लिनिकला पहिले अनुदान सुद्धा दिले होते. तुम्ही निर्वासितांच्या छावणीत राहत असता किंवा युनायटेड किंगडमसारख्या देशात पळून जाता, तेव्हा गोष्टींत बदल कसा घडवून आणावा किंवा मदत मिळवण्यासाठी नेमके काय करावे हे माहीत नसल्याने असहाय वाटते, निरर्थक वाटते; मी एके काळी राहिले होते तशाच प्रकारे निर्वासितांच्या छावण्यांमधून हजारोंच्या संख्येने राहत असलेल्या लोकांना मदत

करण्याकरिता मी काहीतरी करू शकले आणि माझे प्राण कितीतरी वेळा वाचवणाऱ्या क्लिनिकच्या मदतीकरिता मला काहीतरी करता आले ही गोष्ट मला खूप मोलाची वाटते.

बर्मा कँपेन यूकेमध्ये आम्ही आता पूर्व बर्मामधील परिस्थितीची जाणीव करून देणारी एक नवी, मोठी मोहीम सुरू करीत आहोत आणि मला आशा वाटते की नेमके काय चालले आहे याकडे आंतरराष्ट्रीय समाजाचे लक्ष आम्ही वेधून घेऊ शकू आणि त्यांना काहीतरी पावले उचलण्यास भाग पाडू शकू. मी सध्या कँपेन यूकेमध्ये आंतरराष्ट्रीय समन्वयक आहे. जगभरातील मोहीमकर्त्यांना एकत्र आणून बांधणी करणे हे माझे काम आहे. दक्षिण आफ्रिकेतील लोकांच्या स्वातंत्र्याकरिता आणि नेल्सन मंडेलांच्या सुटकेची मोहीम राबवणारे माजी कार्यकर्ते मला सांगतात की, बर्मामधील परिस्थिती दक्षिण आफ्रिकेपेक्षा कितीतरी पटीने चिघळलेली आहे. पण दक्षिण आफ्रिकेकरिता ज्या प्रमाणावर आंतरराष्ट्रीय मोहीम चालवली जात होती त्या तुलनेत बर्मासाठी मोहीम चालवली जात नाही.

विविध सरकारे, खासदार आणि जनता यांना आमच्या देशात काय चालले आहे हे सांगण्याकरिता मी अनेक देशांना भेट दिली आहे. मी राजकारण्यांना भेटले आहे. आजी-माजी राष्ट्राध्यक्ष आणि पंतप्रधान, साक्षात राजकुमार चार्ल्स यांनाही भेटले आहे. कधी-कधी जे घडते आहे ते सत्य आहे ना याची खात्री करून घेण्यासाठी मला स्वत:ला चिमटा काढून बघावा लागतो. जंगलातून आलेली एक मुलगी खरोखरच या लोकांना भेटते आहे आणि तिला तिचे बोलणे मांडायची संधी मिळत आहे. मला देऊ करण्यात आलेल्या संधीचा जास्तीतजास्त फायदा करून घेण्याची जबाबदारी माझ्यावर आहे असे मला नेहमी वाटते. अजूनही अनेक सरकारांमध्ये या समस्येविषयी अत्यल्प जागरूकता आहे आणि त्यातील खूप कमी लोक काहीतरी कृती करण्याची इच्छा बाळगतात हे बघून कधी-कधी खूप नैराश्य येते. पण माझ्या बाबांनी म्हटल्याप्रमाणे, आपल्याला कोणीच स्वातंत्र्य आयते देणार नाही, ते आपले आपल्यालाच मिळवायचे आहे.

या पुस्तकात उल्लेख झालेले माझे अनेक करेन मित्र-मैत्रिणी आता जगभर विखुरले आहेत. निर्वासितांच्या छावण्यांमधील लोकांना नवीन देशांत नवी घरे मिळवून देण्यासाठी युनायटेड नेशन्स पुनवर्सन कार्यक्रम चालवते. हजारो लोक– ज्यापैकी बहुतेक लोक करेन आहेत– आता ऑस्ट्रेलिया, युनायटेड स्टेट्स अशा देशांमध्ये, तर काही-काही उत्तर फिनलँडच्या बर्फाळ भागातही स्थायिक झाले आहेत. फिनलँडमधील एका प्रचार भेटीत मला भेटलेल्या चाळिशीतल्या करेन बाईने मला सांगितले की तिथे येईपर्यंत तिला कधी जिवंत असल्यासारखेच वाटले नव्हते. तिने तिचे पूर्ण आयुष्य भीतीत व्यतीत केले होते. पण कोणाशीही मर्मबंधाच्या

गोष्टी बोलताना प्रत्येक जण जे बोलतो तेच ती देखील बोलली, "मला घरी परतायचे आहे." निर्वासितांच्या छावणीतील हालअपेष्टांमधून स्वत:ची सुटका करून घेण्यासाठी, नवे आयुष्य सुरू करण्यासाठी यूएन पुनवर्सन कार्यक्रम लोकांना संधी देत आहे ही खरोखरच चांगली गोष्ट आहे. पण यूएनच्या या पुढाकाराने कोणाला नाही तरी एसपीडीसीला नक्कीच आनंद होत असणार असे मला राहून राहून वाटते आहे; त्यामुळे आम्हाला देशाबाहेर हाकलण्याचे त्यांचे काम पूर्ण होते आहे. आमच्यावरील हल्ले थांबवण्यासाठी काहीतरी उपाययोजना करण्याऐवजी, निर्वासितांचा प्रश्न काय आहे हे समजून घेण्याऐवजी यूएन त्यांना हजारो मैल दूर पिटाळते आहे.

एसपीडीसीला तेच तर हवे आहे. यूएनने कितीही लोकांचे पुनवर्सन केले तरी तिथे, त्यांची जागा घ्यायला अधिकाधिक निर्वासितांची भर पडतेच आहे कारण हल्ले अजूनही थांबवले गेलेले नाहीत आणि यूएन त्यांना थांबवण्याचे कोणतेही प्रयत्न करताना दिसत नाही. माझ्या जुन्या शिक्षिका झिप्रोह सीन यांची करेन नॅशनल युनियनच्या महासचिवपदी निवड झाली आहे. माझ्या बाबांची जागा त्या घेणार आहेत. त्या खंबीर आणि अनुभवी नेत्या आहेत आणि बाबांनंतर त्यांचे काम सांभाळण्यासाठी त्यांची नियुक्ती झाल्याबद्दल मला खरोखरच खूप आनंद होतो आहे. केएनयूच्या इतिहासातल्या त्या पहिल्या स्त्री नेत्या आहेत. आंग सान स्यू की आणि इतर खंबीर स्त्री नेत्यांच्या बरोबरीने आमचा लढा आता सक्षम स्त्री-नेतृत्वाकडे धुरा सोपवलेला लढा झाला आहे.

आमचा लढा फक्त एकाधिकारशाही आणि जुलूम-जबरदस्ती यांच्या विरोधात नाही. तो उत्तम बर्माकरिता आणि ती जगण्याकरिता उत्तम जागा बनावी याकरिता आहे. मला आशा वाटते की, एके दिवशी बर्मा स्वातंत्र्य आणि शांतता यांचा एक तळपता दीपस्तंभ बनेल. माझा देश हा वांशिक वैविध्य असणाऱ्या जगातील काही देशांपैकी आहे. आम्हाला बर्मा संघराज्यात राहायचे आहे. वांशिक वैविध्य असले तरी आम्ही एक आहोत आणि आमच्या देशाला स्वतंत्र करण्यासाठी आम्ही एकाच लढ्यात सामील झालो आहोत. माझ्या स्वप्नातला बर्मा असा आहे जिथे कोणत्याही आईला आपल्या मुलाला अर्धपोटी, रडत निजवावे लागणार नाही. माझ्या स्वप्नातला बर्मा असा आहे जिथे सरकार बंदुकांऐवजी औषधांवर पैसे खर्च करील. थोडक्यात, सहज बऱ्या होऊ शकणाऱ्या आजारांमुळे कोणतेही मूल दगावणार नाही.

मी अशा बर्माची स्वप्नं पाहते जिथे आपण अमुक-अमुक वंशाचे आहोत म्हणून कोणताही शेतकरी दहशतीत जगणार नाही किंवा वेठबिगारीकरिता नाडला जाणार नाही. मी अशा बर्माची स्वप्नं पाहते जिथे राजकैदी नसतील, जिथे आम्ही आमचे नेते निवडू शकू. मी अशा बर्माचे स्वप्न पाहते जिथे विविध संस्कृती गुण्यागोविंदाने

नांदतील. जर आमच्यापैकी प्रत्येकानेच आपण किती लहान-मोठे आहोत याचा विचार न करता काही ना काही कृती केली, तर एकत्रितरीत्या आम्हाला थांबवता येणे अशक्य होऊन बसेल आणि आम्हाला स्वातंत्र्य मिळेल. एकजुटीने राहिलो तर आमची इच्छाशक्ती आणि निर्धार बंदुका आणि बंदुकांच्या गोळ्यांपेक्षाही खंबीर आहे.

हे पुस्तक वाचताना तुम्हाला रस वाटला असेल अशी अपेक्षा आहे. मी माझ्या आयुष्यात कोणकोणत्या संकटांना सामोरे गेले आहे हे पाहून कदाचित तुम्हाला माझ्याबद्दल कळवळा वाटला असेल तर तसा वाटून घेऊ नका. मी काही भाग्यवंतांपैकी एक आहे. मी नशीबवान आहे कारण माझ्यावर अजून बलात्कार झालेला नाही. मी नशीबवान आहे कारण मी त्या तुरुंगासारख्याच असणाऱ्या निर्वासितांच्या छावणीत नाही. तिथे करायला काम नाही, कोणतेही स्वातंत्र्य नाही आणि जिथे वर्षामागून वर्षे चालली आहेत तरी न्याहारी, दुपारचे जेवण आणि रात्रीच्या जेवणाकरिता तेच तेच अन्न पुरवले जाते. मी नशीबवान आहे कारण माझ्या लोकांना मदत करण्यासाठी मी काम करू शकते. माझ्याबद्दल हळहळ वाटून घेऊ नका. वाटलाच तर संताप येऊ द्या आणि त्यासाठी काहीतरी करावेसे वाटू द्या.

ब्रिटिश अभिनेत्री आणि विनोदी नटी मॉरीन लिपमन हिने एका कार्यक्रमाच्या वेळी माझी ओळख तुमच्या हृदयाला हात घालू शकेल अशी स्त्री म्हणून करून दिली होती. पण मी प्रेक्षकांना म्हटले, मला तुमचे हृदय नको, मला तुमच्याकडून काहीतरी कृती झालेली हवी आहे. तेच मी तुम्हालाही सांगते. माझ्या देशात काय चालले आहे याचे ज्ञान फार कमी लोकांना आहे आणि आता तुम्ही त्या लोकांपैकी एक आहात. तुम्ही त्याबद्दल काही करणार आहात की या पुस्तकानंतर आणखी एक पुस्तक वाचताना हे सर्व विसरून जाणार आहात? पुढील पानांवर माझ्या लोकांना मदत करण्यासाठी काम करणाऱ्या संस्थांची माहिती आहे. त्यांना पाठिंबा द्या. आम्हाला तुमच्या मदतीची गरज आहे.

मला माझ्या घरी परतायचे आहे. कृपया मला मदत करा.

◆

बर्माबद्दल

बर्मा आग्नेय आशियात वसले असून, त्याच्या पूर्वेला लाओस आणि थायलंड हे देश आहेत आणि पश्चिमेला बांग्लादेश आहे. उत्तरेला भारत आणि चीन हे देश आहेत. बर्माची लोकसंख्या अंदाजे पाच कोटी आहे. बर्मामध्ये आठ मुख्य वांशिक गट असून, शंभरहूनही जास्त उपगट आहेत ज्यामुळे बर्मा हा वांशिक वैविध्य असणाऱ्या जगातील काही मोजक्या देशांपैकी एक आहे.

हा नैसर्गिक संसाधनांनी समृद्ध असा देश आहे पण इथली एकाधिकारशाही वार्षिक अंदाजपत्रकातील अर्धा निधी सैन्यावर खर्च करते; त्यामुळे हा जगातील सर्वांत गरीब देशांपैकी एक देशही म्हणवला जातो.

दुसऱ्या महायुद्धानंतर बर्माला ब्रिटिशांपासून स्वातंत्र्य मिळाले पण लोकशाही शासनाअंतर्गत देखील केंद्र सरकारने वांशिक गटांची पिळवणूक आणि त्यांच्याविरुद्ध केला जाणारा भेदभाव सुरूच ठेवला.

१९६२ मध्ये जनरल ने विनने सैनिकी बंड करून सत्ता आपल्या ताब्यात घेतली आणि तेव्हापासूनच बर्मामध्ये हुकूमशाही आहे. १९८८ मध्ये लोकशाहीच्या समर्थनार्थ विद्यार्थ्यांनी केलेला उठाव या सत्तेने अत्यंत क्रूर आणि रक्तरंजित रीतीने दडपला आणि स्टेट लॉ अँड ऑर्डर रिस्टोरेशन काउन्सिल या नव्या हुकूमशाहीने सूत्रे हातात घेतली. अंतर्गत आणि आंतरराष्ट्रीय दबावापुढे झुकून या हुकूमशाहीला १९९० मध्ये निवडणुका घेणे भाग पडले, ज्यामध्ये ते जिंकणे अपेक्षित होते. पण आंग सान स्यू की यांच्या नेतृत्वाखाली स्थापन झालेल्या नॅशनल लीग फॉर डेमोक्रसीने विधिमंडळातील ८२ टक्के जागा जिंकल्या.

या सत्तेने हा निकाल नामंजूर करत आमदारांना आणि लोकशाही समर्थकांना पकडून कारागृहात टाकण्याचे आणि त्यांची छळणूक करण्याचे सत्र आरंभले. डिसेंबर २००८ नुसार, बर्मामध्ये एकवीसशे पेक्षाही जास्त राजकीय कैदी आहेत. त्यांपैकी अनेकांचा छळ करण्यात आला, अनेकांना कारावासात एकाकी ठेवले गेले,

कित्येकांना वैद्यकीय उपचार नाकारले गेले.

आंग सान स्यू की यांना स्थानबद्ध करून ठेवले त्याला तीन वर्षे झाली आहेत आणि शांततेचा नोबेल पुरस्कार जिंकलेल्या आणि स्थानबद्ध करून ठेवलेल्या त्या जगातील एकमेव स्त्री आहेत. त्यांना कोणालाही भेटू दिले जात नाही, त्यांची फोन लाईन कापण्यात आली आहे; त्यांना कोणाशीही पत्रव्यवहार करण्याची अनुमती नाही. त्यांना त्यांच्या नातवंडांनाही भेटू दिले जात नाही.

बर्माने वाईट आणि अयोग्य गोष्टींमधील सर्व विक्रम मोडीत काढले आहेत. बर्मामध्ये बालसैनिकांचे प्रमाण सर्वांत जास्त आहे. इथे एक नागरी लढा दीर्घकाळापासून सुरू आहे. इथे बालमृत्यूचे प्रमाण सर्वोच्च आहे आणि आरोग्य आणि शिक्षणावर सर्वांत कमी खर्च याच देशात केला जातो. जगात वेठबिगारीचे प्रमाण सर्वोच्च असल्याबद्दल मानवताविरोधी वर्तन म्हणून यूएनने बर्मावर दोषारोप केले आहेत. पूर्व बर्मामध्ये चाललेल्या वांशिक उच्चाटनाला याच सरकारचा पाठिंबा आहे. हे सरकार जगातील काही निवडक सरकारांपैकी एक आहे जे अजूनही भूसुरुंगांचा उपयोग करतात. ते आपल्याच लोकापर्यंत मदत पोहोचवण्यास नकार देतात. भ्रष्टाचार आणि प्रसिद्धीमाध्यमांवर घातलेल्या बंदीमुळे बर्मा नेहमीच चर्चेत असतो.

◆

बर्मातील महत्त्वपूर्ण घडामोडी

१९४७ करेन नॅशनल युनियन (केएनयू) ची स्थापना. स्वतंत्र करेन प्रदेशाच्या मागणीसाठी करण्यात आलेली बोलणी फिसकटली.

१९४८ बर्माला स्वातंत्र्य मिळाले.

१९४९ करेन नागरिकांवर होत असलेल्या हल्ल्यांच्या पार्श्वभूमीवर केएनयूने सशस्त्र लढा सुरू केला.

१९६२ जनरल ने विनने सैन्यातील बंडाळीतून सत्ता हस्तगत केली.

१९७५ एकाधिकारशाहीच्या विरोधात वांशिक गटांनी राष्ट्रीय लोकशाही आघाडी उभारली.

१९७६ केएनयूने स्वतंत्र राज्याच्या मागण्या मागे घेतल्या. बर्मा संघराज्य स्थापन करण्याच्या मागणीकरिता इतर वांशिक गटांच्या संघटनांबरोबर हातमिळवणी केली.

१९८८ संपूर्ण बर्मामध्ये लोकशाहीकरिता उठाव करण्यात आला. विद्यार्थ्यांनी सुरू केलेले आंदोलन निर्दयीपणे चिरडण्यात आले, हजारो लोक ठार झाले. नव्या आणि अधिक क्रूर सत्तेने सूत्रे आपल्या हातात घेतली. ते स्वत:ला स्टेट लॉ ॲन्ड रिस्टोरेशन काउन्सिल (स्लॉर्क) म्हणवू लागले.

१९८९ स्लॉर्कने बर्माचे नामकरण 'म्यानमार' असे केले. लोकशाही चळवळीने आणि अनेक सरकारांनी देशाला काय म्हणावे हे ठरवण्याचा अधिकार सरकारला नाही असे म्हणत नावातील हा बदल स्वीकारण्यास नामंजुरी दर्शवली.

१९९० निवडणुका घेण्यात आल्या. आंग सान स्यू की यांच्या नेतृत्वाखाली स्थापन झालेल्या नॅशनल लीग फॉर डेमोक्रसीनं विधिमंडळातील ८२

टक्के जागा जिंकल्या. पण एकाधिकारशाहीनं सत्तेच्या हस्तांतरणास साफ नकार दिला.

१९९५ बर्मी सैन्यानं मानेरप्लॉमधील केएनयूचे मुख्यालय बेचिराख केले.

१९९७ स्लॉर्कने स्वत:ला स्टेट पीस अँड डेव्हलपमेंट काउन्सिल (एसपीडीसी) म्हणण्यास सुरुवात केली.

२००४ एसपीडीसी आणि केएनयूने शत्रूत्व संपवण्याचा ठराव केला. केएनयू ठरावाशी बांधील राहिली पण एसपीडीसी नाही.

२००५ फक्त काही तासांच्या पूर्वसूचनेनंतर एसपीडीसीने आपली राजधानी रंगून (यांगून) पासून नाय पि तॉमध्ये हलवली.

२००७ जानेवारी- युनायटेड नेशन्स सिक्युरिटी काउन्सिलमध्ये बर्माच्या ठरावास चीन आणि रशियाने विरोध दर्शवला.

ऑगस्ट / सप्टेंबर- बुद्ध धर्मगुरूंच्या नेतृत्वाखाली सुरू झालेला लोकशाही उठाव एसपीडीसीने क्रूरपणे दडपला.

२००८ फेब्रुवारी-एसपीडीसीच्या हेरांनी करेन नॅशनल युनियनचे महासचिव पादोह मन शा यांची हत्या केली.

मे- बर्माला नर्गिस वादळाचा तडाखा. वादळाची पूर्वसूचना जनतेला देण्यात एसपीडीसीला अपयश. आंतरराष्ट्रीय मदत अडवून धरली.

मे- लष्करी सत्तेला कायम करणाऱ्या नव्या संविधानावर मोजक्याच लोकांमध्ये सार्वमत घेण्यात आले. एसपीडीसीने ९२ टक्के मते मिळाल्याचा दावा केला.

◆